सार्थ

मनुष्यस्वभावाचे पैलू उलगडणारी कथा

लेखक
डॉ. एस. एल. भैरप्पा

अनुवाद
उमा वि. कुलकर्णी

मेहता पब्लिशिंग हाऊस

Please contact us at **Mehta Publishing House Pvt. Ltd.,** Pune 411030.
✆ +91 020-24476924 / 24460313 / Mob. No. 9545000513
Email : production@mehtapublishinghouse.com
Website : www.mehtapublishinghouse.com

SARTH by **Dr. S. L. BHYRAPPA**

Translated into Marathi Language by Uma Kulkarni

सार्थ / अनुवादित कादंबरी

अनुवाद : उमा वि. कुलकर्णी
Email : author@mehtapublishinghouse.com

मराठी अनुवादाचे व प्रकाशनाचे हक्क : मेहता पब्लिशिंग हाऊस प्रा.लि., पुणे ३०.

संस्थापक : सुनील अनिल मेहता

प्रकाशक : मेहता पब्लिशिंग हाऊस प्रा. लि.,
१९४१ सदाशिव पेठ, माडीवाले कॉलनी, पुणे ४११०३०.

मुद्रक : ट्रिनिटी ॲकॅडमी फॉर कॉर्पोरेट ट्रेनिंग लिमिटेड

मुखपृष्ठ : चंद्रमोहन कुलकर्णी

प्रकाशनकाल : १५ डिसेंबर, २००३ / १५ जानेवारी, २००८ /
मेहता पब्लिशिंग हाऊस यांची तृतीय आवृत्ती : जानेवारी, २०१७ /
जून, २०१९ / पुनर्मुद्रण : ऑगस्ट, २०२३

किंमत : ₹ ३९५

P Book ISBN 9789386342164
E Book ISBN 9789386342171
E Books available on : amazonkindle Apple Books Google Play Books

प्रस्तावना

प्रस्तुत कादंबरीसाठी डॉ. एस. एल. भैरप्पा यांनी आठव्या शतकाची पार्श्वभूमी निवडली आहे. वैयक्तिक कारणासाठी नागभट्ट आपल्या गावाबाहेर पडतो आणि एका 'सार्था'मध्ये सहभागी होऊन प्रवास करू लागतो. त्या निमित्ताने त्या काळचा भारतवर्ष अनेक धार्मिक आणि सामाजिक प्रश्न घेऊन त्याला सामोरा येतो. अनेक धर्म-पंथांमधले तात्त्विक मतभेदही त्याला सामोरे येतात. काही त्याच्या प्रश्नांमध्ये भर टाकतात, तर काही प्रश्नांची उकलही होते. स्त्री-पुरुष संबंधालाही वेगळंच परिमाण लाभल्याचा तो अनुभव घेतो.

सर्जनशीलतेची कास न सोडता आठव्या शतकातले ऐतिहासिक संदर्भ घेत भैरप्पांनी ही कादंबरी लिहिली आहे. त्यामुळे येथे तत्कालीन घटना आणि पात्र यांबरोबरच भैरप्पांनी निर्माण केलेली पात्रंही भेटत राहतात.

या कादंबरीचे हिंदी, इंग्रजी आणि संस्कृत अनुवाद प्रकाशित झाले आहेत.

डॉ. विजया देव यांनी हस्तलिखित वाचून मोलाच्या सूचना केल्या. त्यांनी उत्स्फूर्तपणे दिलेल्या या सहकार्याचं माझ्या दृष्टीनं फार महत्त्व आहे.

आणि शेवटी, याही अनुवादासाठी विरूपाक्ष कुलकर्णी यांचं नेहमीप्रमाणे बहुमोल सहकार्य मिळालं आहे.

– उमा. वि. कुलकर्णी

अभिप्राय

तारावती या नगरातला नागभट्ट वैयक्तिक कारणांसाठी आपल्या गावाबाहेर पडतो आणि एका 'सार्था'मध्ये म्हणजे व्यापारी तांड्यामध्ये सहभागी होऊन प्रवास करू लागतो. त्यानिमित्तानं त्याला पडलेले प्रश्न, झालेलं आकलन अशा अनेक गोष्टी कवेत घेत कथा पुढे सरकते. मध्ययुगातल्या अनेक सत्य आणि कल्पित घटनांद्वारे या कादंबरीचा पट घट्ट होत जातो.

दै. सकाळ (सप्तरंग), २६ मार्च, २०१७

नागाभट्टाचं कौटुंबिक जीवन, त्याचं राजाबरोबरचं मैत्र आणि त्यामुळं त्याचं 'सार्था'त सामील होणं, यामुळे इतिहासाचा, तत्त्वज्ञान, धर्म, ज्ञान, परमार्थ, अध्यात्माचा एक भलामोठा अवकाश आपल्यापुढे ओघवत्या शैलीत साकार होतो, जो कादंबरी वाचून संपल्यावरही मनात काही काळ रेंगाळतो.

लोकप्रभा, २ मार्च २०१८

एक

"अरेच्चा! नागभट्ट, तू आणि इथं? मी तर मुद्दाम काशीला येऊन सगळं तुझ्या कानावर घालणार होतो. पण तू तर इथंच भेटलास!"

नारायण दीक्षितांचा आवाज! माझी ओळख पटताच ते धावत पुढे आले. त्यांना अवचितपणे समोर पाहताच सारा गाव आणि घर भेटल्याचा आनंद झाला. इतका की, काही क्षण तोंडून शब्दही फुटेना.

"दीक्षित, तुम्ही? तुम्ही इथं कसे?" भानावर येऊन मी विचारलं.

"तीर्थरूप निवर्तले. अस्थींचं विसर्जन प्रयागला करायचं ठरवलं. एक सार्थ भेटला. त्याच्याबरोबर इथं मथुरेपर्यंत आलो. इथून प्रयागचा थेट रस्ता आहे आणि तिथं जाणारे तांडे असतात, असं समजलं. आता पूजा आटोपली की, एका तांड्याबरोबर निघेन. चौकशी केल्यावर समजलं, प्रयागहून काशी तीन दिवसांच्या अंतरावर आहे. तिथं येऊन तुला शोधून काढायचं आणि सगळं तुझ्या कानावर घालायचं, असं ठरवूनच आलो होतो. इथंच भेटलास! घरी निघालास की काशीला गेलाच नाहीस? पण काही झालं, तरी तू हे काही बरं केलं नाहीस. अरे, यज्ञभट्टांचा मुलगा तू आणि असं कसं घडू देतोस?"

शेवटचं वाक्य ऐकून मी घाबरलो. नारायण दीक्षितांच्या तिखट जिभेची ख्याती होती. *'न ब्रूयात सत्यम् प्रियम्'* या हितवचनापासून कितीतरी दूर! पण खोटं बोलणार नाहीत. वयाची साठ वर्षं अशाच प्रकारे ते जगले होते. निम्मे केस गेल्यामुळे टक्कल पडलेलं आणि तोंडातले सगळे दात बळकट.

"काय झालं पण?" मी चाचरत विचारलं.

"तुला ठाऊक नाही? शिक्षण – विशेष अध्ययन – देशाटन या सगळ्या गृहस्थाश्रम स्वीकारण्याआधीच्या गोष्टी! एकदा ती जबाबदारी स्वीकारली की, स्वतःच्या गावात जे विद्वान उपलब्ध असतील, त्यांच्याकडून मिळेल तेवढ्या ज्ञानावर समाधान मानलं पाहिजे. हे न पाळता तू गाव सोडलंस आणि एवढ्या दूर

निघून आलास.''

''पण काय झालं, ते तरी सांगा!''

''काय सांगायचं? तरणीताठी बायको राजाच्या हिरे-माणकांवर भाळली, गर्भार राहिली, मुलाची आईही झाली. हे सहन न होऊन तुझ्या आईनं हाय खाल्ली आणि गेली बिचारी! तुला कळवायचं म्हटलं, तरी कुठं कळवणार? काशी काय चार-दोन दिवसांच्या अंतरावर आहे?''

माझ्या सर्वांगाला कंप सुटला. यमुनेकाठचं कृष्णमंदिर – पहाटे तिथं गर्दी करणारे भक्त – देवालयांमधला घंटानाद – माझ्या कानांत मात्र दडे बसल्यासारखं झालं होतं.

तरीही विचारलं, ''कुणाविषयी सांगताहात? कुणाची तरणीताठी बायको?''

''आणखी कोण? तुझी बायको – शालिनी! दागदागिन्यांना भुलली की, राजाच्या रसिकतेला भुलली, देव जाणे! पण साऱ्या जातीला काळोखी फासली तिनं! जातीबाहेर काढली तिला. गावात तर लोक भलतंच बोलताहेत. तिच्यावर नजर पडली म्हणून राजानं तुला काशीला धाडलं. तू भोळा! त्यानं तुझ्या डोक्यात भरवलं आणि तू त्याच्या डावाला बळी पडलास. यातलं खरं-खोटं तूच जाणे! चार वर्षं होऊन गेली ना तुला गाव सोडून?''

पापण्या हलवायचंही मला भान नव्हतं. समूळ उखडून टाकलेल्या वेलीसारखी माझ्या मनाची अवस्था झाली होती.

कुणीतरी ओरडून म्हटलं, ''चला दीक्षित – तांडा निघाला!'' 'दीक्षितही ''आलो-आलो! नाहीतरी तू गावाकडेच निघालास ना? मग भेटू गावात,'' म्हणत देवळाच्या दिशेनं निघून गेले.

कितीतरी वेळ गेला. यमुनेपलीकडून सूर्य वर आला, तेव्हा मनात प्रश्न उमटला, 'हे कसं शक्य आहे? खरोखरच असं घडलं असेल काय?'

मी पुढच्या ज्ञानप्राप्तीसाठी काशीला जात असल्याची बातमी गावातच नव्हे, सार्थामध्येही पसरवायची, असं राजा अमरूक आणि मी मिळूनच ठरवलं होतं. म्हणजे राजानं ठरवलं, मी त्यावर विश्वास ठेवला. त्यानं मात्र विश्वासघात केला. शालिनीनंही!

माझ्या मनात संताप खदखदला. 'लगोलग गावी जायचं, त्या नालायकाचे केस खेचून 'हे घे मित्रद्रोहाचं प्रायश्चित्त!' म्हणत त्याच्या छातीत खंजीर खुपसून ठार करायचं. पतिद्रोह करणाऱ्या शालिनीचाही जीव घ्यायचा.' मनातला हा विचार इतका प्रभावी होता की, दीक्षितांना गाठून आणखी तपशील विचारायचीही इच्छा झाली नाही.

रात्री परिचारकानं वाढलेलं अन्न गिळवेना, तेव्हा जेवण निम्म्यावर टाकून उठलो आणि अंथरुणावर पडलो. डोळ्याला डोळा लागेना. मनातली सूडाची तीव्रता

पहिल्याइतकी राहिली नव्हती. तारावतीला निघून जावंसं वाटलं, तरी प्रत्यक्ष निघण्यासाठी आवश्यक असलेली इच्छाशक्ती राहिली नव्हती. मनात विषण्णता भरून राहिली होती.

काही झालं तरी तो राजा! नेहमी अंगरक्षकांमध्ये वेढलेला. ही बातमी समजल्यावर मी सूड घ्यायला येईन, म्हणून तोही तयारीत असेल. शालिनीला ठार करणं मात्र सोपं आहे, या विचारानंही मन विचित्र समाधानात बुडून गेलं. ते समाधानही जेमतेम दोन दिवस टिकलं. तिसऱ्या दिवशी वाटू लागलं, खून करणं – तोही असाहाय्य स्त्रीचा, तिला आत्मरक्षणाची संधी न देता – हे काही आपल्या स्वभावात बसणारं नाही.

अमरूक माझ्याच वयाचा रसिकराज! दोघंही बरोबरीनंच वाढलो. त्याचा स्त्रियांकडे बघण्याचा दृष्टिकोन मला ठाऊकच नव्हता, असं कसं म्हणू? पण तरीही कुठल्याही प्रकारचा सारासार विचार न करता आणि एवढ्या वर्षांच्या मैत्रीची काहीही चाड न ठेवता हा असा वागेल, असं मात्र वाटलं नव्हतं. आणि ती? इतक्या वर्षांच्या समाधानी दाम्पत्य-जीवनाची किंमत न ठेवता तीही अशी वागली? हा राजाच्या ऐश्वर्याचा प्रभाव की राज-संगाचं अनाकलनीय आकर्षण?

मी गाव सोडलं, तेव्हा कसं वागत होते ते दोघं?

अगदी बालपणापासूनच प्रवास करत देशोदेशी फिरायचं आणि विविध भूप्रदेश पाहण्याचं मला प्रचंड आकर्षण होतं. स्वप्नं पाहतच मी बालपणातून तारुण्यात प्रवेश केला होता. मोठमोठ्या नद-नद्या, तळी-तलाव, सागर-समुद्र, डोंगर-दऱ्या, विस्तीर्ण खोरी ओलांडत राज्यं-साम्राज्यं मागं टाकायची, गावं-खेडी आणि रानं-वनं पाहत भटकायचं. असं भटकण्यात कष्ट असतात, हे त्या बालवयात कुठून ठाऊक असणार? ठाऊक असतं, तर कदाचित ते स्वप्नही इतकं व्यापक झालं नसतं.

त्या वेळी प्रवास असायचा, तो राजकुमाराच्या बरोबरीनं घोड्यावरून – तोही त्याच्याच राज्यात! वेगानं घोडदौड करीत असताना मध्येच रस्ता चुकून अपरिचित डोंगर-दऱ्यांमधून आणि रानातून फिरण्याचा रोमहर्षक अनुभव यायचा. मग कुणी शेतकरी किंवा वनवासी हटकायचे त्यांना 'राजकुमार अमरूकाचा परममित्र' अशी स्वत:ची ओळख करून द्यायची. मग त्यानंतर उडणारा त्यांचा गोंधळ, विशेष स्वागत आणि विशेष पाहुणचार! असा सुखद अनुभव घेत पुढं जायचं.

जेव्हा प्रवास नेहमीच सुखकारक नसतो, असे अनुभवही येऊ लागले, तेव्हा बराच उशीर झाला होता. लहान वयात अंकुरलेल्या स्वप्नानं जीवनाला एवढ्या मोठ्या प्रमाणात व्यापलं होतं, याची त्या वेळी कल्पनाही आली नव्हती. माहिष्मतीत शिकताना अमरूकाबरोबर गुरुकुलात जाता-येताना थोडेफार प्रवासातले ताण-

तणाव जाणवत असले, तरी सोबत राजाचे सैनिक असल्यामुळे त्यांचा प्रत्यक्ष अनुभव घेण्याची पाळी माझ्यावर येत नव्हती. त्याच वेळी ते अनुभव थेट अंगावर आले असते, तर अमरूकानं टाकलेली जबाबदारी मी स्वीकारलीच नसती.

एक दिवस अमरूक म्हणाला, "मित्रा नागभट्टा, आपल्या राज्याची परिस्थिती तुला ठाऊक आहेच. त्या संदर्भात आपण अनेकदा चर्चाही केली आहे. आपलं राज्य तसं लहानच म्हटलं पाहिजे. उत्तरेकडे गुर्जर-प्रतिहार यांचं साम्राज्य, दक्षिणेकडे राष्ट्रकुटांचं साम्राज्य – एक ना एक दिवस यांपैकी कुणीतरी आपल्या राज्याला गिळंकृत करण्याची शक्यता नाकारता येत नाही. मला तर तू ओळखतोस – कुणाचाही मांडलिक होऊन राहणं मला शक्य नाही! आपलं सैन्य अधिक बलाढ्य करायला पाहिजे. मग सगळीकडच्या सीमा थोड्या-थोड्या पुढे लोटायच्या आणि त्यानंतर शेजारच्या सम्राटांना सांगायचं, कदाचित मी तुमच्याएवढ्या राज्यांचा स्वामी नसेन, पण शेजारच्या शत्रूचं थेट आक्रमण होऊ न देण्याइतका बलवान असल्यामुळे तुमचा मित्र निश्चित होऊ शकेन. एकदा मैत्री झाली की, बोलणी-वाटाघाटी करत आपला त्यांच्या हातात सापडलेला भूभागही पुनश्च मिळवता येईल. तुला काय वाटतं?'

"मित्रा! क्षमा असावी – अमरूक महाराज! अंहं – महाराज –"

"आपण दोघंच असू, त्या वेळी तू मला नावानंच हाक मार!"

"मनात मैत्री नेहमीच राहील, पण राज्याभिषेक झाल्यानंतर आपण क्षणभरही राज-कर्तव्यापासून दूर राहणार नाही. अशा वेळी आम्हीही ती मर्यादा पाळणं अत्यंत आवश्यक आहे. आपण मला 'मित्र नागभट्ट' म्हणून संबोधावं, पण मी मात्र आपल्याला महाराजच म्हणेन. केवळ महाराजच नव्हे – राजाधिराज! परमराजाधिराज!! राजाधिराजर्षी! परमभट्टारक! या अभिनामांनी आपला गौरव करण्यात मला अत्यानंद होईल. दररोज माझ्या गृहहोमामध्ये ही प्रार्थना करूनच मी एक आज्य अर्पण करतो."

किती प्रसन्न झाला होता त्याचा चेहरा हे ऐकताना! मृत्यूपूर्वी अप्पांनी सांगितलेला उपदेश मार्मिक होता. "बाळा, तू युवराजाचा परममित्र आहेस, याची मला जाणीव आहे. म्हणूनच तुला हे सांगत आहे. ऐक, राज्याभिषेक झाल्यावर एकदाही त्याच्याशी बालपणीच्या मैत्रीची सलगी दाखवू नकोस. अधून-मधून त्याच्या अधिकाराचा उल्लेख करून गुणगौरव करायला विसरू नकोस. तो आणखी-आणखी मोठा होऊ दे, म्हणून सदिच्छा द्यायला विसरू नकोस. इतकी वर्षं सिंहासनाची सेवा केल्यानंतर स्वानुभवानं हे सांगत आहे."

अप्पा वारले – पाठोपाठ दोनच वर्षांनी थोरल्या महाराजांचाही अंत झाला. अमरूकाचा राज्याभिषेक झाला आणि अप्पांवरची राजकृपा कमी होऊन माझ्ा

तिथला भाव वधारला.

"पंडित नागभट्टा," महाराजानं मला एक बिरुद देत म्हटलं, "काहीही म्हण – पण माझ्या दृष्टीनं तू माझ्या बालपणीचा मित्रच! पंडित असलास, तरी मी तुला सलगीनंच हाक मारणार. अंतरंगातली स्वप्नं तुझ्यासारख्या जिवलग स्नेह्याबरोबर रंगवायची नाहीत, तर आणखी कुणाशी? मी खूप विचार केलाय. आपलं सैन्यबल वाढवायचं असेल, तर अर्थबल वाढवणं आवश्यक आहे. आपल्या प्रजेनं निर्माण केलेल्या आणि पिकवलेल्या पदार्थांची बाहेरच्या जगात विक्री करायला हवी. पण तो व्यापार सर्वस्वी आपल्या हातात राहिला पाहिजे. आपल्या राज्याचा एक सार्थ निर्माण करून त्याच्याकरवी संपूर्ण भारतखंडात आपला माल पाठवू या. शक्य असेल, तर नर्मदेमधून निघून सागरापलीकडील प्रदेशातही व्यापार करायला पाहिजे. खरं की नाही? अरे, आपल्या राज्यात आपले म्हणून व्यापारीच नाहीत. इतर सार्थच आपला व्यापार पाहतात. हे सार्थवाहक तक्रार करतात – महाराज, तुमच्या राज्यात व्यापारी कर फार द्यावा लागतो, रस्त्यात येणाऱ्या अडचणींकडे नीट लक्ष दिलं जात नाही. आम्हाला हे परवडत नाही. कर कमी केला नाही, तर आम्हाला दुसऱ्या वाटेनं जावं लागेल. प्रार्थनेच्या स्वरात असली, तरी ही धमकीच!"

मी राजाचं बोलणं ऐकत होतो.

तो पुढं म्हणाला, "तुझ्यावर मी एक जबाबदारी टाकतो. यानंतर जो सार्थ येईल, त्याच्याबरोबर तू जा आणि सार्थाची समग्र माहिती मिळवून आण. ही व्यापारी मंडळी कुठले पदार्थ कुठून विकत घेतात आणि कुठं काय विकतात, त्या पदार्थांची मूळ किंमत किती आणि विक्रीची किंमत किती असते, महत्त्वाची व्यापारी केंद्रं कोणती, प्रवासात कुठल्या-कुठल्या प्रकारच्या अडचणी येतात, कुठल्या राज्यात कराची वसुली कुठल्या हिशेबानं करतात... आणखी कितीतरी बारीक-सारीक माहिती मिळवायला पाहिजे. तू कायस्थ म्हणून एखाद्या सार्थामध्ये शिरलास की, तुला सगळी माहिती समजेल."

"पण महाराजा, कायस्थाचं काम कुणी बाहेरच्या माणसाला देईल काय?"

"खरंय तुझं. शिवाय तू व्याकरण, तर्कशास्त्र, तत्त्वज्ञान, वेदशास्त्र, धर्मशास्त्र यांचं अध्ययन केलेला वैदिक ब्राह्मण असल्याचं तुझ्या चेहऱ्यावरून कुणीही ओळखेल. त्यापेक्षा काशीला जाऊन पुढील धर्मशास्त्राचा अभ्यास करू इच्छिणारा विद्याकांक्षी ब्राह्मण म्हणून तू त्यांच्याबरोबर का जात नाहीस? याला काशीपर्यंत पोहोचवा, असा राजादेश मीही देऊ शकतो. सुवर्णमुद्रा देऊन तुझ्या प्रवासातल्या जेवणाखाण्याचीही व्यवस्था करता येईल. तुझी बुद्धी तीक्ष्ण आहे. संभाषणाचं कौशल्य तुझ्यापाशी आहे. त्यानंतर सार्थाचं मर्म जाणून घेण्याची जबाबदारी तुझी. नंतरच्या काळात आपल्या राज्याचा वाणिज्य विभाग पाहायचं कर्तव्यही तुलाच

करावं लागणार आहे. तुला एक मात्र करावं लागेल.''

''काय?''

''तू कुठल्या उद्देशानं जात आहेस, हे मात्र गुपित राहू दे. अगदी तुझ्या बायकोलाही सांगू नकोस.''

''आम्ही उज्जयनीमार्गे मथुरेला जात आहोत. तक्षशिलेहून पाटलीपुत्रमार्गे ताम्रलिप्तीला जाणारा आमचाच आणखी एक सार्थ तिथं भेटेल. भट्ट पंडित, आम्ही तुम्हाला त्यांच्याकडे सोपवू. ते तुम्हाला काशीला पोहोचवतील. इथून थेट काशीला जाणारा सार्थ-पथ नाही. निदान आमचा सार्थ तरी जाणार नाही. चालेल ना?'' प्रमुख सार्थवाहक बुधश्रेष्ठींनी विचारलं, तेव्हा मला होकार देणं भाग होतं. एव्हाना हा सार्थ मला अंगवळणी पडला होता. तिथल्या अनेकांबरोबर स्नेह वाढला होता.

सार्थ म्हणजे व्यापारासाठी आवश्यक असलेले सामान लादलेले घोडे, गाढवं, हत्ती, गाड्या आणि त्यासाठी आवश्यक असलेली नोकर-माणसं ही माझी समजूत संकुचित असल्याचं लवकरच माझ्या लक्षात आलं. आमच्या या सार्थामध्ये दोनशे बैलगाड्या होत्या. वाटेत त्या गाड्यांची चाकं आणि इतर भाग मोडले, तर नीट करायला सुतारकाम जाणणारे नोकर होते. चाकांवरची धाव निसटली, तर ती बसवण्यासाठी लोहार होते. सामान वाहून नेणारे दहा हत्ती होते. सामान आणि माणसं वाहण्यासाठी पंचाहत्तर घोडे आणि शंभर गाढवं होती. व्यापारासाठी असलेलं सामान तर होतंच, शिवाय एवढ्या माणसांना दररोज जेवणा-खाण्यासाठी लागणारं धान्य आणि इतर सामानही होतं. मांसासाठी आवश्यक असलेल्या मेंढ्या-कोंबड्या मात्र वाटेतल्या खेड्यांमध्ये विकत घेत.

सार्थाचा मुक्काम पडला की, स्वयंपाक करणारे नोकर कामाला लागत. सार्थामध्ये जितक्या जातींची माणसं असतील, तितके स्वयंपाकी होते. ज्या जातीचा एकेक माणूस असेल, तो आपापला स्वयंपाक करून जेवत असे आणि उरलेलं अन्न सोबत घेऊन चालू लागे. एवढं सारं सामान असल्यामुळे दरोडेखोरांपासून त्यांचं रक्षण करण्यासाठी धनुष्य, तलवारी यांसारख्या शस्त्रविद्येत पारंगत असलेल्या सैनिकांचा तांडाही सोबत होता. सार्थामध्ये काम करणाऱ्या प्रत्येकाला शस्त्रविद्या आलीच पाहिजे, असा आग्रह होता. प्रत्येक राज्यामध्ये प्रवेश करताना आपल्याकडील सामानाचा हिशेब सांगून कर भरायचा. बदल्यात त्या राज्याचे सैनिक चोर-दरोडेखोरांपासून सार्थाचं रक्षण करत. सार्थाचा मार्ग व्यवस्थित ठेवणं, वाटेत सावली, पाणी, निवार यांसारख्या सुखसोयी उपलब्ध करून देणं, यांची जबाबदारी कर वसूल करणाऱ्या राजाची; पण प्रत्येक राजा कुठं आपलं कर्तव्य पार पाडतो? क्वचितच चांगले राजे भेटायचे.

अशा सार्थाच्या आसऱ्यानं विद्यार्थी, तीर्थयात्रेकरू, इतर प्रवासी, नट-नट्या, गायक-वादक, कसरत करून पोट भरणारे, साधू-संन्यासी, धर्मप्रचारक यांसारखे लांबचा प्रवास करू पाहणारे आपापला प्रवास करत असायचे. ही माणसं मात्र स्वतःचं खाणं-पिणं, वास्तव्य आणि इतर गोष्टींची स्वतंत्र व्यवस्था करून घेत. तरीही चोरांपासून रक्षण आणि मार्गदर्शन यांसाठी त्यांना सार्थावर अवलंबून राहावंच लागत होतं. अशाच वेषात सार्थामध्ये शिरकाव करून, संधी साधून सार्थ लुटणाऱ्यांचीही भीती असल्यामुळे आपल्याबरोबर नेण्याआधी या बाहेरच्या लोकांची नाना प्रकारे परीक्षा घेतली जाई. विशिष्ट सार्थाबरोबर जायचं असेल, तर त्याच्या नीतिनियमांचं अत्यंत काटेकोरपणे पालन करावं लागे. त्यांना गरजेनुसार रस्ता तयार करण्यासारख्या कष्टाच्या कामातही सहभागी व्हावं लागे. पाणी-सरपण यांसारख्या गोष्टी आधी सार्थातल्या लोकांना देऊन त्यानंतर इतरांना देण्यात येत. इतर प्रवाशांनाही नाइलाजानं हे सारं मान्य करावंच लागे.

हा सार्थही अशाच प्रकारचा एक छोटा भारतवर्षच होता. कावेरीपट्टणाचे चार रत्नव्यापारी, महिषामंडळाचा एक संन्याशी, माघारी येणं जमणार नाही, याची जाणीव असलेलं पैठणचे दोन वृद्ध यात्रेकरी, "बद्रीच्या ब्रह्मकपालात पितरांना पिंड प्रदान केला, तर पुन्हा यायची गरज नाही," असं मला संस्कृतमध्ये दंतविहीन बोळक्यानं सांगत होते. अधूनमधून ढोल वाजवून गाणी म्हणत यात्रेकरूंचं मनोरंजन करणारं कल्याणमधलं एक डोंबारी कुटुंबही होतं. त्यांचा ढोल सार्थातल्या सगळ्यांना ऐकूही जात नव्हता.

सार्थ निघायची वेळ झाली की, मुक्काम उठवण्याची सूचना देण्यासाठी माहूत हत्तींकरवी चीत्कार करत. अनेकदा तोही सार्थातल्या शेवटच्या माणसांपर्यंत ऐकू जात नसे. म्हातारे-कोतारे तर अगदी मागे राहत. याशिवाय अंग, वंग, उत्कल, कोसल इथले काही जण होते.

सार्थांमध्ये शिरलेल्यांना स्वतःचं घर आणि गाव कुठून असणार? सार्थाबरोबर बाहेर पडलं की, वर्ष-दोन वर्षांनंतरच गावी परतायला जमायचं. अशा गृहस्थासाठी कुठली पत्नी दार घट्ट बंद करून निष्ठेनं वाट पाहणार म्हणा! अखेर हा सार्थच त्याचं गाव-घरही होऊन जाई. कधी कौतुकानं गावी गेलं, तरी त्याचा मुक्काम एखाद्या श्रेष्ठीच्या ओसरीवरच असे. त्याला जेवणही तिथंच मिळे. अशा भटकंतीतही आपलं घरदार, भावंडं, माणसं, बायको-मुलं राखणं ज्याला जमेल; तो मोठाच नशीबवान म्हणायचा.

माझीच काय स्थिती झाली आज! माझी बायको काही दार घट्ट बंद करून माझी वाट पाहत राहिली नाही. अंहं, दाराचा अडणा सरकवण्यासाठीच तिनं मला जाऊ

दिलं ना! मी निघणार, म्हटल्यावर म्हणते कशी, "प्रियकरा, तुमच्यावाचून राहणं किती दुःखदायक होणार आहे, हे शब्दरूपानं सांगायची गरज आहे काय? पण तुमच्या अभ्युदयासाठी मला एवढा त्याग नको का करायला? काशीला जाऊन आल्यानंतर इथल्या राजदरबारी तुम्हाला धर्माधिकारी म्हणून पाहायचं भाग्य मला लाभेल ना! त्याच आशेवर मी कशीतरी विरहाचे दिवस कंठेन."

क्षणभर तिला खरं काय ते सगळं सांगून टाकावं, असं प्रेम आतून दाटून आलं, पण मी स्वतःला आवरलं. तिच्या कुटिल हेतूचा सुगावा त्याच वेळी लागला असता, तर मी गाव सोडलंच नसतं. निदान इतके दिवस जसा भ्रमात राहिलो, तसा तरी राहिलो नसतो.

या सार्थातला प्रत्येक जण कितीतरी देश-प्रदेश फिरला होता. कितीतरी देश, किती नद्या, किती डोंगर-अरण्यं पाहतात हे! गांधारापासून गौड देशापर्यंत, मधले केक, मद्र, पांचाल, कुरू, जांगल, कोसल, श्रावस्त्य – कितीतरी वैशिष्ट्यपूर्ण देश! किती वेगवेगळं हवामान! तक्षशिलेपासून रामेश्वरापर्यंत किती वैविध्य त्यात! वनस्पती, शेती, वैद्यकशास्त्र जाणणारे! माहिष्मतीच्या मंडनमिश्रांच्या पाठशालेत मी शिकलो, ते वेगळंच. इथं या सगळ्यांबरोबर बोलताना जे ज्ञान सामोरं येत होतं, ते अथांग होतं.

हळूहळू मला सार्थ-जीवनाविषयी प्रेम वाटू लागलं. कधी ना कधी आपणही सार्थ-वाहक व्हायचं, असं स्वप्न मनात पालवू लागलं.

एका संध्याकाळी सूर्यास्ताच्या सुमारास आमच्या सार्थानं एका सरोवराच्या मोकळ्या जागेत वास्तव्य करायचं ठरवलं. कुठलातरी छोटा ओढा तटल्यामुळे तयार झालेलं ते सरोवर होतं. विस्तार फारसा नसला, तरी पाणी खोल होतं. स्फटिकाप्रमाणे स्वच्छ पाणी. मुक्काम टाकण्याआधी सार्थामधले दोन निर्यामक सरोवराभोवतालच्या हजार पावलांपर्यंतच्या भू-भागाची पाहणी करून आले. हत्तींची पाणी पिण्यासाठी येण्याची जागा नाही ना, याची त्यांनी पाहणी केली. हत्तीची पावलं दिसतात काय, हे पाहणाऱ्या त्या दोघांबरोबर मीही फिरून आलो. शेजारच्या रानात कदाचित वाघही असतील, पण एवढ्या लोकांचा वावर आणि अग्नीसहित चाललेली राखण यांमुळे ते इकडे फिरकणार नाहीत, असं त्यांनी ठामपणे सांगितलं.

सगळे वेगवेगळ्या घोळक्यांनी स्वयंपाक करून जेवले. इतरांच्या हातचं ज्यांना जेवण चालणार नाही, अशा सोवळ्या ब्राह्मणांनीही आपल्याजवळचं भाजलेलं धान्य शिजवून खाल्लं आणि वर पोटाला तडस लागेल, एवढं पाणी पिऊन झोपी गेले. एका कोपऱ्यात डोंबाऱ्याचं कुटुंब ढोल वाजवून गाणं म्हणत होतं. झोपण्याआधी थोडं गाणं म्हणण्याचा, दोन तरुण मुली आणि एक अकरा वर्षांचा मुलगा

असलेल्या त्या कुटुंबाचा रोजचा प्रघात होता.

कुठल्या गाडीत काय सामान असे, हे केवळ प्रमुख सार्थ वाहकांनाच ठाऊक असलं; तरी वेलदोडे, जायफळ आणि इतर मसाले यांच्या वासांवरून इतरांनाही समजत होतं. दक्षिणांचलाच्या पश्चिमभागातून आणलेल्या त्या पदार्थांच्या वासाची मला चटकन ओळख पटली. चंदन आणि इतर सुगंधी वस्तू यांचा सुगंधही आपलं अस्तित्व दाखवून देत होता. कपडेलत्ते आणि लोखंडी पदार्थ कुठल्या गाडीत होते, हे त्या बैलांच्या ओढण्यावरून लक्षात येत होतं.

संपूर्ण सार्थामध्ये सोनं, नाणं, मोहरा आणि हिरे-माणकं यांसारख्या मौल्यवान वस्तू कुठं होत्या; हे मात्र कुणालाच समजत नव्हतं. सार्थवाहक – त्यातही प्रमुख सार्थवाह बुधश्रेष्ठींनाच केवळ याविषयी ठाऊक असेल, हे मला एव्हाना ध्यानात आलं होतं. तरीही माझा अंदाज होता, या मौल्यवान वस्तू एकाच गाडीत न ठेवता वेगवेगळ्या गाड्यांमध्ये विभागून ठेवलेल्या असाव्यात. कारण केवळ प्रवासातच नव्हे, मुक्कामाच्या ठिकाणीही काही मोजक्या गाड्यांना मधोमध ठेवण्यात येत असे. अशा गाड्या ओढणारे बैलही इतर बैलांच्या तुलनेत सशक्त होते. काही नाणी हत्तींवरही लादली असावी. मुक्कामाच्या वेळी हत्तींवर लादलेली पोती मध्यभागी आणून ठेवली जात.

गाढ झोपेत असतानाच नगाऱ्याच्या आवाजानं मला अचानक जाग आली. ही कुठल्यातरी धोक्याची सूचना होती. एखाद्या रानटी श्वापदानं हल्ला केला की, चोरांच्या टोळीनं, हे समजेना. एका कोपऱ्यात गोंधळ उडाल्याचं ऐकू येत होतं. आमचे हत्ती चीत्कार करत होते. अंधारात कुठूनसे बाण येऊन आमच्या वस्तीवर पडत होते. आमचे सैनिक आपल्या लोकांना अभय देत होते, तरी आपल्या सार्थावर कुणीतरी हल्ला केला होता, हे समजल्यामुळे थोडीफार गडबड उडाली होती.

अंधाराला डोळे सरावल्यावर मी आजूबाजूला निरखून पाहू लागलो. सरोवराच्या पलीकडून दरोडेखोरांचे बाण येत होते. त्यांच्या मागावर अरण्यात शिरणं आमच्या सैनिकांच्या दृष्टीनं धोकादायक होतं. ते दृष्टिक्षेपात येत नसल्यामुळे त्यांच्यावर शरसंधान करणंही अशक्य होतं. उलट त्यांना मात्र संपूर्ण तळच आवाक्यात येत होता. तळाच्या मध्यभागी असलेल्या सार्थ नियामक आदित्य गुप्तांपाशी गेलो. ते आमच्या सैनिकांना सूचना देत होते, ''पलिते घेऊन वेगानं अरण्याकडे धाव घ्या, पण अरण्यात शिरू नका. एकटं-दुकटं त्यांच्या हाती सापडणार नाही, याची काळजी घ्या.''

आणखीही एक गोष्ट माझ्या लक्षात आली. इथला प्रत्येक कामगार सैनिकही होता. धनुष्य-बाण, तलवार, भाले इत्यादी हत्यारं वापरण्याचं कौशल्य अंगी

असल्याशिवाय इथं कामावरच घेत नसत, हेही आठवलं. आमच्यासारखे मोजकेच लोक अशा कुठल्याही कामासाठी निरुपयोगी होते. आमचे काही सैनिक हातात पलिते घेऊन रानाच्या दिशेनं धावले. दरोडेखोरही चाल करून आले. दोघांमध्ये मारामारी सुरू झाली. ही झटपट सुरू असतानाच दरोडेखोरांच्या दुसऱ्या तांड्यानं आमच्यावर चढाई केली. आमच्या निर्यामकांचा अंदाज बरोबर ठरला. आमचे बाकीचे सैनिक त्या तांड्यावर चाल करून गेले. काही घोड्यांवरून, तर काही धावत गेले. सगळे 'ओम मणिपद्मे हूं –'चा घोष करत गेले.

थोडा वेळ हे युद्ध चाललं. चौदा दरोडेखोर हाती लागले. बाकी सगळे जीव वाचवून पळून गेले. अरण्यातून होणारा बाणांचा वर्षाव थांबला. तिथे जाऊन पाहिलं, चार दरोडेखोर मरण पावले होते. सहा-सात जण जबर जखमी होऊन पळून गेले. आमचेही दोन सैनिक मरण पावले होते. पाच जण भाले टोचल्यामुळे रक्तबंबाळ झाले होते. एका घोड्याचा पाय मोडला होता. त्यातली सर्वांत चांगली गोष्ट म्हणजे कुठल्याही पदार्थांची हानी झाली नव्हती. धोका टळल्याची खात्री होताच सैनिकांनी पुन्हा-पुन्हा 'ओम मणिपद्मे हूं'चा घोष केला.

जखमी सैनिकांच्या जखमांचं निरीक्षण केलं गेलं. आवश्यक ते लेप लावून, रक्तस्राव थांबवण्यासाठी नाडीस्थानावर घट्ट बांधून त्यांना एका डेऱ्यात झोपवण्यात आलं.

हाती लागलेल्या दरोडेखोरांपैकी पाच जण जखमी झाले होते, पण त्यांच्यावर औषधोपचार केले नाहीत. चौदा जणांचे हात-पाय बांधून त्यांना एका रांगेत उभं करण्यात आलं. ज्यांना उभं राहणं अशक्य होतं, त्यांना बसण्याची परवानगी देण्यात आली. दोन्ही बाजूला तीन-तीन पलिते लावून त्यामध्ये चौदाही जण नीट दिसतील; अशा प्रकारे उभं केल्यानंतर चौकशीला प्रारंभ झाला.

प्रमुख सार्थवाह बुधगुप्त आणि मुख्य निर्यामक आदित्यगुप्त तळाच्या एका कोपऱ्यात कांबळं पसरून बसले. एकेका दरोडेखोराला त्यांच्यापुढे ओढत आणण्यात आणल्यावर त्यांना तडाखे देण्यात येत आणि सत्य सांगण्यासाठी भाग पाडलं जाई. सैनिक आधीच त्यानं सांगत, ''तुम्ही खरं बोललात तर ठीक आहे, नाहीतर उद्या सूर्योदयाच्या वेळी तुम्हाला सुळावर चढवलं जाणार आहे. आमचे सुतार त्या तयारीला लागले आहेत.''

अशा प्रकारे घाबरवलेल्या एकेका दरोडेखोराला उभं करून बुधादित्य आणि आदित्यगुप्त चौकशी करत. प्रत्येकाकडून त्याची जात, कुलदैवत, व्यवसाय, टोळीच्या नायकाचं नाव, टोळीचं स्वरूप, आकार यांबरोबर त्याची बायका, मुलं यांविषयी सविस्तर माहिती मिळवत. त्यात खोटेपणाचा वास आला, तर दोन दणके बसत. शिवाय त्याच्या कुलदेवतेची शपथ घ्यायला लावून त्याच्यावर दडपण

आणत. त्याचा परिणाम म्हणून बऱ्याच जणांच्या उत्तरांमध्ये साम्य होतं. सार्थवाह आणि सार्थ निर्यामकांना असल्या कामाचा भरपूर अनुभव असावा, हे स्पष्ट दिसत होतं. सगळ्यांची चौकशी पुरी झाली, तेव्हा ब्राह्ममुहूर्त झाला होता.

दरोडेखोर शिपायांपुढे जीवदान मागत विनवत होते. या दोघांना काय वाटलं कोण जाणे, निर्णय घेण्याआधी त्यांनी मला बोलावून घेतलं. मला अशा प्रकारचा अनुभव नसल्याचं त्यांनाही ठाऊक होतं; पण मी मंडनमिश्रांच्या हाताखाली वेद, धर्मशास्त्रं यांचं अध्ययन केल्यामुळे त्यांनी बोलावलं होतं. माझं ज्ञान केवळ ग्रंथांपुरतंच मर्यादित होतं. "शिक्षा देणं राज्याच्या धर्माधिकाऱ्याच्या अधिकारातली गोष्ट असली, तरी तुम्हा उभयतांचा अनुभव उदंड असल्यामुळे तुम्ही योग्य न्यायदान कराल –" असं मी म्हणताच त्यांच्या चेहऱ्यावर समाधान दिसलं.

माझ्यासमोरच त्यांची चर्चा सुरू झाली. तिथं असलेल्या चार तरुण सार्थवाहकांच्या मते, या चौदाही दरोडेखोरांना सुळावर चढवून आपण पुढं निघून जावं. "उजाडल्यावर त्यांचे साथीदार इथं येतील आणि आपल्या साथीदारांची काय गत झाली, हे पाहतील. त्यातून त्यांच्या मनात भय निर्माण होईल आणि यानंतर ते असं वागणार नाहीत. आपल्याकडील दोघं मरण पावले, त्यांच्या आत्म्यांना शांती मिळावी, म्हणून योग्य ते विधी करावेत." असंही त्यांनी सांगितलं. पण चाळिशी उलटलेले तीन सार्थवाहक मात्र म्हणत होते, "सुळावर चढवायचा अधिकार आपल्याला नाही. त्यांचा गुन्हाही तेवढा गंभीर नाही. स्वत:चं रक्षण करणं ठीक आहे, पण आपण पापकृत्यही करू नये."

यावर थोडी चर्चा झाली. दोघा वरिष्ठांनी आपसातही चर्चा केली आणि सांगितलं, "आपलं रक्षण करणं, हे आपल्याकडून कर घेणाऱ्या राजाचं कर्तव्य आहे. पण ह्या वत्स राज्यात जी अराजकता माजली आहे, ती आपल्याला ठाऊक आहे. तरीही इथे यानंतरही धर्मशासन चालावं, अशी आपली प्रार्थना राहील. आपण केवळ व्यापारी. आपल्याला इतर गोंधळात पडायला नको. आपण एवढ्या माणसांना सुळावर चढवल्याचं इथल्या राजाला समजल्याशिवाय राहणार नाही. दरोडेखोरच ही बातमी राजापर्यंत पोहोचवतील. ही संधी साधून राजा राजसत्तेविरुद्ध कारवाई केल्याचा वृथा आरोप आपल्याविरुद्ध लादून, त्या बदल्यात आपली संपत्ती आणि वस्तू जप्त करेल. अराजक स्थितीतले राजे आर्थिक अडचणीत पुरेपूर बुडलेले असतात. कुठलंही निमित्त मिळालं, तरी संपत्ती बळकावून घेतात. राजा कदाचित आम्हालाही पकडून ठेवेल आणि हजारो किंवा लक्ष मोहरा देऊन त्यांना सोडवून न्या, असं सांगून तुम्हालाही पिटाळून लावेल. आपल्याला कशाला हवा हा गोंधळ? चारही प्रेतं न्यायची जबाबदारी टाकून त्या चौदा जणांनाही पळवून लावू या. पाहिजे, तर चार-चार फटके मारू या. पण शक्य तितक्या लवकर या देशाबाहेर जाऊ या."

यावर गरम रक्ताच्या तरुण सार्थवाहकांनीही मान डोलावली. शिवाय याला विरोध करायचा त्यांना अधिकारही नव्हता म्हणा! आमच्याकडील दोन्ही प्रेतांचीही लगोलग विल्हेवाट लावण्याची आज्ञा झाली. त्यासाठी आवश्यक ते चार-दोन मंत्र पटकन म्हणण्याची मला विनंती करण्यात आली, ती खरं तर आज्ञाच होती. मरण पावलेल्या दोघांची गावं, नावं, पितर, कुलाचार – काहीच ठाऊक नव्हतं. चौकशी करण्याइतका वेळही नव्हता.

आपद्धर्माप्रमाणे आवश्यक तेवढे मंत्र म्हणून दोन्ही प्रेतांना अग्निस्पर्श करण्याचं कर्तव्य केलं. एव्हाना बुधश्रेष्ठींनी आदेश दिला, सगळ्यांनी सरोवरातलं पाणी पिऊन पटकन पुढील प्रवासासाठी सज्ज व्हावं.

प्रयाणाची सारी सिद्धता होईपर्यंत दरोडेखोरांना सोडलं नव्हतं. त्यांना काय शिक्षा मिळणार होती, याचीही कल्पना दिली नव्हती. ते दरोडेखोर आपला जीव वाचवण्यासाठी गयावया करत होते, ''आम्हाला सोडून द्या – पुन्हा येणार नाही – शपथ!''

''कुणाची शपथ?''

यावर ते 'शाकिणीची शपथ – डाकिणीची शपथ, भूतराय, कपाली भैरवाची शपथ' अशा प्रकारे क्षुद्र पण भयंकर रक्तपिपासू देवतांची शपथ घेत होते. 'आणखी?' म्हणून विचारल्यावर शेवटी 'मणिभद्र यक्षाची शपथ' म्हणून सांगत होते.

ही शेवटची शपथ ऐकून मला आश्चर्य वाटलं. राना-वनांतच जगायचं, वर्षातले मोजके महिने शेतीच्या कामासाठी वापरल्यानंतर उरलेल्या दिवसांत रानातच राहायचं, तिथले मोठमोठे वृक्ष वाढवून त्यांचं रक्षण करायचं, मांस आणि चर्म यांसाठी शिकार करायची हीच त्यांची कामं. मांसभक्षण-रक्तप्राशन करणाऱ्या देव-देवतांची त्यांनी पूजा करणं मला ठाऊक होतं. पण त्यांच्या जीवनात बौद्ध मणिभद्र यक्षानं कसा प्रवेश केला असेल?

सुटकेची सूचना कानांवर पडताच त्यांचे चेहरे खुलले. काही जण रडू लागले. भावनावेग अनावर झाल्यामुळे दोघं बेशुद्ध होऊन जमिनीवर कोसळले. त्यांतले चौघे जण म्हणाले, ''मणिभद्रस्वामी तुमचं आणि तुमच्या सार्थाचं रक्षण करो!'' चारही प्रेतं आणि इतर जखमी सहकाऱ्यांसह ते सगळे रानात दिसेनासे झाले, तेव्हा पूर्वेकडचा सूर्य लाल रंग टाकून पांढरा होत होता. आमचा सार्थही मार्गस्थ झाला. सार्थाच्या आश्रयानं चालणारे यांत्रिक, डोंबारी आणि इतर प्रवासी पुढे चालू लागले. 'पुन्हा दरोडेखोरांचा हल्ला झाला तर?' याची भीती त्यांच्या चेहऱ्यांवर स्पष्ट दिसत होती....

त्यांच्याकडे पाहता-पाहता मला आईची आठवण झाली. ती म्हणाली होती, “बाळ, काशीला जाणं सोपं का आहे? ती काय इथल्या इथं आहे? चोर-चिलटं, वनातले प्राणी, वाटेतली अरण्यं-डोंगर-दऱ्या! वाटेत आजारपण आलं, तर कोण पाहील तुला? त्यापेक्षा माहिष्मतीला जा आणि मंडनमिश्रांकडून आणखी काय हवं तेवढं शिक्षण घे. पण काशीला जायचा हट्ट सोडून दे.” डोळ्यांत पाणी आणून कळवळून सांगितलं तिनं!

त्या वेळी बायकोच्या – शालिनीच्या डोळ्यांतही पाणी आलं. पण त्या पाण्याचा खरा अर्थ मला कसा उमजणार? आजही समजत नाही. त्या वेळी पती दूर जातोय याचं दुःख वाटलंही असेल की, आपल्या वागणुकीमुळे भविष्यकाळात काय होईल, याची भीती वाटून पाणी आलं असेल? कदाचित फारसा अर्थ नसलेलं, सहजासहजी बायकांच्या डोळ्यांमधून पाझरतं, तसं ते पाणी असावं.

प्रमुख सार्थवाह बुधश्रेष्ठी आणि मुख्य निर्यामक आदित्यश्रेष्ठी माझ्याशी आदरानं आणि विश्वासानं वागत होते, पण सार्थ-व्यवहारातलं मर्म आणि अंतर्गत गोष्टी यांचा माझ्यापुढे ते उच्चारही करत नव्हते.

एकदा मी गप्पांच्या ओघात काही विचारलं, तेव्हा बुधश्रेष्ठींनी सांगितलं, “तुम्ही वेदरहस्य असं सहजपणे सांगता काय? या वाणिज्य क्षेत्रातल्या अतिसूक्ष्म गोष्टी आहेत. तुमचा तो विषय नाही. मग तुम्ही का त्यात एवढं लक्ष घालता? त्यापेक्षा तुम्ही मला वेदरहस्य समजावून देण्याची कृपा कराल काय?”

मीही म्हटलं, “त्यात काय! सांगेन की. मला समजलंय तेवढं सांगेन.” पण तरीही त्यांनी मला सार्थाविषयी काही सांगितलं नाही. मी आणखी आग्रह केला, तर ते मलाच लांब ठेवतील, हे ठाऊक असल्यामुळे मीही गप्प बसलो. असं स्पष्टपणे कुणी काही सांगत नसतं, हे ठाऊक असल्यामुळे मी वेगळाच विचार करू लागलो.

मी सार्थामध्ये इतर काम करणाऱ्यांशी स्नेह वाढवू लागलो. त्यांच्याशी भरपूर गप्पा मारायच्या, त्यांच्या गावाकडची – घरातल्या माणसांची चौकशी करायची, त्यांना सार्थामध्ये आल्यापासून आलेल्या अनेक अनुभवांची माहिती घ्यायची, यातून काही प्रत्यक्ष व्यवहारातल्या खाचाखोचा समजायला मदत होत होती. राजाचे नोकर कर आकारणी करताना काय-काय हुशारी करतात, सामानाची खरेदीची किंमत आणि विक्रीची किंमत यांमध्ये किती आणि कसा फरक होतो, अशा प्रकारचे प्रश्न सहज म्हणून विचारू लागलो.

प्रश्नांची उत्तरं मिळत होती. प्रत्येकाच्या कुवतीप्रमाणे मिळत होती, पण त्यात सगळ्यात महत्त्वाचा धोका म्हणजे प्रत्येक जण प्रत्यक्ष अनुभवापेक्षा वाढवून सांगत होता. मी खोदून-खोदून विचारलं की, तोही विचार करून एखादं उत्तर निर्माण करत होता. खरं उत्तर आणि काल्पनिक उत्तर मी ओळखू शकत होतो. तेच प्रश्न

वेगवेगळ्या माणसांना विचारल्यावर एकच उत्तर मिळायचं, काही वेळा त्यात बराच फरक पडायचा.

हळूहळू कायस्थांशीही स्नेह वाढवण्यात मला यश मिळालं. संपूर्ण सार्थामध्ये दोन कायस्थ होते. त्यांना मी या सार्थाच्या संदर्भातलं काहीही विचारलं नाही. मी सर्वसामान्य प्रश्न विचारत होतो – त्यांची उत्तरंही साधी वरवरची असत. पण त्यात दडलेला त्यांना अनुभव मला हेरता येत होता. त्यांना मात्र त्याची कल्पना येणार नाही, याविषयी मी सावध होतो. गप्पांच्या ओघात अनेकदा "एकदा काय झालं ठाऊकाय?" म्हणत ते घडलेली घटना सविस्तरपणे सांगत. त्यातून मला बरीच पार्श्वभूमी समजू लागली.

सार्थवाहक आणि सैनिक मणिभद्र देवाचं नाव वरचेवर वापरत असल्याचं मी वरचेवर ऐकत होतो. रात्री झोपण्याआधी आणि उठल्यावर प्रवासाला सुरुवात करण्याआधी न विसरता ते 'नमो मणिभद्राय' म्हणून प्रार्थना करत. ती एक सार्थाचं रक्षण करणारी यक्ष-देवता, अशी माझी ढोबळ समजूत होती. ज्यांचा वेदांमध्ये उल्लेख नाही, अशा कितीतरी देव-देवता असल्याचं मला ठाऊक होतं. हीही त्यांपैकी एक असेल, असं वाटल्यामुळे माझं तिकडं फारसं लक्ष गेलं नव्हतं. दरोडेखोरांनीही मणिभद्राचं नाव घेतलं, तेव्हा मात्र माझं कुतूहल जागृत झालं. हा देव कोण? त्याचं मूळ कुठलं? त्याच्या कृपेची व्याप्ती कुठवर मानतात? या प्रकारचे अनेक प्रश्न मनात उमटले.

दरोड्याच्या दुसऱ्या दिवशी मी माझा घोडा बुधश्रेष्ठींच्या घोड्याजवळ नेला. त्यांच्याबरोबरीनं घोडा चालवत मी विषय काढला, "माझा एक प्रश्न आहे. त्याला तुमच्याशिवाय कुणी योग्य उत्तर देईल, असं वाटत नाही." बुधश्रेष्ठी आणि आदित्यगुप्त या दोघांनाही धर्म, वेदान्त, शिक्षा, ज्योतिष, राज्यकारभार, देशाचार-कुलाचार या संदर्भातलं स्थूल ज्ञान असल्याचं मला ठाऊक झालं होतं. सतत देशसंचार करत असल्यामुळे प्राप्त झालेलं ज्ञान ते.

माझा प्रश्न ऐकून ते म्हणाले, "माझ्यापेक्षा तुम्हीच या प्रश्नाचं उत्तर देऊ शकाल." आदल्या दिवशीच्या दरोड्याचा त्यांच्यावर कुठल्याही प्रकारचा परिणाम झाल्याचं दिसलं नाही.

"मणिभद्र यक्ष मूळचा कुठला देव म्हणायचा?"

"श्रमणांचा देव!"

"होय? तुम्ही सगळे सनातन धर्माचं पालन करीत असाल, अशी माझी समजूत होती. कितीतरी सैनिक भल्या सकाळी मणिभद्राची प्रार्थना करताना दिसतात, पण त्यांचे इतर कुलाचार सनातनी धर्माचे दिसतात."

बुधश्रेष्ठींनी माझ्याकडे पाहून मंद स्मित केलं. पन्नाशीच्या घरातले, गोल चेहऱ्याचे, उंचेपुरे बुधश्रेष्ठी नेहमी मस्तकावर उष्णीष बांधायचे. सततच्या प्रवासामुळे मळलेलं असलं, तरी समाजातला उच्चस्तर दर्शवणारं जरीच्या काठाचं पांढरं धोतर आणि किनखापी कंचुक त्यांनी परिधान केलं होतं. गळ्यात किमती हार, दोन्ही हातांच्या बोटांमध्ये मुद्रेच्या अंगठ्या आणि कानातली कुंडलं चमकत होती. सार्थाचे यजमान असल्याचं दर्शवण्यासाठी हा वेष आणि दागिने आवश्यक होते.

त्यांनी विचारलं, "तुम्ही वेदशास्त्राचा अभ्यास केलाय. तुम्हीच सांगा, आपल्या संपूर्ण वैदिक परंपरेमध्ये सार्थ आणि प्रवासी यांचं रक्षण करणारी अशी एखादी देवता आहे का? तुम्ही आठवून सांगा मला."

मी आठवू लागलो. आपल्याकडे कितीतरी यक्ष-यक्षिणी आहेत, पण सार्थ-रक्षणाची जबाबदारी घेतलेल्या कुठल्याही यक्ष-यक्षिणीचं नाव मला आठवलं नाही. थोडा वेळ माझ्या उत्तराची वाट पाहून, नंतर समोर एका रांगेत चाललेल्या घोडेस्वारांकडे पाहत ते म्हणाले, "सार्थ म्हणजे केवळ जमिनीवरून चालणारा व्यापार असं समजू नका. यात जल-व्यापाराचाही समावेश होतो. वेगवेगळ्या भागांमध्ये चालणाऱ्या भू-व्यापाराचा बराच भाग समुद्रावर तरंगणाऱ्या नौकांच्याद्वारे होतो. डोंगर, अरण्यं, नद्या यांतून प्रवास करण्यापेक्षा जल-व्यापार सोपा असतो, असं व्यापाऱ्यांना वाटतं. तुमच्या धर्मशास्त्रांनी सागर-प्रयाणच निषिद्ध मानलंय ना! मग सागर-व्यापार करणाऱ्या सार्थाच्या रक्षणाची जबाबदारी वाहणारी देवता किंवा यक्ष-यक्षिणी कुठून येणार?"

गौतम-सूत्रामध्ये दामणाच्या समुद्रप्रयाणाचा निषेध केल्याचं मीही वाचलं होतं. इतर वर्णाच्या लोकांसाठी हा निषेध लागू पडत असल्याचं तिथे सांगितलं नाही, हे आठवलं. मी ते सांगितलं, तेव्हा ते म्हणाले, "ब्राह्मणाच्या श्रेष्ठत्वाचं प्रतिपादन करणाऱ्या ग्रंथात ब्राह्मणालाच समुद्र-प्रयाण निषिद्ध म्हणून सांगितल्यावर, तोच आदर्श इतरांनाही लागू पडतो, नाही का? त्याच्या दृष्टीनं निषिद्ध असलेल्या देव-देवता टिकून तरी कशा राहतील? कशा वाढतील?"

यावर मला उत्तर सुचलं नाही. घोडी हजारेक पावलं पुढं गेल्यावर तेच सांगू लागले, "संपूर्ण बुद्ध होण्याआधी श्रमणांच्या देवानं काही बोधिसत्त्वाचे अवतार घेतले, असं श्रमण मानतात. कदाचित बोधिसत्त्वाची ती कथा तुम्हालाही ठाऊक असेल."

"कुठली?"

"बोधिसत्त्व पाचशे गाड्यांच्या सार्थाचा प्रमुख सार्थवाह म्हणून व्यापार करत होता, आणखी एक भ्रष्ट सार्थवाह आपल्या पाचशे गाड्यांचा सार्थ घेऊन त्यांच्या सार्थात मिसळला. विवेकी बोधिसत्त्वांच्या लक्षात आलं – एवढ्या मोठ्या सार्थाला वाटेत पाणी, सावली, लाकूड-फाटा वगैरे साहाय्य मिळण्यास अडचणी येतील.

त्यामुळे त्यांनी आपला सार्थ स्वतंत्रच ठेवला. कुरघोडी करायला आलेल्या सार्थवाहाला पुढे जाऊ दिलं आणि नंतर प्रतिकूल परिस्थितीतही आपला सार्थ इप्सित स्थळी नेण्यात त्यांनी यश मिळवलं. अडचणीत सापडलेल्या सार्थाला आधार देणाऱ्या बोधिसत्त्वाच्या आणखीही कथा सांगतात. ती अशी – भरपूर सामान भरलेली व्यापारी नौका समुद्रातून चालली होती. त्यात हिरे-मोती यांसारखं अत्यंत मौल्यवान सामान होतं. वाराही अत्यंत अनुकूल होता. समुद्रात असंख्य मासे दिसत होते. मोठे मासे लहान माशांना खात होते. अशा वेळी एक भलामोठा देवमासा त्यांच्यासमोर आला. कधीही पाहिला नाही, एवढा मोठा देवमासा! त्याच्या शरीराचा फक्त तिसरा भाग त्यांना दिसत होता. त्यानं तोंड उघडलं की, समुद्राचं पाणी नदीच्या प्रवाहाप्रमाणे त्याच्या तोंडात घुसत होतं. कासवं, समुद्र-घोडे, असंख्य प्रकारचे अगणित मासे त्यांच्या पोटात जात होते. त्या देवमाशाचे दोन्ही डोळे लाल माणकासारखे चमकत होते. त्याच्या तोंडाच्या हालचालींमुळे पाण्यात एवढ्या लाटा उठल्या की, त्यामुळे जहाजाचं संतुलन ढळू लागलं. तिथे भोवरा तयार होऊन त्यात जहाज फिरू लागलं. जहाजाच्या निर्यामकानं ओरडून सांगितलं – मी माझ्याकडून प्रयत्न करीत आहे. आता तुम्ही सगळे आपापल्या देवाची प्रार्थना करा. सगळे आपापल्या देवतांची प्रार्थना करू लागले, पण काही उपयोग होईना. तेव्हा निर्यामकानं सांगितलं, 'आता मी बुद्धाची प्रार्थना करीत आहे, तोच आपल्याला या संकटातून वाचवेल.' तो 'बुद्धं सरणं गच्छामि, धम्मं सरणं गच्छामि, संघं सरणं गच्छामि' अशी प्रार्थना करू लागला. मृत्यूच्या छायेत असलेले सगळे व्यापारी श्वास रोखून पाहू लागले. देवमाशानं तोंड बंद केलं आणि फारशा लाटा न उठवता तो शांतपणे निघून गेला. लाटा शांत झाल्या – सगळ्यांचे जीव वाचले.''

मी मध्येच म्हटलं, ''पण श्रेष्ठी, अशा कथा कुणीही रचू शकेल. आपापल्या धर्माचं महत्त्व वाढवण्यासाठी आणि सामान्य लोकांवर प्रभाव पाडण्यासाठी सगळेच अशा कथा निर्माण करतात. श्रमणांनीही हेच केलं, असं म्हणता येईल.''

श्रेष्ठी हसले. मी त्यांच्याकडे पाहत होतो. आमच्या मागोमाग रांगेत इतर घोडे येत होते. त्यांच्या टापांचा ताल धरल्यासारखा आवाज कानांवर येत होता. पाण्याप्रमाणे सपाट भूप्रदेशावरून चाललेल्या सार्थाच्या हालचालींमुळे उठलेली धूळ सार्थाविषयी विचित्र आकर्षण निर्माण करत होती.

श्रेष्ठीच पुढं म्हणाले, ''खरंय तुमचं पण वैदिकांनी अशा कथा का रचल्या नाहीत? तुम्ही इतर बाबतीत तुमच्या देवांचं वर्चस्व सांगणाऱ्या कथा रचल्याच ना? पण गाव-घर-वस्ती सोडून लांबवर फिरणाऱ्या वनचर-जलचर-चोर-दरोडेखोर यांच्याशी दोन हात करत जगणाऱ्या आमच्यासारख्या सार्थवासीयांच्या मनाचं समाधान होईल; अशा कथा तुम्ही का रचल्या नाहीत? जो देव आमच्या व्यवसायात जन्म घेतो,

आमचा व्यवसाय करतो, आमच्या संकटांना निर्भयपणे सामोरा जातो, आमची सुखं-दुःखं झेलतो – त्या देवाविषयी आम्हाला विशेष भक्ती वाटणं स्वाभाविक नाही काय?''

त्यांचा शेवटचा प्रश्न माझ्या मनाला स्पर्श करून गेला. वैदिक धर्मात असा देव का नाही? वणव्यापासून रक्षण व्हावं, म्हणून करायच्या प्रार्थना आहेत, पाऊस-पाणी-वारा यांच्यापासून रक्षण करणाऱ्या देवता आहे, बुद्धी जागृत ठेवणारी देवता आहे, संपत्ती देणारी देवता आहे – पण सार्थाचं रक्षण करणारा किंवा रक्षण करणारी देवता आमच्या माणसांनी का शोधली नाही?

ही भावना बोलून दाखवताच श्रेष्ठी म्हणाले, ''मला वेदांची थोडीफार ओळख आहे. फारसं प्रावीण्य नाही. तरी माझ्या व्यवहारी बुद्धीला जे आकलन झालंय, ते असं – वेद जुन्या काळी निर्माण झाले आहेत. त्यात कृषी-गोपालन या विषयीचे मंत्र आहेत, देवता आहेत. त्या वेळी व्यापाराचं प्रमाण एवढं नव्हतं. वेदातले अर्थ शोधत बसणाऱ्या तुमच्यासारख्या पंडितांना व्यापार वाढविण्याची बुद्धीही नसते आणि तशी आस्थाही नसते. असं असताना त्यासाठी देवाचा साक्षात्कार तरी कसा होईल? आणखी एक गोष्ट तुमच्याही ध्यानात आली असेल. सार्थ निघाला की, सगळ्यांचं एकत्रितपणे जेवणखाण झालं, तर किती सोयीचं होईल. प्रत्येक जण आपापलं सोवळं-ओवळं सांभाळत स्वतंत्र चूल मांडून स्वयंपाक करत बसला, तर इतर कामं केव्हा होणार? बौद्ध धर्मात शिरलं की, हा जेवणातला भेद राहणार नाही, हे सार्थवाहकांनाही जाणवलं असेल, तर त्यात आश्चर्य कसलं?''

त्यांच्या बोलण्याचा मथितार्थ माझ्या लक्षात आला. दररोज सायंकाळी तळ पडल्यावर वेगवेगळ्या चुली पेटलेल्या दिसत होत्या. मी स्वतःही माझं स्वतंत्र अन्न शिजवून घेत होतो. इतरही अनेक ब्राह्मण तिथं असले, तरी त्यांचा देशाचार-कुलाचार मला ठाऊक नव्हता. ते नित्यकर्म दररोज करत असतील, यावर माझा विश्वासही नव्हता. घरातील संस्कार आणि गुरुकुलात शिक्षण घेताना झालेले संस्कार यांमुळे मी कर्मठ ब्राह्मण झालो होतो. या कर्मठपणातून स्वतःला सोडवून घेऊन सर्वांसाठी शिजवलेलं अन्न मीही जेवू लागलो, तर प्रवास किती सुखावह होईल. पण! कर्मठ संस्कार! शिवाय मी काशीला उच्च शिक्षण घेण्यासाठी निघाल्याच्या सोंगात होतो ना! मी कर्मठपणा सोडला, तर यांना माझ्याविषयी संशय आला असता.

''पण दरोडेखोरही मणिभद्राची शपथ घेत होते. त्या श्रमणदेवतेनं या अर्धवट रानटी लोकांच्या श्रद्धांवर कसं आक्रमण केलं?''

''धर्मप्रचारासाठी प्रवास करणारे बौद्ध भिक्षू त्यांच्यापर्यंतही पोहोचले असतील. सार्थाचं रक्षण करणाऱ्या देवाचीच प्रार्थना केली, तर चोरी करणं सोपं जाईल, असंही कदाचित त्यांना वाटलं असेल.''

दोन

वाटेतल्या वेगवेगळ्या राज्यांमध्ये व्यापार होईल, तेवढं सामान उतरवून पुढं विकलं जाणारं आणि प्रवासात गरजेचं असलेलं सामान विकत घेऊन आमचा सार्थ मथुरेला पाच पंधरवड्यांनंतर पोहोचला. मी गाव सोडलं होतं अश्विन शुक्ल तृतीयेला. त्या दिवशी मार्गशीर्ष चतुर्थी होती. घोड्यावरून सरळ आलो असतो किंवा दररोज सकाळ ते संध्याकाळपर्यंत चालत राहिलो असतो, तर याहून निम्म्यापेक्षाही कमी वेळ लागला असता; पण त्या प्रदेशातून एकट्या-दुकट्यानं किंवा छोट्या समूहानं प्रवास करावा, असं वातावरण नव्हतं. राजकारणाशी संबंधित माणसं मात्र छोट्या सशस्त्र सैनिकांच्या तुकडीसह वेगानं प्रवास करत होती. आमच्यासारख्या सार्थांना आवश्यक तिथं झाडं तोडून किंवा ओढ्या-नाल्यांमध्ये दगड-मातीची भर घालून रस्ते तयार करून घेऊन पुढे जावं लागे. नुकताच पावसाळा संपल्यामुळे मोठे रस्तेही पावसामुळे वाहून गेले होते. मग साध्या रस्त्यांची अवस्था तर विचारायलाच नको.

आमचा सार्थ मथुरेवरून गांधारातल्या पुष्कलावतीला जाणार होता. संपूर्ण प्रवासात त्याच्याबरोबर करणं माझ्या दृष्टीनं सोईचं झालं असतं, पण ते शक्य नव्हतं. कारण अमरूकानं मी काशीला जाणार असल्याचं सांगितलं होतं ना! त्यामुळे मला मथुरेत उतरवून आपली व्यापार-व्यवहाराची कामं उरकून ते पुढच्या प्रवासाला लागले.

मथुरा म्हणजे महापथ एकत्र आलेलं मोठं व्यापारी केंद्र होतं. इकडे सिंधू, तिकडे गोधारकडून येणारे सार्थ मथुरेच्या मार्गानंच कोशांबी, काशी, पाटलीपुत्र या ठिकाणांना भेट देऊन, सागरव्यापारासाठी ताम्रलिप्तीला पोहोचत होते. तिथूनच दक्षिणेकडेही एक मार्ग फुटत होता. एकाच वेळी पंधरा-वीस सार्थ आले, तरी मुक्काम करायला सोईची अशी वेगवेगळी मैदानं आणि पाण्याची व्यवस्था तिथं होती. शिवाय विविध रायांमुळे घनदाट सावलीही होती. बहुतेक सार्थ इथपर्यंत येऊन

साऱ्या सामानाची परस्परांमध्ये खरेदी-विक्री करून आपापल्या गावी जात. अशा व्यापारासाठीही राज्याला कर देणं भाग होतं. राज्याधिकाऱ्यांच्या उपस्थितीत इथला व्यापार चालत होता. हे अधिकारी व्यापाराचा हिशेब तपासून पाहात. त्यासाठी भोवताली ओसऱ्या बांधलेलं एक भलंमोठं मैदान तयार केलं होतं. त्याच्या महाद्वारापाशी आणि भोवताली रक्षकांचा नियमित पहारा असे.

सार्थाचा मुक्काम पडल्यावर बुधश्रेष्ठी आणि आदित्यगुप्त शेजारीच असलेल्या मणिभद्राच्या दगडी देवालयात दर्शनासाठी गेले. मीही त्यांच्या सोबत होतो. आत सुमारे सहा हात उंचीची मूर्ती होती. एक श्रमण पुजारीही तिथं होता. या दोघांनी अर्पण केलेलं सुगंधी द्रव्य त्यानं स्वीकारलं आणि मणिभद्राची पूजा केली. या दोघांनी भक्तिभावानं हात जोडून आशीर्वाद घेतले. मीही हात जोडले, पण मनात भक्तिभाव निर्माण झाला नाही. त्या दोघांनी सुमारे शंभरेक सुवर्णनाणी देवापुढे ठेवली. पुजाऱ्यानं चौकशी केली, "श्रेष्ठी कुठल्या देशाचे? कुठला सार्थ?"

त्यांनीही चौकशी केली, "वज्रपाद इथंच आहेत काय? त्यांचं दर्शन होऊ शकेल काय?"

"म्हणजे श्रेष्ठींचा धर्मसंघाशी बराच परिचय दिसतोय. मी इथं नवा आहे. सहा महिन्यांपूर्वी श्रीवस्तीहून आलो. गुरूंशी भेट घडवतो." असं म्हणून त्यानं देवालयातील कचरा साफ करत असलेल्या एका भिक्षूला हाक मारली आणि नंतर आम्हाला सांगितलं, "हा अर्चक तुम्हाला आचार्यांकडे घेऊन जाईल. आता या वेळी ते इमारतीपाशी असतील. श्रेष्ठी हो! इथून सुमारे कोसभर तरी अंतर आहे. तुम्हाला चालायचा त्रास होत असेल, तर आपापले घोडे मागावून घ्या. आमचा भिक्षू ते काम करेल."

"कोसभर अंतर म्हणजे काही फार नाही. दुसरं म्हणजे संन्याशांना भेटायला पायी जाणंच धर्माला धरून आहे." बुधश्रेष्ठींनी सांगितलं.

नदीला डावीकडे ठेवून आम्ही चढावरून चालू लागलो. मथुरानगरी आमच्या पाठीशी राहिली. गावाभोवताली सगळीकडे घोडे उभे केल्याच्या, तीन चुलींवर स्वयंपाक केल्याच्या आणि मुक्काम केल्याच्या खुणा दिसत होत्या. वाटेत आम्हाला सपाट घडवलेले दगड नेणाऱ्या आठ-दहा बैलगाड्या भेटल्या. त्या धुळीपासून स्वतःला वाचवत आम्ही झपाझप पावलं टाकत पुढे गेलो. चैत्याच्या बांधकामासाठी हे दगड नेत असल्याचं स्पष्ट दिसत होतं.

दूरच्या चढावरचा काही भाग सपाट केला होता. चार ठिकाणी चुन्याच्या घाण्यांना बैलजोड्या जुंपल्या होत्या आणि त्या गोलाकार फिरत होत्या. एकीकडे पोकळ गोलाकार दगड रचून चुन्यानं लिंपणं सुरू होतं. त्या गोलाकारावरून चैत्याच्या आकाराची कल्पना येत होती. सुमारे शंभरेक कामगार पाणी वाहून

आणणं, दगड वाहून आणणं यांसारखी कामं करत होते. दगड घडवणाऱ्यांनी केलेल्या खट्ऽऽ खट्ऽऽ आवाजामुळे सारं वातावरण भरून गेलं होतं.

दोन्ही श्रेष्ठींच्या अंगावरची भारी वस्त्रं आणि त्यांच्या अंगावरचे भारी सुवर्णालंकार यांमुळे सहजच लक्ष वेधलं जात होतं. कामगारांपैकी अनेक जण हातातलं काम थांबवून आमच्याकडे पाहू लागले. एका कामगारानं पुढं होऊन आमच्याबरोबर आलेल्या भिक्षूला 'आचार्य मांडवाखाली आडोशाला बसले आहेत', असं सांगितलं.

भिक्षूनं भराभरा जाऊन वर्दी दिल्यावर स्वत: वज्रपाद उठून मंडपाबाहेर येऊन उभे राहिले. जवळ जाताच आमच्या दोन्ही श्रेष्ठींनी त्यांची पदधूळ आपल्या उष्णीषाला लावली.

संपूर्ण मुंडन केलेले वज्रपाद पन्नासेक वर्षांचे असावेत. मध्यम बांधा. भगव्या वस्त्राचा त्यांनी लुंगीसारखा वापर केला होता. त्याचाच एक लांब पदर खांद्यावरून टाकला होता. त्यांच्या चमकदार दृष्टीमध्ये तीक्ष्ण बुद्धीबरोबरच लौकिक ज्ञानाची छटा होती. समोरच्याला सहज जिंकून घेणारं मंद हास्य चेहऱ्यावर विलसत होतं. सौष्ठवपूर्ण दंड, प्रमाणबद्ध मान!

"तुमच्यावर आणि तुमच्या सार्थावर सतत बुद्धाचा अनुग्रह असो! चोरचिलटं, राजाचे सैनिक, पाऊस-वीज, रानटी प्राणी, चंडी-चामुंडी, शाखिणी-डाकिणी या दुष्टशक्ती आणि हत्तींचा मागमूस नसलेल्या मार्गानं तुमचा प्रवास सुखा-समाधानाचा होवो! लाभांशाचं प्रमाण शंभर पटीनं वाढो!" असा आशीर्वाद दिल्यानंतर त्यांनी चौकशी केली, "बुधश्रेष्ठींचं कुणीकडून आगमन झालं? दोन वर्षांपूर्वी भेट झाली होती, तेव्हा गावी जाणार म्हणत होता. म्हणजे दक्षिणेकडून आगमन झालंय म्हणायचं. तथागताच्या अनुग्रहानं घरी सगळे कुशल आहेत ना?" नंतर आदित्य गुप्तांकडे वळून विचारलं, "या महिम्नांचा या आधी परिचय झालाय का? अं, हो! आठवलं! आदित्यश्रेष्ठी नाही का?"

वज्रपादांना ओळख पटल्याचं पाहून आदित्यगुप्तांना हर्ष झाला, "बारा संवत्सरांपूर्वी अनुग्रह घेतला, त्या वेळी भेट झाली होती. पूज्यांच्या लक्षात आहे. धन्य झालो!" ते म्हणाले.

"आमच्यासारख्या अल्पसाधकांना बारा वर्षं – चोवीस वर्षं – फार-फार तर बाल्यावस्थेपर्यंतची आठवण खोदून काढता येते. मोठे साधक मातेच्या गर्भात असताना आलेले अनुभव सांगतात. आणखी थोर साधक मागचा जन्म – त्यामागच्या जन्मापर्यंत पोहोचू शकतात. तथागतांनी मात्र मागच्या कितीतरी जन्मांविषयी प्रत्यक्ष पाहत असल्याप्रमाणे सुस्पष्ट शब्दांमध्ये सांगितलं आहे. त्या त्यांच्या कथा म्हणजे एक अतिमहान साहित्य आहे! त्यांचं वाचन किंवा श्रवण केलं, तर ती एक निर्वाणापूर्वीची महत्त्वाची पायरी ठरेल."

बुधश्रेष्ठींनी माझाही परिचय करून दिला, "हे विद्वत् – संपादनेसाठी काशीला निघालेले वैदिक पंडित आहेत. माहिष्मतीच्या 'मंडनमिश्र' नावाच्या विद्वानांचं नाव आपण ऐकलं असेल – त्यांचे हे शिष्य. यांना काशीला पोहोचवण्याची जबाबदारी आम्ही स्वीकारली आहे."

"स्वागतम् भवत: स्वागतम्! वैदिकांचं विशेष स्वागत करत आहोत. कितीतरी महामहिम बौद्ध आचार्य पूर्वाश्रमी वैदिक होते. मोग्गलान, सारिपुत्त, नागसेन, वसुबंधू, नागार्जुन, भर्तृहरी, अश्वघोष – आधी क्षत्रिय असलेले हर्ष – अशोक किती नावं सांगू! बौद्ध परंपरेत आपल्यालाही हे स्थान मिळवायला असा कितीसा वेळ लागणार आहे? आपला नावलौकिक सूर्य-चंद्राप्रमाणे वाढो!"

प्रवरासह सांगावंसं वाटलं, तरी ही उचित वेळ नव्हे, असं जाणवून मी म्हटलं, "मी नागभट्ट!"

"नाग यापासून सुरू होणारी कितीतरी नावं आमच्याकडेही आहेत. आचार्य नागार्जुन हे मोठं नाव... शिवाय नागसेन..." आम्हा सगळ्यांकडे दृष्टी टाकत ते म्हणाले, "चला, सावलीत बसू या." आम्ही सावलीत गेल्यावर बांबूच्या चटईवर अंथरलेल्या कांबळ्यावर आम्हाला बसवून त्यांनी पाणी आणायला सांगितलं.

माठातलं पाणी थंडगार होतं. आमच्या समोरच्या पाटावर स्थानापन्न होऊन त्यांनी चौकशी केली, "कसा झाला प्रवास?"

"वत्स देशातून येताना रात्री पडलेल्या दरोड्याशिवाय या वेळी आणखी कुठल्याही प्रकारचा त्रास झाला नाही." बुधश्रेष्ठींनी सारी घटना सांगून अखेर आमच्या सैनिकांनी कसा 'मणिपद्म हूं' म्हणून प्रतिकार केला, ते सांगितलं.

त्यांनी विचारलं, "तुमच्यापैकी प्रत्येकानं तीच घोषणा केली की...?" त्यानंतर त्यांच्या चेहऱ्यावर जे हास्य होतं, त्यातून अर्थ व्यक्त झाला. ठाऊक आहे, सगळ्यांनी त्या मंत्राची घोषणा केली नाही – सगळ्यांना तो ठाऊक नव्हता. ठाऊक असला, तरी विश्वास नव्हता. सगळ्यांनी विश्वासानं एका स्वरात घोषणा केली असती, तर दरोडेखोरांना एवढा हल्ला करणंही शक्य झालं नसतं. मंत्रमहिम्याचा प्रभाव लांबूनच त्यांच्यावर झाला असता.

त्यानंतर त्यांनी व्यापारातली चढ-उताराची चौकशी केली. कुठल्या कुठल्या राज्यातली परिस्थिती कशी-कशी आहे, कुठले राजे सैन्यावर सगळा खर्च करून कंगाल झाले आहेत, कसे हे राजे सार्थाकडूनच धन ओरबाडून घेतात – यांसारख्या विषयांवर बोलले. समाजात सुस्थिती नसेल, तर सुभिक्षा तरी कशी मिळणार, असा प्रश्नही त्यांनी उपस्थित केला. आमच्या पक्षश्रेष्ठींनीही स्वत:चे व्यापारातले संदर्भ देत आपल्या सुख-दु:खाविषयी सांगितलं. आजवर माझं श्रेष्ठींशी बोलणं होत होतं, त्यापेक्षा हे अधिक घनतापूर्ण असल्याचा अनुभव मी घेत होतो. बोलण्याच्या ओघात

आणि मीही श्रेष्ठींपैकी एक समजून हे भिक्खू बोलत होते. मी एकटा भेटलो, तर ते इतका वेळ देणं शक्यच नव्हतं. मी मात्र ही संधी पकडून मध्ये अक्षरही न उच्चारता त्यांचं बोलणं ऐकत राहिलो. अमरूक राजानं सोपवलेल्या कामाच्या दृष्टीनं त्या तिघांच्या गप्पा अत्यंत महत्त्वाच्या असल्याचं मला जाणवत होतं.

वज्रपादांना त्या भागावर राज्य करणाऱ्या गुर्जर प्रतिहारांविषयी मुळीच सहानुभूती नव्हती. साम्राज्याचा विस्तार करू पाहणाऱ्या आणि सैन्यबळ वाढवणाऱ्या राजाच्या कालखंडात व्यापार कसा काय सुखानं होऊ शकेल, असं ते बोलून दाखवत होते. "इकडचं पूर्व-साम्राज्य आणि तिकडचे वायव्येपलीकडील देश आणि या बाजूला पूर्वेकडे पाल साम्राज्यांच्या मधला सारा विस्तार आपलाच आहे. सगळे महापथ आपल्या साम्राज्याचेच आहेत. आपण मागू तेवढा कर सार्थांनी दिलाच पाहिजे, असं त्यांचं गणित आहे." असा त्यांनी आरोप केला. त्या गप्पा हळूहळू दक्षिणेकडे प्रबल होत असलेल्या राष्ट्रकुटांकडे वळल्या. प्रवासी-व्यापाऱ्यांच्या सुख-दुःखाची त्यांना कल्पना होती. ते समुद्रमार्गे जाणाऱ्या सार्थांनाही भरपूर प्रोत्साहन देत. समुद्रकिनारी बांध घालत होते, यांसारखा तपशील आमचे श्रेष्ठी सांगत होते.

थोड्या वेळानं वज्रपाद उठून म्हणाले, "चला, चैत्याचं बांधकाम बघा..." आम्ही तिघंही त्यांच्या पाठोपाठ निघालो. मी त्याआधी चैत्य पाहिलं नव्हतं. माझ्या तारामतीत किंवा शिकलो त्या माहिष्मतीत चैत्य नव्हतंच. तिथं बौद्धांचं एवढं वर्चस्वही नव्हतं म्हणा! माहिष्मती तर वेदांमधले प्रकांड पंडित मंडनमिश्रांची भूमी! त्यांच्याशी वादविवाद करून कुणीही बौद्ध, एवढंच नव्हे, वैदिक धर्मातील इतरही कुणी जिंकणं अशक्य होतं. ते मंडनाचं साक्षात स्वरूप झाल्यामुळे समस्त पंडितांनी दिलेलं 'मंडन' हे बिरुदच त्यांचं नाव होऊन गेलं होतं आणि त्यांच्या आई-वडिलांनी ठेवलेलं विश्वरूप हे नाव त्यामुळे विस्मरणात गेलं होतं. अशा राज्यामध्ये नास्तिक श्रमणांचा प्रवेश कसा होणार? कोण चैत्य आणि स्तूप बांधणार? स्वतः मंडनमिश्रांचा तर वैदिक देव-देवतांची देवळं बांधायलाही तीव्र विरोध होता. अग्नीमार्गे देव-देवतांना हविस अर्पण करावं, असा त्यांचा आग्रह होता. वेदांमध्ये काही देवतांची वर्णनं असली, तरी त्यातून कुठलं ना कुठलं तत्त्व व्यक्त होत असतं. तिकडे लक्ष दिलं पाहिजे, असं त्यांचं म्हणणं होतं. इंद्रिय-चक्षूंना जाणवणारा आकार कोरून त्या देवतांचं रूप दर्शवणं अशक्य असतं, असं त्यांचं म्हणणं होतं. त्यामुळे देवळं उभारण्यालाही तिथं अनुकूल वातावरण नव्हतं. तरी मी अशी कितीतरी देवळं पाहिली होती आणि तिथले पूजा-विधीही जाणून घेतले होते. नवरंग, सभामंडप, अंतराळ, गर्भगृह – अशा प्रकारे आत जाता-जाता चिंचोळा आणि अंधारा होणारा आकार. इथं मात्र आत प्रवेश करताच भल्या मोठ्या सभांगणात सभापतीप्रमाणे बुद्ध बसला आहे, अशी कल्पना दिसत होती.

सारं दाखवल्यानंतर भिक्खू वज्रपाद दोन्ही श्रेष्ठींना म्हणाले, ''इथं एक धर्मचक्राचं चलन सुरू करावं, अशी प्रेरणा झाली. कामाला सुरुवात केली. वैदिक संप्रदायाच्या प्रतिहारांकडून कुठल्याही प्रकारची मदत मिळणार नाही, हे ठाऊक असल्यामुळे मणिभद्र यक्षाला कौल लावला. 'सुरू करा' म्हणून सूचना मिळाली. फक्त त्यावर अवलंबून एवढं मोठं काम सुरू करू नये, म्हणून या मार्गानं जाणाऱ्या येणाऱ्या सार्थवाहांना विचारलं, चर्चा केली. प्रत्येकानं सांगितलं, ''एवढ्या महान कार्याला आम्ही हातभार लावला नाही, तर आमचं कसं कल्याण होईल? आम्ही अर्थसाहाय्य करू!'' अनेकांनी लगोलग धन दिलंही. बुधश्रेष्ठींना विचारल्याशिवाय कामाला सुरुवात करू नये, असं आमच्या संघातल्या प्रत्येकाचं मत पडलं. पण गेली दोन वर्षं तुम्ही इकडे आलाच नाही. तथागतानं तुम्हाला तशी बुद्धी दिली नाही.''

मी दोन्ही श्रेष्ठींच्या चेहऱ्याकडे पाहिलं. पेचात सापडल्याची भावना त्यांच्या चेहऱ्यावर होती. त्यांनी लगोलग काहीच सांगितलं नाही. जे द्यायचं ठरवलं होतं, ते त्यांनी मणिभद्राच्या देवळात दिलं होतं. मी वज्रपादांकडे पाहिलं. मंद स्मिताच्या आधारे या दोघांवर दबाव आणण्याचा विश्वास तिथं स्पष्टपणे दिसत होता. बुधश्रेष्ठींनी सांगितलं, ''जमेल तेवढी मदत अवश्य करू.'' वज्रपादांनी जेवण करून जाण्याचा आग्रह केला. दोन्ही श्रेष्ठींनी कामाची सबब सांगितली. कदाचित या तिघांची धार्मिक अडचण असेल, असं वाटून त्यांनी सांगितलं, ''इथे वैदिकांपैकी स्वयंपाकी आहेत – काळजी करू नका!''

बौद्ध भिक्षूंसाठी बांधलेले विहार म्हणजे दगडी गोलाकार इमारत होती. आत एकेकाला राहता येईल आणि ध्यानही करता येण्यासारख्या इतक्या छोट्या-छोट्या खोल्या! अंगणात मध्ये ध्यानमुद्रेतील बुद्धाची मूर्ती. तिथलं सारं वातावरण ध्यानासाठी पूरक होतं. सगळे भिक्षू मुंडन केलेले आणि पिवळट वस्त्र घातलेले. पण कुठंही आवाज किंवा गोंधळ नव्हता. त्या वातावरणातूनही वज्रपादाचं तिथलं वर्चस्व जाणवत होतं. ते वातावरण पाहताना मला मंडनमिश्रांच्या पाठशालेची आठवण होत होती. विद्यार्थ्यांची आणि गुरुजींची संख्या आणि विस्तार यांच्या बाबतीत कुठंही तुलना होण्यासारखी नसली, तरी 'हेही एका प्रकारे गुरुकुल आहे', ही भावना इथंही जाणवत होती.

मुख्य इमारतीच्या शेजारी असलेल्या पाकशाळेत श्रेष्ठींनी जेवण केलं. त्यांनी दिलेले डाळ-तांदूळ शिजवून खाताना माझ्या मनात मात्र, 'वेदविरोधी लोकांनी दिलेलं अन्न खाणं योग्य आहे काय?' अशी आशंका छळत होती.

हेच अन्न खात मी पुढची दोन वर्षं तिथंच राहणार होतो, याची मला त्या वेळी कुठून कल्पना असणार?

मला ज्या तांड्याबरोबर पुढं जायचं होतं, तो सिंधू प्रांताकडून येणारा तांडा अजून आला नव्हता. तिथं राजकीय बदल होऊन प्रवासी तांड्यांना त्रास झाला होता. सिंधू देशाला पूर्णपणे व्यापलेले म्लेंच्छधर्मीय स्थानिक रहिवाशांना वेचून ठार करत होते. तीन दिवस हे हत्याकांड चाललं होतं. आपल्या चार हजार सैनिकांना तिथंच ठेवून त्यांच्यासाठी तिथं एका प्रार्थनामंदिराचीही निर्मिती केली होती म्हणे. शेवटी तिथल्या राजांना "विरोध केला नाहीतर तुमचा धर्म आणि धर्माचरण यांना परवानगी देऊ", असं सांगण्यात आलं म्हणे. काही राजांनी तर आपापले धर्म सोडून म्लेंच्छ धर्माचा स्वीकारही केला, अशा बातम्या होत्या. अशा प्रकारे धर्मांतर केलेल्यांमध्ये जयसिंह नावाच्या राजाचं नाव ऐकू येत होतं. आता तर त्या विधर्म्यांनी आणखीही एक करार घातला होता. इथून तिथं गेलेल्या सार्थांनी आपला सगळा माल तिथले राज्यकर्ते सांगतील, त्या तिथल्या सार्थाला, ते सांगतील त्या किमतीला विकून माघारी निघून जावं. सागराच्या उत्तरेकडील पश्चिमराज्यांशी हे सार्थ कुठलाही थेट व्यवहार करू शकणार नाहीत. त्यामुळे काही सार्थ गांधार देशाकडे वळवल्याचंही समजलं होतं.

थोडक्यात म्हणजे आमच्या पश्चिमेकडील आणि वायव्येकडील व्यापाराला वाईट दिवस आले होते. आमच्या श्रेष्ठींचाही एक सार्थ वायव्येकडे गेला होता. आपणही तिकडे जाणं व्यापाराच्या दृष्टीनं कितपत योग्य ठरेल, याविषयी आमच्या दोन्ही श्रेष्ठींमध्ये विचार-विनिमय झाला. सार्थातल्या इतर चार प्रौढांबरोबर त्यांनी मलाही चर्चेमध्ये सहभागी करून घेतलं होतं. माझ्या या विषयातील ज्ञानापेक्षा, त्यांना मी जवळचा वाटल्यामुळे त्यांनी मला हा मोठेपणा दिला असावा, हे माझ्या लक्षात आलं.

वायव्येकडं जाणं इष्ट नसलं, तरी त्या मार्गावर विकले जाणारे पदार्थच त्यांनी सोबत आणले होते. सार्थ आणखी कुठल्याही दिशेला वळवला, तरी त्या पदार्थांची विक्री अपेक्षित प्रमाणात होणार नाही, लाभ झाला नाहीतरी चालेल, मूळ मुद्दल वसूल झालं, तरी हरकत नाही; असा विचार करून त्यांनी पुढचा मार्ग धरला. खरं तर मलाही त्यांच्याबरोबर ते जिथं जातील, तिथं जायला हरकत नव्हती; पण त्यांच्या माझ्यावरील विश्वासालाच तडा जाईल – एवढंच नव्हे, मी फसवणूक केली म्हणून ते मला शिक्षाही करण्याची शक्यता होती. त्यामुळे मला मुकाट्यानं राहणं भाग होतं.

श्रेष्ठींनी सांगितलं, "इथल्या अधिकाऱ्यांना सांगून तुमची इथं राहायची व्यवस्था करतो. अमरूक राजानं तुमच्या खर्चासाठी पाचशे सुवर्णमुद्रा आमच्याकडे दिल्या होत्या. अन्नखर्चाव्यतिरिक्त आम्ही तुमच्यासाठी काहीही केलं नाही. ब्राह्मणांकडून अन्नखर्च घेणं म्हणजे पाप! या सुवर्णमुद्रा आम्ही वज्रपादांकडे देऊन ठेवतो. तुम्हाला हव्या तशा मागून घ्या. एवढ्या मुद्रा तुमच्याकडे ठेवण्यात धोका आहे. दोन

महिन्यांत आमचा सार्थ येईल. त्याबरोबर पुढचा प्रवास करा. जर तो आला नाही, तर दुसऱ्या एखाद्या खात्रीच्या सार्थाबरोबर तुमची व्यवस्था करायला वज्रपादांना सांगून ठेवतो.''

यावर मी काही म्हणण्याचा प्रश्नच नव्हता. कारण वेगळा मार्ग मला दिसतही नव्हता. एकत्रपणे एवढा प्रवास केल्यामुळे स्नेह जडलेल्या सगळ्यांना निरोप देताना, नाही म्हटलं, तरी मन कष्टी झालं. जोडीनं चाललेल्या घोड्यांच्या रांगा, त्यामागं दहा हत्ती, त्यामागं दोनशे बैलगाड्या, त्यामागे सशस्त्र घोडेस्वार. इथून तक्षशिलेपर्यंत सार्थ-पथ उत्तम अवस्थेत आहे म्हणे! नदी-नाल्यांवर पूल, रुंद नद्यांची पात्रं ओलांडण्यासाठी नावा, वाटेत सावली देणारे मोठे-मोठे वृक्ष, हजारो माणसांना आणि जनावरांना पुरेल असं पाणी, कितीही उपसलं तरी पुन्हा सरोवरांना काठोकाठ भरून टाकणारे भूमीतले जिवंत झरे! शाकलपट्टण्णापर्यंत तर चोरा-चिलटांचं भयही नाही.

त्यांच्याबरोबर जाण्याची दुर्दम्य आशा मनात होती. पण ती आवरून मी त्या दिशेला पाहत उभा राहिलो. माझं मन भावुक झालं होतं. पण अशा प्रकारच्या अनेक अनुभवांमधून गेल्यामुळे, त्यांच्यापैकी कुणी भावुक झालेलं दिसलं नाही. बुधश्रेष्ठींनी मंद हसत म्हटलं, ''नशिबात असेल, तर पुन्हा भेटू या.'' आणि पुढं निघाले.

सार्थ निघून गेला. परक्या भू-भागावर मला एकटेपणा दाटून आला. वेळ जाणं कठीण होऊ लागलं. दक्षिणेकडे जाणाऱ्या एखाद्या सार्थाबरोबर माघारी निघून जाऊ काय, असंही वाटू लागलं. नाहीतरी सार्थाच्या अंतरंगाची माहिती मिळवणं म्हणजे अमुक-अमुक, हा निकष तरी कोण लावणार? मला जेवढं समजलं होतं, तेवढीच महाराजांकडे वर्दी दिली की, झालं! आणखी एखाद्या सार्थाबरोबर मी काशीला गेलो, तरी मी काही तिथं वेदांचा पुढचा अभ्यास करणार नव्हतो, हे नक्की! मला अध्यात्मविद्येत पारंगत होण्याची मुळीच अपेक्षा नव्हती.

विहारातल्या पाकशालेमध्ये एका कोपऱ्यात तीन दगडांची चूल रचून मी स्वत:चा स्वयंपाक करून घेत होतो. आणखी काहीच काम करायला नसल्यामुळे तिथल्या विस्तीर्ण माळावर भटकत होतो. बुधश्रेष्ठींनी आवश्यक तो बिल्ला मिळवून दिल्यामुळे माझ्या भटकण्यावर कुणी आक्षेप घेत नव्हतं.

तिथं कितीतरी सार्थ येत-जात होते. त्यातले सगळे मोठे होते, असंही नव्हतं. काही अगदी पन्नासेक गाड्यांचेही सार्थ होते. तिथल्या कुणाही बरोबर गप्पा मारत बसलं, तरी कितीतरी माहिती समजत होती. मूळ गाव कुठलं, ते कुठं होतं, कुठले देश ओलांडून इथं आले होते, किती वेळ लागला, मार्ग कसे होते, तिथे कुठल्या वस्तूंचा व्यापार जोरात चाले, यांसारखे प्रश्न विचारले; तर माझ्या अपेक्षेपेक्षा कितीतरी माहिती मिळत होती. या गप्पांमधून तिथल्या राजकीय परिस्थितीविषयीही अप्रत्यक्षरीत्या माहिती मिळत होती. अनुभवांतून मीही तयार होत होतो. करांचं

प्रमाण, अधिकाऱ्यांची वागणूक, राज्यातले मार्ग – या प्रकारचे चार-दोन प्रश्न विचारले की, त्या उत्तरावरून त्या राज्याचं आर्थिक स्वरूप, पुसट का होईना, डोळ्यांसमोर येत होतं. काही वेळा सार्थवाह किंवा कायस्थ यांच्याशी गप्पा मारायला मिळायच्या. त्या वेळी तर आणखी स्पष्ट माहिती मिळायची. कुठल्यातरी कानाकोपऱ्यांत असलेल्या माझ्या तारावतीत फिरण्यापेक्षा, इथल्या सार्थ – माळावर फिरताना विशाल जगाचं अस्तित्व सामोरं येत होतं. सुरुवातीला जाणवणारी एकटेपणाची आणि ध्येयशून्य जीवन असल्याची भावना नाहीशी होऊन तिथल्या वातावरणाची आवड निर्माण झाली.

विहारातील भिक्खूंशी हळूहळू परिचय वाढू लागला. त्यांच्याशी धर्म आणि आचार यांविषयी गप्पा मारू लागलो.

"काशीला कशाला जाता? तुम्हाला पुढचं शिक्षण घ्यायचं आहे ना? तुम्ही नालंदाला जा. तिथं सगळ्या शाखांमध्ये अध्ययन करण्याची संधी तुम्हाला मिळेल. नाहीतरी तुमचं वेदांविषयी अध्ययन झालंय म्हणा! वेगळ्या विषयांचं अध्ययन का करू नये?" हा त्यांचा नेहमीचा आग्रहाचा विषय होता.

तिथं मला एक गोष्ट तीव्रपणे जाणवली. हे सगळे इतरांना आपल्या धर्माविषयी सांगायला अत्यंत उत्सुक असत. तसं सांगून धर्माचा प्रसार करणं हा त्यांच्या धर्माचा प्रमुख भाग असे. त्यांच्या धर्म-संस्थापक बुद्धानं ज्ञानप्राप्ती झाल्यानंतर देह पडून जाईपर्यंत गावोगावी आणि खेड्यापाड्यांत फिरून राजा-व्यापारी-स्त्री-पुरुष-गरीब-श्रीमंत-वृद्ध-तरुण कुठलाही भेद न करता, प्रत्येकाला धर्मोपदेश दिला. अशा प्रकारे फिरून धर्मप्रसार करणाऱ्या शिष्यांचे तांडेच्या तांडे त्यानं तयार केले. हे इतकं वाढलं की, धर्माचरण म्हणजे धर्मप्रसार, अशी भावना सर्वत्र तयार झाली. ह्या धर्माचा स्वीकार केलेल्या राजांनीही भगवी वस्त्रं परिधान करून, गावोगाव हिंडून धर्माचा प्रसार केला. त्यामुळे आता हा धर्म इकडे गांधारापलीकडे आणि तिकडे समुद्रापलीकडच्या सिंहल देशापर्यंत, उत्तरेकडे त्रिविष्णू प्रदेशापर्यंत, इकडे चीन आणि पूर्वेच्या सुवर्णद्वीपापर्यंत पसरला आहे.

आमच्याकडे का वेदविद्या केवळ ब्राह्मणांमध्येच सीमित ठेवताहेत? बाहेर पडलो, तर वादविवादात आमची हार होईल, या भीतीव्यतिरिक्त दुसरं काय कारण असू शकेल? भिक्खू धर्मपादानंच मला एकदा हा प्रश्न विचारला होता.

बौद्ध धर्माच्या स्थापनेपासून त्यांची ब्राह्मणांशी सतत चर्चा चालली आहे. माझ्या गुरूंसारख्यांना – मंडनमिश्रांना – वादविवादात हरवणं कुणालाही शक्य नाही! पण ब्राह्मण, क्षत्रिय आणि वैश्य यांव्यतिरिक्त आणखी कुणालाही वेद शिकवायचे नाहीत, असा नियम! त्यातही क्षत्रिय आणि वैश्य यांचं वेदांचं शिक्षण नाममात्र होत असतं. शूद्रांना तर वेद शिकवायचेच नाहीत. चातुर्वर्णाची ती शिस्त.

या चातुर्वर्णाचा तिरस्कार करणारे बौद्ध आपलं धर्मज्ञान प्रत्येकाला देतात. या चातुर्वर्णाचा आपणही तिरस्कार का करू नये?

मनात आलेल्या प्रश्नानं मी दचकलो. माझ्या सिंहासारख्या गुरूपुढे असला प्रश्न विचारण्याचं मला धैर्य झालं असतं की नाही, कोण जाणे; पण सार्थाबरोबर एवढा प्रवास करून एवढ्या लांब असलेल्या या प्रदेशात एकट्यानं वावरताना आणि बौद्ध भिक्षूंशी चर्चा करताना उद्‌भवलेल्या या प्रश्नामागं एक कारण होतं. बौद्ध विहारातल्या पाकशाळेतल्या स्वतंत्र चुलीवर मी माझं अन्न शिजवून खात होतो, त्या वेळी ते मला अधून-मधून विचारायचे, ''आम्ही केलेला स्वयंपाक तुम्ही का खात नाही?'' तुम्ही शिजवलेलं अन्न अशुद्ध आहे, असं म्हणणं हा केवळ श्रद्धेचा भंग होता, हे माझं मलाच स्पष्ट दिसत होतं. परिशेचन करायचं तेच मुळी शुद्धीसाठी! असं असेल, तर अन्न कुणी शिजवलं, तरी परिशेचनानंतर शुद्ध होणारच! अशा प्रकारे माझा मीच निरुत्तर झाल्यानंतर मी माझी बाकीची धार्मिकता बाजूला सारून त्यांच्याबरोबर जेवायला सुरुवात केली. ते पाहून वज्रपाद आणि इतर भिक्खूंना आनंद झाला. माझंही स्वयंपाक करायचं कंटाळवाणं काम वाचलं. मी त्यांच्याशी आध्यात्मिक चर्चा करायच्या फंदात पडत नव्हतो. कारण अशा प्रकारच्या चर्चा म्हणजे बुद्धी-कौशल्याचाच एक प्रकार, असं मला एव्हाना वाटू लागलं होतं.

चैत्याच्या कामात थोडी अडचण आली होती. अजयमेरू या एका स्थपतींनी आपल्या अनुयायांसह चैत्याचा नकाशा आखून, मथुरेच्या वास्तु-कामगारांकडे भिंती जमीन यांसारखी स्थूल कामं सोपवली होती. मूर्ती आणि त्यातील नाजूक नक्षीकाम करणं स्थानिक कलाकारांना जमत नव्हतं. त्यांना तशी संधीही मिळाली नव्हती. स्थपती काम सुरू करण्याची तयारी करत असतानाच त्यांचे वडील रुग्णशय्येवर असल्याचा निरोप आला आणि महिनाभरात येत असल्याचं आश्वासन देऊन ते निघून गेले. मुख्य स्थपती नसल्यावर आपण तरी काय करणार, असं म्हणत त्या तांड्यातले इतरही निघून गेले. बरेच दिवस वाट पाहूनही कुणी आलं नाही, तेव्हा वज्रपादांनी दूत पाठवला. त्यानं निरोप आणला, दक्षिणेकडे राष्ट्रकूट फार मोठ्या प्रमाणात देवळं बांधत होते. तिथं शिल्पींना कोरलेल्या दगडाच्या वजनानुसार सोनं दिलं जाई, असं समजल्यामुळे सगळे वास्तुशिल्पी तिकडे निघून गेले होते. राजाकडून मिळणाऱ्या धनापुढे राजाश्रय नसलेल्या भिक्षूंकडून असं कितीसं धन मिळणार होतं? वडिलांचं आजारपण एक खोटं निमित्त होतं.

या घटनेमुळे वज्रपाद अस्वस्थ झाले होते. स्थपतीनं त्यांना आर्थिकदृष्ट्या बुडवलं नव्हतं, पण कामाचा करार त्यानं आपल्याकडून मोडला होता. राजाचा पाठिंबा असता, तर हेरांकरवी त्याला शोधून या स्थपतीविरुद्ध कारवाईही करता आली असती. पण काय करणार? अर्थात एवढ्याशा कारणामुळे हाय खाण्याचा

त्यांचा स्वभाव नव्हता. त्यांनी लगोलग योग्य दूत पाठवून कौसंबीच्या एका शिल्पीला बोलावून घेतलं. तो तरुण शिल्पी आपल्या तांड्याबरोबर दाखल झाला. पस्तिशीचं वय. वीसेक जणांचा त्याचा तांडा होता. तो स्वत: विश्वकर्मा जातीचा कर्मठ माणूस होता. त्याचं नाव विश्वकर्मा स्थापती. वज्रपादांनी सुरुवातीलाच सांगितलं, "हे अर्धवट बांधकाम असंच पूर्ण करणं हे तुमचं काम. इमारतीची कल्पना आमच्या मनात स्पष्ट आहे. आम्ही सांगू त्या प्रकारे इमारत उभारून, त्यांत आमच्या धर्मकल्पनांप्रमाणे आतील अलंकरण करून देणं तुमचं कर्तव्य. ठीक आहे?"

स्थपतीनंही त्याला मान्यता दिली. आधी मूर्तीसाठी मागवलेले दगड योग्य असल्याचंही त्यानं मान्य केलं. वडिलांच्या कामात मदत करताना त्यानं सारनाथ येथे बौद्ध शिल्पकला पाहिली होती. तो स्वत: वैदिक संप्रदायाचा असला, तरी शिल्पकलेच्या बाबतीत त्यानं वैदिक, बौद्ध, जैन यांसारखे भेद ठेवले नव्हते. विशिष्ट जाती-धर्मांची वैशिष्ट्यं जाणून घेऊन तशा मूर्ती तयार करणं, हे त्याला स्थपती म्हणून स्वत:चं कर्तव्य वाटे. संपूर्णपणे स्वत:च्या जबाबदारीवर काम करण्याची इथं संधी मिळाल्यामुळे त्याला भरपूर उत्साह होता. हे काम चांगल्या प्रकारे केलं, तर पुढं याहूनही मोठं काम मिळेल, अशी त्याच्या मनात आशाही होती. त्यामुळे वज्रपादांच्या सूचनांमध्ये कसलीही ढवळाढवळ न करता त्यानं काम करायला सुरुवात केली.

शिल्पी तांड्यातले सगळे जण आपापला स्वयंपाक स्वत: शिजवून घेत होते. स्वत: विश्वकर्मा तर सकाळी अंघोळ आणि अग्निकार्य झाल्यानंतरच छिन्नी आणि हातोडी यांना स्पर्श करीत होता.

माझी त्याच्याशी ओळख झाल्यावर लवकरच घसट वाढली. त्यानं लवकरच एकदा आक्षेप घेत विचारलं, "वैदिक ब्राह्मण आहात, मग बौद्धांनी शिजवलेलं अन्न कसं खाता?"

"खाण्या-पिण्याच्या बाबतीत असा भेद करण्यात अर्थ नाही. वेदांत तसं कुठंही लिहिलेलं नाही."

माझं उत्तर त्याला सोईस्कर नसलं, तरी त्यामुळे आम्हा दोघांच्या स्नेहामध्ये बाधा आली नाही. मी काही वेळा त्याच्या तांड्याबरोबरही जेवत होतो. वज्रपाद त्याला शिल्पांमध्ये कोणती चिन्हं आणि कुणाच्या मूर्ती खोदायच्या, याविषयी सविस्तरपणे सांगायचे. माझ्याही कानावर ते यायचं, कारण मी तिथंच असे. नंतर तो माझ्याबरोबर बोलताना त्याविषयी त्याला काय वाटे, हे सांगायचा.

एकदा तो सांगत होता, "हा वज्रपाद भिक्खू अतिशय लबाड आहे. आमच्या वैदिक देवतांनाच आपल्या धर्माचं आवरण घालतात आणि वेगळं नाव देतात. ते सांगतील, त्या वर्णनाप्रमाणे मी मूर्ती कोरल्या पाहिजेत."

“म्हणजे? मला नाही समजलं!” मी विचारलं.

“ते सांगतात, तेव्हा तुम्हीही तिथंच असता ना! तुमच्या लक्षात येत नाही? त्यासाठी पुराणांचं ज्ञान आवश्यक आहे म्हणा! फक्त वेदांचा अभ्यास करून चालणार नाही. अनेकविध देवता, दानव-राक्षस आणि त्यांच्या विविध रसपूर्ण कथा नसतील; तर शिल्पकलेचा विकास तरी कसा होईल? हे नसेल, तर देवालयांच्या अलंकरणात तरी काय मजा येणार? पुराणकथांचा योग्य प्रकारे वापर करणं हेही कुशल शिल्पीचं कामच आहे ना! कुठल्या देवाला किती बाहू, किती डोळे, त्याच्या ध्वजावरचं चिन्ह, त्याचं वाहन, त्याच्या हातांतली शस्त्रं, शत्रूला ठार करताना त्याची मुद्रा कशी असते, त्याची अर्धांगी कोण, तिचं स्थान मांडीवर की शेजारी, या साऱ्या गोष्टींची शिल्पीला माहिती असणं आवश्यक आहे. अलीकडे हे श्रमण काय करताहेत ठाऊकाय? आपल्या पुराणकथांमधले प्रसंग आणि पात्रं जशीच्या तशी किंवा किरकोळ फेरबदल करून आपल्या चैत्यांवर आणि स्तूपांवर त्यांच्या मूर्ती कोरून घेताहेत. आपली पुराणं चोरून त्यांचं वेषांतर करत आहेत. वज्रपाद भिक्खू मलाही हेच करायला सांगताहेत. हेही ते स्पष्टपणे ‘तुमच्या पुराणातल्या देवतांना अमुक वेष द्या,’ असं सांगत नाहीत. ‘आमच्याकडेही असे-असे देव आहेत. त्यांची लक्षणं अमुक-अमुक. तशी मूर्ती कोर’, असं सांगतात. पण मला नाही का समजत?”

“कुठल्या देवतांच्या बाबतीत असं झालं?”

“बुद्धाच्या अष्ट-पराक्रमाविषयी ठाऊक आहे? त्याचं चित्रण कर, असं त्यांनी सांगितलं. बुद्धाचा जन्म, ज्ञानोदय, पहिली जाणीव या सगळ्या कथांबरोबर देवदत्तानं राजदरबारात त्याच्यावर हत्ती घातल्याची कथा सांगतात. ते कृष्णाच्या कंस दरबारातील कथेचंच बौद्ध-रूप नाही काय? त्रयत्रिंश स्वर्गात आपल्या आईला धर्मोपदेश देतो तो प्रसंग, वैशालीमध्ये एका माकडानं अर्पण केलेल्या मधाचा स्वीकार केला, तो प्रसंग, कोशलराज प्रसेनजीतच्या समोर एकाच वेळी अनेक बुद्ध येतात, तो प्रसंग – असे अनेक प्रसंग मलाही तपशिलांसह ठाऊक असल्यामुळे कोरता येतील, असं मी सांगितलं. त्यांनी विचारलं – अवलोकितेश्वराचे गुणविशेष ठाऊक आहेत? मी ‘नाही’ म्हणून सांगितलं. बुद्धाच्या पूर्वजन्माच्या कथा सगळ्यांना ठाऊक आहेत. त्यातील एका जन्मी त्याचं अवलोकितेश्वर हे नावं. लोकांचं रक्षण करणाऱ्या आणि त्यांना मुक्ती देणाऱ्या अवलोकितेश्वराचं रूप-लक्षण आपल्या विष्णूचंच आहे. सिंहनाद लोकेश्वर नावाच्या मूर्तीविषयी ज्ञानपाद सांगतात. गर्जणाऱ्या सिंहावर हा स्वार आहे. त्याला तीन डोळे आहेत, त्यानं व्याघ्रचर्म धारण केलं आहे, कुठलाही अलंकार अंगावर नाही, जटामुकुटात लहानशी अमिताभची आकृती, उजवीकडे सर्पानं वेढलेलं त्रिशूळ – ही सारी आपल्या शंकराची रूप-लक्षणं नाहीत काय?

मोठ्या कमळावर विविध आभरणं परिधान करून डाव्या हातात फुललेलं कमल-पुष्पाचं देठ धरून, ललितासनात तारेसह वरद-मुद्रेत बसणारा अवलोकितेश्वर हे विष्णूचंच रूप नाही काय? इतर कुठलाही दागिना न वापरता केवळ सर्पच आभरणांप्रमाणे वापरणारा नीलकंठ म्हणजे आपल्या शंकराचंच वेगळं रूप ना? असे चौदा बोधिसत्त्व आहेत म्हणे. यांची खूण काय ठाऊक आहे? प्रज्ञा – खड्ग आणि प्रज्ञा पुस्तक. ही प्रज्ञा खड्गानं अज्ञान दूर करते आणि प्रज्ञा-पुस्तकाद्वारे धर्मज्ञान देते. हे आपल्या ब्रह्मदेवाचं रूप नाही काय? 'यमारी' नावाचं एक चित्र सांगतात. इथं बोधिसत्त्व कपाल-चित्र असलेली गदा हातात घेऊन रेड्यावर बसला आहे. व्याघ्रचर्मधारी. सापाचे दागिने. एका हातात पाश. मी यमाला जिंकेन, असं भक्तांना अभय देतो. हे आपल्या मार्कंडेयाच्या कथेतलं शंकराचं रूप नाही काय? नाण्याच्या सात पात्रांसमोर एका नाण्याच्या भांड्यावर ललितासनात स्वार झालेली ढेरपोटी आकृती, त्याची वसुधारा ही सखी – याचं नाव 'जघल' म्हणे. हा आपला अष्टनिधीचा स्वामी कुबेर नाही काय? ती सखी म्हणजे लक्ष्मी नाही काय? उंदरावर उभा असलेला गणपतीही त्यांनी कोरायला सांगितलाय. अष्टभयापासून रक्षण करणारी, चतुर्भुज – एका हातात खड्ग, दुसऱ्या उजव्या हातात कत्री, डाव्या हातात कमल आणि कपाल घेऊन मानवी प्रेतावर उभ्या असलेल्या तारेची मूर्तीही करायची म्हणे! ही आपली दुर्गा ना? याशिवाय सरस्वती, अपराजिता, ग्रहमातृका यांसारख्या देवता – आणखीही कितीतरी!''

विहारातल्या भिक्खूंबरोबर बोलताना अशा कितीतरी देवतांविषयी समजायचं. केवळ होम-हवन आणि अग्निकार्य यांत वाढल्यामुळे मला हा संदर्भ लागला नव्हता. वैदिक पुराणकथांशी माझा तसा थोडाफार परिचय होता. पण शिल्पी विश्वकर्म्याला त्यातील प्रत्येक मूर्तीची सर्व वैशिष्ट्यांसह माहिती होती, तेवढी मला नव्हती. पुराणातल्या देव-देवता वेदांतील तत्त्वं घेऊन साकार झाल्या होत्या, असं मला वाटत होतं.

आता विश्वकर्म्याची मन:स्थिती द्विधा झाली होती. ती व्यक्त करत तो म्हणाला, ''हे मी माझ्याबरोबर काम करणाऱ्यांशी बोलू शकत नाही. कारण यावर त्यांचं पोट अवलंबून आहे. हे काम सोडायचं म्हटलं, तर आज दुसरं कुठलं कामही मिळण्यासारखं नाही. पण मी मुख्य स्थपती आहे. माझ्या देव-देवतांचा माझ्या शिल्पकलेच्या आधारे व्यापार करून पोट भरणं कितपत योग्य आहे? हे खरं माझ्यापुढचं धर्मसंकट आहे.''

''आपण देव-देवतांची निर्मिती करत आहोत, असं तुम्ही का समजता?'' विद्यार्थी असताना कर्म-कर्तव्याच्या संदर्भातले, पाप-पुण्याच्या संदर्भातले अभ्यासलेले विचार आठवून मी म्हटलं.

तो म्हणाला, ''शिल्पाची शक्ती किती असते, याची तुम्हाला कल्पना नाही.

मूर्ती हेच देवाचं साक्षात रूप, असं का म्हणतात ठाऊक आहे? एकदा त्या रूपात देवाची कल्पना मनात ठसली, तर भक्त त्या व्यतिरिक्त दुसऱ्या रूपाची कल्पनाही करू शकत नाही. मूर्ती म्हणजेच प्रत्यक्ष देव एवढी त्याची त्या मूर्तीशी तादात्म्यता निर्माण होते. हा कुबेर, ही मृत्युदेवता, ही संरक्षक देवता–या कल्पना मूर्तीद्वारे लोकांच्या मनात एकदा ठसवल्या की, त्या मूर्ती पाहणारी लक्षावधी माणसं पुढील हजारो वर्षं त्यावर विश्वास ठेवतात. पुढं यांनी 'हे मूळचे आमचे देव–तुम्ही ते चोर', असं सांगितलं, तरी त्यावर लोकांचा विश्वास बसतो.''

त्याचं बोलणं पटण्यासारखं होतं. ''ह्या साध्या वैदिक पुराणातल्या कथा. मूळ बुद्धकथेत त्या नव्हत्या. त्याचा उपदेश सरळ होता. त्यानं तर सर्वार्थानं पुराणांना विरोध केला होता. तू हे वज्रपादांना सांगायला हवं होतंस.''

''तसा प्रयत्न केला. पण ते म्हणतात, आमच्या धर्माविषयी बोलायचा तुला काय अधिकार? तुला तुझे पैसे दिले जातील, तू सांगेन तेवढं काम कर. कलाकार म्हणून माझी पंचाईत होते ती वेगळीच. ध्यानस्थ बुद्धाची कल्पना करणं सोपं आहे त्याविषयी भक्तीही जाणवते. शिल्प निर्माण करण्याआधी मला त्या देवतेचं गुण-लक्षण आणि अंत:शक्ती मनात आणून त्या देवतेचं ध्यान करावं लागतं. कितीतरी दिवस अशा प्रकारे ध्यान केल्यानंतर मनश्चक्षूंसमोर यायला काहीही त्रास होत नाही. तशा मूर्ती मीही याआधी पाहिल्या आहेत. पण हे सांगताहेत त्या वैशिष्ट्यांसह बुद्धमूर्ती कोरायची म्हटलं, तर योग्य मूर्ती मनश्चक्षूंसमोर उमटत नाही, उलट त्या जागी मूळ पुराणातील मूर्तीच साकार होताहेत. ही माझी खरी अडचण आहे. या मूर्तींचं श्रमण देव-देवतांमध्ये कसं रूपांतर करायचं, हा खरा माझ्यासमोरचा प्रश्न आहे.''

त्याची अडचण माझ्या लक्षात येत होती.

तो पुढं म्हणाला, ''एखाद्या देवतेची निर्मिती म्हणजे पोरखेळ आहे की काय? केवळ एखादा शिल्पी अशा देवतेची निर्मिती करू शकत नाही. ही शक्ती ऋषीची आहे. ऋषीनं ध्यानमग्न अवस्थेत विशिष्ट देवतेची मूर्ती साकार रूपात पाहिली असेल, तरच त्या कल्पनेनुसार शिल्पी तिला साकार करू शकतो. एखादा शिल्पी स्वत:च ऋषी असेल, तर मात्र तो हे करू शकेल. पण हे शक्य नसतं. कारण त्यांना त्या पातळीवरून खाली आणणाऱ्या कितीतरी सवयी असतात.''

त्या वेळी दिवसातला बराच वेळ विहार आणि बांधकामाची जागा यांपैकी कुठंही राहत नव्हतो. सार्थांच्या वसतिस्थळाची पाहणी करणाऱ्या जयसिंह या अधिकाऱ्याबरोबर माझा स्नेह वाढला होता, त्यांच्या प्रासादाकडे माझ्या फेऱ्या होत. त्यांचे सहकारी आणि मित्र माझ्याही ओळखीचे झाले होते. त्यामुळे मला त्यांच्याही घरी जेवणासाठी निमंत्रणं येत. सार्थाशी संबंधित काही गोष्टी तेही मला सांगत. मी

प्रयत्न न करताही कितीतरी माहिती समजत होती. जयसिंहाचा परिचय झाल्यामुळे भरतखंडातल्या विविध भागांमधून आलेल्या अनेक सार्थांमध्ये शिरून सार्थवाहांशी आणि इतरांशी गप्पा मारायला मिळत होतं.

जयसिंह गप्पिष्ट गृहस्थ होते. त्यांनाही विविध बाबतीत आसक्ती होती. तसे जन्मानं क्षत्रिय राजकर्त्यांचे नातेवाईक. राजकारणांतली सूक्ष्मता जाणून घेण्याइतकं त्यांना भान होतं. व्यापारक्षेत्रातल्याही आतल्या गोष्टी त्यांना ठाऊक होत्या. शिवाय त्यांना अध्यात्माचीही आवड होती. वेद-तर्क-मीमांसेचं त्यांनी थोडंफार अध्ययन केलं होतं. परात्पर सत्याचा थेट साक्षात्कार देणाऱ्या मार्गांविषयी त्यांना आस्था होती. तांत्रिक आणि कापालिक यांच्या साधनेविषयी ते भरपूर सांगायचे. मथुरेसारखं दुसरं गाव नाही, असा त्यांचा अतिगाढ विश्वास होता. भगवान कृष्णाचं जन्मस्थान! त्यांचं बालपण नदीपलीकडच्या वृंदावनात गेलं असलं, तरी वृंदावन आणि मथुरा हे एकच पुण्यक्षेत्र होतं, असं ते सांगायचे. रोजच्या जीवनात ते काटेकोरपणे धर्माचं पालन करत होते, असंही नव्हतं. क्षत्रियांना मिळालेल्या सवलतीनुसार मद्य-मांस भक्षण आणि स्त्री-सुखप्राप्ती यांविषयी ते मोकळे होते. चाळिशीचं वय असेल. एकदा मद्य सेवन करून आलेल्या वेळी मला म्हणाले, "नागभट, तुम्ही आमचे प्रधान अमात्य होऊन इथंच राहा बघू! तुमच्या वास्तव्यासाठी एक मोठा प्रासाद उभा करून देऊ."

ते असं का म्हणत होते, म्हणून मी लक्ष देऊन ऐकू लागलो.

"आपणही चक्रवर्ती व्हावं, असं स्वप्नात वाटतं. मद्याच्या अमलात ते व्यक्त होण्याशी शक्यता असते. पण हे आमच्या खऱ्याखुऱ्या चक्रवर्तींच्या कानावर चुकून जरी गेलं, तरी राजद्रोहाचा आरोप लादून आमचा शिरच्छेद होईल, यात शंका नाही. त्यामुळे इतरांपुढे आम्ही प्रमाणापलीकडे मद्य प्राशन करीत नाही. आमची स्वप्नं झोपेत जन्मतात आणि झोपेतच गतप्राण होतात. चुकून झोपेत बडबडलो, तरी फक्त बायकोला समजतं. आम्ही विलासासाठी जवळ केलेल्या स्त्रियांबरोबर कधीही निद्रा करत नाही." एवढं सांगून ते खदखदून हसले.

"का?" मी विचारलं.

"त्यांच्या मिठीत झोपी जाण्याइतका त्यांच्यावर विश्वास ठेवू नये!" त्यांनी गंभीरपणे सांगितलं.

मीही त्याआधी मथुरेएवढं मोठं नगर पाहिलं नव्हतं. माझं जन्मगाव तारावती आणि विद्याभ्यास केला ती माहिष्मती – दोन्हीही गावं मथुरेच्या तुलनेनं किरकोळच. श्रीकृष्णाच्या वास्तव्यानं पुनीत झालेली, त्याहूनही प्राचीन नगरी ती! श्रावणातल्या बहुळ अष्टमीला किती उल्हासानं त्या परिसरात कृष्णजन्माचा सण साजरा केला. सगळीकडे सडा-रांगोळी-तोरणं. पहाटे मथुरेहून वृंदावनाला शिशू कृष्णाला मिरवणुकीनं

नेण्यात आलं आणि संध्याकाळी तरुण कृष्णाचं वृंदावनाहून मथुरेला स्वागत करण्यात आलं. सात रात्री कृष्णाच्या जीवनातील विविध प्रसंग आणि त्याच्या लीला दाखवणारी नाटकं ठेवायचं ठरवण्यात आलं. यात जास्तीतजास्त पुढाकार या जयसिंहाचाच होता. सात घटक असलेलं मोठं नाटक बसवायचं ठरवलं होतं. दुष्ट कंसाचा राज्यकारभार, जरासंधाच्या दोन मुलींशी विवाह करून तो जरासंधाच्या प्रभावाखाली जातो, तो प्रसंग, निपुत्रिक कंसाला त्याच्या मृत्यूविषयी सांगणारी अशरीर वाणी, कृष्णाचा जन्म, त्याला वृंदावनात ठेवून नंदाच्या मुलीला – मायेला आणणं, कृष्णाचं बालपण, तरुणपणी चाणूर-मुष्टिक आणि कंसाचा वध, कवल्यापीड हत्तीवर विजय – असे कृष्णाच्या जीवनातील सर्व प्रसंग साकार करायचे होते. जयसिंहांनी मला तरुण कृष्णापासून अखेरपर्यंत कृष्णाची भूमिका करायला सांगितलं.

मी चकित झालो. शुद्ध वेद-विद्येच्या वातावरणात, त्यातही कर्मकांडाच्या आधीच्या अधिष्ठानाच्या परंपरेत माझं आजवरचं जीवन गेलं होतं. पुराणकथा तशा कानांवरून गेल्या असल्या, तरी त्यातील प्रमुख पात्र साकार करण्याइतपत माझी त्यात श्रद्धाही नव्हती. शिवाय मी आणि नाटकात काम? हा विचारही माझ्या मनात कधी आला नव्हता. जयसिंहांनी सांगितल्यावर मी रंग लावून रंगमंचावर जाण्याची कल्पना करून पाहिली. मलाच ती विचित्र वाटली. मी ठाम नकार दिला.

पण जयसिंहांनी तिकडे लक्ष दिलं नाही. वासुदेव शर्मांनी सारं नाटक सज्ज केलं होतं. आनंद दत्तांनी रंगभूमी आणि अभिनय यांची जबाबदारी घेतली होती. तेच सूत्रधारही होते. त्यांनी माझं नीट निरीक्षण करून निर्वाळा दिला, ''भगवान कृष्णाच्या भूमिकेसाठी तुम्ही अगदी योग्य आहात. आणखी कुणाला शोधायची गरज नाही.''

''पण मला अभिनय करता येत नाही. माझा तसा अभ्यास नाही.''

''तुमच्यात अभिनयशक्ती आहे की नाही, याचा निर्णय आम्ही घेऊ. त्यासाठी आवश्यक तो अभ्यास करवून घेण्याची जबाबदारी आमची!'' त्यांनी निर्वाणीचं सांगून टाकलं आणि तो विषय संपवला.

तशी सुस्पष्टपणे संस्कृत बोलण्याची मला सवय होतीच. चार-सहा दिवस अवघडल्यासारखं वाटलं, पण लवकरच कृष्णाच्या व्यक्तिमत्त्वात आणि त्याच्या कथेमध्ये मी इतका ओढला गेलो की, उठता-बसता-झोपेत, जागेपणी मला त्या पात्रानं आणि त्याच्या महिम्यानं व्यापून टाकलं. धैर्यानं रुक्मिणीला पळवून आणण्यातल्या शृंगाररसापासून भगवद्‌गीतेतील उपदेश सांगणाऱ्या नि:संग अध्यात्मभावापर्यंत सर्वच प्रसंगांमध्ये मन तल्लीन होऊन जात होतं. दिवसच्या दिवस अभिनयाच्या अभ्यासात जात असल्यामुळे जयसिंहांनी मला आपल्याच घरी राहण्याचा आग्रह केला. स्मरणशक्तीचं वरदान असल्यामुळे मला नाटकातील स्वगतं, संभाषणं, आदेश, उपदेश, गद्य, गीत सारं काही न चुकता अस्खलितपणे बोलणं काही कठीण नव्हतं. त्यात भाव

आणण्यासाठी मात्र मार्गदर्शनाची आणि अभ्यासाची गरज होती, उदात्त-अनुदात्त स्वरांमध्ये मंत्रोच्चार करण्याची वाणीला सवय असल्यामुळे नाटकातील गीतंही स्वर-तालांबरोबर गाण्याइतकी तयारी झाली. चार महिन्यांत माझं एका नटामध्ये परिवर्तन झालं.

याचा माझ्या मनावरही परिणाम झाला होता. नाटकाचा विचार मनात येण्याआधी महिनाभर मी डोक्यावरचे केस साफ करून घेतले होते. नाटकाचं ठरल्याबरोबर सूत्रधारांनी बजावलं, "यानंतर नाटक संपेपर्यंत केसांना हात लावायचा नाही." चार महिन्यांत टाळूवरचे केससुद्धा एवढे वाढले की, मागं वळून ते शिखेबरोबर मानेपर्यंत रुळू लागले. जयसिंहांच्या घरी नियमितपणे येणाऱ्या नाभिकाला मी एकदा सांगितलं, "नाटक संपल्यावर एखादा मुहूर्त बघून पुन्हा माझे सगळे केस काढायचे हं!" हे सांगतानाही मनात काहीतरी गमावत होतो, असं वाटत होतं. डोक्यावरचे काळे केस माझ्या रसपूर्ण जीवनाचाच नव्हे, माझ्या अंतर्यामी होत असलेल्या एका परिवर्तनाचं प्रतीक होऊन राहिले होते. पण हे समजल्यावर जयसिंह म्हणाले, "केस काढायची घाई का करता? तुमचा ब्राह्मणी गोटा अगदी वाईट दिसतो. नाटक संपलं, तरी नाटकाची आठवण म्हणून काही दिवस तरी ते केस राहू द्या!"

तेही माझ्याच अंतर्मनातलं बोलत होते. त्यामुळे मीही त्यांची सूचना मुकाट्यानं मान्य केली.

या वेळेपर्यंत मला मथुरेला येऊन वर्ष झालं होतं. एवढ्यातच गावी परतण्याची अपेक्षा नसली, तरी अशा प्रकारे एखाद्या ठिकाणी मुक्काम करून मला सार्थाविषयी काही समजणंही शक्य नव्हतं. 'गावाकडे अमरूकमहाराजा वाट पाहत असेलच, त्याचबरोबर आई आहे, तरुण बायको आहे. पण त्यांच्या पोटापाण्याला काही कमी पडण्याची शक्यता नव्हती. घर-जमीन आहे. राजाशी स्नेह असल्याचं सगळ्यांना ठाऊक आहे. राजाच्या भांडारातूनही आवश्यक ते सामानसुमान घरी जात असेलच. तरीही त्या दोघींना माझी आठवण येत असेल, या गावात माझं काय काम?' मन या विचारानं अस्वस्थ होऊ लागलं. नाटकाचे विचार मनात घोळत होते, तोपर्यंत इथं राहण्याला काही अर्थ होता. आता इथं का राहायचं?

मन या विचारात गुंतलं असतानाच आणखी एक आकर्षण मथुरेत निर्माण झालं. सोबत त्याला पूरक अशी जबाबदारी अंगावर आली.

नाटकात रुक्मिणीचा अभिनय करणारी चंद्रिका कलावंताच्याच घरातली होती. नृत्यकलेत पारंगत असली, तरी संगीत तिचा प्राण होता. तिचा आवाज तर अप्रतिम होताच, त्याहीपेक्षा स्वरांमध्ये भाव ओतण्याची तिची शक्ती केवळ अद्भुत होती!

कुठलीही भावना व्यक्त करणारं गाणं असो – तिचे स्वर श्रोत्यांच्या मनाचा पूर्णपणे ताबा घेत. नंतरही कितीतरी दिवस ते स्वर कानांत घुमत राहायचे. तिचं रूपही लावण्यपूर्ण आणि भावपूर्ण होतं. तिच्याशी बोलणं झाल्यानंतर आणि तिच्याबरोबर नाटकात अभिनय केल्यानंतर मी एकदा आवर्जून विश्वकर्मा स्थापतींना भेटलो आणि त्यांना अंग-सौंदर्याच्या मर्माची उकल करून सांगायला सांगितलं. त्यांनी सांगितलं, "समग्रपणे जाणवलेल्या शरीरसौष्ठवामुळे शिल्प सौंदर्यपूर्ण होईलच, असं नाही. प्रत्येक अवयवांतून सौंदर्य जाणवलं पाहिजे. भावप्रकाश जाणवला पाहिजे. अंतर्यामी भाव भरलेले नसतील, तर सौंदर्य उजळून दिसणार नाही. ह्या भावसौंदर्याचा अंतर्यामी आस्वाद घेणाराच त्याचा आविष्कार करू शकतो. तोच खरा शिल्प-ब्रह्म! भावप्रकाश फक्त दृष्टीतून व्यक्त होतो, असं नाही. संपूर्ण शरीरच हे भाव-जास्त प्रमाणात व्यक्त करत असतं. भुवयांची रचना, नाकाचा बाक, गालावरची खळी, छातीवरचा पदर आणि सौष्ठव, हातांची गोलाई किंवा कृशपणा – प्रत्येकांतून भावप्रकाश पसरत असतो."

चंद्रिकेला केवळ सुंदरी म्हणण्यापेक्षा भाव-प्रकाशमयी म्हणणं, अधिक योग्य ठरेल, हे माझ्या मनानं ओळखलं. या विषयावर आणखी कुणाबरोबरही बोलणं शक्य नव्हतं.

सुमारे माझ्याच वयाची, म्हणजे सत्तावीस-अठ्ठावीस वर्षांची चंद्रिका. या आधी मोठमोठ्या धनाढ्यांशी तिची जवळीक असल्याचं आधीच माझ्या कानावर आलं होतं. पण अलीकडे तिनं सगळ्यांनाच दूर केल्याचंही लोक आश्चर्यानं बोलत होते. तिचं गायन ऐकण्यासाठी कुणालाही तिच्या घरी जाण्याची परवानगी असे, तेवढंच! इतर सलगी तिथं चालत नसे. पण सौंदर्याची उपासक असल्याप्रमाणे ती अत्यंत जागरूकपणे स्वत:चं अलंकरण करत असे. गालांना लाली, डोळ्यांत काजळ, केसांमध्ये फुलं, गळ्यात चमकदार हार, स्तनसौष्ठवाचा निम्मा भाग पाहणाऱ्याच्या डोळ्यांत भरेल, अशा प्रकारची चोळी – तिनं कितीही दागदागिने घातले, तरी तिचं सौंदर्य तिच्यामुळेच खुलत असल्याचा पाहणाऱ्याला प्रत्यय येत होता. तिच्यामध्ये भरून राहिलेला भावप्रकाशच तिच्या सौंदर्याचा मूळ स्रोत होता.

भाद्रपदातील एक सकाळ. मी दिवस उजाडण्याआधीच बाहेर पडलो होतो. नेहमीप्रमाणे पोहायला यमुनेत उतरलो. पोहता-पोहता घाटापासून थोडा लांब गेलो. पाण्याला ओढ होती. नकळत मी आणखी एका पोहणाऱ्या व्यक्तीपाशी गेलो. जवळ जाताच ओले केस आणि भिजलेल्या चेहऱ्यावर तेजाळणारे डोळे पाहून ती चंद्रिका असल्याचं लक्षात आलं.

"अरेच्या! तुम्ही? तुम्हाला पोहायला येतं? मला ठाऊक नव्हतं!" मी आश्चर्यानं म्हणालो.

"ठाऊक असतं, तर या नदीपाशी फिरकला नसता की काय?" ती हसत म्हणाली. तिच्या बोलण्यात कितीतरी भाव दडल्यासारखं वाटून मी गोंधळलो.

"का? असं का म्हणता?" मी विचारलं. प्रवाहाविरुद्ध हात-पाय मारून स्थिर राहताना बोलत असल्यामुळे मला धाप लागली होती. उलट त्याच प्रवाहात पोहत बोलताना तिला किंचितही दम लागलेला दिसला नाही. ती माझ्या चेहऱ्याकडे पाहत म्हणाली, "तू कर्मठ ब्राह्मण आहेस ना? म्हणून म्हटलं."

मी आणखी गोंधळून गेलो. आजवर आदरानं माझा उल्लेख करणारी चंद्रिका अचानक एकेरीवर आली आणि कर्मठ ब्राह्मण म्हणून माझी हेटाळणीही करत होती! हेटाळणी? की सलगी? म्हणजे? याचा अर्थ काय?

मी ते स्पष्टच विचारलं, तेव्हा ती उत्तरली, "एकदाही माझ्या घराजवळ फिरकत नाही तुम्ही! मी इथं आहे, असं समजलं असतं, तर इथंही फिरकला नसता. खरं की नाही? म्हणून कर्मठ ब्राह्मण म्हटलं."

"मी तुमच्या घराकडे फिरकलो नाही, म्हणून लगेच कर्मठ ब्राह्मण कसा काय ठरलो?"

"टाळूवरचे चार केस ठेवून बाकीचे केस काढून चेहरा विद्रूप केला नाही, तर हवनाच्या वेळी यज्ञेश्वर रागावून निघून जाईल, अशी भीती बाळगणं हे कर्मठ ब्राह्मणाचं लक्षण नाही काय?"

मी उद्या पुन्हा केस काढणार असल्याचं हिला कसं समजलं असेल? कदाचित जयसिंहांनी सांगितलं असेल. ते वरचेवर हिच्या घरी गाणं ऐकायला जात असतात.

"उद्या तुम्ही एक तर सगळे केस तसेच ठेवा किंवा सगळे केस काढून संन्याशासारखं मुंडन करा. निम्मे केस काढायचे-निम्मे ठेवायचे, मला नाही आवडत ते! मुद्दाम चेहरा विद्रूप करून घेऊ नका." एवढं सांगून ती माशाच्या चपळाईनं तिथून निसटली आणि काठाकडे निघून गेली.

कधीतरी हिच्या घरी जाऊन यावं, असं मला त्या दिवसापासून तीव्रपणे वाटू लागलं. मनात आलं, ओळख होऊन चार महिने होऊन गेले, तरी का गेलो नाही मी तिच्या घरी?

नाटकामुळे तिच्याशी परिचय झाला होता, हे खरं. दिवसभरच नव्हे, मध्यरात्रीपर्यंत नाटकाचा अभ्यास चालायचा. इतर कुठल्याही विचारांना प्रवेश मिळू नये, इतकं माझं मन नाटकात तन्मय झालं होतं. संपूर्ण नाटकभर माझं काम होतं. हिचं मात्र अधून-मधून होतं. त्यामुळे माझ्याएवढे संवाद आणि प्रसंग तिला नव्हे, आणखी कुणालाही नव्हते. आणखीही जाणवलं, ओळख झाल्यापासून मी हिच्याकडे रुक्मिणी म्हणूनच पाहिलं. ही चंद्रिका नावाची नटी होती, तिचं वेगळं आयुष्य होतं, अशा प्रकारे पाहिलंच नाही. त्यामुळे त्या कृष्ण-रुक्मिणीला नाटककारानं निर्माण केलेल्या

दृश्यांव्यतिरिक्त वेगळं जीवनही नव्हतं.

दुपारी नाटककार वासुदेव शर्मा आणि सूत्रधार आनंद दत्त जयसिंहांच्या घरी आले. कृष्णमंदिराचा पारुपत्त्यगार सुजय वर्मा, मथुरेचे प्रमुख श्रेष्ठी बलराम श्रेष्ठी आणि प्रथम कायस्थ संकर्षण गुप्तही आले होते. त्यांची परस्परांशी चर्चा झाल्यावर त्यांनी मला माडीवर बोलावून घेतलं. जयसिंहांनीच सांगितलं, "तुमच्याकडून कृष्ण-भगवानाची आणखी सेवा घडावी, असं दिसतंय."

ते खुलासा करण्याची मी वाट पाहू लागलो.

"आपण अष्टमीच्या रात्रीपासून पुढं सात दिवस जे दीर्घ नाटक सादर केलं, ते इतकं लोकप्रिय झालंय की, मथुरानगरीच्या विविध विभागांत ते पुन्हा-पुन्हा सादर केलं जावं, अशी कृष्णभक्तांची अपेक्षा आहे. अहिच्छत्र, कांपिल्य, रोहितगिरी – एवढंच नव्हे, कन्यकुब्जमध्येही नाटक दाखवलं जावं, असं नगरप्रमुखांनी ठरवलं आहे. तुमचीच प्रमुख भूमिका आहे. आपल्या वैदिक धर्माच्या अभ्युदयासाठी तुम्हीही सहभागी झालं पाहिजे."

त्यांचं बोलणं ऐकून माझं मन उत्साहानं भरून गेलं. नाटक संपल्यावर मनात निर्माण झालेला अवनत भाव नष्ट होऊन पुन्हा उन्नत्त भावावर मन स्वार झालं. तरीही म्हटलं, "इथं असा आणखी किती दिवस राहू? काशीला म्हणून निघालोय. आईला आणि बायकोला तर मी कुठं आहे, हेही ठाऊक नाही."

"अमरूकमहाराजांना आपल्या प्रतिहार राजांकरवी एक संदेश पाठवू या. पाहिजे, तर तुमच्या कुटुंबाला इथं घेऊन येण्याची व्यवस्थाही करता येईल. ह्या सगळ्या जागी नाटक करण्यात एखादं वर्ष जाईल. तुम्हाला त्यासाठी योग्य ते मानधनही मिळेल."

"ते काही माझ्या दृष्टीनं महत्त्वाचं नाही." मी पटकन सांगितलं.

"कलाकाराचा गौरव करणं प्रतिहार राजा आपला धर्म मानतो. तुम्ही मागणार नाही, हे मला ठाऊक आहे. त्यामुळेच आमच्या दानपात्राचा विस्तारही वाढतो."

सारे नगरप्रमुख गेल्यावर जयसिंह म्हणाले, "उद्या येऊ नको, म्हणून नापिताला सांगायला पाहिजे, नाही का! नाहीतर येऊ दे त्याला. तुमच्या लांब वाढलेल्या केसांना सुंदर आकार द्यायला सांगू या. खास कृष्ण भगवानाच्या केसांसारखा!"

"कृष्ण भगवानाची केशरचना कशी होती, हे कुणाला ठाऊक?" मी मुद्दामच विचारलं.

"आमच्या नापिताला आहे ठाऊक!" तेही हसत म्हणाले, "शिवाय त्याला काही शंका आलीच, तर सूत्रधार त्याला मार्गदर्शन करतील."

त्या संध्याकाळी मी चंद्रिकेच्या घरी गेलो. त्याआधी तिचं घर मी बाहेरून

पाहिलं होतं. कुणीतरी उत्साहानं दाखवलं होतं, म्हणून.

नदीशेजारच्या गल्लीत, नगराच्या केंद्र-वळणापलीकडे तिचं दुमजली घर होतं. अगदी प्रासाद म्हणण्यासारखं नसलं, तरी पुरेसं प्रशस्त. छतावर उभं राहिलं तर समोर दिसणारं नदीचं पात्र. तिच्या घरासमोरच्या कुठल्याही घराला माडी नव्हती. गुळगुळीत गाऱ्याची जमीन, पायऱ्या आणि गच्ची. नाजूक कोरीवकाम केलेली आणि रंगवलेली लाकडी दारं. घराभोवतालच्या छोट्या उद्यानात भरपूर तुळशीची झाडं. तिच्या घरात प्रवेश करत असतानाच तुळशीचा वास नाकात भरू लागला. घराच्या दारापाशी पोहोचेपर्यंत तर इतर कुठलाही वास समजू नये, इतक्या प्रमाणात तुळशीचा वास भरून राहिला. त्या सुगंधाचा दीर्घ श्वास घेऊन पाच-सहा वेळा आस्वाद घेतल्यावर मी दारावर थाप मारली.

थोड्याच वेळात दरवाजा उघडला. चाळिशीच्या घरातल्या एका सेविकेनं दार उघडून विचारलं, "कोण?" पण पुढच्याच क्षणी ओळख पटून ती उद्गारली, "ओह! कृष्ण भगवान! सातही दिवस मी आले होते." म्हणत तिनं वाकून आपलं डोकं माझ्या पायांवर टेकवलं.

मी अवघडून गेलो. "मी नागभट्ट" म्हटल्यावर ब्राह्मण म्हणून तिनं नमस्कार केला असता, तर सहजपणे आशीर्वादाचे मंत्र म्हटले असते. पण ही तर मला प्रत्यक्ष कृष्ण भगवान समजून नमस्कार करत होती. नाटकातले आशीर्वादाचे संवाद बोललो, तर प्रसंग संकर होईल. काहीही न कळून मी तसाच उभा राहिलो.

तिनं मला आत येऊन एका उंच मंचावर बसवलं. नंतर नम्रपणे म्हणाली, "बाईसाहेबांची ही ध्यान करण्याची वेळ. बराच वेळ झालाय, एवढ्यात बाहेर येतील. तोपर्यंत पन्हं देऊ की दूध देऊ? दुपारीच केलेलं मधुर ताक गाडग्यात ठेवलंय. ते देऊ का?"

थंड ताक पीत असताना थोड्या अंतरावर उभी राहून ती मोरपिसाच्या पंख्यानं वारा ढाळू लागली.

चंद्रिकेच्या गाण्याविषयी मला ठाऊक होतं. मलाच काय, सगळ्या मथुरा नगरीलाच ठाऊक होतं. ती गणिका असल्याचंही ठाऊक होतं. गर्भश्रीमंत लोक हिचं भावपूर्ण गाणं ऐकायला आवर्जून येत असत, हेही मला ऐकून माहीत होतं. मी बसलो होतो; त्या मोठ्या दिवाणखान्यात मृदंग, वीणा, मोठाले टाळ यांसारखी वाद्यं दिसत होती. पण ती नियमितपणे ध्यानधारणा करत असेल, असं मला वाटण्याचा संभवच नव्हता.

मी विचारलं, "दररोज त्या ध्यान करतात?"

"होय. काही कारणानं दिवसा वेळ मिळाला नाहीतर रात्री बराच वेळ ध्यान करतात. त्याशिवाय अंथरुणाला पाठ लावत नाहीत."

वारा ढाळत असली, तरी तिचं सारं लक्ष आतल्या खोलीकडे असल्याचं तिच्या चेहऱ्यावरून दिसत होतं. थोड्या वेळानं मीच म्हटलं, "ठीक आहे. वारा ढाळण्याची गरज नाही."

पंखा ठेवून ती आत गेली. थोड्याच वेळात दोघी हलक्या आवाजात बोलत असल्याचं ऐकू आलं. बहुतेक ध्यान संपलं असावं किंवा घरात आणखी कुणी तर नसेल?

थोड्या वेळात रेशमी वस्त्रांची सळसळ ऐकू आली. मी वळून पाहिलं – चंद्रिका माझ्याकडे येत होती. मोरपंखी रंगाची रेशमी साडी आणि त्याच रंगाची चोळी अंगावर होती. गालांना लाली, डोळ्यांत काजळ, भुवयाही कमानदार कोरल्या होत्या. वेणी वर बांधली होती. तिच्या दोन्ही हातांमध्ये एक तुळशीहार होता. मनात आलं – ही याच वेषात ध्यान करत होती की, इथं येताना एवढ्यात सारा शृंगार करून आली म्हणायची?

तिनं माझं स्वागत करत तुळशीहार माझ्या गळ्यात घातला. मधोमध लाल जास्वंदीची फुलं असलेला एवढा मोठा हार घाईघाईनं गुंफणं शक्य नाही, हे लक्षात येण्यासारखं होतं. मी गडबडलो. पद्मासनात गुंतलेले पाय सोडवून सरळ उभा राहायला काही क्षण लागले.

"हार केव्हा गुंफला, असा प्रश्न पडलाय ना? आज संध्याकाळी तुम्ही निश्चित याल, असं मला वाटलं होतं. म्हणून दुपारीच मी गुंफून ठेवला. बहुतेक वेळा मला वाटतं, तसंच घडतं. काही वेळा चुकतंही!"

माझ्या मंचासमोर एका चौरंगावर बसून तिनं विचारलं, "पुन्हा-पुन्हा नाटक करावं, असं ठरलंय ना?"

"जयसिंह आले होते का? की आनंद दत्तांनी निरोप पाठवला?" मी विचारलं.

"याचाच अर्थ ठरलंय!"

"त्यांच्यापैकी कुणीतरी सांगितल्यावर शंका यायचं कारणच काय?"

"तेही खरंच," म्हणत तिनं काही क्षण डोळे मिटून घेतले. पुन्हा माझ्या चेहऱ्यावर आपल्या दृष्टीतून मंद प्रकाशाचा वर्षाव करत ती म्हणाली, "मी आणखी कुणाला बोलले नाही – पण सांगते. ध्यान करताना अचानक काही डोळ्यांसमोर तरळून गेलं की, मी समजते, असं काहीतरी जवळपास घडलं आहे. अगदी अलीकडे असा अनुभव मला वरचेवर येत असतो. तुम्ही कुणाला सांगू नका, पण आता ध्यान करताना आपण गावोगावी कृष्ण – नाटक करून दाखवत आहोत, असं जाणवलं. तुम्ही कृष्णाच्या वेषात – मी रुक्मिणीच्या वेषात. मी आणखीही एका पात्रात होते. आपल्या नाटकात आतातरी तसं पात्र नाही. मनावर आक्रमण करणारी नृत्यं आणि मनाला मोहात पाडणारी गाणी – वयात येऊ पाहणाऱ्या कृष्णाबरोबर

वृंदावनातल्या चांदण्यात वावरणारं पात्र!''

''हा बदल मला कुणी सांगितला नाही.''

''अलीकडे मला जे अनुभव येताहेत, त्यांमधली सत्यासत्यता पडताळून पाहण्याची ही एक संधी आहे. तुम्हीही कुठं बोलू नका. शर्मा आणि दत्त यानंतर नाटकात कसे बदल करतात, ते आपण पाहू या.'' ती उत्साहानं म्हणाली.

तिच्या आंतरिक शक्ती पाहून मी चकित झालो. मी विचारलं, ''केव्हा आणि कुठं ही सिद्धी प्राप्त झाली तुम्हाला?''

''ध्यानधारणेत प्रगती होत असताना असल्या सिद्धी आपोआप प्राप्त होत असतात. त्या सिद्धींसाठी ध्यान करायचं नसतं. त्याचा वापर करणं तर संपूर्णतः वर्ज्य असतं.''

मला ध्यानातली फारशी माहिती नसल्यामुळे बाकी तपशिलात शिरण्याचा प्रश्नच नव्हता. तिनंही विषय बदलला, ''तुम्हाला किती प्रसिद्धी मिळाली आहे, ठाऊक आहे? लोकांना वाटतं, तुमच्या रूपानं स्वतः कृष्ण भगवान पुन्हा या पृथ्वीतलावर अवतरले आहेत. चारुमती तर आता आत सांगत होती – एकवार यांना स्वयंपाक करून जेवायला वाढलं, तर माझा जन्म सार्थकी लागेल. मी तिला सांगितलं, आज रात्री स्वयंपाक कर, म्हणजे निम्मी सार्थकता मलाही मिळेल. तिनं स्वयंपाक करायला सुरुवातही केली असेल.''

''जयसिंह माझी वाट पाहत असतील. आणखी एखाद्या दिवशी तुम्हाला आधीच कळवून, भरपूर भूक ठेवून जेवायला येईन. तिथला स्वयंपाक वाया जाऊ नये.'' मी सांगितलं. तिनं सेविकेला बोलावून हे सांगितलं, तेव्हा तिचा चेहरा उतरला. पुन्हा कधीतरी दुपारी येऊन भरपूर जेवण करेन, असं आश्वासन दिल्यावर ती थोडी खुलली आणि आत निघून गेली.

नंतर चंद्रिकेनं विचारलं, ''गेले चार महिने आपण एकत्र अभिनय करत आहोत. पण एकदाही अशा प्रकारे सहज गप्पा मारण्याचा प्रसंग आला नाही ना? तुम्ही कुठल्या गावचे? ते कसं आहे गाव? मथुरेला केव्हा आला? काय कारण घडलं? काहीच सांगितलं नाही तुम्ही.''

हिला खरी हकिकत सांगावीशी वाटली. पण हे समजलं, तर इतर सगळे मला खोटारडा ठरवून यानंतरही माझ्याविषयी सतत साशंक राहतील. एवढंच नाही, हेरगिरीचा संशय येऊन कारागृहातही टाकतील, हे लक्षात आलं. त्यामुळे सगळ्यांना जे सांगितलं होतं, तेच तिलाही सांगावं लागलं.

''काशीला जाऊन गहन शास्त्रांच्या चोपड्या वाचण्यापेक्षा नाटकातली पात्रं रंगवणं अधिक चांगलं आहे.'' ती म्हणाली.

''का बरं? असं कसं म्हणता?''

"कारण यात रस आहे. इथं तुम्ही स्वत: नवरसांपैकी प्रत्येक रसाचा आस्वाद घेऊ शकता. तोच रस इतरांमध्येही भरू शकता. तुम्ही केवळ महाशास्त्री असता, तर आमची चारुमती, तुम्हाला जेवायला वाढलं, तर जन्म सार्थकी लागला, असं म्हणाली असती काय? मीही तुमच्याशी इतक्या आत्मीयतेनं बोलले असते काय?"

"पण तुम्ही –"

माझं वाक्य निम्म्यावर तोडून ती म्हणाली, "मला वाटतं, आपण हा 'तुम्ही-आम्ही'चा परकेपणा सोडून द्यावा हे बरं! फार तर इतरांसमोर नको म्हणायला. आपण दोघंच असताना तुम्ही-आम्ही-आपण म्हणणं म्हणजे..." म्हणत तिनं माझ्या गालावर हलकेच चापटी मारली आणि मुक्तपणे हसू लागली. कितीतरी वाक्यं जे सांगणार नाहीत, ते तिनं त्या चापटीतून सांगितलं. तिच्या हाताची सारी हालचाल एखाद्या तानेसारखी भासली.

"राग आला?" स्नेहभरल्या नजरेनं पाहत तिनं विचारलं.

"होय तर! उलट एक थोबाडीत ठेवून द्यावी, इतका राग आलाय!"

"एवढ्या उच्चारानंतर मारलं, तर तो नाटकीपणा होईल म्हटलं! अनपेक्षितपणे केलं, तर मात्र तीच क्रिया काव्य बनते." मला शब्दांत पकडत ती म्हणाली.

संध्याकाळी चंद्रिकेच्या घरी गेल्याची बातमी जयसिंहाच्या कानावर घातली, तेव्हा त्यांनी भुवया उंचावून विचारलं, "मग? दुर्मीळ देवता प्रसन्न झाली की नाही?"

मी उत्तर दिलं नाही. इतर कुणालाही कळणार नाही, कळू नये, अशा प्रकारचा भावसंबंध तिच्या-माझ्यात होता, असं मला कुठंतरी जाणवत होतं.

"शर्मा आणि भट्टांनी नाटकात काही वेगळेपण आणायचा निर्णय घेतला आहे. ती सूचना सर्वप्रथम आम्हीच केली होती. त्यामुळे आम्हाला तर फारच अभिमान वाटत आहे. मथुरेला कंसवधासाठी जाण्याआधीचा कथाभाग वाढवला आहे. कौमार्य आणि तारुण्य यांच्या रेषेवरील कृष्णावर एक तरुणी अनुरक्त होते. नवऱ्याला कळू न देता दूरच्या यमुना नदीच्या वाळवंटावर चांदण्यात ती त्याला भेटते, दोघंही मनसोक्त नृत्य करतात. तो मुग्ध तरुण, ती अनुभवी तरुणी! त्याला वश करून घेण्याची तिची अदम्य इच्छा! पण ती इच्छा पूर्ण होण्याआधी तो मथुरेला जातो. कंसवध करतो आणि पुढे राज्यकारभारात गढून जातो. आयुष्यात पुन्हा त्या दोघांची कधीच भेट होत नाही. ती चिरविरहिणी यमुनेच्या काठी चांदण्या रात्री गाणी म्हणत वावरत राहते. इतर गोपींच्या मनातही त्याच्याविषयी ओढ आहे, पण तिथं वात्सल्य भावना आहे. वात्सल्याची मर्यादा ओलांडून ती भावना वाढल्यामुळे त्या तरुणीला अशी शिक्षा मिळते. हे पात्र चंद्रिका करणार आहे. त्यानंतर येणारं रुक्मिणीचं पात्रही तीच करणार आहे."

मी सगळा तपशील अवाक होऊन ऐकत राहिलो.

"मथुरा प्रवेशानंतर तुमचा रंगभूमीवर प्रत्यक्ष प्रवेश व्हायचा. आता त्या ऐवजी या आधीच्या प्रवेशात तरुणीबरोबरच्या नृत्यापासून तुमची भूमिका सुरू होईल. तुम्हाला यानंतर नृत्याभ्यासही आवश्यक आहे."

कसंबसं मी आश्चर्य आवरलं. 'तिच्या ध्यानामधला हा प्रसंगही खरा होतोय!' तरीही माझ्या तोंडून 'अद्‌भुत!' एवढा उद्‌गार बाहेर पडलाच.

"तुम्हालाही पटलं तर! या नाट्यविस्तारामुळे कृष्णाच्या पात्रामध्ये आणखी रस-निष्पत्ती व्हायला भरपूर वाव आहे. कर्मठ मंडळी कदाचित यावर भुवया उंचावतील, पण सर्वसामान्य प्रेक्षकांना हे खचितच आवडेल. कृष्ण म्हणजे मधुर प्रीती हेच त्यांच्या मनात ठसेल." जयसिंह म्हणाले.

चंद्रिकेच्या आंतरिक शक्तीविषयी बोलावं की बोलू नये, असं मनात आलं. पण जिभेवर आवर घालून मी गप्प राहिले.

माझ्या तारावतीमधल्या शेतकऱ्यांपेक्षा आणि गवळ्यांपेक्षा इथल्या गवळ्यांच्या आणि शेतकऱ्यांच्या जीवनात नाच-गाण्याचं स्थान अन्न-वस्त्र-निवाऱ्याइतकं महत्त्वाचं होतं, हे मी पाहतच होतो. इथल्या म्हाताऱ्याही टाळ्या वाजवत ढोलांच्या तालावर नाचत. चांदण्याचे दिवस असतील, तर सारा गाव गावाच्या मोकळ्या पटांगणावर जमून नाचू लागे. त्यात कुणी नाचणारे, कुणी पाहणारे, असा भेदच नसे. प्रौढ माणसं लवकर दमून थांबत एवढंच! सुरेख नाचणाऱ्या मुलींशी लग्न करायला तरुणांमध्ये चढाओढ लागे. चांगल्या नाचणाऱ्या मुलावर तरुणीही लुब्ध होतात. अशा अनुरूप जोड्यांचं नृत्य पाहताना गावकऱ्यांनाही अभिमान वाटे. मथुरेच्या रस्त्यांवर अशी नृत्यं मध्यरात्रीपर्यंत चाललेली मी पाहत होतो.

म्हणूनच अशा तरुण-तरुणींमध्ये नृत्य करून त्यांच्या मनात कृष्ण भगवानाविषयी मधुर प्रीती निर्माण करण्यात मला यश मिळेल काय, या शंकेनं मी थोडा गंभीर झालो. शर्मा आणि दत्त यांनी 'घाबरू नका! आम्ही तुमच्याकडून चांगली नृत्यं बसवून घेऊ', असं सांगितलं. मनात संशय होताच. भर तारुण्यात जयसिंहानी तर नृत्यामध्ये धमाल उडवली होती. त्यांनी बरंच मार्गदर्शन केलं. चंद्रिकेनंही एकदा कानात कुजबुजून सांगितलं. "माझ्या घरी ये. मी शिकवेन तुला. माझं मागं नृत्यकलेचंही शिक्षण झालंय म्हटलं! मी सांगते तुला पावलं कशी टाकायची ते!"

व्वा! हिचं सारं शरीर कसं स्वच्छ प्रकाशासारखा भाव अभिव्यक्त करत होतं! तिचं वाकणं, लवणं, ताठ होणं, उडी मारणं, हातांची हालचाल करणं... तिच्या प्रत्येक हालचालींमधून अर्थ व्यक्त होत होता. नृत्यातूनच कथा समोरच्या प्रेक्षकांच्या मनात उतरवणारी ती चतुरा! तिच्या घराच्या चौकात तिच्या बरोबरीनं पावलं टाकताना, माझ्या मनात थोर गुरूपुढे चाचपडणाऱ्या शिष्याचा भित्रेपणा राहणार

नाही, याचीही ती काळजी घेत होती. तिनंच संपूर्ण नृत्याची रचना ठरवली. त्यात लोकनृत्यातल्या साधेपणाबरोबरच मार्गी कलेचं गांभीर्य, संकीर्णता आणि गहनता येईल, यांकडे तिचं लक्ष होतं.

एकदा नृत्य शिकवताना तिनं मला ठणकावून सांगितलं, "प्रणय म्हणजे भक्ती. हे तुझ्यासारख्या कर्मनिष्ठ आणि वेदविद्येत पांडित्य मिळवणाऱ्याला समजणार नाही."

ह्या नाटकानं तर जनसामान्यांना पूर्वीपेक्षाही अधिक आकर्षित करून घेतलं. साऱ्या मथुरा नगरीत तोच एक विषय झाला होता. खेळणाऱ्या कुमारांपासून प्रणयासक्त तरुण-तरुणींपर्यंत आणि आसक्त गृहस्थांपासून निरासक्त वृद्धांपर्यंत, राजकारणात गुंतलेल्या मुत्सद्यांपासून नृत्य-संगीत-नाट्य यांत रस घेणाऱ्या रसिकांपर्यंत, शेतकरी, सुतार, चर्मकार, विणकर – सगळीच प्रजा कृष्णावर अनुरक्त होऊन गेली. त्यातच तो आपल्या गावचा असल्याचं विशेष ममत्वही मिसळलं होतं. धर्माविषयी विशेष जागरूक नसणाऱ्या आणि केवळ आजूबाजूचे जसे वागतात, तेवढंच बघून जगणाऱ्यांबरोबरच आपल्या धर्माविषयी विशेष जागृत असलेल्या बौद्धांनाही कृष्णाविषयी विशेष आकर्षण वाटू लागलं. नगरातल्या वेगवेगळ्या भागांत हेच नाटक पुन्हा-पुन्हा सादर होत असताना रसिकही पुन्हा-पुन्हा नाटकाला हजेरी लावत होते. स्वत: ते पाहून प्रभावित झाल्यावर आपल्या घरातले, आपले स्नेही आणि मित्र, आपले नातेवाईक यांनाही नाटक पाहायला प्रवृत्त करत होते. काही जण याचा प्रभाव मान्य करूनही वाद घालत, कृष्णासारखा योगी अगदी बालपणी का होईना, गोपींबरोबर नृत्य करेल काय? युद्धामध्ये हरवलेल्या विविध जाती-मातींतल्या राजांच्या मुलींशी विवाह करणं शक्य आहे काय? त्यानं सांगितलेला कर्ममार्ग आपल्याला आणखी दु:खात लोटणार नाही काय? काही बौद्ध मथुरेतील मानी ब्राह्मणांशी या विषयावर उलट-सुलट चर्चा करू लागले, तर काही जण मथुरेतील कृष्णमंदिरात जाऊन हात जोडू लागले.

मला तर रस्त्यावरून चालणं कठीण होऊन गेलं. सगळे मला ओळखू लागले. मी दिसलो की, मुलं-तरुण-तरुणींचा घोळका मला वेढू लागायचा. मला बघायला म्हणून माणसं गर्दी करू लागली. काही जण सरळ पाहत होते, तर काही चोरून! गर्दीचा वीट यावा, एवढी मला याची कटकट होऊ लागली. काही जिज्ञासू मंडळी भेटून चर्चाही करत. नाटकाच्या अभ्यासाचा एक भाग म्हणून शर्मांच्या बरोबरीनं भगवद्गीतेचा नुकताच अभ्यास केल्यामुळे मलाही चर्चा आणि वादविवाद घालायला उत्साह यायचा.

बौद्ध मंडळी वाद घालत, "सगळंच क्षणिक असेल, तर स्मृतीचा अर्थ लावणं कसं शक्य आहे?"

'सर्वं दुःखं,' म्हटल्यावर आपण सगळे अजूनही का जगत आहोत? आपल्या मुला-बाळांची लग्नं का लावतो? यांसारखे माझ्या गुरूंचे – मंडनमिश्रांचे मुद्दे घेऊन मीही त्यांच्याशी वाद घालण्यात रंगून जात होतो. कृष्णाच्या भूमिकेमुळे समस्त जनतेच्या मनोभावावर विजय मिळवलेल्या माझ्या वाणीतून निघणाऱ्या मुद्द्यांना फारसा विरोध न करता त्यांच्या हृदयात प्रवेश मिळत होता.

या पात्रानं मलाही एक नवा अवतार दिला होता. लोकांनी मला काय म्हणून ओळखावं? नागभट्ट म्हणून की पंडित नागभट्ट म्हणून? इथं तर ती दोन्ही नावं निरर्थक वाटत होती. कुणीही त्या नावानं मला ओळखेना. दत्त म्हणाले, "कृष्णाशी संबंधित नसलेलं कुठलंही नाव लोक तुमच्या संदर्भात स्वीकारणार नाहीत."

"आपणच कृष्णानंद हे नाव प्रचारात आणू या," ही चंद्रिकेची सूचना नाटक मंडळीत सगळ्यांनाच पटली.

लवकरच सारं मथुरानगर मला 'कृष्णानंद' म्हणून ओळखू लागलं. मी वाढवलेले केस मागं वळवून विंचरू लागलो. नेहमी कपाळावर वैष्णवांप्रमाणे उभं गंध लावू लागलो. रस्त्यात लोकांपासून सुटका करून घेण्यासाठी जवनिका लावलेल्या रथातून वावरण्याची व्यवस्था करण्यात आली. नाटकाच्या कामकाजासाठी आणि अभ्यासासाठी बलराम श्रेष्ठी या मोठ्या नगरश्रेष्ठींनी गावाबाहेरचं आपलं मोठं घर आम्हाला दिलं होतं. तेच माझं निवासस्थान झालं होतं.

तीन

अहिच्छत्र, कांपिल्य, कन्याकुब्ज, रोहितगिरी यांसारख्या लांबवरच्या गावीच नव्हे; वाटेतल्या असंख्य छोट्या-छोट्या गावांमध्ये आमच्या नाटकानं नवं वारंच आणलं होतं. नगरातही काही खेळ केले. काही गावांमधल्या नाटक-मंडळींनीही आमचं नाटक आत्मसात करून त्याचे खेळ केले. कलावंतांचे तांडे, गाड्यांमध्ये कलावंत, वस्त्रालंकार, इतर साहाय्यक कलावंत यांच्यासह घोडेस्वारांच्या रक्षणामध्ये आम्ही वर्षभर गंगा आणि यमुना यांच्या काठांवरच्या खेड्यांपाड्यांत फिरत राहिलो. मी तर वर्षभरात पूर्णपणे नटच होऊन गेलो होतो. गावकरी नटीला वेश्या आणि नटाला 'तिरपुरुष' म्हणत असले, तरी माझ्या बाबतीत तसं नव्हतं. नटाऐवजी माझ्याकडे ते कृष्णाचा अवतार म्हणून पाहू लागले. माझं नावच 'कृष्णानंद' होऊन गेलं.

या प्रवासामध्ये आणखी एक घडत होतं. कामभावना प्रबल होऊन मला छळत होती. त्याआधीही मनात ती भावना यायची, पण त्या वेळी जीवनातील इतर कितीतरी गोष्टींवर चिंतनही सुरू होतं. सार्थाबरोबरच्या प्रवासात येणारे नवे अनुभव मनाला आपल्याकडे खेचून घ्यायचे. तिथल्या आर्थिक व्यवहाराचं मर्म जाणून घेण्याची जबाबदारी होती. मथुरेला पोहोचल्यावर वज्रपादांचा विहार आणि त्यांचं ध्येय जाणून घ्यायचं कुतूहल होतं. शिवाय शिल्पी विश्वकर्म्याच्या कामानंही चित्त वेधून घेतलं होतं. नाटकामध्ये गुंतल्यावर तर रात्रं-दिवस तोच ध्यास लागला होता.

आता मात्र परिस्थिती वेगळी होती. माशानं पाण्यात वावरावं, असा माझा रंगभूमीवर वावर होता. त्यामुळे तिथे कोणतंही दडपण मनावर नव्हतं. मन उत्साहित होतं. त्यातच ही कामभावना मनात रुजून अंकुरू लागली. गाव सोडल्याला दोन वर्षं होऊन गेली होती. बायकोचा जवळ-जवळ विसर पडला होता. मन चंद्रिकेसाठी आतुर होत होतं. केवळ शरीराचीच नव्हे; सौंदर्य, भाव आणि भावनेची समग्र तृप्तीची अपेक्षा करत होतं. आमच्या तांड्यात तशा आणखी सात-आठ नट्या होत्या. सुरुवातीला आस्ती-प्राप्ती या कंसाच्या बायकांची कामं करणाऱ्या, गोपींची

कामं करत आणि नंतर त्याच कृष्णाच्या सात बायकांची कामंही करत. सुरुवातीला विरहिणी नंतर रुक्मिणी होणारी चंद्रिका तर तांड्यातली मुख्य नटी होती. इतर नट्यांपैकी कुणापुढेही मनातली भावना व्यक्त करून त्यांपैकी एखादीला मुक्कामाला बोलावणं सहज शक्य होतं. रूप-सौष्ठवाच्या दृष्टीनं त्याही काही कमी आकर्षक नव्हत्या. कलावंतिणी असल्यामुळे त्या नीती-अनीतीच्या बंधनापासूनही मुक्त होत्या. धृती आणि छाया मात्र आमच्याच तांड्यातल्या वैवस्वत आणि कण्व यांवर अनुरक्त झाल्या होत्या. इतर सात जणींचं जीवन मुक्त होतं. त्यात, मी किंचित जरी सूचना दिली, तरी त्या मला वश झाल्या असल्या. कांतिमती, चित्रा आणि मनोरमा तर त्याकडे अनुग्रह म्हणून पाहतील; हे स्पष्ट दिसत होतं. माझ्याशी बोलताना दिसून येणारा उत्साह, त्यांचे हावभाव, त्यांचं द्वयर्थी बोलणं यातून त्या अनेकदा तसं सुचवतही होत्या. पण माझं मन मात्र चंद्रिकेचाच विचार करत होतं. 'दुसऱ्या कुणा स्त्रीशी रत झालं, तर तिला समजेल; तिलाच नव्हे, साऱ्या नाट्य मंडळीलाच समजेल. आपसात कुजकट बोलले, तरी कुणी प्रकटपणे आक्षेप घेणार नाही. माझ्या संदर्भात तर कुणी थट्टाही करणार नाही.'

'पण तरीही मी चंद्रिकेला का घाबरतो? खरोखर घाबरतो काय? ती जाब विचारेल, म्हणून वाटणारी भीती ही. तिनं तसं विचारलंच, तर म्हणायचं, "ठीक आहे, मी नाही जात आणखी कुणाकडं. मग तूच माझं मन जाणून मला साथ दे!" या विचारानं थोडं बरंही वाटायचं. 'विचार कितीही बरा वाटला, तरी असं कसं तिला विचारायचं? ती माझी अत्यंत जवळची होऊन राहिली आहे. स्वयंपाकी माझ्या जेवण्या-खाण्याकडे लक्ष देत असले, तरी ती स्वत: तिकडे विशेष लक्ष देते. मला काय हवं आणि नको, याची तेही तिच्याकडेच चौकशी करतात. नाटकातली माझी प्रणयिनी आणि राणी असल्याची सगळी कर्तव्यं ती पाळत असते. आम्ही दोघं एकाच घरात राहू लागलो, तरी कुणाला आश्चर्य वाटणार नाही. तरी ती आपल्या सेविकेबरोबर – चारुमतीबरोबर वेगळी राहते. अधूनमधून भेट होईल, तेव्हा ती प्रणयिनीची भाषा वापरून थट्टा करते, पण देहाच्या पातळीवर मात्र कणभरही जवळ फिरकत नाही. मलाही तसं धैर्य वाटत नाही. ही भीती का वाटत असावी?'

काही दिवस या मानसिक अवस्थेत तळमळल्यावर एकदा सुचलं, 'ती दररोज ध्यान करते. नाटकात काम करते, सगळ्यांबरोबर मोकळेपणानं वावरते, रस घेतील, त्यांना संगीत शिकवते. मलाही शिकवते. बाकीच्या वेळी एका खोलीत ध्यानमग्न होऊन बसते. मुख्य म्हणजे, तिचं ध्यानमग्न होणं मला आणि चारुमती वगळता आणखी कुणालाही ठाऊक नाही. तशी तिची ताकीद आहे. ध्यानधारणेच्या वेळी कुणी तिच्या घरी गेलं, तर चारुमतीच सांगते, "बाईसाहेब झोपल्या आहेत. खूप दमल्या होत्या." चंद्रिकेच्या ध्यानधारणेच्या दडपणामुळे मी तिला जवळ

बोलावू शकत नाही काय? तसं असेल, तर मन केवळ तिच्याच ओढीनं का व्याकूळ होतंय? मनातली भावना व्यक्त केली, तर ती मला सामान्य माणूस समजेल, ही तर भीती नसेल ना? मन विव्हल झालं की, पाठोपाठ तिचा राग येत होता. एकदा तर संताप इतका तीव्र होता की, तिचे केस खेचून दोन सणसणीत थोबाडीत द्याव्यात, असं तीव्रपणे वाटलं. वाटलं, हिला ध्यानस्थ असताना बाकीच्या जगातल्या बारीक-सारीक गोष्टी समजतात, मग माझ्या मनाची व्याकुळता का समजू नये? पाठोपाठ शरमही वाटली, हे तिला समजलं तर? भीतीही वाटली.

दुसरे दिवशी ती सहजच माझ्या घरी आली, तेव्हा तिच्या चेहऱ्याकडे बघायची मला शरम वाटत होती. मनात एक प्रकारचा चोरटेपणा जाणवत होता. असे चार दिवस गेल्यावर पुन्हा संतापानं डोकं वर काढलं. 'सगळं समजून-उमजून ही अजाण असल्याचं नाटक करतेय, हिच्यापासून दूर निघून गेलं पाहिजे. या नाटक मंडळींपासूनच दूर जायला पाहिजे किंवा हिलाच या नाटकातून बाहेर काढलं पाहिजे! इतक्या वेळा नाटक केल्यामुळे सगळ्याच कलावंतांना संपूर्ण नाटक पाठ आहे. त्यामुळे हिला काढून टाकलं, तरी काही बिघडणार नाही, असं शर्मा आणि दत्तांना सांगायला पाहिजे. तिच्याशिवाय नाटक चालेल, पण हा कृष्णानंद नसेल, तर मात्र नाटक चालणार नाही! मी हट्ट धरला, तर त्यांना तो पाळावाच लागेल.

मनात या भावनेचं ओझं वाढू लागलं, तेव्हा तिच्याबरोबर काम करताना केवळ शुष्क संवाद सवयीनं येत होते, त्यात जीव नाही, हे तीव्रपणे जाणवलं. अर्थात हे आणखी कुणाच्याही लक्षात आलं नाही. तिच्याही लक्षात आलं नसावं.

दुसरे दिवशी सकाळी स्नान-न्याहरी संपवत असताना चारुमती आली. तिनं सांगितलं, "बाईसाहेबांनी तुम्हाला लगेच बोलावून आणायला सांगितलं आहे."

मी अजूनही माझ्या मनातला निर्णय शर्मा आणि दत्त यांना सांगितला नव्हता, पण मनातला चंद्रिकेवरील राग कायम होता. पण तो राग सेविकेपुढे दाखवणं योग्य नव्हे, याचं भान असल्यामुळे मी म्हटलं, "आता वेगळं काम आहे."

"त्या स्वत:च यायला निघाल्या होत्या. काहीतरी महत्त्वाचं काम आहे. इथं बोलताना कुणी आलं की, अडथळा होईल, असं त्यांना वाटतं. म्हणून त्यांनी तुम्हाला तिथं बोलावलंय. तिथं कुणी फिरकत नाही."

चारुमतीचं सौम्य पण ठाम बोलणं ऐकून मला नवल वाटलं. 'कशी आपल्या मालकिणीची बाजू व्यवस्थित पोहोचवण्यात पारंगत आहे ही!' मी तिच्या मागोमाग निघालो. फारसं अंतर नव्हतं. सगळ्यांना एकीकडे घरं मिळाली नव्हती. बाकी सगळ्यांना दोन मोठाल्या हवेल्यांमध्ये उतरवलं होतं. मी, चंद्रिका, दत्त आणि शर्मांना मात्र स्वतंत्र निवासस्थान देण्यात आलं होतं. स्वयंपाक एकीकडे करून

सगळ्यांना वाढण्याची व्यवस्था केली होती.

कांपिल्यात मुबलकपणे मिळणाऱ्या झेंडूच्या फुलांचा हार गळ्यात घालून चंद्रिकेनं माझं स्वागत केलं. गळ्यात हार घालून स्वागत करण्याची तिची नेहमीची पद्धत होती. निदान माझ्या बाबतीत तरी. तो हार म्हणजे केवळ पद्धत नव्हती. मनातला माझ्याविषयीचा स्नेहभाव सुचवणं हा त्यामागचा हेतू होता.

तिनं माझा हात हातात घेऊन मला आत नेलं. ते तिचं शय्यागार होतं. तीच तिची ध्यानाचीही खोली असावी. आधीच तिनं चारुमतीला बजावलं, "कुणी आलं तर, मी घरात नाही म्हणून सांग. कृष्णानंद इथं आल्याचं सांगू नकोस."

खोलीचा दरवाजा बंद करून ती आत आली. मी मंचावर बसलो होतो. माझे दोन्ही हात आपल्या हातात घेऊन तिनं विचारलं, "इतके दिवस मनातल्या मनात तळमळत राहिलास. मला का सांगितलं नाहीस? तुला तेवढा अधिकार का वाटला नाही?"

मी तिच्याकडे पाहिलं. तिचे डोळे-भुवया-हनुवटी-संपूर्ण चेहराच नव्हे, तिची मान-खांदे-हात-सारं शरीरच त्या प्रश्नातला भाव दर्शवत होतं. मी गोंधळून गेलो. 'माझा अधिकार ही पूर्णपणे मान्य करते. का विचारलं नाही मी?'

स्वत:ला गोंधळातून बाहेर काढत मी विचारलं, "मी एवढा तळमळत असल्याचं तुला ठाऊक होतं ना? मग तू का बोलावलं नाहीस?"

"ठाऊक असतं, तर निश्चित बोलावलं असतं." ती स्पष्टपणे म्हणाली, "माझ्यावर विश्वास ठेव. मला दररोज सगळ्यांच्या मनातलं समजतं, अशी तुझी समजूत आहे ना? तसं होत नसतं. क्वचित कधीतरी ते समजतं एवढंच, नेहमी नव्हे. ठरवलं तर ते करता येतं. पण ध्यानी व्यक्तीनं अशा प्रकारे मनाची ताकद वापरायची नसते, असं माझ्या गुरूंनी मला सांगितलं आहे."

ती पुढं म्हणाली, "काल नाटकाच्या वेळचा तुझा शुष्क अभिनय मला जाणवला. घाबरले मी! घरी गेल्या गेल्या त्यामागचं कारण जाणून घेण्यासाठी म्हणूनच मी ध्यानस्थ बसले, त्या वेळी मला तुझ्या मनाची तगमग जाणवली. माझा कृष्ण किती व्याकूळ झालाय, हे बघून जीव कळवळला." बोलता-बोलता तिचे डोळे पाण्यानं भरले आणि डोळ्यांमधला प्रकाश स्निग्ध होऊन गेला.

"माझा निर्णयही समजला तुला?"

"एकीकडे माझ्यावरचा राग आणि दुसरीकडे इतरांजवळ न जाण्याचा तुझ्या मनाचा हट्ट यांमुळेच तू मला नाटक मंडळींतून बाहेर काढण्याचा विचार केलास."

"हे समजल्यावर तुला माझा राग आला नाही?"

"प्रेमच संतापाचं मूळ आहे, हे मला ठाऊक नाही काय? चिमुकल्या हातांनी आईला मारणाऱ्या लहान मुलाविषयी आईच्या मनात केवळ प्रेमच असतं." असं

म्हणत तिनं माझ्या शुभ्र तलम अंगरख्याचे बंद सोडले आणि माझ्या छाती, बाह्या, दंड, पोटावरून हलकेच हात फिरवू लागली. मंचावर बसून तिनं माझं डोकं आपल्या मांडीवर घेतलं. माझ्या नजरेत नजर मिसळून पाहू लागली, तेव्हा जाणवलं; ही प्रौढा आहे, प्रणयक्रिडेत मुरलेली पुरंध्री आहे! या विषयातलं हिचं ज्ञान माझ्या तुलनेत अगाध आहे. स्वत:ला तिच्या आधीन करणंच योग्य होतं, असं वाटून मी तिच्या मिठीत विरघळून गेलो.

"ये कृष्णा! ये माझ्या कृष्णा..." ती माझ्या कानात कुजबुजली आणि दूध पाजण्यासाठी बाळाला जवळ घ्यावं, तसं सर्वांगानं मला मिठीत घेतलं.

तिच्या सान्निध्यात मी सर्वस्व विसरून गेलो होतो. तिला विवस्त्र करण्याचाही विसर पडला होता. मी केवळ तिच्या सूचनांचा दास होऊन गेलो होतो.

मी हातानं अंथरूण चाचपून पाहिलं. तिथं गादी नव्हती, उशी नव्हती. तो केवळ लाकडी मंच होता. त्यावर फक्त चटई टाकली होती. 'ही रोज याच कठीण मंचावर झोपते? यावर बसून ध्यान करते. यावरच झोपते. म्हणजे ही तिच्या ध्यानाची खोली!'

मी दचकून चटकन उठून बसलो.

"का उठलास? ये", ती माझी बाही धरून जवळ ओढू लागली. पण मला तीव्रपणे जाणवलं, नाटकात प्रणयिनी, वधू, पत्नी, इतर सात सवतींशी अत्यंत संयम आणि औदार्यानं वागणारी गुणवती, नेहमी हंस-तुलिका हाती घेऊन वावरणारी राजमहिषी अंतर्यामी मात्र ही नेहमी संन्यासिनीच असते! ही केवळ ध्यानधारणेची खोली नाही, ही तर संन्याशिनीची गुहा आहे! अशा ध्यान-स्थानावर स्वत:ला अर्पण करण्यासाठी सुकोमलपणे माझं रंजन करीत आहे.

या विचारासरशी माझी कामवासना वितळू लागली. स्वत:ला सावरत मी विचारलं, "का हे असलं जीवन जगतेस?"

"कसलं जीवन?"

"गादीवर झोपत नाहीस तू!"

"तुला ठाऊक असेलच."

"मीही विचार करून पाहिला. ठाऊक असतं, तर विचारलं नसतं."

"आपलं नाटक लिहिणाऱ्या वासुदेव शर्मांनी माडीवर निवांत बसून सारं मला वाचून दाखवलं. मला जेवढं समजलं, ते मी नाटकातल्या अभिनयातून सांगितलं. गीतोपदेशातले

आत्मानं रथिनं विद्धि शरीरं रथमेवतु।
बुद्धि तु सारथि विद्धि मन: प्रग्रहमेव च।।
इंद्रियाणि ह्यानहुर्विप्मयांस्तेषु गोचरान् ।

आत्मेंद्रिय मनोयुक्तं भोक्ते त्यहुर्मनीषिणा:।।
यस्त्रविज्ञानवान् भवत्ययुक्ते न मनसा सदा।
तस्येंद्रियाणवर्षानि दुष्टस्स्या इव सारथे:
यस्तु विज्ञानवान् भवती युक्तेन मनसा सदा।
तस्येंद्रियाणि वश्याणि सदस्वा इव सारथे:।।

हे चार श्लोक घ्यावेत, असं मी म्हटलं. त्यांनी सांगितलं, हे गीतेतले श्लोक नव्हेत, उपनिषदातले आहेत. ते घालणं योग्य ठरणार नाही. मी म्हटलं, काही बिघडणार नाही, गीतेला अगदी शोभतील, असे हे श्लोक आहेत. काय चित्र उभं करतात हे! आत्माच रथाचा धनी. शरीर हे एक रथ आहे, बुद्धी सारथी, मन लगाम, इंद्रियं घोडे, इंद्रियांमधील विषयवासना हा त्यांचा मार्ग. आयुक्त मनाच्या अनिपुण असलेल्या व्यक्तीला इंद्रियं नाठाळ घोड्यांप्रमाणे अनावर होतात. युक्त मनाच्या निपुण व्यक्तीला त्याच्या वासनांवर उत्तम सारथ्याप्रमाणे ताबा ठेवता येतो. हा श्लोक तू अस्खलित वाणीनं उच्चारतोस, तेव्हा प्रेक्षक किती तन्मय होऊन ऐकत असतात. विस्मरणात गेलेलं उपनिषदातलं वाक्य पुन्हा सर्वसामान्य प्रेक्षकांच्या चर्चेचा विषय होतं.''

ती बोलता-बोलता थांबली, नंतर तिनं विचारलं, ''या श्लोकांचा अर्थ मी पुन्हा तुला समजावून सांगायला पाहिजे, असं नाही. तू स्वत: का वासनेवर ताबा ठेवत नाहीस? का इंद्रिय-निग्रह करत नाहीस?''

''नाटकात याला छेद देणारे कितीतरी प्रसंग आहेत. कितीतरी संवाद आहेत. या सगळ्यांचं जीवन अनुकरण शक्य आहे काय? नाटक वेगळं आणि जीवन वेगळंच! तरीही तू सांगितलंस, त्यावर मी विचार करेन.'' मी सांगितलं. त्या क्षणी माझ्याही मनात नाठाळ अश्वांप्रमाणे उधळणाऱ्या वासनांना लगाम घालून कह्यात ठेवण्याचं जबर आकर्षण वाटलं.

चंद्रिका आतल्या खोलीत होती. ध्यानासाठी बसायचा तिचा विचार असावा. बाहेर पडून मीच दार लोटून घेतलं, तेव्हा बाहेर सेविका चारुमती दिसली. माझ्याकडे पाहत ती सहेतुक हसली. माझ्याजवळ येऊन हलकेच म्हणाली, ''बाईसाहेब तुमच्या व्यतिरिक्त आणखी कुणाकडे ढुंकूनही पाहत नाहीत. तुमच्यावर मन बसल्यानंतर त्यांच्या जीवनातलं काठिण्य थोडं का होईना, कमी होईल. आणखी काही नको, गादीवर झोपतील असं करा.''

आत काय घडलं, ते हिला काय सांगणार म्हणा! काही उत्तर न देता पायांवर पादरक्षक चढवून मी माझ्या वसतिस्थानाकडे वळलो.

त्या दिवसापासून मी मनाला लगाम घालून भावनांवर नियंत्रण मिळवलं, पण

नाटकात अभिनय करणं कठीण जात होतं. 'ही अंतर्यामी संन्यासिनी आहे, प्रणयप्रेम-विरह-शृंगार यांसारख्या इंद्रियांशी संबधित भावनांशी हिचा काहीही संबंध नाही, अभिनयाचा अभ्यास करून ती हे भाव व्यक्त करत आहे एवढंच! हिच्याबरोबर तशा पातळीवरून अभिनय करणं कसं शक्य आहे?' माझं मन या विचारानं अस्वस्थ झालं. 'समोर नटी आहे, पात्रांमध्ये भाव असतात, नटीमध्ये नव्हे. मी माझ्या भूमिकेशी एकरूप होऊन अभिनय केला पाहिजे', हे ठाऊक असूनही अभिनय शुष्क आणि आनंदरहित होऊ लागला. कह्यात आलेले वासनेचे घोडे पुन्हा उधळू लागले. चंद्रिकेविषयी राग येऊ लागला. मला इंद्रियनिग्रहाचा उपदेश करणारी ही कोण?

एक दिवस अचानक बातमी आली. सूत्रधार आनंद दत्तांनी सांगितलं, "चंद्रिका म्हणते – मथुरानगरी सोडून खूप दिवस झाले. कांपिल्याहून पुढच्या गावी, इंद्रधारेला गेल्यावर कुणीतरी दुसरी ही पात्रं करू दे. नृत्याची आणि गाण्याची तालीम ती आतापासूनच द्यायला तयार आहे नव्या मुलीला. चंद्रिकेच्या सगळ्या भूमिकांसाठी सुगंधा योग्य आहे, असं सूत्रधार नाटककारांना वाटतं."

'चंद्रिकेनं असं कसं मला काहीही न सांगता हे ठरवलं? माझं तिच्या जीवनात महत्त्वाचं स्थान आहे, हा माझा केवळ भ्रमच म्हणायचा काय?' मला बधिर झाल्यासारखं झालं. माझा उतरलेला चेहरा पाहून दत्त सांत्वनेच्या स्वरात म्हणाले, "नाटकातलं जीवन असंच असतं. आपण सगळे नट – आपले संबंधही तेवढेच!"

त्यांचं बोलणं कानात शिरलं, तरी मनापर्यंत पोहोचलं नाही. थोडा वेळ माझ्या उत्तराची वाट पाहून ते म्हणाले, "नृत्य आणि संगीताच्या दृष्टीनं पाहिलं, तर सुगंधेहून वरचढ कुणीही नाही. तरुण आणि प्रौढा दोन्ही भूमिकांसाठी तो योग्य चेहरा आहे." एवढं सांगून आणखी काही काम आठवल्यामुळे ते निघून गेले.

वाटलं असंच चंद्रिकेपाशी जाऊन तिला विचारावं, "असा का निर्णय घेतलास?" "तुला माझ्याबरोबर रसपूर्ण अभिनय करणं शक्य होत नाही. शिवाय मी इथं असेपर्यंत तू आणखी कुणा स्त्रीच्या जवळही जाणार नाहीस, हे ठाऊक आहे. मलाही अभिनय करणं कंटाळवाणं होत आहे. तू सुखात राहा!" असं तिनं सांगितलं तर? जर-तरचा प्रश्नच नाही. ती असं सांगेल, यात शंका नाही. ध्यानस्थ अवस्थेत तिनं माझ्या मनाचा शोध घेतला असेल. ध्यान जरी सोडलं, तरी हे तिच्या नेहमीच्या बुद्धीला समजेल, असंच आहे. तिला भेटून भावुकपणे बोलणं आणि मन जर्जर करून घेणं यांतलं काहीही करू नये, असं वाटलं. त्यामुळे मी गप्पच राहिलो.

कांपिल्यात असेपर्यंत आम्ही दोघं रंगमंचावर भेटत होतो, आपापली भूमिका सादर करून आपापले राहात होतो.

इंद्रधारेच्या लोकांनी चंद्रिकेचा अभिनय पाहिला नव्हता. त्यामुळे सुगंधेचा

अभिनय, नृत्यं आणि गाणी त्यांना खूप आवडली. माझ्याशी बिनसल्यामळे चंद्रिका नाटक सोडून गेली, अशी बातमी नाटक मंडळींत पसरली. माझ्या मौनामुळे हीच समजूत अधिकाधिक दृढ होईल, असं शर्मा आणि दत्त यांनी सांगितलं. मी त्यावरही काही बोललो नाही. कुणापुढेही व्यक्त करू नये अशा प्रकारचं, हृदयाच्या अंतर्यामी कायमचं दडवून ठेवावं, असं नातं आम्हा दोघांच्या अंतरहृदयात दडल्याचं मला ठाऊक होतं. त्याचा उच्चार करायचा नाही, असा मी निश्चय केला.

पहिल्या दोन दिवशीची नाटकं संपली. तिसरे दिवशी रुक्मिणीची भूमिका करून झाल्यावर सुगंधेनं मला थोडं दूर नेऊन विचारलं, "माझा अभिनय पटला ना?"

भावप्रकाशाच्या संदर्भात हिची चंद्रिकेशी तुलनात होऊ शकत नव्हती, हे सगळ्यांना ठाऊक होतं. हिलाही त्याची स्पष्ट जाणीव होती. घनघोर अंधारात चमकून उठणाऱ्या विजेप्रमाणे ती अचानक भावांना उधाण आणून त्यांचा प्रवाह दाखवून देत होती. चेहऱ्यावर त्या भावांना थिजवू शकत होती. केवळ उभं राहण्यातूनही भाव साकार करायची, तिच्या भुवया, डोळे, नाक, गाल, हनुवटी-चेहऱ्याचा प्रत्येक अवयव भावना व्यक्त करण्यासाठी म्हणूनच तयार झाले होते. ही बिचारी व्यावसायिक नटी! माझ्या प्रोत्साहनाशिवाय ती प्रमुख नटी होणार नाही, हे ठाऊक असल्यामुळे ती हा प्रश्न विचारत होती, हे माझ्या लक्षात आलं. तिला प्रोत्साहन देण्याच्या दृष्टीनं पहिल्या दिवशीच, किंबहुना या भूमिकेचा अभ्यास करत असतानाच मी तिला उत्साहवर्धक अभिप्राय द्यायला हवा होता. ते कर्तव्य न केल्यामुळे मी म्हटलं, "सुगंधा, तुझा अभिनय इतका परिपूर्ण आहे की, कालपासून तू माझ्या वास्तव जीवनावरही आक्रमण केलं आहेस. आज नाटक संपल्यावर तुझा हात धरून तुला माझ्या वस्तीवर घेऊन जावंसं वाटतंय."

बोलून संपल्यावर मात्र वाटलं, किती निर्लज्ज झालो होतो मी! 'कामातुराणां न भयं न लज्जा' म्हणतात ते खोटं नाही. पण सुगंधेचा चेहरा मात्र खुलला. तिच्या चेहऱ्यावर मंद स्मित पसरलं.

सुगंधा माझ्या वस्तीवर राहू लागली. माझ्या कामवासनेला मार्ग मिळाला. एकदा गुण आल्यावरही औषध घ्यायला लागतं, असा हा आजार! नाहीतर पुन्हा झपाटून टाकतो! विचित्र आजार!

त्याहीपेक्षा विचित्र म्हणजे रोग लक्षण उमटण्याआधी उपचार करायला धाव घेणाऱ्या सुगंधेवर मी प्रेम करणं अशक्य होतं, याची झालेली जाणीव! तिच्या सहवासात कामवासनेची तृप्ती होत असतानाच मन चंद्रिकेसाठी व्याकूळ होत होतं. तिच्या सहवासाशिवाय राहणं म्हणजे एकटेपणाच, ही भावना मनात तीव्र होती. ही भावना बोलून सुगंधेला दुखावू नये, ह्या अनुकंपेबरोबरच, सुगंधेलाही गमवू नये,

अशा भावनेनं मन जागरूक होतं. कामभावनेशी निगडित असलेली तृप्तीही क्षणिक आहे, ही भावना बलिष्ठ होऊ लागली. जन्मते, थकवते, जगात स्वत:शिवाय आणखी काही नाही, ही भावना बलिष्ठ करते आणि मरून जाते – अशी ही कामवासना! जीवन म्हणजे अशाच नश्वर अपेक्षांच्या जन्म-मरणाची चिरंतन साखळी! बुद्ध म्हणतो तेच खरं आहे.

एकदा वासुदेव शर्मांशी गप्पा मारताना सहज बोलल्यासारखं दाखवून मी माझे नवे विचार मांडले. माझ्या भोवताली अशा विषयांवरचे विचार समग्रपणे समजावून घेणारे ते तेवढेच होते. तसं शोधलं असतं, तर बौद्ध माणसंच मिळू शकली असती. पण कृष्ण चरित्रामध्ये रममाण झालेला आणि ती भूमिका साकार करणारा माझ्यासारखा माणूस असा शोध घेऊ लागला, तर गैरसमज झाला असताच. शिवाय त्यांनी स्वत:च्या धर्मप्रचारासाठी त्याचा वापर केला असता.

शर्मा म्हणाले, ''इंद्रियानुभव क्षणिक आहेत, तसं जीवनही क्षणिक आहे. त्यामुळे इंद्रियांना वश न होता वरच्या पातळीवरचं काहीतरी शोधलं पाहिजे, म्हणून सांगतात.''

त्यांच्या या उत्तरानं माझं समाधान झालं नाही. क्षणिकत्वाच्या पातळीवर वावरत असतानाच जिज्ञासेकडे वळणारं कुणीतरी मला हवं होतं.

''तुम्ही म्हणता, त्या वरच्याचा अनुभव आजवर कुणी घेतला नाही, ही क्षणिकता मात्र आपल्या सगळ्यांचा नित्याचा अनुभव आहे.''

''त्या वरच्या अनुभवावर विश्वास नसेल, तर क्षणिकतेला बळी पडावं लागेल.'' ते म्हणाले.

हे मलाही ठाऊक होतंच. पण ठाऊक आहे, म्हणून श्रद्धा कशी जन्मेल? माझी खरी समस्या ही होती. सुगंधेबरोबर राहायला लागल्यानंतर गावी सोडून आलेल्या बायकोची – शालिनीची आठवण येऊ लागली. शृंगाराच्या वेळी ती सुगंधेच्या तोडीसतोड असणं तर अशक्य होतं. ही नटी, वेश्या, शाश्वत स्वरूपाचे संबंध नसलेली. हिच्या शारीरिक जवळकीत मदमस्तपणा होता. उलट तिचा अनुभव बेताचा, शृंगारिक भाव व्यक्त करण्याचं कुठलंही शिक्षण नसलेली, त्यात वयही बेताचं. विवाह-संस्कारांमुळे बद्ध झालेली, त्यामुळे तिच्या सहवासात मदमत्तपणा नव्हता. प्रामाणिकपणे सांगायचं, तर कामभावना जागृत होत असताना कधीही तिची तीव्रपणे आठवण येत नव्हती. आताही तिची आठवण होत होती, ते माझ्या कर्तव्यभ्रष्टतेचं एक रूप म्हणून! अग्नीच्या साक्षीनं तिचा हात धरला, वचन देऊन कर्तव्यानं बद्ध झालो. राजानं सोपवलेलं काम संपवून मला खरं तर गावी परतायला हवं होतं. इकडं राजाला दिलेलं वचन न पाळल्यामुळे कर्तव्यापासूनही भ्रष्ट झालो. लगेच गावी जाऊन राजा, पत्नी आणि आई यांची क्षमा मागायची इच्छा मनात प्रबळ

होत होती. पण चूक कबूल करायची भीतीही वाटत होती. राजा माझा जवळचा मित्र असला, तरी त्यानं माझ्यावर विशिष्ट जबाबदारी टाकली होती. चार-दोन महिन्यांचा विलंब झाला असता, तर क्षमा मागताना काहीतरी कारण सांगता आलं असतं. तीन वर्षं झाली होती. सार्थाचं काम सोडूनही दोन वर्षं झाली होती! कर्तव्य न करता नाटकं करत गावोगावी भटकत होतो म्हणून सांगितलं, तर कुठला राजा क्षमा करेल? अगदी लहानपणीचा स्नेह आठवून आता क्षमा केली, तरी पुढं कुठलं जबाबदारीचं काम तो माझ्यावर सोपवेल? यानंतर तारावतीत परतून जीवनमार्ग शोधणं अशक्य होतं, हे स्पष्ट होतं.

'मग आई आणि पत्नीला तीर्थयात्रेच्या निमित्तानं इथं बोलावून घेऊन सुखानं का राहू नये? जयसिंहांना हा मनोदय सांगितला, तर ते निश्चित सर्व प्रकारची मदत करतील. पण त्याआधी त्यांना माझ्या येण्यामागचा खरा हेतू सांगावा लागेल. हे ऐकून जयसिंहांनीच माझी चौकशी करायला सुरुवात केली तर?' या विचारासरशी मनाचा थरकाप उडाला.

यानंतर मथुरेत राहणंच माझ्या नशिबात आहे म्हणायचं काय? होय – हेच अपरिहार्य दिसतंय. हा वाटेत कुठंतरी मरण पावला असेल, असं पत्नी आणि आईला वाटेल. कधीकाळी बुधश्रेष्ठींना कृष्णानंद म्हणजे नागभट्ट हा शोध लागलाच, त्यांचा सार्थ पुन्हा तारावतीला गेला आणि अमरूक राजानं त्यांना भेटून चौकशी केली, तरच त्यांना वास्तव समजेल. नाहीतर तोही मी मरून गेलोय, असंच समजेल. कालांतरानं त्याला विसरही पडेल.'

नागभट्ट मरण पावला आहे. आता आहे तो कृष्णानंद, हे मात्र निश्चित झालं. कृष्णानंदाचं अस्तित्वही जोपर्यंत नाटक चालतंय, तोपर्यंतच! या सगळ्यात माझं असं काय आहे? ही भावना मनात दृढ होऊ लागली.

प्रेक्षक मात्र माझं रूप, माझा देह, माझे संवाद, माझी रंगभूषा म्हणजेच कृष्ण; असं दृढपणे मानत होते. कितीतरी चित्रकार माझा नाट्याभिनय पाहून भित्तिचित्रं रेखाटू लागले – मलाच कृष्ण कल्पून! शिल्पीही पाषाणात माझी कृष्णवेषातली मूर्ती कोरून त्याला शाश्वतपणा देऊ लागले. पण माझ्या मनात मात्र 'आज मी ही भूमिका करतोय – पुढं काही नाही, फक्त एक शून्य आहे!' या भावनेत अधिकाधिक घेरला जाऊ लागलो.

चार

ठरल्याप्रमाणे नाटकं करून आमची नाटक-मंडळी मथुरेला परतली, तेव्हा दीड वर्षाचा काळ सरला होता. गावात बायको-मुलांसह निवांत राहण्याची शर्मा-दत्तांसारख्या प्रौढांची इच्छा होती. तिला महिन्याभरातच फाटा फुटला. नाटक नसल्यामुळे त्या दोघांबरोबर इतर नट-नट्यांनाही कंटाळा येऊ लागला. सारं जीवनच शून्यवत वाटू लागलं. पोटापाण्यासाठी दुसरा मार्ग नव्हता, असंही नव्हे, पण त्यात रंग नव्हता! गेलं दीड वर्ष एकत्र राहिल्यामुळे परस्परांशी स्नेह वाढला होता. सुखं-दु:खं सारखी होती. गेल्या दीड वर्षांतल्या कडू-गोड घटना आठवताना विशेष आनंद होत होता. पुन्हा कधी ते नाटक सादर करता येईल, अशी आतुरताही जाणवत होती. नाटक सादर करण्यासाठी कितीही लांब जावं लागलं किंवा प्रवासात कितीही त्रास भोगावा लागला, तरी आपण नाटक केलं पाहिजे, ही भावना काही जणांच्या मनात प्रबल होऊ लागली.

शर्मा आणि दत्तांनी सुचवल्याप्रमाणे जयसिंहांनी माझ्यासाठी एका लहान घराची व्यवस्था केली होती. पोटासाठी दरमहा ठरावीक रक्कम मला राजदरबारातून मिळण्याचीही व्यवस्था झाली होती. मीही एका सेवकासह राहू लागलो.

नाटकाचं सादरीकरण थांबल्यावर माझ्या मनातल्या क्षणिक भावाची जागा शून्य भावानं घेतली. एकटा होऊन गेलो होतो. सुगंधेला म्हटलं असतं, तर ती माझ्याबरोबर राहायला तयार झाली असती. पण तसं वाटलं नाही. मी विचारलं नाही, तेव्हा ती पहिल्यासारखी पुन्हा आईबरोबर राहू लागली. गावातले श्रीमंत रसिक संध्याकाळी तिच्या घरी जाऊन सौंदर्य-नृत्य-संगीताचा आस्वाद घेत असल्याचंही माझ्या कानांवर आलं होतं. क्षणभर संताप आणि मत्सरानं ग्रासलं, तरी नंतर वाटलं तिचा तो व्यवसाय आहे. मीही तिला 'माझ्याबरोबर राहा' म्हटलं नाही. मग माझा इथं काय प्रश्न येतो? माझ्या मनात असतं, तर तिला मिळवणं काही कठीण नव्हतं. कृष्णानंदाला ते सहज शक्य होतं.

मला गाव सोडून साडेचार वर्षं झाली होती. मला निरोप दिल्यावर लगेच अमरूक आणि शालिनी यांचे संबंध सुरू झाले असतील काय? त्या मुलाचं काय वय आहे? मी दीक्षितांना विचारलं नाही. तेही घाईत होते. माहिती काढायची असती, तर दिवसभर त्यांच्याबरोबर चालता-चालता गप्पा मारून पुन्हा माघारी वळता आलं असतं. पण त्या वेळी वीज कोसळल्यासारखं झालं होतं, त्यामुळे त्याचं भान राहिलं नव्हतं. रात्री कूस बदलताना आईचीही आठवण झाली. किती वर्षं झाली असतील तिला जाऊन? तिच्या पोटी जन्मलो, पण तिची उत्तरक्रिया काही केली नाही! मी तिथं असतो, तर केली असती. तिथं असतो, तर हे पातकही घडू दिलं नसतं मी! आईही ते पाहून खंगून वारली नसती. माझं चुकलं हेच खरं. मी राजाला सांगायला हवं होतं, "मी जन्मजात ब्राह्मण आहे. मला हे काम जमणार नाही. तू एखाद्या वैश्यावर ही जबाबदारी सोपव." का सांगितलं नाही मी तसं? देशोदेशीचा प्रवास करायला मिळतोय, या आशेला बळी पडलो काय? माझं प्रवासाविषयीचं आकर्षण त्याला ठाऊक होतं. त्याचा त्यानं मित्रद्रोहासाठी वापर करून घेतला.

रात्रभर मला शांत झोप लागली नाही. आठवणींचं असंच असतं. एकदा त्या येऊ लागल्या की, अखेरपर्यंत थांबत नाहीत. आता लगेच गावी जाऊन... गावी जाऊन तरी काय करणार आहे मी? आई तर नाहीच. शालिनीनं, "मी तुम्हाला ओळखत नाही," असं सांगून तोंड फिरवलं तर? ती नक्की तसंच म्हणेल. याच विचारांच्या तंद्रीत उशिरा झोप लागली. जाग आली, तेव्हा दिवस बराच वर आला होता. अंघोळ करताना मनात आलं, गावी जाऊन तरी ओळखीच्या लोकांना तोंड कसं दाखवायचं? तिथल्या राजाला भेटणंच किळसवाणं वाटत असताना, त्या गावात राहणार तरी कसं? नागभट्टाला यानंतर कृष्णानंद होऊन राहणं एवढाच मार्ग आहे! त्याचबरोबर आणखीही आठवलं, हे सगळं साडेचार वर्षांपूर्वी घडून गेलं, मला तीन दिवसांपूर्वी समजलं एवढंच! पुढच्या दोन दिवसांत मनातली ठसठस कमी झाली. शिवाय आज ती त्याची प्रेयसी म्हणूनच होती की, सगळं गमावून जून वेश्येच्या स्थानावर पोहोचली होती कोण जाणे! विवाहाची चौकट नसेल, तर प्रेयसीचं स्थान तरी कितीकाळ घट्ट राहील? तेही सतत नवीनपणाचा शोध घेणाऱ्या अमरूकाच्या सान्निध्यात? या विचारासरशी मनाच्या एका अज्ञात कोपऱ्यात विचित्र समाधान वाटलं. तरीही आज तिची काय परिस्थिती होती, हे जाणून घेण्याचं कुतूहल कमी झालं नाही.

अमरूक आणि शालिनी यांची बातमी समजल्यावर आठवडाभर मी स्वत:ला कोंडून घेतलं होतं. एकान्तात मन फसवणूक झाल्याच्या भावनेनं भरून राहत होतं. अखेर यातून काहीही निष्पन्न होणार नाही, असं स्वत:ला बजावत मी एक दिवस

विश्वकर्मा स्थापतीला भेटायला निघालो.

चैत्याच्या भिंतींच्या कामात फारशी प्रागती झालेली दिसली नाही. पण स्थपतींच्या तांड्याचं मूर्तिनिर्मितीचं काम मात्र बरंच पुढं गेलं होतं. काही लहान-सहान मूर्ती पूर्ण झाल्या होत्या. अवलोकितेश्वरांच्या काही मूर्ती पूर्ण होण्याच्या मार्गावर होत्या. काही मूर्ती स्तंभांचा भाग व्हायच्या होत्या. काही ठिकाणचं झाडा-वेलींचं आणि शिरावरील लहान मूर्तींचं अलंकरण व्हायचं होतं. ते सारं पूर्ण झाल्याशिवाय भिंती, खांब, छत उभारणं शक्य नव्हतं. मूर्ती निर्माण करण्याच्या तुलनेत पुढची इमारत बांधून काढणं फार मोठं कामही नव्हतं.

विश्वकर्मा स्थपती माझ्याशी अत्यंत स्नेहानं गप्पा मारू लागला. तो आग्रहानं मला आपल्या घरी घेऊन गेला. त्यानं घरच्या माणसांना इथं बोलावून घेतलं होतं. तीन लहान मुलं आपसात भांडत-खेळत होती. त्याच्या पत्नीच्या पोटात चौथं मूल वाढत असल्याचं लांबूनही लक्षात येत होतं. बांधकामाच्या स्थळापासून पाचशे पावलांवर पाण्याची सोय असलेली जागा हेरून वज्रपादांनी मुख्य स्थपतीसाठी विटांचं सोईस्कर घर बांधून दिलं होतं. सोबत एक सेविकाही होती. भोवतालच्या घरांच्या दारांवरच्या चुन्यानं रंगवलेल्या धर्मचक्रावरून ती सगळी बौद्धांची घरं असल्याचं स्पष्ट होत होतं.

मला आत घेऊन जाऊन एका पाटावर बसवत तो म्हणाला, ''पंडित नागभट्ट आता सगळीकडे प्रसिद्धी पावले आहेत. तुमची पायधूळ माझ्या घराला लागली, हे माझं सुदैव!''

त्याच्या पत्नीनं पन्हं आणून दिलं. तिनं माझं नाटक पाहिलं असल्यामुळे तिलाही माझं स्वागत करताना आनंद होत होता.

पण विश्वकर्म्यानं 'पंडित नागभट्ट' म्हणताच मी कासावीस झालो. 'तो नागभट्ट कधीच मरण पावला आहे. त्याची जागा घेतलेल्या कृष्णानंदाच्या मनात शून्य भाव दाटला आहे,' हे मनात आलं, तरी त्याच्यापुढे हे सांगण्याची इच्छा न झाल्यामुळे गप्प राहिलो.

त्यानं आम्ही कुठल्या-कुठल्या गावी नाटकं केली, याची आत्मीयतेनं चौकशी केली. त्याला मी माझ्या कृष्णरूपावर आधारित चित्रं आणि शिल्पं कलाकारांनी बनवल्याचं सांगितलं, तेव्हा तोही म्हणाला, ''मीही तुमचं नाटक पाहिलं. दोनदा पाहिलंय. पण त्या वेळी माझं मन श्रमणपुराण, बोधिसत्त्वाच्या कथा यांत गुंतलेलं असल्यामुळे तुमच्या भूमिकेनं माझ्या मनावर तशा प्रकारचा प्रभाव टाकला नाही.''

मलाही ते पटलं. त्यांना कृष्णाचं जीवन कलेतून मांडायचं होतं, त्यांनाच माझ्या भूमिकेनं प्रभावित केलं होतं.

त्यानंतरही मी विश्वकर्म्याला अधूनमधून भेटत होतो. त्याच्याशी शिल्पं, नाटक, पुराणातल्या कथा, त्यातल्या कल्पना यांविषयी गप्पा मारत असताना शालिनी आणि अमरूक यांनी केलेल्या फसवणुकीचा थोडाफार विसर पडत होता. गप्पा मारून घरी परतल्यावरही त्यातलेच विचार मनाला भारून टाकत असल्यामुळेही बरं वाटत होतं. अडीच वर्षांचा नाटकाचा अनुभव असल्यामुळे शिल्पकलेविषयीचं त्याचं बोलणं मला काही प्रमाणात समजत होतं. त्यालाही माझ्या निकट यायला तेवढाच धागा पुरेसा होता. कितीतरी वेळा तोही माझ्या घरी येऊन तीन-चार प्रहर राहत होता.

अशाच गप्पा मारताना एकदा त्यानं आपल्या मनाची तगमग व्यक्त केली, "इथं आल्यावर सुरुवातीला मी तुम्हाला म्हटलं होतं, आठवतं? आपल्या पुराणातील काही प्रसंग घेऊन, त्यावर आधारित शिल्पं निर्माण करायला सांगितलं आहे. आपल्या पुराणातल्या देवतांवरून देवताही निर्माण करायला सांगतात. त्यांच्या सांगण्यावरून विष्णूशी साम्य असलेला अवलोकितेश्वर, शिवरूपाची वैशिष्ट्यं असलेली मंजुश्री ही देवता, दुर्गेची वैशिष्ट्यं असलेली तारा अशा मूर्ती मी खोदत आहे. मी एकदा त्यांना स्पष्टच विचारलं, 'ही सगळी वैदिक देवतांचीच रूपं नाहीत काय?' यावर त्यांनी काय सांगितलं ठाऊक आहे? 'तुझ्यासारख्या विधर्मी माणसाला आमच्या बौद्ध पुराणातलं कसं ठाऊक असेल? तुला त्यातलं खरं सत्त्व जाणायचं असेल, तर तू बौद्ध धर्माचा स्वीकार कर.' स्वत: वज्रपादांनी सांगितलं हे! त्यानंतर विहारातले इतर बौद्ध भिक्षूही भेटतील तेव्हा मला आणि आमच्या तांड्यातल्या इतर शिल्पींना आपल्या धर्माच्या महानतेविषयी सांगू लागले. तुम्ही बौद्ध झाला नाही, तर तुम्हाला अंतरंगी आणि बहिरंगी अनुष्ठान झाल्याशिवाय त्या सत्याचा साक्षात्कार कसा होईल? साक्षात्कार झाला नाहीतर तुम्ही निर्माण करत असलेल्या मूर्तींना परिपूर्णता कशी येईल? असे मुद्दे काढून ते आमच्यावर दडपण आणू लागले. माझं मन साशंक झालं. शिल्पीच्या दृष्टीनं साकार करण्याचं शिल्प त्याच्या ध्यान पातळीवर सुस्पष्ट झालं, तर पुरेसं नाही काय? त्यानं त्या कला-वस्तूचा अनुयायी झालं पाहिजे, हा आग्रह का? जर हे सत्य असतं, तर शिवभक्त विष्णूच्या मूर्ती निर्माण करू शकणार नाहीत आणि वैष्णव-शिल्पी शंकराच्या मूर्ती निर्माण करू शकणार नाहीत. कलाकाराला कुठल्याही धर्माचं दडपण घ्यायचं कारण नाही, यावर माझा गाढ विश्वास होता. आम्ही इथं आलोय ते पोट भरण्यासाठी. मी माझ्या माणसांना सांगितलं. भिक्खूचं बोलणं या कानांनी ऐकून त्या कानानं सोडून द्यायचं! खरं की नाही? तुम्हाला काय वाटतं?"

अभिनय क्षेत्रात वावरत असताना मलाही हाच अनुभव आला होता. कृष्णाची भूमिका करून मी नाव कमावलं असलं, तरी कृष्णभक्त असलंच पाहिजे असं नाही. माझं प्रत्यक्ष जीवनही कृष्णासारखं असायचं कारण नाही. असा कुणी आग्रह धरू

लागलं, तर कंसाची भूमिका करणाऱ्या दिवोदासानं वास्तवातही बालहत्या करायची काय? शर्मा, दत्त आणि आमच्याबरोबर काम करणाऱ्या सगळ्यांचंही हेच मत होतं. शर्मा तर आम्हाला नेहमी बजावायचे, तुम्ही नट-नटी आहात, पात्र नव्हे! पात्रांचं सादरीकरण करणारे! रंगमंचावरील पात्रासाठी असलेले हावभाव वास्तव जीवनात करणारे कलाकार विनोदाचा विषय असत. शिवाय शर्मा त्यांच्यावर भयंकर संतापायचे.

हे सारं सांगताच विश्वकर्म्याला मनापासून आनंद झाला. तो म्हणाला, ''तुम्हीच एकदा हे वज्रपादांना आणि भिक्खूंना समजावून सांगा. मला इतकं मुद्देसूद सांगायला जमणार नाही. शिवाय मी त्यांनी नेमलेला एक शिल्पकर्मी आहे.''

तोच पुढे म्हणाला, ''आणखीही महत्त्वाचं सांगायचं तुम्हाला! महिन्यापूर्वी घडलेली घटना आहे ही. मला सांगण्यात आलं, आणखी तीन मूर्ती करायला हव्यात. हेरूक, त्रैलोक्यविजय आणि अपराजित. ह्या सगळ्या मला ठाऊक असलेल्याच देवता. पण जेव्हा त्यांनी गणेश, शंकर-पार्वती या आपल्या देवतांच्या मूर्ती त्या देवतांच्या पायदळी तुडवल्यासारख्या कोरायला सांगितलं, तेव्हा मला राग आला. मी म्हटलं, 'याला आधार काय? शिव-पार्वतीसारखे माता-पिता असलेल्या गणेशाला पायदळी तुडवायची कुणाला प्राज्ञा आहे!' यावर त्यांनी सांगितलं, 'आमच्या हेरूकाची आहे! त्रैलोक्यविजय आणि अपराजिताला आहे!' मी म्हटलं, 'शक्यच नाही.' त्यांनी पुन्हा म्हटलं, 'तुला आमच्या पुराणाविषयी काय ठाऊक आहे? आम्ही सांगू तेवढं कर!' त्या वेळी मात्र मी स्पष्टपणे म्हटलं, 'तुम्ही अज्ञानी लोकांची दिशाभूल करण्यासाठी अशा मूर्ती कोरायला सांगत आहात.' तेही संतापून म्हणाले, 'तू आमच्या धर्माचा असतास, तर असा वाद घातला नसतास.' त्या दिवसानंतर रोजच कटकट सुरू आहे.''

''कसली कटकट?''

''दररोज येऊन धर्म बदल, तुझ्या मनातलं द्वंद्व संपेल. तू संपूर्ण समर्पणानं काम केलं नाहीस, तर चैत्याचं काम पूर्ण होणार नाही, असं काही ना काही डोक्यात कोंबायचा प्रयत्न करत असतात. त्यांची कटकट इतकी असते की, मला ते कामावर मन एकाग्र करू देत नाहीत.''

''तुमचे सहकारी काय म्हणतात?''

''गुर्जर प्रतिहार आपलं सारं धन युद्ध आणि सैन्य यांवर खर्च करत आहेत. त्यांनी आपली देवळं बांधायला घेतली असती, तर आमच्यावर ही परिस्थिती आली नसती, अशी त्यांची भावना आहे.''

''तुमच्या शेजारी-पाजारी बौद्धच राहताहेत, असं दिसतं. तुमचं पटतं त्यांच्याशी?''

''आपल्या धर्माच्या चैत्याचं काम करणारे कलाकार म्हणून ते सगळे आमच्याकडे मोठ्या आदरानं पाहतात. पण त्यांच्यात आणि आमच्यात एक भेद आहे. आपल्या

धर्माचा प्रचार करण्याचा उत्साह त्यांच्यातल्या प्रत्येकामध्ये असतो. धर्म-प्रचार हे त्यांच्या धर्माचारामधलं एक आवश्यक अंग आहे. आपल्या धर्मात मात्र प्रसाराला कुठंच स्थान नाही. त्यामुळे त्यांची संस्था वाढतेय. आपली संस्था कमी होतेय. जाती-वर्ण-धर्म यांच्या बंधनांमुळे आपण विस्तारणं शक्यच नाही.''

तो पुढं म्हणाला, ''एकदा मी बायकोशी या विषयावर थोडंसं बोललो, तर ती म्हणाली – धर्म कुठला असला, म्हणून काय बिघडलं? परवा आपल्या लेकराला कुणी वाचवलं? आमच्या मुलाला गालगुंड झालं होतं. आम्ही सगळे घाबरलो होतो. आमच्या घराण्यात शिल्पकलेबरोबर वैद्य-विद्याही आहे. मी त्याला औषधं उगाळून दिली. आपण कितीही औषधपाणी केलं, तरी देवकृपा हवी ना! आमच्या कुलदैवताला – महेश्वराला नवस बोलून झाले. शेजार-पाजारचे आजारी बघायला म्हणून अधूनमधून येऊन जायचे. त्यांच्या काही बोलण्यावर माझ्या बायकोचा विश्वास बसू लागला. त्यातल्या अनेक बायकांनी सांगितलं, 'तुम्ही आमच्या देवालाही नवस बोला – पोटच्या मुलाच्या जिवाचा प्रश्न आहे. कशाला मागं-पुढं पाहता?' ही नवस बोलली, मुलगा बरा झाला. माझ्या घराण्याच्या औषधाला गुण आला, आमच्या महेश्वराची कृपा झाली की, त्यांच्या श्रमणदेवाचा नवस फळला, हे खात्रीनं कोण सांगणार? श्रमणदेवामुळे आपला मुलगा वाचला, असा तिचा गाढ विश्वास आहे. अशा परिस्थितीत तिनं 'श्रमण-धर्म' स्वीकारला, तर काय बिघडलं? आपलं गाव सोडून परक्या गावी आल्यावर या श्रमणधर्मामुळेच आपल्याला दोन्ही वेळचं अन्न मिळतंय ना! तेही सुखात!' असं म्हणायला, तिनं सुरुवात केली आहे!''

नाटकाचा प्रवास करून माघारी आल्यानंतर मी वज्रपादांना भेटलो नव्हतो. त्यांना भेटायचं ठरवलं. स्थपतीवर त्यांच्याकडून जे धर्मांतराचं दडपण येत होतं, त्याचीही चौकशी करता येईल. वेदांमध्ये आलेल्या 'एकं सत् विप्रा बहुधा: वेदान्त' या मंत्राचा दाखला देता येईल. 'भक्त कुठल्याही देवता-मूर्तीची श्रद्धेनं पूजा करत असेल, तर मी त्याला त्या देवतेविषयी अचल श्रद्धा देईन', असं गीतेतलं वाक्य आहे. श्रद्धेच्या संदर्भात कुणी कुणावर दडपण आणू नये. प्रत्येकानं सारख्याच प्रकारे श्रद्धा-भक्ती ठेवली पाहिजे, असा आग्रह का बरं? असं विचारावं, चर्चाही करावी, असं मनात आलं. चर्चा सुरू केली, तर ते म्हणतील, सत्य असंही असू शकेल आणि तसंही असू शकेल, एवढंच काय असेल किंवा नसेलही... असं वादात खेळवून अखेर ते म्हणतील, जगात सत्य एकच आहे. आमच्या तथागतानं सांगितलेलं सत्य. अखेर सांगतील, सार्वजनिक वादविवाद ठेवू, त्यात हरलात तर आमचा धर्म स्वीकाराल, असा शब्द द्या.

वाटलं, का वाद करू नये? गुरूंनी शिकवलेलं सारं ज्ञान तरळून गेलं. अशा

लोकांबरोबर चर्चा करायला माझे गुरूच योग्य आहेत! घाबरतात सगळे! एकही बौद्ध त्यांच्या जवळपास फिरकत नाही. त्यांच्या एक शतांशही बुद्धी नाही, इतर धर्मांच्या तत्त्वज्ञानाचा अभ्यास केला नाही, मग सार्वजनिक वाद कसा घालणार? प्रत्येकाला आपापल्या धर्माप्रमाणे राहू द्या म्हणून सांगितलं तर म्हणतील, आमच्यासमोर एखादा अज्ञानाच्या अंधारात खितपत पडला असता, त्याला त्यातून बाहेर नको का काढायला? अंधाऱ्या रात्री आपल्या घरी दिवा लावायचा आणि शेजारी-पाजारी एक ठिणगी मागायला आले, तर नकार द्यायचा. हा स्वार्थीपणा नाही काय? आपल्याला औषध घेणं आवश्यक आहे, याचीही जाण नसलेल्या रोग्याला शोधून काढून औषध देणं हे वैद्याचं काम नाही काय? असा वाद घालतील. केवळ तुमचाच धर्म सत्य आहे, हा अहंकार कशासाठी म्हटलं, तरी ते मान्य करणार नाहीत.

मी त्यांच्याशी वाद घालायला तयार नाही, हे माझ्या लक्षात आलं. केवळ विद्वत्तेचा अभाव एवढंच त्यामागचं कारण नव्हतं. दोन वर्षांपेक्षा जास्तीच्या नाटकाच्या अनुभवांनी मला बदलून टाकलं होतं. भावग्रहण हेच खरं सत्य, वादविवादातून काहीही लाभत नाही, ही भावना मनात भरून राहिली होती. वादात उतरलं, तर किरकोळ भावही साऱ्यावर मात करेल, असं वाटलं. त्याचबरोबर मित्र आणि पत्नी यांकडून फसवला गेल्याच्या भावनेनं माझं मन दुर्बल केलं होतं. कुठल्याही बाबतीत मन एकाग्र होऊ न देता ते आतल्या आत आपल्याकडे अवधान राहील, असं पाहत होतं. सारं काही शून्य आहे, हाच भाव प्रबल होत होता.

स्थपतीबरोबर गप्पा झाल्यानंतर मध्ये चारेक दिवस गेले असतील. एक दिवस एक भिक्खू घरी आला.

"पूज्य वज्रपाद आपल्याला भेटू इच्छितात. आपल्याला केव्हा वेळ आहे, याची चौकशी करून येण्यासाठी त्यांनी मला धाडलं आहे किंवा आपणच कृपावंत होऊन आलात, तर त्यांना आनंद होईल." त्यांनी सांगितलं.

सारा निरोप ऐकताना जाणवलं – हा कदाचित मी कमावलेल्या लोकप्रियतेचा परिणाम असेल! किंवा कदाचित सगळ्याच निरोपामागं सुप्त उपरोधही असेल! साडेचार वर्षांपूर्वी त्यांच्या विहाराचा आसरा घेऊन, तिथलं अन्न मी खात होतो. नाटक दिग्विजयानंतर मी त्यांना भेटायला गेलो नाही. किती केलं तरी ते एका मुख्य विहाराचे मुख्य. देवालय उभारणारे. या प्रांतातल्या सगळ्या बौद्धांचे गुरू. महामार्गानं जाणाऱ्या-येणाऱ्या अनेक सार्थांचे अभयदाते! त्यामुळे त्यांनी स्वत: भेटायला येण्याची तयारी दर्शवणं म्हणजे उपरोधाचंच म्हटलं पाहिजे. खरं तर मीच भेटायला हवं होतं. का गेलो नाही मी? प्रत्येक गोष्ट स्वत:च्या धर्मप्रसारासाठी वळवून घेण्याचा त्यांचा स्वभाव मला आवडत नव्हता, हे तर महत्त्वाचं कारण होतंच.

मी म्हटलं, ''मीच भेटायला येणार होतो. उद्या सकाळी स्नान, न्याहरी आटोपून आलो, तर पूज्य वज्रपादांना सोईचं होईल काय?''

''थोडी प्रकृतीची तक्रार असल्यामुळे ते विहारातच असतात. आपण दुपारचं भोजन आमच्याकडेच घेतलं, तर त्यांना आनंद वाटेल.'' एवढं सांगून भिक्खू माघारी वळले.

दुसरे दिवशी वज्रपादांनी माझं मंद स्मित करत स्वागत केलं. ''या! प्रतिहार साम्राज्यात तुम्ही जितकं लोकांचं हृदय जिंकलंय, तेवढं आणखी कुणीही जिंकलेलं नाही, असं आमच्या कानांवर आलं आहे.'' त्यानंतर नाटक मंडळी, त्यांची व्यवस्था, प्रवासाची व्यवस्था, नाटकाची दवंडी पिटून प्रसिद्धी करण्याची पद्धत, नृत्यगीतांचा भाग यांसारख्या अनेक बारीक-सारीक गोष्टींची चौकशी केली. वज्रपाद अत्यंत तरबेज असे व्यवस्थातज्ज्ञ असून अत्यंत सावधपणे त्यासाठी आवश्यक असलेला तपशील गोळा करत असत, हे मला ठाऊक होतं.

त्यांनी मला विचारलं, ''ते जाऊ दे, आता काय करता तुम्ही?''

''काहीही करत नाही. बऱ्याच वेळा मन शून्यभावानं भरून गेलेलं असतं. सारं काही क्षणिक आहे, त्यामुळे निरर्थक आहे, अशी भावना मनात भरून राहिलेली असते.'' मी माझं मनोगत स्पष्ट केलं.

''ही तर पुढची प्रकाशाची सृष्टी दर्शवणारी पूर्वसूचनाच म्हणायची!'' ते आश्वासक स्वरात म्हणाले. त्यानंतर नजरेतून त्याच आश्वासकतेचा माझ्यावर वर्षाव करून म्हणाले, ''भगवान तथागतांचं जीवन, त्यांची साधना, त्यांचे बोधिसत्त्वावतार यांचं नाट्यरूपात जनसामान्यांना दर्शन घडवावं, अशी प्रेरणा झाली आहे. पाच दिवस करता येईल, असं एक दीर्घ नाटक आमच्या एका भक्तानं लिहीलं आहे. ते सादर केलं पाहिजे.''

''पण बुद्ध जीवन हे नाटकाचा विषय होऊ शकेल काय? लोकांना आकर्षित करायचं आणि त्यांना एवढा वेळ खिळवून ठेवायचं असेल, तर काही रसांचं मिश्रण आवश्यक आहे. शृंगार रस तर अधूनमधून पाझरलाच पाहिजे. नृत्य-गीतासारखे आकर्षित करणारे भाग अधूनमधून असले पाहिजे. नाहीतर प्रेक्षक उठून निघून जातील.''

''आज आपल्यासमोर दिसतो, तेवढाच अखेरचा भाग म्हणजे तथागतांचं जीवन नव्हे. त्याआधी कितीतरी जन्म घेतले त्यांनी! कितीतरी वेळा कितीतरी पातळ्यांवरचे बोधिसत्त्व झाले होते. त्या जन्मांमध्ये शृंगाराला कुठं कमी स्थान होतं? इतर रसांनाही भरपूर स्थान होतं. त्या सगळ्या प्रसंगांचा समावेश करून जनसामान्यांना आकर्षित करेल, असं नाटक बसवणं सहज शक्य आहे. आमचे एक विद्वान शांतिघोषांनी पाच नाटकांचं एक चक्र अत्यंत उत्कृष्टपणे लिहीलं आहे. तुम्ही एकदा त्यांच्याबरोबर बसून वाचावं, असं मला वाटतं.''

''मला नाटक लिहिण्याचा अजिबात अनुभव नाही. मी केवळ एक नट आहे.

वासुदेव शर्मांनी मला कठपुतळीप्रमाणे खेळवलंय तसा मी खेळलो, एवढंच!''

''खरंय ते! जे काम आपलं नाही, त्या वाट्याला आपण मुळीच जाऊ नये. तुमची कृष्णाची भूमिका आमच्या शांतिघोषांनी पाहिली आहे. तथागत, अवलोकितेश्वर, बोधिसत्त्व यांच्या भूमिकेसाठी नागभट्ट पंडितच अगदी योग्य आहेत; असा अभिप्राय त्यांनी मांडला. त्यासाठी आवश्यक असलेला रुंद चेहरा, लांब कान, मोठे लांब डोळे, करुण-स्नेह दर्शवणारे चेहऱ्यावरचे भाव, शरीराची ठेवण, लांब बाहू – तुम्ही ही भूमिका केली, तर प्रत्यक्ष भगवान समोर ठाकल्यासारखं वाटेल, यात शंका नाही! त्या वेषात तुम्हाला पाहताच सांची, तक्षशीला, अमरावती, अजिंठा, नालंदा या ठिकाणी असलेल्या बुद्धमूर्ती सजीव झाल्यासारखं वाटेल, हे त्यांचंही मत आहे. तुम्हाला अभिनयकला आणि इतर रंगभूमीचाही भरपूर अनुभव आहे. या प्रस्तावाला मान्यता देऊन तुम्ही तथागतांची कृपा स्वीकारावी, असं आम्हाला वाटतं. तुमच्या नावलौकिकाला साजेशी आर्थिक प्राप्तीही होईल, याविषयी खात्री बाळगा. एक नाटक मंडळी निर्माण करून या नाटकासाठी आवश्यक तेवढा अभ्यास झाल्यावर, भरत खंडातल्या प्रमुख नगरांमध्ये ही नाटकं दाखवण्याची योजना आहे. तथागतांनी दिलेली ही संधी तुम्ही गमावणार नाही, याची आम्हाला खातरी आहे.''

त्यांचं बोलणं ऐकून माझ्या मनात कुठल्याही प्रकारचा उत्साह जाणवला नाही. माझ्या मनाला ग्रासून टाकणारा शून्यभाव नाटकातल्या भूमिका नष्ट करू शकणार नाहीत, याचा मला अनुभव होता. रसाविष्काराला भरपूर संधी असलेल्या कृष्णाच्या भूमिकेतलाच माझा रस कमी झाला होता. या वर्षीही पुन्हा कृष्णचरित्र नाट्यरूपात सादर करण्याची योजना असल्याचं माझ्या कानांवर आलं होतं. त्या वेळी त्या भूमिकेसाठी माझ्यावर दडपण येईल, हे मला ठाऊक होतं. तरीही चेहऱ्यावर रंग लावून रंगमंचावर जाण्याचा उत्साह जाणवत नव्हता.

सारं बाजूला सारून मी वज्रपादांना म्हटलं, ''कृष्णचरित्र ही वैदिक परंपरेतली कथा आहे. हे पात्र रंगवणं माझ्या मनातल्या श्रद्धेनुसार सहजच होतं. बौद्ध नसताना मी बुद्धाची भूमिका केली, तर त्यात तन्मयता येईल काय? मला त्या भूमिकेचं मर्म परिणामकारकपणे दाखवता येईल काय? मला तर हे अशक्य वाटतंय!''

यावर ते म्हणाले, ''का अशक्य वाटावं तुम्हाला? बौद्ध नसतानाही बौद्ध पात्रातली भाव-तत्त्वं साकार करण्याची शक्ती कलावंतांच्या प्रतिभेत असते. तुम्ही अभिनय क्षेत्रातले प्रतिभावंत आहात, हे एव्हाना सिद्ध झालं आहे.'' हे त्यांचं उत्तर आधीच तयार करून ठेवलेलं दिसत होतं.

मला आश्चर्य वाटलं. मग स्थपतीवर का अशा प्रकारचं दडपण आणता, म्हणून विचारावंसं वाटलं, तरी मी मन आवरलं. 'विश्वकर्मा आणि त्याचे इतर कलाकार उदरनिर्वाहासाठी यांच्यावर अवलंबून आहेत. शिवाय तो संसारी, मुलंबाळं असलेला.

माझ्याइतका स्वतंत्र नाही. मी कृष्णाची भूमिका करून भरपूर नाव कमावलंय. मी बुद्धाची भूमिका करायला तयार झालो की, हीच मंडळी 'याला कृष्णाची भूमिका अपुरी वाटली, म्हणून हा बुद्धाची भूमिका करतोय', असा प्रचारही करतील. काही काळ गेल्यावर, मीही यांचा आश्रित होऊन जाईन, मग ते माझ्यावरही धर्मांतरासाठी दडपण आणू शकतील!'

"मला अभिनयाचाच प्रचंड कंटाळा आला आहे. या वर्षी जन्माष्टमीपासून सात दिवस पुन्हा कृष्णाचं नाटक करायचं म्हणताहेत. त्यांनाही मी नकार कळवणार आहे. मी आता नकार दिला, तर नाटकच होऊ शकणार नाही, सगळे माझ्यावर रागावतील हे ठाऊक असलं तरीही मला शक्य नाही, म्हणून सांगायचा माझा निश्चय आहे."

"खरोखरच तुमचं धैर्य कौतुकास्पद आहे! आतून शून्य भाव भरून येत असताना कृष्णभक्ती जन्मेल तरी कशी? शून्याधिपती तथागताला शरण जाणं हाच यावरचा परम उपाय आहे. तुम्ही तुमच्या मार्गानं भगवान तथागताची सेवा करू शकता. भक्तीचे कितीतरी मार्ग आहेत. ज्यांच्याकडे अभिनयकला आहे, ते त्याच्या महिम्याचं सादरीकरण करून सेवा करू शकतात. कणवाळू तथागताचं हृदय तुमच्यासाठी नेहमीच खुलं आहे."

यावर मी काहीच उत्तर दिलं नाही. योग्य वेळ नसताना अधिक दडपण आणणं योग्य नाही, हे व्यवहारज्ञान त्यांच्याकडेही निश्चितच होतं. त्यामुळे तेही गप्प बसले.

कृष्णचरित्रामध्ये कौरव-पांडवांची कथाही आली होती. पण ते प्रमुख महाभारत नव्हतं. संपूर्ण महाभारताची कथा सांगणारी नाटक-मालिका बसवून वेगवेगळ्या ठिकाणी दाखवावं, प्रतिहार राज्यातील प्रत्येक लहान-मोठ्या गावांत दाखवावं, अशी कल्पना दत्त आणि शर्मांच्या मनात स्फुरली होती. त्यातही कृष्णाची भूमिकाच महत्त्वाची. ती मीच करावी, असा त्यांचा निर्णय झाला होता. माझ्याशिवाय आणखी कुणीही कृष्णाची भूमिका साकार करू शकणार नाही, असा त्यांचा अभिप्राय होता. महाभारताचाही खरा नायक कृष्णच आहे. महाभारत हे त्याच्या महिमा दर्शनाचा एक भाग आहे, अशी त्यांची कल्पना होती.

त्याच वेळी आणखीही एक बातमी कानावर आली. आमच्या कृष्णचरित्रामुळे प्रभावित झालेले काही रसिक संपूर्ण रामायण अशाच प्रकारे नाटकातून दाखवण्याची योजना आखत होते. रचनेचं काम संपत आलंय – रामासाठी कृष्णानंदच योग्य नट आहे. त्याला कन्याकुब्जला पाठवून द्यावं, असा संदेशही आला होता. कन्याकुब्ज प्रतिहार राज्याची राजधानी. तिथं एवढी मोठी संधी मिळणं म्हणजे माझ्या नशिबाचे दरवाजे उघडलेच म्हणायचं! जयसिंहांनीच हे सांगितलं.

राम, कृष्ण अथवा बुद्ध कुठलीही भूमिका रंगवून माझ्या मनातला शून्य भाव

कमी होणार नव्हता. उलट त्याची खोली वाढत चालली होती. अलीकडे ते सहन करणंही दिवसेंदिवस कठीण वाटत होतं. नटाच्या जीवनाचा त्याग करायचा निश्चय माझ्या अंतरंगानं घेतला होता. एकदा ते नाकारल्यावर मला याच गावात राहण्याचं कुठलंही कारण नव्हतं. इथं काय करायचं, हेही मला समजत नव्हतं. नवा एखादा व्यवसाय निवडणं शक्य असलं, तरी या गावात किंवा देशात मला राहायचा आग्रह करणारंही कुणी नव्हतं. राम-कृष्ण-बुद्धासारख्या भूमिका करायला माझ्याशिवाय दुसरं कुणीही नाही, असं म्हणण्यासारखा चेहरा आणि व्यक्तिमत्त्व असूनही शालिनीचं अमरूकाकडे का लक्ष गेलं असेल? हिरे-माणकंच महत्त्वाची झाली काय? स्वदेशी तारावतीला जाण्याचा मार्गही बंद झाला होता.

आता मी काय करावं? कुठं जावं? कसं जगावं?

प्रश्नांना उत्तरं मिळत नव्हती. भोवतालचं शून्य आणखी भणभणत होतं. कशातही रस वाटत नव्हता. कशाविषयीही आसक्ती वाटत नव्हती. कशातही अर्थ दिसत नव्हता. मन खिन्न स्थितीत रुतून बसलं होतं. बौद्धांनी अशाच प्रकारच्या स्थितीला 'बुद्धिकल्पनेच्या पलीकडे असलेली वस्तुस्थिती' असा अर्थ दिला असल्याचं मला ठाऊक होतं. पण मला घेरून टाकणारा तो भाव नव्हता. यावर उपाय काय?

मंडनमिश्रांच्या पाठशाळेतले सगळे गुरू सांगायचे – माणसानं पुरुषार्थाच्या आधारे नेहमी कर्मनिष्ठ राहिलं पाहिजे, नाहीतर जीवन अर्थभ्रष्ट होऊन जाईल. ही अर्थभ्रष्टताच मनाला खिन्नता जाणून रुचिहीनता निर्माण करते. आता मला गृहस्थाश्रमात राहायला हवं होतं. भरपूर काम करायला पाहिजे, भरपूर पैसा मिळवायला पाहिजे. घरात अन्न-धान्य भरलेलं पाहिजे. कुणी दाराशी आलं, तर नकार न देता अन्नदान केलं पाहिजे. वैवाहिक चौकटीत राहून कामवासनेचं शांतवन केलं पाहिजे. पोटी जन्मलेल्या आठ-दहा मुलांना योग्य शिक्षण देऊन, तृप्तपणे मोठं करून उत्तम प्रजाजन निर्माण करायला पाहिजे. धार्मिक नित्यनियमांचं किंचितही त्रुटी राहणार नाही, अशा प्रकारे पालन केलं पाहिजे. जीवनातला प्रत्येक क्षण उपयुक्तपणे वापरला पाहिजे. काम-अर्थ-धर्म! पुरुषार्थ सोडलेल्या संन्याशाला जीवनात अर्थ नाही, अशा प्रकारे जगता येईल, पण मी तो नियमही पाळत नाही. गृहस्थाश्रम स्वीकारल्यानंतर मी बायकोला गावी टाकून यायला नको होतं. काम-तृप्ती नाही, अर्थ-संतुष्टी नाही, संतान-संतुष्टी नाही आणि जीवन जगतोय मी! मग माझ्यासारख्याच्या अंतर्यामी शून्य भरल्याशिवाय कसं राहील? काही का असेना, जन्मभूमीला जाऊन आपल्या मालकीच्या वास्तूचा आणि भूमीचा उपभोग घेत आणखी एक विवाह करून... या कल्पनेत सुख वाटत होतं. पण काही क्षणच. गृहस्थाश्रमाचं जोखड मानेवर घेतल्यामुळे मला हवं ते मिळेल, याची तरी कोण खात्री देणार?

तारावती माहिष्मतीकडे ध्यानधारणा फारशी प्रचलित नव्हती. निदान तिथं असेपर्यंत माझा त्याच्याशी संबंध आला नव्हता. थोडंफार ऐकलं होतं तेवढंच. चंद्रिकेच्या ध्यानधारणेच्या रूपानं मी तो प्रकार पहिल्यांदा जवळून पाहिला होता. ध्यानामुळे निर्लिप्त मन:स्थिती प्राप्त होते, तसंच काही सिद्धींची प्राप्ती होते, असंही मला ठाऊक होतं. पण प्रत्यक्ष चंद्रिकेच्या आठवणीनं मात्र माझी चित्तशांती ढळून जात होती. काही वेळा तर वाटायचं – माझ्या मनात भरलेल्या शून्यभावाला तीच कारणीभूत होती. ती संगीताचं संपूर्ण मर्म जाणणारी अद्‌भुत गायिका होती. अभिनयाला तर तिनं 'करतालामलकवत्' म्हणता येईल, असं आत्मसात केलं होतं. 'भावाविष्कारात अद्वितीय – पण हीच चंद्रिका भावविरहित ध्यानामध्ये तासन्‌तास गढून जाते. तिचा शोध घेऊन तिच्याकडून ध्यान शिकून घेतलं तर? तिलाच 'गुरू हो' म्हणून विनवलं तर?' पण पाठोपाठ संताप आणि तिरस्कार मनाला ग्रासून टाकत होते. माझ्या भावनांचा तिरस्कार करून निघून गेलेल्या व्यक्तीला पुन्हा 'गुरू हो' म्हणून साकडं घालणं, मला अपमानास्पद वाटलं. शालिनी-अमरूकाच्या द्रोहापेक्षा हिनं तिरस्कृत केल्यामुळे मनाला ही भावना ग्रासत नसेल? आता आठवून पाहिलं की जाणवतं, दीक्षितांकडून पत्नी आणि मित्र यांच्या द्रोहाची बातमी समजण्याआधीच ह्या शून्य भावानं फास आवळायला सुरुवात केली होती. आता त्याची तीव्रता वाढली, एवढंच!

पण मनानं हेही मानायला नकार दिला. कुणा स्त्रीनं नाकारलं, म्हणून या अवस्थेला पोहोचण्याइतका मी कमकुवत नाही! ही माझी परिस्थिती आध्यात्मिक कारणांमुळे झाली होती. कुणा स्त्रीच्या व्रतभ्रष्टतेमुळेही मला खचून जायचं नव्हतं.

मला चंद्रिकेविषयी आकर्षण वाटलं होतं. आजही वाटत होतं, ही वस्तुस्थिती नाकारायचं कारण नाही. पण माझ्या जीवनाचं ती काही मूलस्थान नाही. मनातले विचार अधूनमधून तपशिलानं येत होते.

पावसाळ्यातली एक सकाळ. यमुनेच्या काठावर अंघोळ करत होतो. केवळ पावसाळ्यातच शरीराच्या कोट्यवधी रंध्रांमधून स्रवणारा चिकट घाम अंगभर झिरपत होता. पात्राच्या निम्म्या भागातून मातकट रंगाची यमुना वाहत होती. दाट गढूळ ढगांना छेद देऊन मधूनच दिसणारं निरभ्र निळं आकाश नदीच्या पात्रावर सप्तवर्णी किरणांचा वर्षाव करत होतं. त्या किरणांच्या प्रकाशामुळे नदीच्या विस्तीर्ण पात्राला अवर्णनीय शोभा प्राप्त झाली होती. अंघोळ करायचा विसर पडून मी नदीचं ते रूप निरखत होतो. मन कितीतरी दिवसांनी शून्य भावापासून सुटका करून घेऊन अदम्य आनंदात विहरत होतं. हा निसर्गाचा चमत्कार फार वेळ टिकणार नाही, हे ठाऊक असल्यामुळे मी अधाशीपणाने ते दृश्य नजरेनं प्राशन करत होतो.

किती क्षण असे गेले कोण जाणे! अखेर घनदाट ढगांनी पुन्हा मधली भेग बंद केली आणि त्यातून कोसळणाऱ्या सूर्यकिरणांना पुन्हा बंदिस्त केलं. मनातून दुःखद उद्‌गार उमटला. तरी मी तसाच उभा राहिलो. मानही न हलवता. ढग निघून जाऊन उन्हाची किरणं उधळली, तरी माझ्या दृष्टीसमोरचं ते अद्‌भुत दृश्य तसंच तरळत होतं.

त्याच वेळी मागून एक वाक्य कानांवर आलं. ''सहस्त्रार यापेक्षाही अलौकिक प्रकाशमान असतो. वाटेल तेव्हा साक्षात्कारानं तू तो पाहू शकशील!''

मला उद्देशून ते वाक्य होतं, हे तर स्पष्टच होतं. 'सहस्त्रार' ही योगावस्थेत येणारी एक अवस्था असल्याचं मीही ऐकलेलं होतं.

मी मागं वळून पाहिलं. उन्ह-थंडीमुळे रापलेलं अंग, विचित्र रंगाचे प्रकाशमान होणारे डोळे, केसांचं संपूर्ण मुंडन केलेला एक पंचाहत्तरीचा साधू कमरेला फक्त लंगोटी लावून मांडीएवढ्या पाण्यात उभा होता. मी या स्नानघाटावर आल्यापासून कदाचित तो मला पाहत असला पाहिजे. तो माझ्या आधीपासून इथं उभा असावा. माझं तिकडं लक्ष गेलं नसावं. याला माझ्याविषयी का आस्था वाटावी? सहस्त्रार याहूनही अद्‌भुत प्रकाशमान असेलही, पण या दृश्यानं माझ्या मनातला शून्य भाव नष्ट केला.

हा साधू मला मार्गदर्शन करण्यासाठी म्हणूनच या पावसाळी सकाळी या घाटावर उगवला होता काय?

''तुम्ही इतरांचं मन जाणून घेण्यासाठी साधना केली असली पाहिजे.'' मी म्हटलं.

''योगसाधनेच्या मार्गात या साऱ्या जाता-जाता लाभणाऱ्या शक्ती आहेत. या सिद्धींवर लक्ष केंद्रित करून साधना करणं म्हणजे तंत्रविद्या होते.'' तो चटकन उत्तरला. आपण तांत्रिक नसून योगसाधक असल्याचं स्पष्ट करणं त्याला आवश्यक वाटलं असावं.

त्यानं काही क्षण माझ्याकडे एकटक पाहिलं. आपल्या दृष्टिप्रकाशानं मला खिळवून ठेवून माझ्या दृष्टीत आपला दृष्टिप्रकाश ओतल्यासारखा पाहत राहिला. मला वश करून घेत असल्यासारखा! त्यानंतर चार पावलं पुढं जाऊन त्यानं प्रवाहात बुडी मारली, उभं राहून हातांनी तुळतुळीत डोकं चोळून पुन्हा बुडी मारली आणि काठावर आला. मी पाहत होतो. हातांनी अंगावरचं पाणी निपटून काढल्यावर एक कापड त्यानं कमरेभोवती लंगोटीवरून गुंडाळून घेतलं. काठावरचं गाठोडं खांद्याला अडकवून तो निघाला. त्याला थांबवण्यासाठी कुठलाही शब्द मला सुचला नाही. बोलण्यासाठी काही विषयही नव्हता. रस्त्यात, बाजारात, जत्रेत-हजारो माणसं भेटत असतात. एखादं-दुसरं वाक्य बोलून पुढं चालू लागतात. आपणही वेगळी वाट धरून चालू लागतो. तिथंच सगळं संपून जातं. हाही भाव मनात नसताना मी

त्याच्याकडे पाहत होतो. घाटाच्या पायऱ्या चढून वर गेल्यावर तो नजरेआड झाला.

घरी गेलो. सेवकानं दुधात शिजवलेली गव्हाच्या कण्यांची खीर प्यायल्यावर पावसाळ्यातल्या चिकट उकाड्यामुळे डुलकी आली. थोडा वेळ बाजल्यावर झोपलो. त्या साधूला शोधलं पाहिजे, असं अचानक आतून तीव्रपणे वाटून जाग आली. का शोधायचं? या प्रश्नाऐवजी या क्षणी त्याला शोधलं नाहीतर तो आयुष्यात कधीही भेटणार नाही, असं वाटून छाती धडधडू लागली. चटकन उठलो. थंड पाण्यानं छाती आणि मान ओली केली. घाम पुसला, पातळ कपडे आणि पादरक्षा चढवून घराबाहेर पडलो. असे साधू शक्यतो जिथं असतात, त्या नदीच्या काठावर गेलो. कृष्णजन्मस्थानाच्या आवतीभोवती फिरलो. कितीतरी साधू-संत वावरत होते. काही तीन दगडांची चूल रचून आपलं अन्न शिजवत होते, काही डोळे मिटून ध्यान करण्यात गढून गेले होते. काही चिलीम ओढत धुंद होत होते. काही परस्परांशी बोलत होते. ते बहुतेक सगळे आस्तिक संप्रदायातले होते. त्यांत कुणीही बौद्ध संन्याशी नव्हतं. जाईल तिथं मुक्काम करण्यासाठी बौद्ध संन्याशांसाठी सुव्यवस्थित विहारांची व्यवस्था होती. ते गेल्या काही शतकांमध्ये विस्तार पावलेल्या, भरत खंडातल्या प्रत्येक कानाकोपऱ्यांत पसरलेल्या व्यवस्थेच्या मार्गदर्शनात आणि संरक्षणात वावरत होते. रक्षण, व्यवस्था आणि मार्गदर्शन यांचा अभाव असताना वावरणारे हेच साधू!

माझी दृष्टी तीक्ष्णपणे त्या साधूंच्या गर्दीत त्याला शोधत होती. वेषभूषा, जटा, उन्हा-तान्हात रापलेलं अंग या बाबतीत सगळे साधू सारखेच दिसत असले; तरी मी पाहिलेल्या साधूचं चित्र माझ्या मनात कोरल्यासारखं झालं होतं. त्याच्या डोक्यावर जटा नव्हत्या – स्वच्छ मुंडन केलं होतं. तो साधारण साधू नसून योगी होता, असं मला वाटत होतं. या मथुरानगरीच्या जवळपास साधू उतरण्याच्या आणखी कुठल्या जागा होत्या, याचा मी विचार करू लागलो. सार्थांची वस्ती असायची, त्या बाजूलाही साधूंचं वास्तव्य असल्याचं आठवलं. तिथं साधूंना भिक्षा मिळे, एवढं एकच कारण नव्हतं. सार्थामुळे साधूंचं रक्षण आणि मार्गदर्शन यांचाही प्रश्न मिटत असल्यामुळे ते सार्थालगत राहत होते. तिथं जाऊन शोधलं, तिथंही तो दिसला नाही. इतर कितीतरी साधू होते. याचं वर्णन करून चौकशी केली. पण कुणालाच ठाऊक नव्हतं.

त्यातले दोघं तर माझं शोधत फिरणं पाहून हसू लागले, "काय हा तुमचा शोध! एका साधूची दुसऱ्या साधूबरोबर ओळख तरी असते काय? कोण कुठून आलाय आणि कुठं चाललाय, हे कुणाला कसं ठाऊक असणार? आणि त्याची गरज तरी काय? कितीतरी साधूंना तर नावही नसतं. तेही त्यांना मान्य नसतं. तुम्ही शोधताय, त्या साधूचं नाव काय?"

"ठाऊक नाही. मी विचारलं नाही."

ते पुन्हा हसले. एकदा वाटलं, तो साधू कसा भेटला, त्याचा तपशील सांगावा.

पण ते पुन्हा हसतील, असं वाटून मी पुढं निघालो.

दिवस माथ्यावरून ढळत होता. पावसाळा असल्यामुळे काही वेळा ढगांची सावली आणि मधूनच तीव्र उन्हाचे चटके लागत होते. सावलीतही उकाडा जाणवत होता. घाम काही कमी होत नव्हता. फिरून-फिरून थकून गेल्यामुळे मला भूकही जाणवू लागली. जेवणाची वेळ झाल्यामुळे मी घराकडे वळलो.

जेवून दुपारी वामकुक्षीसाठी आडवा झालो. गृहस्थाश्रम स्वीकारल्यावर थोडीफार झालेली वामकुक्षीची सवय नाटक क्षेत्रात शिरल्यानंतर एखादं नित्यकर्म बनून गेली होती. दुपारची झोप झाली नाही, तर संध्याकाळी नाटक करताना मन आणि शरीर निरुत्साही असल्याचं जाणवत होतं. केवळ उन्हाळ्यातच नव्हे, पावसाळ्यातही तीच सवय होती. मात्र आज शरीर थकलं असलं, तरी झोप लागली नाही. तो कोण? कुठं अदृश्य झाला? त्याच वेळी त्याला अडवायची मला का बुद्धी झाली नाही? की त्यानंच मला तशी बुद्धी होऊ नये, असं केलं असेल? आपल्याला शोधण्याची इच्छा माझ्या मनात निर्माण करणं एवढाच त्याचा उद्देश असेल काय?

संध्याकाळी अंघोळीचा घाट, कृष्णजन्ममंदिर नगरापलीकडे असलेल्या राया, सार्थांच्या मुक्कामाचं मैदान अशा ठिकाणी पुन्हा एकदा शोधून आलो. रात्री झोप लागली नाही. सकाळी पुन्हा त्याच अंघोळीच्या घाटावर आकाश पाहत उभा राहिलो. आदल्या दिवशीप्रमाणे ढग होते. नेहमीसारखा सूर्य उगवला. सूर्य उगवल्याशिवाय दिवस कसा उजाडेल? पण आज कालच्याप्रमाणे शून्याचं निवारण करून चित्ताला आपल्या उंचीपर्यंत उचलून घेणारा प्रकाशकिरणांचा अद्भुत खेळ नव्हता.

मी भोवताली पाहिलं, पुन्हा-पुन्हा पाहिलं. तो नव्हता. तो नसेल, तर प्रकाशकिरणांचा तो अनुपम खेळ तरी कुठून असणार? चित्ताला उंच कोण उचलणार? दुपारपर्यंत घाटाजवळच्या वडाखालच्या पारावर बसून नंतर घरी परतलो. दुपारचं जेवण आणि झोप आटोपून पुन्हा त्याच वडाखाली येऊन बसलो. जवळच विविध देशांमधून आलेल्या पांथस्थांच्या विसाव्यासाठी म्हणून बांधलेली ओसरी होती. दक्षिणेच्या कर्नाटक, चोळ, केरळ, आंध्राकडून पूर्वेच्या पाल, गौड, उत्कल, मगधकडून येणारे संन्याशी या ओसरीवर बसून ध्यान लावत होते. याच जागी अशाच श्रावणात दुथडी भरून वाहणाऱ्या यमुनेनं आपला स्वभाव बदलून बाळकृष्णाला आणि त्याच्या पित्याला वाट करून दिली होती. वज्रस्थानी आलेला प्रत्येक साधू इथं येऊन, दुभंगून कृष्णाला मार्ग करून दिलेल्या यमुनेचं दर्शन घेतल्याशिवाय परतत नव्हता. त्यातलेच काही इथं बसून ध्यानही करत होते. संपूर्ण रात्र ध्यानमग्न होऊन राहत होते. जन्माष्टमीच्या रात्री तर जन्मस्थानी शंख, घंटा, भजन यांचा नाद भरून राहत होता. गीतापाठाचा घोषही वातावरण भरून टाकायचा, तर या विशाल वृक्षाखाली बसून अनेक साधू ध्यानमग्न होऊन जायचे. अशा स्थळी मनातली शून्यता निपटून

काढणाऱ्या अद्भुत प्रकाशाचं दर्शन झाल्याचं आठवून मन आनंदानं गोंधळून गेलं. त्यानंतर सकाळ-संध्याकाळी त्या वटवृक्षाखाली बसून राहणं, हा माझा दिनक्रमच झाला. तिथं बसल्या-बसल्या मन समोरच्या काळप्रवाहाबरोबर अज्ञातस्थळी चालल्याचा भास होत होता. त्यातलं काहीही नेमकेपणानं समजत नव्हतं. आश्चर्य वाटत होतं, पण तिथं शून्याला थारा नव्हता. त्यामुळे हायसं वाटत होतं.

एका सकाळी वडाखालच्या पारावर बसलो असता एक साधू आपण होऊन म्हणाला, ''गेले काही दिवस पाहतोय, तू दररोज दिवसभर इथं बसून राहतोस. का बरं? निदान ध्यान तरी कर. ते जमलं, तर मनातला शून्यभाव निघून जाईल.''

मी न विचारताही त्यानं मला मार्ग दाखवला होता. काही साधूंना इतरांच्या मनात प्रवेश करता येतो, हे मला ऐकून ठाऊक होतं. मी त्याचं निरीक्षण केलं. डोक्यावरचे केस काळेभोर होते. त्यांच्या जटा झाल्या नव्हत्या. मांडी झाकेल, असं भगवं वस्त्र नेसून त्याच्याच एक भाग त्यानं डाव्या खांद्यावरून आडवा घेऊन उजव्या काखेतून पुढं घेऊन कमरेला खोचला होता. भ्रूकुटीवर दृष्टी एकाग्र करून असल्याप्रमाणे त्याची दृष्टी ऊर्ध्वमुखी होती. त्याच्या बोलण्या-बघण्यात स्वत:विषयीचाच अलिप्तपणा होता. वय पन्नासच्या जवळपास असेल. दूरच्या दक्षिण देशाचा असावा, असं वाटणारा चेहरा. तो पाली भाषेत बोलत असला, तरी त्याच्या बोलण्याची ढब आणि उच्चाराची पद्धत संस्कृतच होती. अल्पप्राणाचे उच्चार महाप्राणाचे होत होते.

''मलाही तसंच वाटतंय. पण गुरू भेटले पाहिजे ना!'' मी संस्कृतमध्ये उत्तर दिलं. ते ऐकताच त्याचा चेहरा फुलला. तोही ओघवत्या संस्कृतमध्ये बोलू लागला. या उत्तर देशात संस्कृत शिकलेल्यांनाही संस्कृतमध्ये फारशी गती नसते, असा माझा अनुभव होता. त्यांची पद्धत, उच्चार, वाक्यरचना – सगळ्यावरच पालीचा प्रचंड प्रभाव दिसत होता. त्यांनी चौकशी केली, ''कुठले तुम्ही? कुठं शिक्षण झालंय?''

''आचार्य मंडनमिश्रांच्या पाठशाळेत. अष्टाध्याय कोळून प्यायल्याशिवाय इतर कुठल्याही ग्रंथांचं शिक्षण देण्याची त्यांच्या पाठशाळेत पद्धतच नाही. भाषाशुद्धी आणि भाषेचं संपूर्ण आकलन साध्य झाल्याशिवाय विषयाचं आकलन आणि ग्रहणशक्ती, वाद-संवाद, ज्ञानाची सुस्पष्टता अशक्य आहे; असं त्यांचं मत आहे.''

त्यांनाही ते पूर्णपणे पटलं. त्यानंतर मी त्यांना माझा अभिनयाचा प्रवास आणि त्यानंतर मनाला ग्रासून टाकलेल्या शून्य भावाविषयी सांगितलं. महिन्यापूर्वी याच घाटावर मला जाग आणणाऱ्या त्या योग्याविषयीही सांगितलं.

''त्या दिवसानंतर दररोज इथं येऊन बसतो. पण त्यामागचं कारण मलाच ठाऊक नाही.'' मी सांगितलं.

एव्हाना दुपार झाली होती. मी त्यांना भिक्षेसाठी माझ्या घरी यायची विनंती केली. दोघंही नदीत स्नान करून घराकडे वळलो. आपल्याला फक्त तीन मुठी अन्न

लागत असल्यामुळे त्यांनी पुन्हा चूल पेटवायला मनाई केली. पानात वाढलेल्या पाच पसे अन्नापैकी एक पसा त्यांनी बाहेर जाऊन पशु-पक्ष्यांना घातला. एक पसा किडे-मुंग्यांसारख्या सूक्ष्म किटकांसाठी काढून ठेवल्यानंतर उरलेलं अन्न त्यांनी खाल्लं. पुन्हा येण्याचा प्रश्न नव्हता. संन्याशी असल्यामुळे आणखी कुणाच्या घरी मुक्काम करणं शक्य नसल्यामुळे ते निघून गेले.

ते निघून गेल्यावर मनात विचार आला, मी माझ्या मनातलं सगळं त्यांना सांगितलं – पण 'मला काय हवंय, ते तुम्हीच सांगा', असं म्हणायला हवं होतं. लगोलग त्याच नदीच्या घाटावर जावं किंवा जन्मस्थान, राया, मैदानं, ओसऱ्या सगळीकडे शोधावं. उद्या शोधायला गेलो, तर ते कदाचित हे नगर सोडून गेलेले असतील! उठून चालू लागलो. काय विचारायचं त्यांना? त्यांनीच ध्यान करायला सांगितलं होतं. तेच शिकवा, असं म्हणता आलं असतं. तेच योग्यही ठरलं असतं. पण त्यासाठी मी सर्वार्थानं तयार होतो काय? माझी सिद्धता होती की नाही, हे माझ्यापेक्षा त्यांनाच समजलं असतं. अंहं, समजलं होतं. नाहीतर त्यांनी का ध्यान करायला सांगितलं असतं?

नदीकाठी गेलो – तिथं ते नव्हते. जन्मस्थानाच्या जवळपासही नव्हते. गावापलीकडच्या राया, सार्थांचं मैदान – कुठेही ते नव्हते. मनात आलं, हेही त्यांच्यासारखेच केवळ सूचना देऊन अदृश्य व्हायला आले होते की काय कोण जाणे! की तेच आज ह्या वेशात आले होते?

एकूण काय, मीच आपण होऊन माझा गुरू शोधला पाहिजे होता. ज्यांनी सूचना दिली, त्यांनाच 'तुम्ही गुरू व्हा!' म्हणणं योग्य नव्हे, असं वाटलं.

पण दुसरे दिवशी मी नदीकाठी गेले, तेव्हा ते तिथंच होते. मला पाहताच त्यांच्या चेहऱ्यावर मंद हसू उमटलं. त्यांच्याजवळ जाऊन बसत मी म्हटलं, ''काल रात्री तुम्ही गेल्यानंतर रात्री बराच वेळ मी तुम्हाला शोधत होतो.''

''या घाटापाशी रायांमध्ये सार्थांच्या मैदानाजवळ, जन्मस्थानाजवळ!''

''तुम्हाला ठाऊक होतं, मी शोधतोय म्हणून! मग का लपून बसला होता?'' मी थोड्या सलगीनं विचारलं.

''काहीही कष्ट न पडता मिळालेल्या वस्तूची किंमत कशी कळणार?''

माझ्या मनातलं असमाधान, त्याच्या अलीकडे दडलेला अहंकार एकदम भुईसपाट झाले. त्यांचे पाय धरत मी विनवलं, ''मला क्षमा करा! मला ध्यानधारणा शिकवा!''

''तुम्हाला एव्हाना ग्रंथ-परिचय झाला आहे. तरीही गुरूच्या जवळ राहून त्यातली एकेक पायरी आत्मसात करणं महत्त्वाचं. त्याच वेळी स्वत:ला येणारा

बारीक-सारीक अनुभवही गुरूला सांगितला पाहिजे. कितीतरी वेळा साधकानं सांगितलं नाही, तर गुरूला समजतं. मी या ठिकाणी फार दिवस राहणार नाही. माझ्यापाठोपाठ फिरणं तुमच्यासारख्या साधकाच्या दृष्टीनंही सोईचं नाही. साधकानं एका ठिकाणी राहून नेहमी ध्यानात राहिलं पाहिजे.''

''तुम्हीच मार्ग दाखवाल, अशी मला अंत:प्रेरणा होत आहे. म्हणूनच मी कालपासून तुम्हाला शोधत होतो.''

''ठीक आहे! तुमच्यासाठी मी या नगरात एक मासपर्यंत राहीन. इथून कुरुक्षेत्री जाऊन दोन महिन्यांनी माघारी येतानाही, चार दिवस थांबून कितपत प्रगती झाली आहे, ते पाहून जाईन. तुमची साधना आणि देवाची कृपा असेल, तर तुम्हाला यश मिळेल. त्यानंतरही तुमची निष्ठा आणि अनुष्ठान बिनचूक असेल, तर मी स्वत: अंत:प्रेरणेनं मार्गदर्शन करत राहीन.''

''धन्योस्मि!'' म्हणत मी पुन्हा नमस्कार केला.

त्यानंतर महिनाभरात मथुरेच्या वास्तव्यात त्यांनी एकदाही माझ्या घरचं जेवण घेतलं नाही. माझ्याकडे राहिलेही नाहीत. संन्याशाला एकाच घरी जेवणं-राहणं वर्ज्य असल्याचं मलाही ठाऊक होतंच. कुरुक्षेत्राहून परततानाही इथं राहिलेल्या पंधरवड्यात सकाळी ते दोन किंवा तीन घरी भिक्षा मागून अन्न शिजवून खात होते. मधूनच कधीतरी ते आपण होऊन माझ्या घरी येऊन ध्यानधारणेतल्या बारीक-सारीक सूचना देत होते. काही वेळा मी त्या वडापाशी जाऊन त्यांना भेटत होतो. ती त्यांची बऱ्याच वेळा विसाव्याची जागा असे. गुरुदक्षिणा नाही, माझ्याकडून कुठल्याही प्रकारची सेवाही त्यांनी करून घेतली नाही. ज्यांना साधनेत खरीखुरी निष्ठा आहे, त्यांना मार्गदर्शन करून आणि शक्तिदान देऊन पुढे निघून जाणं हा त्यांच्या साधनेचाच एक भाग असावा. त्यांना त्यांच्या गुरूचा आदेश झाल्याचं त्यांनी सांगितलं होतं.

यम-नियम, आसनं, प्राणायाम, प्रत्याहार, ध्यानधारणा, समाधी यांचा परस्पर संबंध आणि त्यांची ध्येयं यांविषयी त्यांनी नीट समजावून सांगितलं होतं. मंडनमिश्रांच्या पाठशालेतही प्रत्येकानं योगसाधना केलीच पाहिजे, असा नियम होता. पण ध्यानधारणा-समाधी हे अंतिम ध्येय नसल्यामुळे तो केवळ अंगसाधनेचा एक प्रकार झाल्याचं आता माझ्या लक्षात आलं होतं. योगासनांमध्ये केव्हा कुठल्या ग्रंथीवर दाब आला पाहिजे, त्यामुळे कुठल्या नाडीचक्रांना जागृती येण्याला मदत होते, ध्यानसाधनेला कशी सुलभता प्राप्त होते, यांसारख्या रहस्यांची त्यांनी प्रत्यक्ष आसनं घालून दाखवून माहिती करून दिली. चित्तवृत्तींवर सुरुवातीला नियंत्रण ठेवायला ही आसनंच पुरेशी होती, असं वाटलं. अहिंसा, सत्य, अस्तेय, ब्रह्मचर्य, अपरिग्रह,

शौच, संतोष, तप:स्वाध्याय, ईश्वरप्राणिथानांचे प्रारंभिक भाव स्फुरण्यासाठीही ही आसनं साहाय्यभूत होत असल्याचा मला अनुभव आला. त्यांच्या महिनाभराच्या मथुरेच्या वास्तव्यात प्राणायमावर ताबा आला. ते कुरुक्षेत्राला गेले असता या साऱ्या गोष्टी पुन्हा-पुन्हा करत आत्मसात करून घेतल्या. माघारी आल्यावर त्यांनी प्रत्याहार ध्यान शिकवलं.

"जेवढा वेळ शक्य आहे, तेवढा वेळ ध्यानामध्ये राहा. अहिंसा-सत्य-अस्तेय-ब्रह्मचर्याचा क्षणभरही विसर पडू देऊ नकोस. साधकाच्या दृष्टीनं हे नियम सहज श्वासोच्छवासासारखे होऊन गेले पाहिजेत. ध्यान जसं खोल होत जाईल, तशी तुला शक्ती येऊ लागेल. पुढची वाट दिसेनाशी झाली किंवा मनात गोंधळ उडाला, तर माझं स्मरण कर. ध्यानस्थितीमध्येच तुला आदेश मिळेल. अधूनमधून मीही तुझ्याकडे लक्ष देऊन, तुझ्या समस्या जाणून तुला आदेश देईन. गुरूनं स्वत: सदेह समोर असलं पाहिजे, असं नाही."

असं सांगून ते दक्षिण दिशेला निघून गेले. त्यांना त्यासाठी सार्थाची किंवा इतर प्रवाशांच्या सोबतीची गरज नव्हती. त्यांना वन्य प्राण्यांचं भय नव्हतं किंवा भूक-तहान यांचा त्यांना त्रास होत नव्हता. ज्याच्याकडे काहीच नाही, तो गमावणार तरी काय? हेच त्यांच्या धैर्याचं मूळ होतं. त्यांना स्वतंत्र नावही नव्हतं. व्यवहाराशी संबंध असेल, तरच नावाची गरज असते ना! कुठल्याही प्रकारे ते स्वत:ला गुरू म्हणवून घ्यायला तयार नव्हते. इतर काही न सुचल्यामुळे मीही स्वत:ला 'मी संन्यासी' म्हणू लागलो.

वर्षभर माझी ध्यानधारणा सुरू होती. बाहेरच्या अडचणींमुळे माझ्या ध्यानधारणेत बाधा येत नव्हती. काही मानसिक अडचणी मात्र अधून-मधून उद्भवत होत्या. त्या वेळी मात्र अंत:प्रेरणेतून त्यातून मार्गही दिसत होता. पुन्हा त्याच पद्धतीची अडचण आली, तर त्या उपायांचा अवलंब करून सहजगत्या पुढं जात होतो. नव्या अडचणी आल्या की, नवे मार्ग दिसत होते.

अशा प्रकारे वर्ष सरल्यानंतर मला स्वत:मध्ये काही नवी शक्ती निर्माण झाल्यासारखं वाटू लागलं. एखादी व्यक्ती मनश्चक्षूंसमोर ठेवून ध्यानात खोलवर गेल्यानंतर त्या व्यक्तीचा संपूर्ण मनोव्यापार समजत होता. मी चंद्रिकेला भेटून दोन वर्षांपेक्षा अधिक काळ झाला होता. आता ती कुठं होती, काय करत होती, यातलं काहीही ठाऊक नव्हतं. ध्यानधारणेचा ध्यास घेतल्यानंतर मी तिचा शोध घ्यायचा विचारही केला नव्हता. आता मला तिच्या मनोव्यापाराचा वेध घेण्याची इच्छा झाली. तिचं मन जाणून घेण्याबरोबरच नव्यानं प्राप्त झालेल्या शक्तीची परीक्षा घेण्याचीही उत्सुकता होती.

एका दुपारी तिला मनात ठेवून मी ध्यान करू लागलो. 'आता ती श्रावस्थीमध्ये

आहे. नाटकमंडळी रामायणावरील नाटकाचे खेळ करताहेत. ती सीता. तिच्या मनात सीतेचेच भाव भरून राहिले आहेत. शिवाय तिच्या मनातल्या अंतर्यामी खोलवर माझी आठवणही दडलेली आहे. ती आठवण शांतपणे अनुद्विग्न भावानं ती जपत असते. रामाची भूमिका करणाऱ्या उदयसिंगाविषयी तिच्या मनात कुठल्याही प्रकारचा स्निग्ध भाव नाही. ती सादर करत असलेली सीतेची भूमिका रसिकांना अत्यंत आवडते. तिच्या चेहऱ्यावर शांत भाव आहेत. दररोज रंग लावल्यामुळे चेहऱ्याची कांती काळपट पडली आहे. दररोज ध्यान करते. सुदैव! आता ती ध्यानमग्न नाही! जेवतेय. चारुमती वारा ढाळतेय.' ती ध्यानमग्न असती, तर तिच्या मनात प्रवेश करणं मला जमलं नसतं.

अंतर्मनाच्या पापुद्र्याआड माझी आठवण तिनं जपल्याचं पाहून मी रोमांचित झालो. मनात धन्यता दाटून आली. जीवनाला काहीतरी अर्थ होता, असं जाणवलं. तिनं पुन्हा नाटक करायला सुरुवात केल्याचं मला ठाऊक नव्हतं. शर्मा-दत्तांच्या रामायणावरच्या पाच भागांच्या नाटकाविषयी मला ठाऊक होतं. सीतेच्या पात्रासाठी सुगंधेची निवड होईल, अशी माझी अपेक्षा होती. चंद्रिका पुन्हा नाटकात काम करणार नाही, असं मी का गृहीत धरलं होतं कोण जाणे! मी तिथं नाही म्हटल्यावर ती तिथं गेली, मी असतो, तर ती तिथं गेली नसती. तरीही तिचं माझ्यावर गाढ प्रेम होतं. तिच्या अंतरंगात आणखी कुणालाही स्थान नव्हतं. तरीही मला सोडून गेली ती कांपिल्यहून. तेही माझ्या शारीरिक सुखाचा विचार करून! आश्चर्य वाटलं. तिच्या मनात माझ्याविषयी नेमकी कसली भावना होती म्हणायची?

या प्रश्नात मन इतकं गुरफटलं की, ध्यान करणं अशक्य झालं. उठून बाहेर चालू लागलो. नेहमीचा घाटाचा रस्ता सोडून माझ्याच नकळत गावाबाहेरच्या चंद्रिकेच्या घराच्या दिशेनं चाललो होतो. तिच्या घराला कुलूप लावलं होतं. उंबरा आणि दारापुढे सकाळी रांगोळी काढलेली दिसत होती. म्हणजे घराकडे लक्ष देण्याचे काम कुणाकडे तरी सोपवलं असणार.

घरी परतत असताना मनात आलं, आनंद दत्त आणि वासुदेव शर्मा यांच्या मनात शिरून नाटकाविषयी का जाणून घेऊ नये? खोलीत जाऊन मी पद्मासनात बसलो. आचमन करून आनंद दत्त यांना मनश्चक्षूंपुढे आणून ध्यानस्थ झालो. ध्यान लागणं फारसं सोपं गेलं नाही. तरी हट्ट न सोडता प्रयत्न करत राहिलो. कितीतरी वेळानं जमलं.

'दत्त एका कोपऱ्यात उभे राहून साऱ्या प्रेक्षकांकडे पाहत आहेत. समोर नाटक सुरू आहे. प्रेक्षकांपैकी कितीतरी जण दुसऱ्या-तिसऱ्या वेळेला रामायण पाहायला आले आहेत. त्यांमध्ये कितीतरी बौद्धही आहेत. रामावरचं इतकं आकर्षक नाटक अन्यत्र नाही, या भावनेनं सारे प्रेक्षक रसास्वाद घेत आहेत. मधूनच हनुमंताच्या 'जय

सीता राम' या घोषणेला संपूर्ण सभागृहच 'जय जय राम' म्हणून घोष करत प्रतिसाद देतं. त्यात बौद्धही आहेत. रामाचा रंगमंचावर प्रवेश होतो. आनंद दत्तांच्या मनात येतं – 'छे! नागभट्ट हवा होता इथं! रामाचं पात्र आणखी जिवंत झालं असतं. मूर्ख! उगाच वेगळ्या वाटेनं गेला! कृष्णाची भूमिका करताना जी अद्वितीय प्रसिद्धी मिळाली, त्याचीच मस्ती आली त्याला! हे नाटक त्याच्याकरवी सादर करून त्याला रामानंद म्हणूनही तेवढंच प्रसिद्ध करता आलं असतं.'

अजूनही आनंद दत्तांना माझी आठवण येत होती, हे पाहून मनोमन आनंद झाला. खरंच! मीही नाटकात भूमिका करत इतर वेळी ध्यान का करू नये? चंद्रिका नाही का करत? सहस्रावधी प्रेक्षकांपुढे मिरवण्याचं आकर्षण मनाला घेरू लागलं. दोन दिवस त्याच भावनेनं मन भरून गेलं होतं. पुन्हा हळूहळू मन ताळ्यावर आलं. मी आपण होऊन त्या जीवनाचा त्याग केला. जीवनाचा अर्थ त्यातून शोधणं शक्य नसल्याचा अनुभव आला म्हणून! पुन्हा तिकडे वळणं योग्य नाही.

दुसरे दिवशी जयसिंहांच्या मनात शिरण्याचा प्रयत्न केला. ध्यानात शिरणं फारसं सोपं गेलं नाही. मन एकाग्र व्हायलाच तयार नव्हतं. घरातला भांड्यांचा आवाज, बाहेर केर काढत असल्याचा आवाज, रस्त्यावर गप्पा मारणाऱ्यांचा आवाज हेच कानात भरून राहत होतं. बुद्धी आणि मन निष्क्रिय करणं कठीण वाटत होतं. खूप प्रयत्न केल्यावर हळूहळू मन एकाग्र होऊ लागलं.

'जयसिंहांना कन्याकुब्जहून आदेश आलाय. सिंधू देशावर आक्रमण केलेल्या म्लेंच्छ अरबांना कन्याकुब्जचे गुर्जर प्रतिहार राजे देशाबाहेर हाकलण्याच्या प्रयत्नात आहेत. सगळं सैन्य पश्चिमेकडे गेल्यावर दक्षिणेच्या राष्ट्रकुटांनी त्यांच्यावर आक्रमण करणं, हा नेहमीच्या नीतीचा भाग. पश्चिम भारतातली समुद्रकिनाऱ्यावरची बंदरं आपल्या ताब्यात ठेवून रोमक आणि इतर साऱ्या पश्चिमेकडचा व्यापार आपल्या मुठीत ठेवायचा, अखेर भरतखंडावर आपलं अधिपत्य आणायचं, आपल्या धर्माची स्थापना करायची, हा म्लेंच्छांच्या तंत्राचा एक भाग आहे, हे लक्षात ठेवून गुर्जर प्रतिहारांना मदत करण्याऐवजी त्यांचं राज्य बळकावणं, हेच राष्ट्रकुटांचं धोरण आहे. दक्षिणेकडील राष्ट्रकूट आणि उत्तरेकडील कन्याकुब्जामध्ये असलेल्या माहिष्मती तारावती या छोट्या-छोट्या राज्यांना हे समजावून सांगून त्यांना 'आज आपण म्लेंच्छांना हाकललं नाही, तर भरतखंडात कुठलाही धर्म राहणार नाही. एव्हाना म्लेंच्छांनी सिंहल द्वीपांमध्येही मुळं रोवली आहेत. इराकचा नेता हजाजनं आपला जावई महमद बीन कासीम याच्या नेतृत्वाखाली पाठवलेल्या सैन्यानं सिंधूदेशाच्या देबल बंदरावर ताबा मिळवलाय. हे सैन्य तीन दिवस सतत तिथल्या लोकांना ठार करत होतं. अखेर आपल्या चार हजार सैनिकांना तिथं ठेवून त्यांच्यासाठी एक भलं मोठं प्रार्थना मंदिरही त्यानं बांधलं आहे. दयामाया न दाखवता बायका-मुलं-म्हातारे-

कोतारे-शरणागत-कैदी – प्रत्येकाला कापून काढणं, हाच त्यांचा युद्धधर्म आहे. त्यांच्या धर्मात गेलं, तरच ते जीवदान देतात. हे सगळं ठाऊक असूनही राष्ट्रकूट उत्तरेला साम्राज्यविस्तार करण्याच्या प्रयत्नात आहेत.' हे सारं माहिष्मती-तारावतीच्या राजांना सांगून राष्ट्ररक्षण-धर्मरक्षणासाठी मदत मागायची. अगदीच काही नाही जमलं, तर निदान राष्ट्रकुटांना मदत करू नका, म्हणून तरी सांगायचं. ही सारी जबाबदारी जयसिंहांवर आली आहे. त्या प्रवासासाठी रथ आणि घोडेस्वार यांची तयारी करण्यात ते गढले आहेत. याच संदर्भात त्यांच्याशी बोलायला कन्याकुब्जहून एक राजप्रतिनिधी आला आहे.'

मला त्यातल्या राजकारणात फारसा रस नव्हता. जयसिंह माहिष्मती-तारावतीला जात होते, हे समजताच मन उद्विग्न झालं. अमरूकाविषयी जयसिंहांना सांगितलं तर? तो विश्वासार्ह नाही. तुम्ही सैन्य धाडून त्याचं राज्य हिरावून घ्या, म्हणून सांगायचं. युद्धात शरणागती पत्करून जेरबंद करून आणलेल्या अमरूकाचं चित्र डोळ्यांसमोर उभं राहिलं.

मन ढवळून गेलं. वर्षभर ध्यान करून मनातल्या प्रतिकावर विजय मिळवून आणत असतानाच या वावटळीत मन सापडलं होतं. एकेक पायरी वर चढत जाऊन संप्रज्ञात-असंप्रज्ञात समाधीपर्यंत मला पोहोचायला हवं होतं. कुठल्यातरी जुन्या वासनेनं विदीर्ण करून टाकावं काय? मनात असा विचार आला, तरी त्या दुपारी ध्यान करायला बसलो नाही. दुसरा दिवसही तसाच गेला. त्यानंतरही ध्यानासाठी योग्य आसन जमवणं कठीण गेलं. कितीही प्रयत्न केले, तरी शरीर वाकलं नाही आणि मनही कह्यात आलं नाही. चित्त शांत झाल्यावर जमेल, अशी स्वत:ची समजूत घालून मी नदीच्या काठी निघालो. कृष्णजन्माच्या रात्री नदीचं पात्र वरच्यावर दुभंगलं असेल की, तळागाळातल्या वाळूपर्यंत दुभंगलं असेल, यांसारखे विचार मनात येऊ लागले. या आधी इथं आल्यावर लौकिक जगाला अलौकिक बनवणाऱ्या अलौकिकेश्वराचं स्मरण होऊन मन लगेच ज्ञानमग्न व्हायचं – उलट आता वेडेवाकडे प्रश्न मनात उद्‌भवून मन कुठं-कुठं तरी वाहू लागलं.

जयसिंह गावाला जायला निघण्याआधी शालिनी-अमरूकाचं मन जाणून घ्यावं, अशी इच्छा त्या संध्याकाळी मनात उद्‌भवली. गेले चार दिवस ध्यानासाठी मन एकाग्र व्हायलाच तयार नव्हतं. आज काहीतरी करून मन एकाग्र केलं पाहिजे, त्या दोघांची मनं जाणून घेतलीच पाहिजेत, अशी अदम्य इच्छा मनाला व्यापून राहिली. आणखी काही करणं शक्यच नाही म्हटल्यावर मी खोलीचं दार बंद करून घेतलं आणि आचमन करून पद्मासनात बसलो. शरीर आसनस्थ झालं – तेवढंच. मन एकाग्र झालंच नाही. शेवटी आसन मोडून वज्रासनात बसलो. रात्रीचं जेवण

झाल्यावरही बराच वेळ झोप आली नाही. शालिनीनं केलेला द्रोह मनाला व्यापून राहिला होता. कितीतरी उशिरा झोप लागली.

झोपेत अंतरबोध झाला : अन्य मनप्रवेशाची खटपट सोडून दे. यामुळे तुझी हानी होत आहे. अध:पतन होत आहे.

हे स्वप्न नव्हतं. ध्यानमग्न असताना व्हावा, तसा अंतरबोध! पण झोपेत झाला होता. अचानक ती स्थिती भंग पावून जाग आली. एरवी ध्यानावस्थेत होत असलेला अंतरबोध निद्रावस्थेत झाला होता. गेले काही दिवस मी ध्यानमग्न न झाल्यामुळे माझ्या गुरूनं निद्रावस्थेत असताना मला सावध केलं होतं. योगसाधकाला अणिमा-लघिमा, महिमा-गरिमा, प्राप्ती-प्राकाम्य, वशिव-ईशित्व, टाथा, कामावसायिता यांसारख्या वेगवेगळ्या स्वरूपाच्या सिद्धी प्राप्त होऊन त्याला मोहात पाडत असतात. त्याच्या अंतिम लक्ष्याच्या प्राप्तीसाठी या सिद्धी अडचणी बनत असतात. योग्यानं या सिद्धींच्या मोहात पडू नये, हे सगळं मी विद्यार्थिदशेतच वाचलं होतं. गुरूंनीही सांगितलं होतं. अणूप्रमाणे सूक्ष्म होऊन अदृश्य होणं, हलकं होऊन हवेत अलगद वावरायचं, कुणीही कणभरही हलवू शकणार नाही, असं पर्वताप्रमाणे जड व्हायचं, इतर ठिकाणी असलेली वस्तू आपल्या हाती येईल, असं करायचं, समस्त प्राण्यांना वश करून घ्यायचं, केलेला प्रत्येक संकल्प पूर्ण करायचा – या सगळ्या सिद्धी अहंकाराचं पोषण करणाऱ्या असल्यामुळे त्या आत्मसाक्षात्काराच्या मार्गात अडचण बनतात, हा तपशीलही आठवला. शालिनी-अमरूकाची मनं जाणून घेऊन काय मिळणार होतं? मी तर सगळ्यांपासून मुक्त होतो!

पाठोपाठ आणखीही जाणवलं – मी ध्यानमार्गावर अगदी परवा-परवा चालायला सुरुवात केली होती. गेल्या काही दिवसांत चंद्रिका आणि आनंद दत्तांच्या मनात प्रवेश करून झाला. जयसिंहांचं मनही जाणून आलो. त्यामुळेच गेले काही दिवस मन ध्यानमग्न होताना अडचणी जाणवत होत्या. यानंतर हा खटाटोप सोडून देऊन मन पश्चात्तापानं शुद्ध करून घेऊन नव्यानं ध्यानसाधना सुरू केली पाहिजे.

पण हा निश्चय जेमतेम दोन दिवस टिकला. तिसऱ्या दिवशी पहाटे अंघोळ करून नदीच्या काठावरच्या वडाखाली बसलो होतो. वाटलं आत्ताच्या आत्ता बसलं, तर ध्यान लागेल! लगेच घरी गेलो, खोलीचं दार बंद करून शालिनीचं रूप मनश्चक्षूंपुढे आणून आचमन केलं आणि पद्मासन घालून प्रत्याहार करू लागलो. मन निष्क्रिय होऊन ध्यानमग्न होण्याची चिन्हं दिसू लागली.

केवळ तिचं मनच नव्हे, सारा परिसर दिसू लागला. 'गावाबाहेरचं एक उद्यान. आंबे – पेरू – चिक्कूसारख्या फळांची झाडं. जाई-जुई-मोगऱ्याबरोबरच सुरंगी, चाफा, बकुळीची झाडं. मधोमध छोटंसं, पण राजेशाही थाटात बांधलेलं घर. घराच्या दारात द्वारपाल. त्याच्यापाशी पाच वर्षांची एक बालिका चाफ्याच्या झाडावर चढण्याचा

खेळ खेळत आहे. तिचे नाक-डोळे शालिनीशी बरंच साम्य दर्शवताहेत. वर्ण मात्र अमरूक राजासारखा आहे. न्हाणीघरात शालिनी स्नान करत आहे. शरीर स्थूल होत आहे. आधीचा सडपातळ मोहक बांधा अदृश्य झाला आहे. काम नसल्यामुळे येणारा स्थूलपणा. गळा, छाती, हात, दंड, पाय, बोटं सगळीकडे चकचकणारे सोन्या-हिऱ्याचे दागिने. अंघोळ करतानाही न काढलेले. गरम पाण्याचे तांबे अंगावर रिते करताना तिचं मन अमरूकाला शापत आहे – 'हलकट रांडेचा! पटकी होऊन उलथेना तिकडं! तुझ्यासारखी सुंदरी साऱ्या जगात नाही, असं सांगून भुरळ पाडणारा कपटी जादूगार! एक मूल होऊन अंग सैल झाल्यावर दूर लोटून मोकळा झालाय मेला! कुणाच्याही नजरेला न पडता एकत्र येता यावं, म्हणून हे घर बांधलंय. त्या वेळी इथं स्वर्ग उतरायचा. आता माझ्या एकलेपणाचं कारागृह झालंय. माझ्या बाळंतपण संपण्याआधीच त्याच्या तिसऱ्या लग्नाची तयारी सुरू झाली होती. त्याला कसंबसं बोलावून म्हटलं, 'तुझ्यासाठी मी माझं सगळं सोडून आले आणि तू तिसरं लग्न करायला निघालास?' यावर तो म्हणतो कसा, 'हा प्रश्न विचारायचा अधिकार या देशाच्या महाराणीलाही नाही. तुला अन्न-वस्त्र-दागदागिने कमी पडत असतील, तर सांगा, आणखी काही विचारायचं नाही.' अधून-मधून कधीतरी येऊन जात होता. गेल्या तीन वर्षांत तेही नाही. राजाची वस्तू म्हटल्यावर आणखी कुणी पुरुषही नजर वर करून पाहत नाही. घरकाम करणारी कामवालीही त्याच्यासाठी हेरगिरी करते. विष घालून मारायला पाहिजे या लफंग्याला! मला मोहात पाडून फसवलं मेल्यानं!'

ध्यान नष्ट होऊन जाग आली. इतरांच्या मनात याहून फार वेळ राहता येत नाही, याचा अनुभवही होताच. आणखी खोलवर जाऊन तिच्या मनात मुलीविषयी, मृत सासूविषयी किंवा माझ्याविषयी काय भावना होती; हे जाणून घ्यायची इच्छा होती. आणखी कधीतरी तेही करून पाहायचं ठरवलं. शरीर थकून गेलं होतं. ध्यानानंतर प्राप्त होणाऱ्या चित्तशांतीचा आणि जीवोल्हासाचा तिथं लवलेश नहता. भृंग-वृत्तीचा अमरूक तिच्याकडे ढुंकूनही पाहत नव्हता, हे जाणून बरं वाटलं होतं. इतरही कुणाला जवळ करणं शक्य नसल्यामुळे ती कामवासनेनं दग्ध होऊन विव्हळत होती. 'अगदी योग्य शिक्षा ही!' मन तामसी आनंदानं भरून गेलं. लगेच ध्यान करायला बसलं, तर मन एकाग्र होणं शक्यच नव्हतं. उद्याही थोड्या कष्टानं अमरूकाचं मन जाणून घेतलं पाहिजे.

पण दुसरे दिवशी कितीही प्रयत्न केले, तरी मन एकाग्र झालं नाही. मनाला पंचेंद्रियांपासून सुटं होताच आलं नाही. रस्त्यावरून जाणाऱ्या गुरांचं हंबरणं, स्वयंपाकघरातून येणारा डाळ शिजत असल्याचा वास, रंध्रारंध्रांतून सूक्ष्मपणे झिरपणारा घाम, मिटलेल्या डोळ्यांपुढे येणारं भिंतीचं चित्र, कधीकाळी जयसिंहांच्या घरी जेवलेल्या मिष्टान्नाच्या आठवणींच्या भोवऱ्यात सापडलेलं मन गरा-गरा गिरक्या घेत

होतं. अखेर बराच वेळ पद्मासनात बसल्यामुळे गुडघे दुखू लागले, म्हणून मी आसन मोडून बाहेर आलो. त्यानंतर चार दिवस तळमळलो, तरी ध्यान जमलं नाही. हा मार्गच नको, असा मनात निर्धार झाला, तरी अमरूकाचं मन जाणण्याची इच्छा कमी झाली नाही.

असे दोन महिने सरले. मनाला पुन्हा शून्य-भावानं आक्रमून टाकलं. पुन्हा तोच जीवनाला काही अर्थ नाही, असा भाव. जीवनाला चवच नसेल, तर का जगायचं? रोजच्या जेवणातही चव जाणवत नव्हती. का खायचं? का शरीराचं पोषण करायचं? केवळ वैराग्याच्या पातळीवर नव्हे, तिरस्काराच्या पातळीवर ही भावना भरून राहिली होती. असाच आणखीही एक महिना गेला.

एकदा नदीकाठच्या वडाखाली बसलो असता आठवलं, मागं अशाच प्रकारे शून्य भावनेनं घेरलो असता ध्यानामुळे त्यातून वाचलो होतो. पण सुलभपणे ध्यानमग्न होता येत नाही, हा अनुभव होता. रात्रभर विचार करून दुसरे दिवशी पहाटे लवकर उठून नदीकाठी आलो. अंघोळ करून काठावर ध्यान करण्यासाठी पद्मासनात बसलो. त्यालाही थोडे कष्ट झाले, कारण शरीराची सवय मोडली होती. बराच तडफडलो, तळमळलो मन एकाग्र करण्यासाठी धडपडलो. पण जमलं नाही. चित्तवृत्ती दडपल्या जाण्याऐवजी अधिक उफाळून वर येऊ लागल्या. मन तळमळू लागलं. तीन दिवस तळमळल्यानंतर गुरूची आठवण झाली.

अशा परिस्थितीत त्यांची गरज होती. त्यांनी मदत करावी, असं तीव्रपणे वाटलं. त्यांची प्रार्थना करणं एवढंच माझ्या हातात असल्याचं लक्षात आलं. प्रार्थना करू लागलो. तीन दिवस एकसारखा त्यांना आळवत होतो. हाका मारत होतो. विनवत होतो. पण सूचना-प्रेरणा-अंतरबोध – काहीही जाणवलं नाही. 'झोपेतही आवाज ऐकू आला नाही. त्यांनी मला सोडून दिलं होतं, याची खात्री पटली. त्यांनी बजावलं असतानाही सिद्धींचा वापर केलाय मी. आसुरी भावांना शरण गेलोय! मी ध्यानमार्गासाठी लायक नाही, अशा निष्कर्षापर्यंत ते आलेले दिसतात.

'मी खोल-खोल गर्तेत कोसळत आहे. मला वर उचलून घेणारं कुणी नाही,' कितीही नको म्हटलं, तरी व्रजवैडूर्य आणि भरजरी वस्त्रातल्या अमरूकाचं चित्र चित्त वेधून घेत होतं. मनात भय किंवा किळस निर्माण करत होतं. त्याला मनापासून दूर लोटणं अशक्य होत होतं. मनाला असाहाय्यता व्यापून राहिली. शून्यभाव आणखी तीव्र होत होता.

पाच

अधूनमधून एखाद्या दिवशी गावाबाहेर सात-आठ कोस फेरफटका मारून येण्याची माझी सवय होती. एका सकाळी तिसऱ्या प्रहरी मथुरेपासून आठ कोसांवरच्या एका मोठ्या दगडावर बसलो होतो. भोवताली आंबे, सागवान, पलाश यांसारखे अनेक प्रकारचे लहान-मोठे वृक्ष होते. पण ते काही घनदाट अरण्य नव्हतं. जमीनही उंच-सखल होती. मी बसलो होतो, तिथून काही अंतरावर जुना दगडी मंडप होता. वाटसरूंच्या सावलीसाठी बांधलेला मंडप. पण अत्यंत अस्वच्छ. पालापाचोळा आणि कचरा भरलेला. अर्धवट जळलेली लाकडं, राख वाऱ्यानं सगळीकडे पसरली होती. मंडप स्वच्छ असता, तर मी तिथंच बसलो असतो म्हणा!

थोडा वेळ गेला. एक साधू त्या मंडपापाशी आला. त्याच्या खांद्यावर एक पिशवी होती. उजव्या हातात दोरीनं बांधलेलं मृत कुत्र्याचं शरीर होतं. त्याच्या हातातल्या काठीच्या टोकाला एक त्रिशूल होतं. भरपूर दाढी-मिशा वाढल्या होत्या. डोक्यावरच्या केसांच्या जटा वळल्या होत्या. काळं कांबळं आणि अंगावर गुंडाळलेली गलिच्छ वस्त्रं यांवरून तो वामाचारी असल्याचं स्पष्ट दिसत होतं. मी बसलेली जागा आणि मंडप यांमध्ये एक पळसाचं झाड आडवं येत असलं, तरी मला मंडप दिसत होता. त्यानंही लक्ष देऊन पाहिलं, तर कदाचित मी दिसलो असतो, पण तो आपल्याच नादात होता.

त्यानं हातातलं मेलेलं कुत्रं आणि इतर सामान मंडपात ठेवलं. नंतर भोवताली नजर टाकून त्यानं काही पालापाचोळा आणि काटक्या एकत्र केल्या. पिशवीतून गारगोटी काढून त्यानं ठिणगी उडवून आग निर्माण केली. फुंकून-फुंकून आग चांगलीच फुलवली. त्यावर हातभर लांबीची लाकडं रचली. त्यावर मेलेलं कुत्रं ठेवून वर आणखी चार लाकडं ठेवली. सगळ्याची मिळून आग धगधगू लागली.

आग पेटल्यावर त्याला निवांतपणा मिळाला. आगीपासून थोड्या अंतरावर उकिडवा बसून त्यानं मल-विसर्जन केलं. सारं दृश्य मला किळस आणत असलं,

तरी वामाचाऱ्यांविषयी ठाऊक असल्यामुळे 'असह्य' वाटलं नाही. विसर्जन झाल्यावर त्यानं उजव्या हाताच्या बोटानं विसर्जित मलातला थोडा भाग उचलून तोंडात घातला आणि चावून गिळून टाकला. हे करताना त्याच्या चेहऱ्यावर किळस किंवा ओकारी होण्याची भावना दिसली नाही. कुठलंही अन्न खाताना जसे असतील, तसेच भाव त्याच्या चेहऱ्यावर होते. नंतर गाठोड्यातलं पातेलं बाहेर काढून तो कुठंतरी गेला. त्या प्रदेशाची माहिती असल्यामुळे तो पाणी आणायला गेला असल्याचं माझ्या लक्षात आलं.

थोड्या वेळानं तो आला, तेव्हा आग शांत झाली होती. त्यातलं कुत्र्याचं शरीर काळं ठिक्कर पडलं होतं. आगीबाहेर काढलेलं ते शरीर थंड व्हायला ठेवून त्यानं एक बुधला बाहेर काढला आणि त्यातील द्रवपदार्थ घोट-घोट पिऊ लागला. ते मद्य असल्याचं स्पष्ट होतं. एका चाकूनं त्यानं कुत्र्याच्या मांसाचा लचका काढला आणि त्यावर फुंकर घालत तो ते मांस खाऊ लागला. मधूनच मद्याचा घोट घेत होता. मध्ये त्यानं भांड्यातलं पाणीही घेतलं.

एकदा त्या दिशेनं माझ्याकडं वाऱ्याचा झोत आला. आंबट मद्य, कुत्र्याचं जळकं मांस आणि गलिच्छ वास यांनी माझं नाक भरून गेलं. क्षणभर इथून निघून जावंसं वाटलं. एवढा वेळ न जाणवलेलं भयही मनाला स्पर्श करून गेलं. यानं मेलेलं कुत्रं आणलं असेल, तर कदाचित त्याच्या शरीरात रोग असू शकेल. कदाचित बराच वेळ मरून पडलं असेल, तर त्याचं मांसही सडलं असेल. पण त्याला त्या कशाचीही फिकीर दिसत नव्हती. कदाचित यानंच ठार करून आणलं असेल! पाठोपाठ आठवलं, काही वामाचारी तर माणसं मारून त्यांचं मांसही सहज खात असतात. याला माझी चाहूल लागली, तर कुत्र्याप्रमाणे मलाही मारून खाईल! अथवा आपल्या देवतेला तो माझा बळी देईल. त्याच्या काठीच्या टोकाला असलेल्या तीक्ष्ण त्रिशूलाची आठवण होऊन शरीर थरकापलं. जवळपास कुठंही माणसांची चाहूल नव्हती. केवळ रानावनांतून आणि गावाबाहेर भटकणाऱ्या या वामाचाऱ्यांना कुणी पकडणं शक्य नव्हतं. या वामाचाऱ्यांना पशुमेधांइतकाच नरमेधही सहज वाटतो, हे आठवून माझं सारं अंग घामेजून गेलं. हलकेच निघून जावंसं वाटत होतं. चढणाऱ्या उन्हात परिसर अधिक नीरव भासत होता. मारामारीचा प्रश्न आला, तर मी त्याच्यापेक्षा सशक्त होतो, यात शंका नाही. 'पण त्यांना माया-मंत्र वश असतात. माझी शरीरशक्ती त्याच्या इच्छाशक्तीला वश झाली तर? या विचारामुळे भय वाढलं.

हे एकीकडे असलं, तरी त्याचं जेवण, त्यानंतर हा काय करतो, हे पाहण्याची जबर इच्छा मनात असल्यामुळे मी न हलता तसाच बसून राहिलो.

माझ्याकडे पाठ करून त्यानं खाणं संपवलं. मान वर करून त्यानं मद्यपात्रही रितं केलं. कुत्र्याचा आता फक्त सांगाडा राहिला होता. एकदा जोरात पादल्यानंतर

त्यानं सारं अंग ताणून मोडलं. नंतर अचानक माझ्याकडे वळून चालू लागला.

काहीतरी शोधत असेल, म्हणून मी बेसावध होतो. पण तो माझ्या दगडापाशीच येऊ लागला, तेव्हा मात्र मी चांगलाच घाबरलो. तो जवळ येऊन म्हणाला, "थोडं मांस शिल्लक आहे. मद्यही आहे. तुझ्यासाठी म्हणून मी राखून ठेवलंय. चल –"

क्षणभर अवाक् झालो. तरीही स्वत:ला सावरून म्हटलं, "मी मद्यपान-मांसभक्षण करत नाही."

"उत्तम असल्याचा अहंकार सुटलेला नाही. कसं साधणार ध्यान?"

'ध्यान न जमल्यामुळे माझी तळमळ चालल्याचं याला ठाऊक आहे. म्हणजे अशा प्रकारची शक्ती यानं मिळवलेली दिसते.' या विचारानं मी थोडा नम्र झालो. तोच पुढं म्हणाला, "तुमच्या सगळ्या पद्धती भेद, तारतम्य, उत्तमपणाचा अहंकार यांवर अवलंबून आहेत. तुझ्या बायकोचं आणि राजाचं मन जाणून घ्यायला जाऊ नकोस, म्हणून तुझ्या गुरूनं सांगितलं; तुला कुतूहल आवरता आलं नाही, एवढ्यासाठी तुझा गुरू तुला सोडून दूर गेला, हे कसलं अध्यात्म!"

मी आणखी विनीत झालो. नैतिक निष्ठुरता असलेल्या माझ्या गुरूकडे करुणेला अजिबात स्थान नव्हतं, असं तीव्रपणे वाटलं.

"तुझ्या मालकीच्या योनीवर अधिकार मिळवून दुसराच कुणीतरी फळ मिळवत असल्याचं पाहून, तुझं मन कष्टी होणं स्वाभाविकच आहे. या सहज-भावनेला शिक्षा झाली पाहिजे." असं म्हणत त्यानं माझ्या डोळ्यांमध्ये रोखून पाहिलं. त्या दृष्टीद्वारे माझ्याशी समागम स्थापित केल्याप्रमाणे तो पुढं म्हणाला, "शक्तीपासून दूर राहून तिला एकटं करून टाकणं, हीच तुम्हा योग्यांची पद्धत. प्राप्त करून घेतलेल्या सिद्धी न वापरण्याचा त्यांचा तो दरिद्री नियम! ब्रह्मचर्यच तुमच्या मार्गाचं मूलस्थान. म्हणजे शून्यस्थान! योनी-लिंग यांचा संबंधच तोडून टाकायचा. दोन्ही निस्तेज करायचे आणि भाकड जगात तळमळायचं, हे तुमचं ध्येय! या शून्य ध्येयातून साधणार आहे तरी काय? मेध्य-अमेध्य अर्थात पवित्र-अपवित्र, भक्ष्य-अभक्ष्य, स्पृश्य-अस्पृश्य यांसारखे भेद करत सारं नाकारत गेलं, तर अखेर राहणार काय? हाती लागणार तरी काय? एवढं सगळं नाकारून तू जे मिळवलंस, ते मी एका क्षणात देतो. चल!"

मी ऐकत होतो.

"ज्यांच्या मनात प्रवेश करण्यासाठी तुझी धडपड चालली आहे, त्या व्यक्तीचं स्मरण कर. त्यांच्या मनात मी तुला प्रवेश करून देतो. हं, डोळे मिट –" मी बसलेल्या दगडावर चढून तो माझ्यापाशी आला आणि त्यानं माझ्या डोक्यावर हात ठेवला. मी ठरवून आठवण केली की, आपोआप कोण जाणे, अमरूकाचं चित्र माझ्या मनश्चक्षूंसमोर उमटलं. त्याच वेळी मनही आपोआप एकाग्र स्थितीला पोहोचलं.

राजमहालात माडीवर सुखासनावर बसलेल्या अमरूकमहाराजाच्या मनात माझा प्रवेश झाला. त्याचे विचार समजू लागले.

'जयसिंहांनी आणलेला निरोप योग्य आहे, यात शंका नाही. पण राष्ट्रकूट माझ्या जवळचे आहेत. माझी निष्ठा प्रतिहारांकडे वळल्यासारखं त्यांना चुकून जरी वाटलं, तरी ते चढाई केल्याशिवाय राहणार नाहीत. हल्ल्याला तोंड द्यायची माझी कुठं तयारी आहे? लहान राज्य माझं. सार्थ तयार करून त्याद्वारे पैसा मिळवून सैन्य वाढवायचा विचार होता, पण तो नागभट्ट कुठं उलथला कोण जाणे! तो माघारी आला, तरी त्याच्या बायकोशी माझं संबंध जुळल्याचं बघून, निष्ठेनं राहणं कठीण आहे. अर्थात एक करता येईल म्हणा! तो आलाच, तर त्याला सांगायचं, चूक माझी नाही – तुझ्या बायकोचीच आहे. मला काही कळायच्या आत ती गरोदर राहिली होती. प्रायश्चित्त म्हणून मी तिच्या राहण्याची व्यवस्था केली, एवढंच! पुन्हा तिच्याकडे फिरकलोही नाही. मित्रा, शपथ घेऊन सांगतो-थोडं भावविवश होऊन सांगितलं, तर तो जरूर ऐकेल, विश्वास ठेवेल! नाहीतरी ती त्याची मानसिक गरजही असेल मी राजा म्हटल्यावर! माझंही चुकलंच. तिला महान सुंदरी मानलं, पण किती लवकर स्थूल झाली. अनावश्यक गळ्यात घेतली तिला. त्यानंतर संपूर्ण ब्राह्मण जातीच्या रोषातून बाहेर पडायला किती खटपट करावी लागली. राष्ट्रकुटांनी हल्ला केला, तर तितक्या लवकर प्रतिहाराचं सैन्य मदतीला येऊ शकेल काय?''

तांत्रिकानं माझ्या डोक्यावरचा हात काढून घेतला. काही क्षणांतच माझं मन पूर्वस्थितीला आलं. तो म्हणाला, ''तुला भूक लागलीय. आठ कोस चालून जायचंय तुला! उरलेलं भक्ष्य खा. मी काही जबरदस्ती करत नाही.'' आणि तो मंडपाकडे गेला. दारूच्या बुधल्याचं तोंड बंद करून त्यानं पिशवीत टाकला, उरलेलं पाणी पिऊन त्यानं पातेलंही पिशवीत टाकलं. पिशवी काठीला अडकवून काठी खांद्यावर ठेवली आणि भोवतालच्या झाडा-झुडपांमध्ये पावलं टाकत दिसेनासा झाला.

घरी परतत असताना मन अमरूकावर गुंतलं होतं. 'मला फसवून, गावाबाहेर काढून तिला जवळ केलं. मी परतलो, तर मला काय सांगायचं, तेही त्यानं ठरवून ठेवलंय! स्वत: राजा आहे, म्हटल्यावर त्याच्यावर विश्वास ठेवणं, ही माझी मानसिक गरज आहे म्हणे! वा रे वा!

पण एक मात्र खरं – आता मी खरोखरच एकटा आहे. देशहीन – मित्रहीन – बंधुहीन –' मन विषण्ण होऊन गेलं.

दिवस ढळल्यानंतर कितीतरी वेळानं घरी जाऊन पोहोचलो. जेवलो. संध्याकाळी कुठंही गेलो नाही. रात्रीही नीट झोप लागली नाही. पहाटे नदीत अंघोळ करत

असताना पुन्हा अमरूकाच्या मनात प्रवेश करून आणखी खोल जाऊन पाहिलं पाहिजे, असं वाटलं. योगामुळे सिद्धी लाभेल, पण केवळ शक्ति-साधनेसाठी योग करायचा म्हटलं, तर मन एकाग्र होत नाही. या माझ्या वेड्या कुतूहलामुळे माझे गुरूही माझ्यापासून दूर झाले आहेत. मन पुन्हा-पुन्हा त्याच विचारांच्या भोवऱ्यात गरगरा फिरू लागलं. 'मला काय करायचंय त्याचं मन जाणून?' या प्रश्नाचा सतत मारा करूनही ती अपेक्षा कमी झाली नाही.

संध्याकाळपर्यंत वाटू लागलं, तांत्रिक झाला म्हणून काय झालं? तो किती सहजपणे आणि तितक्याच प्रभावीपणे अमरूकाच्या मनापर्यंत मला नेऊ शकतो. त्या मार्गात कुठले नियमही नाहीत. शक्ती मिळवायची तीच मुळी वापरासाठी, इतकं साधं गणित आहे त्यांचं! किती पटण्यासारखं आहे हे! वापरायचीच नसेल, तर ती सिद्धी लाभली काय आणि न लाभली काय! योग म्हटला की, तिथं कुतूहलच निषिद्ध मानलं जातं. त्यामुळे चित्तशुद्धी राहत नाही म्हणतात. मुख्य म्हणजे योगमार्गाचं ध्येयच अनैसर्गिक आहे. कुतूहल, असूया, कोप-ताप या साऱ्या मानवसहज प्रवृत्ती आहेत. त्याच नाकारून न दिसणाऱ्या ध्येयामागं धावलं, तर हाती काय लागणार?

तरीही त्या मार्गानं जावं की नाही, याचा विचार करण्यात पुढचा आठवडा गेला. हे सारं साधून तरी काय होणार आहे? सेवकानं शिजवलेलं अन्न खाऊन सुखात राहायचं, याच गावातली एक तरुणी हेरून लग्न करायचं यांसारखे पर्याय मनात येऊन गेले. पण तशा प्रकारच्या जीवनाविषयी फारसा रस वाटला नाही. कुठलीतरी एखादी शक्ती मिळवली नाही, तर जीवनाला काय अर्थ राहिला म्हणायचा?

मला आणखी कुणी तंत्रविद्येतला गुरू ठाऊक नव्हता. गावाबाहेर नदीकाठी काही जण तांत्रिक साधू असल्याचं त्यांच्या वेषावरून समजत होतं, पण त्यांच्या साधनशक्तीची परीक्षा कशी घ्यायची? मला शिष्य व्हायचंय – तुझी शक्ती दाखव म्हटलं, तर कोण दाखवेल? तू माझा शिष्य झालास, तर त्यात मला काय मिळणार आहे, म्हणून विचारतात. त्या दिवशी भेटला होता, त्यालाच पकडलं पाहिजे. पण त्याला शोधायचं कुठं?

अचानक अंत:प्रेरणा झाली. गावापासून आठ कोसांवरच्या त्याच जागी वाट पाहिली, तर तो येईल. त्या दिवशी त्यानं आपण होऊन माझ्यावर विशेष अनुग्रह दाखवला होता. त्याला माझं मन कसा विचार करे, हे ठाऊक होतं. म्हणूनच त्या दिवशी त्यानं आपली सिद्धीही मला दाखवून दिली होती. मी तिथं जाऊन वाट पाहू लागलो, तर ते त्यालाही समजेल. तो निश्चितच तिथं येईल.

सकाळी उपाहार केल्यावर मी तडक गावाबाहेरचा तो मार्ग धरला. त्या मंडपापाशी गेलो. त्या दिवशीची लाकडाची राख तशीच होती. कुत्र्याचा अस्थिपंजर

तिथं नव्हता. भोवताली पाहिलं – कुठल्याशा प्राण्यानं ओढून पन्नास-साठ पावलांवर टाकला होता. त्या दिवशीचं त्याचं सारं वागणं आठवलं. स्व-मल खाल्लं होतं, मद्यपान आणि कुत्र्याचं मांसही खाल्लं होतं. आणखी काय-काय होतं कोण जाणे! मला ते सगळं जमणं शक्य आहे काय? कशाला मी इथं आलो, असं वाटू लागलं. पाठोपाठ आठवलं, उत्तम-अधम हा भेदही अहंकाराचंच एक रूप असल्याचं त्यानं सांगितलं होतं. विधिनिषेधाचा भेद काढून टाकून सगळ्यात समानता शोधणाऱ्या दृष्टीचं केवळ प्रतीक आहेत अघोरी पंथाचे काही आचार. ते आचार म्हणजेच त्यांचे मूलाचार नव्हेत, असं वाटू लागलं.

मी पुन्हा त्याच दगडावर बसून त्या तांत्रिकाची वाट पाहू लागलो. 'तो निश्चित येईल. मी इथं बसून त्याची वाट पाहतोय, हे त्यालाही ठाऊक आहे.'

दुपार झाली, तरी तो आला नाही. संध्याकाळ झाली, तरी आला नाही. भूक अनावर होऊ लागली. अंधार होऊ लागला. जवळच्या झऱ्यावर पाणी मिळू शकेल, हे ठाऊक होतं. त्या दिवशी तिथूनच त्यानं पाणी आणलं होतं. चार ओंजळी पाणी पिऊन पुन्हा मंडपापाशी आलो. अंधारात वाट शोधत गावाकडे परतायचा एक मार्ग होता. माघारी गेलो, तर हा पुन्हा भेटणार नाही. माझी परीक्षा घेण्यासाठी हा विलंब लावतोय. किती वाट बघायला लावायची हे केवळ त्यालाच ठाऊक आहे. त्याची वाट पाहणं एवढंच माझं कर्तव्य आहे.

मी दगडी मंडपात एका बाजूला आडवा झालो. रात्री वन्य-प्राणी, साप-विंचू येतील, अशी मनात भीती असली, तरी तसाच झोपलो. अशा प्रकारच्या भयावर मात करणं हीच त्या परीक्षेची पहिली पायरी असेल, असं वाटत होतं. पोट रिकामं असल्यामुळे झोप येत नव्हती. भीतीची तीव्रता पूर्णपणे अनुभवणं आवश्यक असल्यामुळे झोप निघून गेली, हे माझ्या लक्षात आलं होतं. ब्राह्मी मुहूर्त जवळ येत असतानाच डोळा लागला. सूर्याचा प्रकाश अंगावर पडताच जाग आली. उठून बसताना वाटलं, रात्रभर वाट पाहिली, आणखी किती बघायची? घरी जाऊन भुकेल्या पोटी काहीतरी आहार घातला पाहिजे. पुन्हा वाटलं, नको. त्या गुरूला गमावलं, तसं यालाही गमावण्यात काय अर्थ आहे? ओढ्यावर अंघोळ करून पुन्हा तेच पारोसे कपडे चढवले, चार पसे पाणी पिऊन पुन्हा त्याच मंडपावर येऊन बसलो. उपवासाची सवय नसल्यामुळे डोकं भणभणत होतं.

तो संपूर्ण दिवस तसाच गेला. दिवसभर उपास घडला. रात्री मंडपात झोपलो. पोटात अन्नाचा कण नसल्यामुळे ग्लानी आली होती, झोप नव्हे.

उजाडलं. त्याच्याप्रमाणे एखादा प्राणी ठार करून मांस भाजून का खाऊ नये, असं वाटलं. ब्राह्मण जातीत जन्मल्या-वाढल्यामुळे त्या क्षणापर्यंत माझ्या मनात कधीही मांसभक्षणाचा विचारही आला नव्हता.त्यामुळे माझ्याकडून अचानक रानटी

प्राणी अग्नीवर भाजून वन-मनुष्याप्रमाणे खाणं शक्य नाही, हे जाणवलं. शिवाय आणखी एक अडचण म्हणजे मला कुठं शिकार करता येते? एखादं कुत्रं समोर आलं, तर त्याला दगडानं ठेचून मारणं मला शक्य होतं काय? मनानं कौल दिला, गरज पडली, तर मी रानावनात कंदमुळं शोधून खाईन, फळं खाईन-हो. तेवढंच करता येईल. पण नगरालगतच्या या वनात तसं काही मिळणं शक्य आहे काय? ओढ्याच्या जवळपास एखादं कंदमूळ मिळेलही. पण खोदायला माझ्याकडे काहीच नाही.

दुपारच्या वेळी जवळून जाणाऱ्या वाटेवरून एक बैलगाडी निघाल्याचा आवाज ऐकू आला. सावकाश पावलं टाकत जाऊन मी ती गाडी थांबवली. उन्हापासून रक्षण मिळवण्यासाठी सवारी बांधलेली गाडी. आत चार पुरुष आणि दोन बायका होत्या. सुरेख बैलजोडी होती. त्यांना म्हटलं, “गुरूची वाट पाहतोय. चार दिवस काही खाल्लं नाही. त्या मंडपात बसून आहे. काही खायला असेल, तर द्या. फार उपकार होतील.”

दोन्ही बायका आपसात काहीतरी बोलल्या. त्या दोघींपैकी पन्नाशीच्या घरातली प्रौढा म्हणाली, “गूळ आणि पोहे आहेत. चालेल?”

“चालेल!”

तिनं पंचविशीतल्या तरुणीला म्हटलं, “नाहीतरी आता गाव जवळ आलंय. सगळं दे त्यांना.” त्या तरुणीनं दोन पुडकी गाडीवानाकडे दिली. मी त्याच्या हातातून ती घेतली. प्रौढेनं सांगितलं, “एक गाडगंही दे. पाण्यात भिजवून खाता येईल त्यांना.” त्या तरुणीनं एक मातीचं बेताच्या आकाराचं भांडं काढून दिलं. गाडी मथुरेच्या दिशेला चालू लागली. हात राखून खाल्लं, तर आठ दिवस जीव टिकवता येईल, एवढे पोहे पुडक्यात होते. दुपारी आणि रात्री थोडेथोडे गूळ-पोहे पाण्यात भिजवून खाल्ले आणि उरलेली पुडकी उशाशी घेऊन झोपलो. गाढ झोप लागली. पहाटे जाग आली, तेव्हा अंगावर मुंग्या फिरत होत्या.

या घटनेनंतरही पाच दिवस गेले. तिन्ही संध्याकाळच्या वेळी तो तिथं आला. त्याच्याबरोबर एक स्त्री होती. अंगावरची वस्त्रं आणि बाकी नटण्यावरून ही वेश्या असल्याचं स्पष्ट दिसत होतं. व्यापार आणि प्रवास यांचा संगम असलेल्या मथुरेत असल्या स्त्रियांची कमतरता नव्हती. ती तिशीच्या घरातली असावी. व्यवसायात ती इतकी मुरलेली होती की, चेहऱ्यावर शरम किंवा किळस कणभरही दिसत नव्हती. तांत्रिक माझ्याकडे वळून म्हणाला, “तू इकडं यायला निघालास, तेव्हाच मला समजलं. तुझी निष्ठा पाहूनच मी इथं आलोय. आज अमावस्या. योनिपूजा करण्यासाठी हिला घेऊन आलोय. या पूजेच्या वेळी इथं आणखी कुणी असता कामा नये. तू

आता निघ. कोसभर अंतरावर रात्र काढून उद्या सूर्य उगवण्याआधी इथं ये!''

गूळ-पोह्याची पुडकी घेऊन मी निघालो. त्यानं सांगितलं, ''इथंच ठेव!'' पुडकी होती, तिथं ठेवून मी पश्चिमेकडे सुमारे कोसभर चालत राहिलो. पुसट उजेडात एक सपाट कातळ दिसला. त्यावर बसलो. थोड्याच वेळात अमावस्येचा दाट काळोख वातावरणात भरून राहिला. आकाशात तारे चमकत असल्यामुळे जमिनीवरचा काळोख आणखी दाट भासत होता. भोवतालची झाडं-झुडपं, उंच-सखल जमीन, टेकाडं यांपैकी कसलेच आकार दिसत नव्हते. माझ्या मनाला भीतीचा स्पर्शही झाला नव्हता. माझा गुरू आला आहे. माझ्या संपूर्ण रक्षणाची जबाबदारी त्याची आहे. मी कुठंही असलो आणि काहीही करत असलो, तरी त्याच्या परिघात सुरक्षित आहे. रानटी प्राणी किंवा भूत, पिशाच्चं मला काहीही करणार नाहीत, हीच भावना मनात भरून राहिली होती.

योनि-पूजेविषयीही मला अस्पष्ट माहिती होती. ऐकीव माहिती. शक्तीची आराधना करून तिची प्राप्ती करून घेण्याची ती एक उपासना पद्धती. मैथुनही त्या उपासनेचाच एक भाग असतो, एवढंच मला ठाऊक होतं. त्यामुळे आता तिथं काय चाललं असेल, या प्रकारचं कुतूहल मनात मुळीच नव्हतं. मनात तसं काही आलं, तर ते त्याला समजेल आणि तो आपल्याला शिक्षा करेल, अशी भीतीही होतीच. लवकरच झोप लागली. गाढ झोप.

जाग आली, तेव्हा पूर्व दिशेला अस्पष्ट तेजोवलय उगवू पाहात होतं. पक्ष्यांचा अत्यंत मृदू आवाजात किलबिलाट ऐकू येत होता. उठलो. आळस देऊन मंडपाच्या दिशेनं चालू लागलो, तेव्हा भोवतालच्या झाडा-झुडपांना आकार प्राप्त झाला होता.

ती मंडपातील दगडावर नग्न शरीर धनुष्याप्रमाणे वाकवून कुशीवर झोपली होती. तिच्या अंगावरचं वस्त्र शेजारीच गोळा होऊन पडलं होतं. तिच्या कपाळावर मोठा कुंकवाचा टिळा दिसत होता. स्तन आणि गुप्तांगावरील लवावर माखलेलं गंध सुकून गेलं होतं. मांड्या आणि दंड-हातांवरही उगाळलेल्या गंधाचे पट्टे दिसत होते. केसांमध्ये अग्नीच्या ज्वाळांप्रमाणे दिसणारी पळसाची फुलं माळली होती. शेजारी तो वीरासनात ध्यानमग्न होऊन, डोळे मिटून बसला होता. त्याच्या कपाळावर, छातीवर आणि जननेंद्रियांवर कुंकवाचा लेप लावला होता.

मी लवकर आलो की काय? एवढ्यात यायला नको होतं – असं वाटून मी अवघडून गेलो. आता अरुणोदय होत होता. म्हणजे आपण त्याच्या सूचनेप्रमाणेच आलो होतो, हे लक्षात आलं, तरी ते दोघं अशा स्थितीत असताना आपण इथं राहणं योग्य नव्हे, असं वाटून मी वळलो आणि चालू लागलो. शंभर-दीडशे पावलं जाऊन एका वृक्षाखाली बसून राहिलो.

थोड्याच वेळात 'ये' असं सांगितल्यासारखं आतून आणवलं. मी मंडपापाशी

आलो, तेव्हा त्यानं नेहमीचं छोटं काळं वस्त्र धारण केलं होतं. तीही कंचुकी आणि वस्त्र परिधान करून बसली होती. तिच्या चेहऱ्यावर अपुरी राहिलेली झोप स्पष्ट दिसत होती. वेश्यांची ती गाढ झोपेची वेळ. त्यानं आज्ञा दिली, "तिला मथुरेपर्यंत पोहोचवून ये. तिला द्यायचं ते शुल्क दिलंय."

मी संपूर्णपणे त्याचा शिष्य झालो. त्यानं आग्रह केला नाही, तरी हळूहळू मांस-मद्य-मत्स्य-मुद्रा या गोष्टी केवळ संकेतापुरत्याच नव्हे, तर जीवनपद्धती म्हणून मी आत्मसात केल्या. अखेरची पायरी मैथुनाची – त्यासाठी अजूनही गुरूनं अनुमती दिली नव्हती. मला कशाचीच घाई नव्हती. गुरूचा अनुग्रह असल्यामुळे मी केव्हा, कुठल्या पद्धतीच्या उपासनेचा अवलंब करावा, हा गुरूचा प्रश्न आहे; असं मानून मी निवांत होतो.

मथुरेहून बाहेर पडून दोन वर्षं झाली होती. यमुनेच्या काठावरून गंगेकाठी आलो. कुठंही गेलं, तरी आमची जीवनपद्धती तीच होती. आम्ही शिकार करत होतो-मांस खात होतो. वृक्षांना बांधून ठेवलेल्या मडक्यात जमा झालेलं मद्य पीत होतो. रोगनिवारण, शत्रूची करणी परतवणं यांसारख्या गोष्टी केल्यावर गावकऱ्यांकडून मिळणारं धन-धान्य आणि मद्य-मांस आम्हाला पुरेसं होतं. लोक आम्हाला घाबरतही होते. केवळ चेहऱ्यावर नजर खिळवून, त्याच्या अंतरंगाचा वेध घेऊन सारंकाही सांगण्याची शक्ती माझ्या गुरूच्या अंगी होती. लोकांची भय-भक्ती संपादन करायला तेवढं पुरेसं होतं.

माझा गुरूही वखवखलेला नव्हता. संग्रह करून ठेवण्याची वृत्ती तर त्याच्याकडे कणभरही नव्हती. वेळ मिळेल, तेव्हा तो मला ध्यानात मग्न व्हायला लावत होता. स्वत: माझ्यासमोर उभा राहून, माझ्या मस्तकावरील ब्रह्मरंध्राला स्पर्श करून ध्यानमग्न होण्यास मदत करत होता. थोडं मद्य किंवा भांगेचा दम मारायला मिळाला की, आपोआप ध्यान लागत होतं. ध्यानाबरोबर येणाऱ्या साऱ्या शक्तींचा तो स्वीकार करत होता. त्या शक्तींसाठीच ध्यान करायचं, असं तो आग्रहानं सांगत होता. त्यामुळे इतरांच्या मनात प्रवेश करणं मला सहजगत्या येऊ लागलं. मात्र तो सांगायचा, "ह्या शक्तीचा वापर करण्यात काहीही चुकीचं नाही. पण वापर केल्यावर ती शक्ती खर्च होत असते. उगाच का ती खर्च करायची? संपादनापेक्षा खर्च जास्तीचा असणं हा शुद्ध अविवेक आहे." सुलभपणे ध्यानमग्न स्थिती प्राप्त व्हावी, म्हणून तो काही योगासनं आणि प्राणायामही करायला लावत होता.

मी अधून-मधून शालिनीच्या मनात डोकावून पाहत होतो. अमरूक तिच्याजवळ फिरकतही नव्हता, हेही माझ्या लक्षात आलं होतं. सुरुवातीच्या काळात तो तिच्याविषयी जी आतुरता दाखवत होता, त्यामुळे तिला स्वत:चं जीवन धन्य

झाल्यासारखं वाटत होतं. 'राज्य करणाऱ्या राजावर राज्य करणारी मी!' या भावनेनं सुरुवातीला ती हुरळून गेली असली, तरी आता राजानं भिरकावून दिलं होतं, या भावनेमुळे ती दुखावली गेली होती. त्याचं येणं कमी झालं, तेव्हा ती "का येत नाही?" म्हणून वाद घालायची. तोही "तुला राजघराण्यातल्या कटकटी कशा ठाऊक!" वगैरे उत्तर देत होता, पण "तुझ्या स्थूल होत असलेल्या शरीराविषयी मला आकर्षण वाटत नाही," हे सत्य मात्र सांगत नव्हता. त्या वेळी नुकत्याच वयात येत असलेल्या चित्रपुरीच्या सामंताच्या मुलीनं त्याचं मन मोहून घेतलं होतं. 'नरसिंहदेव सामंत आपल्या मुलीला तिसरेपणावर द्यायला तयार होईल काय? त्याला कसं पटवावं?' या चिंतेत तो होता. इथं शालिनी त्याला त्या वेळच्या शपथांची पुन्हा-पुन्हा आठवण करून देत होती. त्याचं मन मात्र हसत होतं, 'काय मूर्ख आहे ही! अशा प्रकारे ही प्रमाणाबाहेर दडपण आणू लागली, तर हीच माझी शेवटची भेट ठरेल, याचंही भान नाही हिला!'

एखाद्या तंत्रविद्येचा आधार घेऊन शालिनीला ठार करावं, असं अनेकदा माझ्या मनात येऊन गेलं होतं. तशी मी गुरूकडे चौकशीही केली होती. त्यानं सांगितलं, "तशा प्रकारचं तंत्र आत्मसात करण्यासाठी तुला अजून खूप मोठी वाटचाल करावी लागेल. दुसरं म्हणजे, तुझ्यापासून आपण होऊन दूर गेल्यावर तुला स्वातंत्र्य देणाऱ्या त्या बायकोचा तू का एवढा द्वेष करतोस? का पुन्हा-पुन्हा तिच्या मनात प्रवेश करतोस? ती तुझा विचार तरी करते काय?"

त्याचा अखेरचा प्रश्न मात्र मला गंभीर करून गेला. त्याचं अगदी खरं होतं. कितीतरी वेळा मी तिच्या मनात प्रवेश करून पाहिलं होतं, पण तिथं कधीच माझा विचार नव्हता. त्यामुळेच मला तिचा अधिक संताप येत होता.

गंडकी नदी हिमालयातून उतरून शांत वाहू लागली, त्या स्थळी एकदा गुरूनं सांगितलं, "यानंतर तुला माझ्यापासून वेगळं झालं पाहिजे. मी एकट्यानंच मगध-उत्कल ओलांडून श्रीशैलला जायचं ठरवलं आहे. त्या पर्वतावर जितके तंत्र-सिद्धी राहतात, तितके आणखी कुठंही राहत नाहीत. तुला जेवढं शिकवायचं, ते शिकवून झालं आहे. यानंतर एका रात्री योनि-पूजा करून साधनेची परिसमाप्ती करून घे. त्यानंतर आणखी कुठली जास्तीची शक्ती मिळवायची, हे तुझं तुलाच समजेल. त्यासाठी आवश्यक असलेला साधनमार्गही तुला ध्यानावस्थेत समजेल. वाटलंच, तर ध्यानात असताना मलाही तू विचारू शकतोस."

मलाही सोबत घेऊन चला – एकटं सोडून जाऊ नका, म्हणून मी परोपरीनं विनवलं, पण उपयोग झाला नाही. "तुला स्वतंत्र झालं पाहिजे. शिकवायचं ते सारं

शिकवून झालंय!'' म्हणत तो निघून गेला.

आठवडाभर मी खिन्न होतो. त्यानंतर 'कुणी कुणाचा कायमचा सांगाती नसतो,' असं मनाला पटवून पुढच्या कामाला लागलो. योनि-पूजेसाठी एक शक्ती आवश्यक आहे. नटी, कापालिका, वेश्या, रजकी, नापितांगना, ब्राह्मणी, शूद्रकन्या, गोपालकन्यका, मालाकारस्य कन्या – या नऊ प्रकारच्या स्त्रियांपैकी कुणीही चालेल; मात्र ती कुमारी असता कामा नये, माता असता कामा नये; 'क्षत योनी: पूजितव्या अक्षतां नैवपूजेयेत अक्षता पूजनात देवि सिद्धी आनि: पदे पदे' – स्वत:ची पत्नी असता कामा नये, इतरांची पत्नी असू शकेल, विवाहिता असू शकेल, अविवाहिता असू शकेल – असं बरंच गुरूनं सांगितलं होतं. पण अशी स्त्री कुठं शोधायची, तिला कसं पटवायचं? धन देऊन वेश्येला आणणं हा सगळ्यात सुलभ मार्ग. तांत्रिकही अशाच प्रकारचं बोलत असल्याचं मी ऐकलं होतं. त्यासाठी आवश्यक ते धन मिळवणंही फारसं कठीण नव्हतं. एखादं आर्थिकदृष्ट्या चांगलं घर शोधून त्याच्या दारात उभं राहून मागं घडून गेलेल्या घटनांविषयी भलं-बुरं सांगून, अमुक-अमुक केलं नाहीतर आणखी वाईट घडेल म्हणून सांगितलं, तर अशी माणसं कितीही खर्च करायला तयार होतील, हे मला ठाऊक होतं. उलट 'तुम्हीच हे सगळं करा' म्हणून पायही धरतील. त्यांची फसवणूक करायचं कारणही नाही. खरोखरच आवश्यक तेवढे विधी करून दक्षिणा मिळवून तिचा वापर योग 'शक्ती' मिळवण्याकरिता करता येईल. एखाद्या कुंटणखान्यात जाऊन सरळच 'योनि-पूजे'साठी हवी म्हणून सांगितलं, तर तिथल्या बायकाच नीट निवडून देतील. भरपूर धन मिळेल म्हटल्यावर वेश्याही आपण होऊन यायला तयार होईल. तिला बळी देण्यासाठी नेत नाही, एवढा विश्वास मात्र वाटणं आवश्यक आहे.

पण मनात आलं, या नऊ स्त्रियांपैकी नटीची योनीपूजा का करू नये? यात विशेष फळ मिळेल, असं काही गुरूनं सांगितलं नव्हतं. साधारण वेश्या सहज उपलब्ध होऊ शकते, तसं नटीचं नाही. हे ठाऊक असूनही माझ्या मनानं नटीचाच ध्यास घेतला होता. माझं मलाच हे विचित्र वाटत होतं. भोवतालच्या गावांमध्ये कुठं नाटक मंडळी होतो, नट्या होत्या, याचा शोध घ्यायला हवा होता. 'काही नट्यांचाही तंत्रमार्गावर विश्वास असतो, अशांपैकी कुणीतरी तयार होईल. पण आधी तसं पटवणं आवश्यक आहे. हस्तसामुद्रिक किंवा तशाच प्रकारच्या एखाद्या मार्गाचा वापर करून आधी विश्वास संपादन करून घेतलं पाहिजे. एकंदरीत, किचकट काम म्हणायचं. पण असं म्हणून कसं चालेल?'

तीन दिवस अशाच उलट-सुलट विचारात गेले. चौथे दिवशी स्मशानालगतच्या दगडी मंडपात जाग आली, तेव्हा चंद्रिकेची आठवण आली. पाठोपाठ मनानं स्पष्टच सांगितलं, तिच्याइतकी योग्य नटीच दुसरी कुणी नाही! दररोज ध्यान करणारी,

ध्याननिष्ठ चंद्रिका या वामाचारी मार्गाच्या आचरणाला मान्यता देणार नाही, हे समजत असतानाही तिचं आकर्षण कमी झालं नाही. गेल्या चार वर्षांत मी तिला पाहिलं नव्हतं. ती असली, तर मला इतर स्त्रियांकडूनही शारीरिक सुख घेता येत नाही, हे लक्षात आल्यामुळे तिनं आपण होऊन नाटक-मंडळी सोडून दिली होती. आताही ती नियमितपणे ध्यान करत असेल, यात शंका नव्हती. योगमार्गाचा मूल आधारच ब्रह्मचर्य असताना, ती कामभोगाला पूजास्तरावर नेणाऱ्या आचाराला मान्यता कशी देईल? तिच्यासमोर उभं राहून माझी मागणी मांडणार तरी कशी?

या विचारानं मन खिन्न होऊन गेलं. त्यानंतर मन शून्य भावात बुडून जाऊ लागलं. हार खाण्याची, पायदळी तुडवला गेल्याची भावना मनाला व्यापून राहिली. माझा मार्गच योग्य आहे की नाही, अशी आशंका मनाला ग्रासू लागली. चार दिवसांनंतर वाटू लागलं – काही का होईना तिला भेटायचं, चर्चा करायची, आवश्यकता वाटली, तर वाद घालायचा, भावनिक दडपणही आणायला हरकत नाही – काहीही झालं, तरी तिलाच योनिपूजेसाठी तयार करायचं. नाहीतर माझी ही दोन वर्षांची साधना व्यर्थ ठरेल. माझं जीवनही व्यर्थच! अशा प्रकारचा हट्टी स्वभाव ही तांत्रिकासाठी आवश्यक अशी मन:स्थितीच ना! कुठल्याही परिस्थितीत हार मानणार नाही, असा हट्ट हीच विश्वाची मूलशक्ती – असा गुरूनं सांगितलेला बोधही आठवला.

'पण आता ती कुठं असेल? अजूनही तिच्या अंतर्मनात माझ्याविषयी प्रेमाची ओढ आहे काय?' आधी हे जाणून घेतलं पाहिजे, त्यानंतर पुढच्या गोष्टी.

मी लगोलग शेजारच्या खडकावर ध्यानमग्न होऊन बसलो आणि तिच्या मनात प्रवेश करायचा प्रयत्न करू लागलो. ध्यानमग्न झालो, तरी तिचं मन सापडलं नाही. ती भेटली, पण शत्रूला कणभरही प्रवेश करू न देणाऱ्या चिरेबंद किल्ल्यासारखं तिचं मन झालं होतं. अशा चिरेबंदी किल्ल्याला खारीनं ढुशी द्यावी, तसा माझा प्रयत्न चालला होता.

कितीतरी वेळ प्रयत्न करून मी ध्यानाबाहेर आलो. मन आणि शरीर थकून गेलं होतं. हे नवं होतं. इतरांच्या मनात प्रवेश करून आल्यावरही एवढा थकवा कधी जाणवला नव्हता. तीही कदाचित ध्यानावस्थेत असेल काय? ध्यानमग्न मनात प्रवेश करणं कठीण असतं. काही जणांच्या बाबतीत तर ते अशक्य असल्याचंही गुरूनं सांगितलं होतं. मी वेगवेगळ्या वेळी पुन्हा प्रयत्न करून पाहिलं. नाटकात काम करण्याची वेळ, तिची अंघोळीची वेळ अशा पाच-सहा वेळा हेरून प्रयत्न केले. तरीही तिच्या मनात प्रवेश करायला जमत नव्हतं. म्हणजे तिनं मला पूर्णपणे दूर लोटलं असेल काय? तिनं मला मनातून काढून टाकलं असेलही. पण आता माझा प्रयत्न चालला होता, तो तिच्याही नकळत तिच्या मनात शिरण्याचा. असं का

होत आहे? की मलाच हे तंत्र पूर्णपणे आत्मसात झालेलं नाही? योनिपूजा झाल्याशिवाय मला संपूर्णपणे ती शक्ती आली नाही, म्हणायचं काय? जवळ गुरू असता, तर त्याची मदत घेता आली असती. आता त्याची मदत घेतली तर? लगोलग मनात आलं, नको. चंद्रिका आणि माझ्या मनात आणखी कुणीही नको. गुरूही नको.

या मार्गाला लागल्यापासून तिच्या मनात प्रवेश करणं लांब राहिलं, मी तिचा फारसा विचारही केलेला नाही. माझं मन त्या वेळी शालिनीपाशी होतं. संधी मिळेल, तेव्हा मी तिचं मन आणि अमरूक राजाचं मन जाणून घ्यायचा प्रयत्न करत होतो.

चंद्रिकेविषयी जाणून घेण्याचा एक मार्ग सुचला. नाटकाचे सूत्रधार आनंद दत्तंच्या मनात प्रवेश केला. त्यांची नाटक-मंडळी गेले चार महिने पाटलीपुत्रात आहेत. तीन महिने रामायण केल्यानंतर आता पुन्हा कृष्णचरित्राचे खेळ करत आहेत. रामायणापेक्षा कृष्णाची कथा लोकांना आवडली आहे. लोक पुन्हा पुन्हा येऊन कृष्ण-कथा पाहताहेत. ते म्हणतात – जितक्या वेळा पाहू, तितक्या प्रमाणात कृष्णाचं पात्र आणखी – आणखी मनाला भिडतं! कृष्णाची भूमिका करणारा उदयसिंह चांगला कलाकार असला, तरी चंद्रिकेनं सगळ्यांची मनं जिंकून घेतली आहेत. ती कुठल्याही भूमिकेत रंगमंचावर आली, तरी झळाळून उठते. तिच्या भावप्रकाशावर मोहून न गेलेला प्रेक्षक शोधूनही सापडणार नाही. ती एका स्वतंत्र घरात राहते. सगळ्यांसाठी बनवलेला षड्रसयुक्त आहार ती खात नाही. संन्यासिनीसारखा सात्त्विक आहार, फळं, दुधाची व्यवस्था चारुमती तिच्यासाठी करत असते. निवांत वेळी चंद्रिका ध्यानामध्ये लीन होऊन जाते किंवा गायनामध्ये मग्न होऊन जाते. तिला भेटायला आणि तिच्याशी स्नेह वाढवण्यासाठी गावातले रसिक धनवान, राजबंधू, व्यापारी, अधिकारी आतुर असले; तरी ती त्यांच्या दृष्टीनं अलभ्य आहे. आनंद दत्तांनी तिच्या दारापाशी दोन बलवान द्वारपाल नेमले आहेत. तिच्या रंग-शाळेत येणाऱ्या रसिकांवरही नजर ठेवली जाते.

पाटलीपुत्र म्हणजे पहिल्यापासूनच सम्राटाची राजधानी. एवढं वैभवपूर्ण दुसरं नगर शोधूनही सापडणार नाही; असं तारावती, माहिष्मती आणि मथुरेत मीही ऐकलं होतं. आता पाल राजांच्या हाती तिथलं वैभव कमी झालं असलं, तरी तिचा आकार आणि शक्ती कमी झालेली नाही, हेही ऐकलं होतं. तांत्रिक झाल्यानंतर माझं वास्तव्य गावाबाहेर रानात किंवा स्मशानातच असे. त्यामुळे वेगवेगळ्या राज्यांविषयी माहिती सांगणाऱ्या प्रवाशांशी संपर्कच राहिला नव्हता. 'गंडकी नदीच्या काठावरच हे चाललंय. कुठलंही मोठं गाव नदीच्या काठावरच असणार म्हणा!' एका खेड्यात चौकशी करून पुन्हा दोन दिवस चालत राहिलो. चक्र नावाच्या एका मोठ्या गावात पोहोचलो. तिथं विचारलं तेव्हा समजलं, गंडकी नदीच्या काठानं गेलं, तर बारा

दिवसांच्या प्रवासानंतर गंडकी-संगम येतो, तिथून थोड्या अंतरावर पाटलीपुत्र आहे.

चक्रच्या नदीच्या घाटावर मोठाल्या नावाही होत्या. धन दिलं, तर त्यातूनही प्रवास करणं शक्य होतं. शिवाय विशिष्ट राज्यांच्या संमतीदर्शक पत्रकांचीही आवश्यकता होती. केवळ राज्याच्या सुरक्षिततेसाठीच नव्हे, नावेतून पाठवत असलेल्या सामानाच्या सुरक्षिततेसाठीही ते आवश्यक होतं. हा काही आपला मार्ग नव्हे, असा विचार करून मी चालू लागलो. एकदा मनात आलं, नदीच्या प्रवाहाबरोबर स्वतःला सोडून पोहत राहिलं, तर अंतर लवकर संपेल. त्यात पाठीला भेंड बांधले, तर आणखी सुलभ होईल. पण तसं केल्यामुळे नावांना अडथळा होईल, म्हणून काठावरचे रक्षक पकडून परवानगी पत्रक मागतील, हेही समजत होतं. शिवाय मगर-सुसरींचा त्रास कितपत होता, याचीही मला कल्पना नव्हती, त्यामुळे तो विचार सोडून दिला.

सहा

सूर्योदय होऊन दोन प्रहर होऊन गेल्यानंतर तिच्या दाराशी पोहोचलो, तरी द्वारपालांनी मला आत सोडलं नाही. ते मलाही अपेक्षित होतंच. मी सांगितलं, "कृष्णानंद आलेत म्हणून सांग. त्या बाहेर येऊन मला पाहतील, तेव्हा त्यांनाही ओळख पटेल."

"नाही सांगणार! निघून जा", त्यांनी फर्मावलं.

"तुम्हाला माझ्या या अवतारामुळे शंका येत असेल, तर सगळं सामान बाहेर ठेवून आत जाईन. तरीही आत जाऊन सांगणार नसाल, तर किंचाळेन. शिवाय तुम्हाला शापही भोवेल."

यावर मात्र त्यांनी परस्परांकडे पाहिलं. एकानं मला तिथंच अडवलं आणि दुसरा आत गेला. ते मध्यम आकाराचं अत्यंत नेटकेपणानं बांधलेलं देखणं घर होतं. दुमजली घर. दर्शनी दरवाजा लखलखणाऱ्या पितळी चांदण्यांनी नटवला होता. उंबरा आणि समोरची जागा स्वच्छ करून त्यावर रांगोळी रेखली होती.

द्वारपालाच्या मागोमाग आलेल्या चंद्रिकेनं मला न्याहाळून पाहिलं. काही क्षणांतच तिला माझी ओळख पटली. मीही न बोलता तिच्याकडे पाहत होतो. पांढरी वस्त्रं, नुकतंच स्नान झाल्यामुळे ओले केस – तिचं भावप्रकाशानं तेजाळणारं सौंदर्य पूर्वीपेक्षा प्रखर झाल्याचं जाणवत होतं. मध्यंतरी गेलेली चार वर्षं तिच्या चेहऱ्यावर किंवा शरीरावर कुठंही दिसत नव्हती. वेषभूषा करून रंगमंचावर उभी राहिली, तर षोडशवर्षीय गोपालकन्या शोभली असती किंवा स्वयंवरासाठी सिद्ध असलेली रुक्मिणी.

"ओळख पटली? खूप-खूप बोलायचं आहे. अनुमती आहे ना?" मी विचारलं.

तिनं द्वारपालांना मला आत सोडायला सांगितलं. माझ्याकडची झोळी आणि इतर सामान काढून माझ्याकडे कुठल्याही प्रकारचं हत्यार, भस्म वगैरे अपायकारक वस्तू नसल्याची खात्री करून घेऊन त्यांनी मला आत सोडलं.

आतल्या चौकात मला एका पाटावर बसवल्यावर ती तिथल्या खांबाला टेकून

माझ्याकडे प्रश्नार्थक मुद्रेनं पाहत उभी राहिली.

मी बोलायला सुरुवात केली, ''तुला माझ्याविषयी सारं ठाऊकच आहे.''

''कसं ठाऊक असणार? मीही मथुरा सोडून तीन वर्षं झाली.''

''का? ध्यानमग्न होऊन माझ्या मनात प्रवेश करून –''

''ध्यान करते – पण कुठल्याही सिद्धीचा उपयोग करत नाही.''

''तो योग्यांचा मार्ग. मीही योगाभ्यासात गुंतलो होतो. सहज इतरांच्या मनात प्रवेश करू शकत होतो. पण एकाएकी ती शक्तीही नाहीशी झाली. दोन वर्षं तंत्र-साधना करत होतो. त्यातील एक पूजा राहिली आहे. ती केली, तर साधना एका विशिष्ट पातळीपर्यंत पूर्ण होईल. त्यासाठी तुझ्या मदतीची अपेक्षा आहे, म्हणून आलो होतो.'' मी स्पष्टच येण्यामागचा हेतू सांगितला, पण तिच्या मनात प्रवेश करण्याच्या विफल प्रयत्नांविषयी मात्र मौन राखलं.

ती नाही म्हणेल, या भीतीनं मीच पुढं बोलू लागलो, ''तू योगमार्गानं वाटचाल करतेस. तुला माझ्या तंत्र-मार्गाविषयी आस्था नाही, हे मलाही ठाऊक आहे. पाचही बोटं सारखी नसतात. या जगात सगळ्यांचं मन आणि बुद्धी सारखी नसते. प्रत्येकानं आपापल्या प्रकृतिधर्माप्रमाणे आपापला मार्ग धरला पाहिजे. मला या तंत्रमार्गाचा उपयोग झाला आहे.''

मला मध्येच थांबवून तिनं विचारलं, ''काय हवं आहे तुला? स्पष्ट बोल.''

''साधकाला एका शक्तीची आवश्यकता आहे. अमावस्येच्या रात्री स्मशानात किंवा एखाद्या निर्जनस्थळी त्यानं विधिवत योनिपूजा केली पाहिजे. मैथुनही त्या पूजेचाच एक भाग आहे. तू माझी शक्ती व्हावीस. तूच होणं आवश्यक आहे. आणखी कुणाचीही शक्तीच्या जागी स्थापना करून पूजा करायला माझं मन तयार नाही.''

''आणखी कोण होऊ शकेल?''

''तशा नऊ प्रकारच्या स्त्रिया होऊ शकतात. धन देऊन वेश्येला आणणं हा त्यातला अत्यंत सुलभ मार्ग आहे. पण तूच शक्ती व्हावीस, मी तुझीच पूजा करावी, म्हणून माझं मन व्याकूळ झालं आहे. म्हणून तुला शोधत मी इथं आलो.''

तिनं मान्य केलं नाही. मीही माझं म्हणणं सोडलं नाही. ती संतापली, मी विनवलं. तिनं हा मार्गच सोडून द्यायला सांगितलं. मीही हट्टानं सांगितलं, मला शक्ती मिळवून देणाऱ्या या मार्गाचा मी त्याग करणार नाही. तिनं माझा तिरस्कार केला, धिक्कारही केला. मीही पुन्हा-पुन्हा हट्टानं सांगितलं, ''तू काहीही म्हण, आणखी आठवड्याभरानं येणाऱ्या अमावस्येच्या दिवशी तूच माझी शक्ती झाली पाहिजेस! तुझं माझ्यावर खरं प्रेम असेल, तर तुला योनिपूजेसाठी तयार झालंच पाहिजे! तुझा नैतिक अहंकार प्रेमापेक्षाही मोठा असेल, तर मात्र जरूर नकार दे.''

''तुला कुणी सांगितलं तुझ्यावर माझं प्रेम आहे म्हणून?''

"तूच तुझ्या मनाला विचार."

तिच्या चेहऱ्यावर हार मानल्याची भावना दिसली. मी त्या दिवशी तिथून निघून गेलो. दुसरे दिवशीही त्याच वेळी आलो. तिची अनुमती घेऊन द्वारपालांनी मला आत सोडलं. त्या दिवशीही पटवायचा प्रयत्न केला. बराच अनुनय केला. तिनं जेवायचा आग्रह केला. मीही म्हटलं, "तू मान्यता देईपर्यंत तुझ्या हातचं शिजवलेलं काहीही खाणार नाही."

"मला कोण समजतोस तू? त्या नऊ प्रकारच्या स्त्रियांपैकी एक?" तिनं पुन्हा संताप व्यक्त केला.

"तसं तुला त्यांच्यासारखी सामान्य स्त्री समजत असतो, तर तुझ्या एवढ्या मिनतवाऱ्या का केल्या असत्या? मी शिव झालं पाहिजे आणि तूच माझी शक्ती! तूच याकडे हीन दृष्टीनं पाहत आहेस."

अशा प्रकारे चार दिवस सतत मागं लागल्यावर तिनं मान्यता दिली. तिनं पूजेचा आणखी तपशीलही जाणून घेतला. मीही बजावलं, "पूजा संपूर्ण होईपर्यंत संपूर्ण सहकार्य आवश्यक आहे. अमुक योग्य – तमुक अयोग्य वगैरे म्हणत पूजेला आडकाठी घालता कामा नये."

"एकदा मान्यता दिल्यावर सहकार्य आवश्यक आहे, हे मला पूर्णपणे ठाऊक आहे. अमावस्येच्या रात्री नाटक नसतं, हे तुलाही ठाऊक आहे. त्या दिवशी सूर्यास्तानंतर प्रहरभरात गंगेकाठच्या पौर्णिमा घाटापाशी काळं वस्त्र आणि लाल उत्तरीय पांघरून मी येईन. मी कुणाच्या दृष्टीला पडले, तर गोंधळ होईल. उजाडण्याआधी मला पुन्हा त्या जागी पोहोचवण्याची जबाबदारी तुझी. तुला पूजेच्या सामानासाठी जे धन हवं असेल, ते मी देईन." ती म्हणाली, तिच्या चेहऱ्यावर औदार्य ओथंबत होतं. तो तिचा अभिनय नसल्याची मला अनुभूती होत होती. "पूजेची साधनं साधकानं मिळवून आणली पाहिजेत. मी घेऊन येईन सारं." एवढं सांगून मी तिथून बाहेर पडलो. माझ्या मनात तिच्याविषयी कृतज्ञता भरली होती.

पाटलीपुत्रासारख्या मोठ्या नगराच्या स्मशानात रात्रीच्या वेळीही निवांतपणा नसे, शिवाय तिथं शवसंस्कार करण्यासाठी येणाऱ्यांवर रखवालदार असत, हे मला ठाऊक होतं. नदीच्या काठावर नाविक आणि कोळी यांचा वावर असणार, यात शंका नव्हती. गावाच्या दक्षिणेकडे जाऊन थोडं उजवीकडे वळलं, तर तिथं छोटं अरण्य असल्याचं मी पाहून ठेवलं होतं. तिथं ओढ्याकाठी एक सपाट कातळही होता. भोवताली झाडं असल्यामुळे फारसं वारंही लागत नव्हतं. पणती विझण्याचीही

शक्यता नव्हती. रात्री तिथं माणसं फिरकत नाहीत, याची मी चार रात्री राहून खात्री करून घेतली होती.

गावापासून सात कोस अंतरावर चालताना चंद्रिकेला वाट दिसत नव्हती. मुळात तिला रात्री घराबाहेर पडायची सवय नव्हती. शिवाय भोवताली अमावस्येचा अंधार दाटला होता. मीच तिचा हात धरून घेऊन चाललो.

दोन वर्षं रानावनात अंधारात भटकल्यामुळे मला रानटी प्राण्यांप्रमाणे अमावस्येच्या रात्रीही स्पष्ट दिसत होतं. तिला कातळावर बसवून ओढ्यातलं पाणी आणलं. माझ्याजवळचं खोड उगाळून मी भरपूर चंदन उगाळून ठेवलं. एका पात्रात भांगेची पूड खलून मिसळली. कापडाच्या तुकड्यातून आणलेलं हळद-कुंकू वेगवेगळं काढून ठेवलं. चकमकीनं अग्नी प्रज्वलित करून दोन तेलाच्या पणत्या पेटवून ठेवल्या. हळदी-कुंकवानं मंडल रेखल्यानंतर आपली वस्त्रं उतरवून ठेवली. हळदी-कुंकवात भिजवून सुकवलेलं वस्त्र नेसण्यासाठी मी तिच्या आती दिलं. तिनं ते आज्ञाधारकपणे ऐकलं. तिला मंडलाच्या मध्यभागी बसवून विजया नावाचं भांगेचं कशाय प्यायला दिलं. त्यातलं निम्मं मीही प्यायलो. त्यानंतर मी योनि-महात्म्याचे मंत्र म्हणू लागलो–

'श्रीरामो जानकीनाथा: सीता योनी: प्रपूजक:।
रावणं सकुलं हत्वा पुनरागत्य सुंदरी।
माधवी योनी सदृषी नास्ति योनिर्महीतले।
तत क चौ कठीणौ दुर्गे योनिस्तस्या सुपीनता।
तस्या: पूजन मात्रेण शिवोहं श्रुण पार्वती।
राधा योनीं पूजेयित्वा कृष्णा: कृष्णत्वं आगता:।
द्रौपदी योनीं आश्रित्य पांडवा जयिनो रणे।'

हे मंत्र उच्चारत योनीच्या तिन्ही कोपऱ्यांना सृष्टी-स्थिती-लय यांची शक्ती असलेले ब्रह्मा-विष्णू-महेश आहेत, पार्श्वभागी कालिका, ऊर्ध्वभागी त्रिपुरसुंदरी, मध्यभागी भुवनेश्वरी, मूलस्थानी भैरवी स्थित आहेत, या अर्थाचे मंत्र म्हटल्यानंतर शक्तीच्या अंगावरील वस्त्र बाजूला केलं. तिच्या कपाळावर मोठं कुंकू लावून मी पुढील विधींना प्रारंभ केला. दगडी कातळाला पलंग मानून तिनंही सर्व प्रकारे सहकार्य दिलं. ध्यानामुळे नियंत्रक शक्ती बळावली असल्यामुळे, पुढील मैथुनाचा काळही भरपूर विस्तारत, पहाटेची पक्ष्यांची किलबिल सुरू होण्याच्या सुमारास त्याची समाप्ती करत,

योनिपूजा विधीं कृत्वा कृतार्थो अस्मी न संशया:।
अद्य मे सफलं जन्म जीवितं च सजीवितं।
पूजां कृत्वा महायोनीं उ्धृतो नरकार्णवात्।

हे मंत्र म्हणत योनीतील द्रव कपाळावर तिलक म्हणून धारण केला. तसंच पाण्यात मिसळून तीर्थ म्हणून प्राशन केलं.

प्रत्यहं परमेशानि शतानारीं रमेत् यदी।
वीर्यादि रहितं नस्यात् तेजो वृद्धी परं।

असे मंत्र म्हणत, अखेर "अहं मृत्यू जयो देवी तव योनी प्रसाद तहा: याचं महत्त्व इतकं आहे की, यानं तर्पण दिलं, तर पितरांना निश्चितपणे स्वर्गस्थान लाभतं. तुझ्या कृपेनं मी ते निश्चित करेन. आता ऊठ. एवढ्यात उजाडेल." असं म्हणत तिला उठायला सांगितलं.

याच क्षणाची वाट पाहत असल्यासारखी ती चटकन उठली. पणत्या शांत होऊन कितीतरी प्रहर लोटले होते. तरीही तिचं सारं शरीर मला स्पष्टपणे दिसत होतं. तिनं विचारलं, "मी ओढ्यात अंघोळ केली, तर चालेल ना?"

मला त्याविषयी निश्चित काही ठाऊक नव्हतं. तांत्रिक विधीत अंघोळीला महत्त्व नाही, तसंच ते निषिद्धही नाही, हे ठाऊक होतं. हिला काय सांगावं, याचा विचार करत असतानाच ती म्हणाली, "पाठ फार खाजतेय, म्हणून विचारलं मी."

मी अनुमती दिली. आपलं काळं वस्त्र आणि तांबडं उत्तरीय घेऊन ती ओढ्याकाठी गेली. पाण्यात उतरून तिनं बुडी मारली. सारं अंग खसाखसा चोळून तिनं पुन्हा बुड्या मारल्या आणि पाण्याबाहेर आली. अंगावरचं पाणी निपटून टाकून तिनं शरीर सुकल्यावर तिनं वस्त्र परिधान केलं. वर उत्तरीय घेतल्यावर थंडीनं कापणारं तिचं शरीर थोडं उबदार झालं. ती येताच मीही वस्त्रं घातली आणि त्रिशूळ आणि सामानाची झोळी खांद्यावर अडकवून चालू लागलो. तीही पादरक्षा चढवून चालू लागली.

साग्रसंगीत पूजा झाल्यामुळे शरीरात शक्तिसंचार झाल्याचा भास होत होता. कृतार्थ भावनेनं मन भरल्यामुळे खांद्यावरचं ओझंही मोरपिसासारखं वाटत होतं. पुन्हा अशीच व्यवस्थित पूजा करून पितरांना योनि-तत्त्वाचं तर्पण देऊन स्वर्गप्राप्ती करून घ्यावी, असं मनात येत होतं.

आम्ही दोघंही अक्षरही न बोलता चालत होतो. मनात दुसरे विचार येणं अशक्य होतं. मी पुन्हा त्याविषयी बोलू लागलो, तेव्हा मात्र ती मला थोपवत म्हणाली, "तू सगळे मंत्र म्हटलेस ना! मला तेवढं संस्कृत समजतंय."

पुढं मला आणखी बोलायला सुचलं नाही. न बोलता चालत राहिलो. ती माझ्या मागोमाग येत असल्याचं चामडी पादरक्षांच्या आवाजावरून समजत होतं. हळूहळू पाऊलवाट स्पष्ट दिसू लागली. रान संपून गावाजवळ आलो, तेव्हा चांगलंच

उजाडलं होतं. अधून-मधून माणसं दिसत होती. ती माझ्यापासून थोडं अंतर राखत पुढं चालू लागली. कुणी ओळखू नये, म्हणून तिनं उत्तरीय तोंडावरून घेतलं होतं. गावात शिरताना तिला विचारलं, "तुला पौर्णिमा घाटापाशी सोडू ना? तिथून तुला पुढं चालावं लागेल."

ती माझ्याकडे वळून उभी राहिली. मीही उभा राहिलो.

"कृष्णा, तुझं आताचं नाव काय आहे, ते मला ठाऊक नाही. मी ते विचारलंही नाही म्हणा! तुझी इच्छा पूर्ण करण्यासाठी मी या रात्री इथं आले. माझं एक ऐकशील?"

"काय? सांग–" मन कृतज्ञतेनं भरल्यामुळे मी विचारलं.

"ऐकेन म्हणून वचन दे, म्हणजे सांगेन."

"ठीक आहे. ऐकेन!"

"तू माझ्याबरोबर माझ्या घरी चल. पुढच्या अमावस्येपर्यंत बाहेर कुठंही न जाता माझ्या घरीच राहायचं. मी स्वयंपाक करून वाढेन, तेच जेवायचं. तुला एक स्वतंत्र खोली देते. दार बंद करून तुला जे तंत्र-ध्यान करायचं आहे, ते कर."

"मला रानावनात राहिलं पाहिजे– मला का हे बंधन?"

"तू महाशक्ती आत्मसात केली आहेस. महिनाभर माझ्या घरी राहिलास, तर मला कायमचं रक्षण लाभेल. त्यानंतर मला द्वारपालांवरही अवलंबून राहावं लागणार नाही."

"तुला मी एक मंडल शिकवेन. तू कुठल्याही गावी आणि कुठल्याही घरात राहिलीस, तरी त्या मंडलाची पूजा करायची. कुणीही अतिक्रमण करून आत येणं शक्य नाही."

"तेही शिकव–पण एक महिना तुला माझ्याबरोबर राहिलं पाहिजे."

मी मान्यता दिली.

ती पुढं चालत राहिली. मीही तिच्याशी काहीही संबंध नसल्याचं दाखवत वीस-पंचवीस पावलं मागं चालत राहिलो आणि तिच्या घरात शिरलो.

दुपारपर्यंत तिनं झोप काढली. मलाही झोपेची आवश्यकता होती. दुपारी चारूमतीनं वाढलेला वरण-भात, खीर यांचं दोघंही समोरासमोर बसून जेवण केलं. थोडा वेळ विश्रांती घेतल्यावर ती द्वारपालांच्या संरक्षणानं नाटक मंडळीनं पाठवलेल्या रथात बसून नाटकाला गेली. अशा मनाच्या रथातून जाणारी आणि नित्य द्वारपालांमध्ये राहणारी चंद्रिका! माझ्यासाठी हिनं केवढा त्याग केला! एवढ्या लांब राना-वनात, अंधाऱ्या रात्री पायी चालत आली. तिथल्या खडबडीत दगडाला गादी समजून–हे कुणाला समजलं, तर केवळ हे नगरच नव्हे, साऱ्या मगध देशात गोंधळ उडेल–

हा धोका ठाऊक असूनही तिनं माझा पूजाविधी पूर्ण होईल, असं केलं होतं.

कदाचित दिवसा झोप झाल्यामुळे असेल, रात्री नीट झोप लागली नाही. दोन वर्षांनंतर प्रथमच एका बंदिस्त घरात, लाकडी मंचकावरच्या कापसाच्या गादीवर झोपलो होतो. पांघरायला दुलई होती. मी व्रतभ्रष्ट होत होतो, अशी मनाला टोचणी लागली. पलंगावरून खाली उतरून नुसत्या जमिनीवर झोपलो. खोलीचा दरवाजा बंद होता. कितीतरी वेळानं डोळा लागला.

सकाळी खिडकीतून सूर्याची किरणं आत आली, तेव्हा जाग आली. मुखमार्जन करण्याच्या बंधनातून मी मुक्त असलो, तरी तिच्या घरी राहत असताना तिला किळस येईल, असं वागू नये, म्हणून मी न्हाणीघरात शिरलो. अंगणात उघड्यावर बसायचा संकोच वाटून पुन्हा खोलीत येऊन जमिनीवर बसलो. माझा वेश, वाढलेल्या दाढी-मिशा, डोक्यावरचे केस-साऱ्यामुळे तिला भीती वाटेल असं वाटलं.

थोड्याच वेळात तिचा आवाज ऐकू आला, "ध्यानात नाहीस ना? आत येऊ का?"

"ये-"

ती आत आली. तिच्या हातात एक तेलाचं भांडं होतं. वासावरून ते तिळाचं तेल असल्याचं लक्षात आलं. ते शेजारी ठेवत ती म्हणाली, "तुझ्या अंगाला तेल लावायचा आदेश झालाय."

मी गडबडलो. माझं व्रत नष्ट करणंच हे! मी 'नको-नको' म्हणत उठून उभं राहिलो अंगावर विंचू पडल्यासारखा. तिनं बजावलं, "घाबरू नको! तू बैस."

"तेल लावणार नाहीस, म्हणून वचन दे आधी, मग बसतो."

"इतक्या क्षुल्लक गोष्टींसाठी वचन द्यायची काही गरज नाही. अंगावर थेंबभर तेल पडल्यामुळे तपश्चर्या नष्ट होत नसते. पाहिजे तर माझी ध्यानशक्ती मी तुला देऊन टाकेन. बस -" म्हणत तिनं मला हात धरून जमिनीवर बसवलं. माझा निरुपाय झाला. मला समजायच्या आधी तिनं तांबलीतलं तेल माझ्या पाठीवर लावलं आणि चोळू लागली. काही न उमजून मी गप्प बसलो. तिच्याकडे बघायची लाज वाटून मी डोळे मिटले. ती उजव्या तळव्यावर तेल घेऊन माझी छाती, गळा, मान, पाठ, दंड, मांड्या, पोटऱ्या, पावलं-चोळू लागली. माझ्या अंगावरच्या कातडीवर तेल चोपडून ती जिरवू लागली. मी डोळे मिटून बसून राहिलो.

डोक्यावर गरम तेल झिरपून टाळूपर्यंत पोहोचल्याचं जाणवलं. मी स्वत:ला सोडवून घेण्याचा प्रयत्न करत म्हटलं, "डोक्यावर नको. जटा आली आहे."

"पण आता तेल तर ओतलंय - जिरवणं भाग आहे", म्हणत तिनं केस बाजूला सारत टाळू चोळायला सुरुवात केली. हळूहळू तेल डोळ्यांत उतरून डोळे

पेंगुळल्यासारखे झाले. ओले झाले. ते गरम तेल की गरम अश्रू, ते समजलं नाही. नंतर तिनं म्हटलं, ''पाय इकडं कर. पावलांना लावते.''

''नको. काही आवश्यकता नाही. कुठंही तेल लावायची आवश्यकता नव्हती. तूच माझं न ऐकता लावत बसलीस!'' नाही म्हटलं तरी मला राग आला होता.

''तुझे पाय इतके खडबडीत झाले आहेत की, इथली जमीन तुझ्या पावलांमुळे उखडली जाईल. मला काही तुझी पादसेवा करायची हौस आलेली नाही! हं – इकडे कर –''

तिनं हळूहळू दोन्ही पायांना तेल लावून चोळायला सुरुवात केली. ती तळपायांना तेल लावून चोळू लागली, तसं तेल लाल होऊन घट्ट होऊ लागलं. नंतर तिनं एक जुना पादरक्षांचा जोड माझ्यापुढे टाकून बजावलं, ''यानंतर हे घालून घरभर फिर. नाहीतर साऱ्या घराची जमीन तेलानं माखली जाईल.'' नंतर एका लहान भांड्यातून गव्हाची खीर समोर ठेवत म्हणाली, ''हे पी आणि त्यानंतर ध्यान किंवा तुझ्या मार्गात आणखी कुठल्या साधना सांगितल्या आहेत, त्या कर. मीही थोडा वेळ ध्यानस्थ होणार आहे. तुझ्या शरीरात नीट तेल मुरू दे. सूर्य डोक्यावर येईल, तेव्हा गरम पाण्यानं न्हायला घालेन.''

''छे! गरम पाणी वर्ज्य आहे. ते नियमात बसत नाही.'' मी फोल प्रयत्न केला.

''गरम पाणी घातलं नाही, तर तेलकटपणा कसा जाईल? केसांमध्ये आणि शरीरावर लावलेलं तेल काढायला दुसरा मार्गच नाही.'' एवढं सांगून ती खोलीचा दरवाजा बंद करून निघून गेली.

हंडाभर कढत पाण्यातलं थोडं पाणी लहान गंगाळात काढून त्यात हवं तेवढं गार पाणी मिसळलं. ते समशीतोष्ण पाणी डोक्यावरून साऱ्या अंगावरून वाहू लागलं. पाण्याची संततधार डोक्यावर पडू लागली, तेव्हा माझं मन कोवळ्या बालपणाकडे धावलं. ''नको-नको-फार गरम आहे-पुरे-'' म्हणून किंचाळत मी न्हाणीघरभर नाचत होतो तेव्हा! पाठोपाठ आठवलं, अम्मा बळंच बसवायची, ''बैस बघू मुकाट्यानं. किती गरम पाणी घालायचं मला कळत नाही काय? शहाणा बाळ माझा! मुकाट्यानं बसतोस की नाही?''

चंद्रिकेच्या हातून अंग चोळून घेतलं, तर मी अगदीच लहान होऊन जाईन, अशी भीती वाटून मीच अंग चोळून घेऊ लागलो. मात्र माझं न ऐकता तिनं पाठ घासून दिली. जटा वळलेल्या केसांना मुगाचं पीठ लावून स्वच्छ करणं अशक्य असल्याचं तिच्याही लक्षात आलं. गरम पाण्यामुळे जटा सैल होऊन जेवढे केस मोकळे झाले, तेवढेच. जेवल्यावर झोप आली– पण पाठोपाठ स्वप्नंही. या तेल आणि गरम पाण्यामध्ये कसली शक्ती आहे म्हणायची! आतलं मेणचट किटण

वितळवून बालपणीच्या आठवणींचं केवळ स्मरणच नव्हे, त्यांना स्वप्नांमध्ये साकार करण्याची तांत्रिक शक्ती –

माझ्या माथ्यावर तेल लावून हलकेच चोळणाऱ्या अम्माच्या तळहाताचा स्पर्श तो स्पर्श कितीही हवासा वाटला, तरी उगाच चाललेला माझा उं उं रडका आवाज, डोक्यावर केसांचं चुंबळ करून घासणारे हात! डोक्यावरचे केस हलकेच चोळणारे चंद्रिकेचे तळहात –

मुलाकडून काहीच बातमी न समजल्यामुळे काळजीत पडलेल्या अम्माला वेळी अवेळी घराबाहेर पडणाऱ्या सुनेला बघून काय वाटलं असेल? त्यात माघारी आलेल्या सुनेच्या भोवतीचा राजसुगंध! अम्माला शंका आल्याशिवाय कसं राहील? "कुठं जाऊन आलीस गं?" म्हणून विचारलं तर "या दरिद्री घरात एकटीच सडू काय?" असं उद्धट उत्तर – "देवा रे, काय झाली ही आमच्या घराची गत!" असं म्हणत हुंदके देऊन रडणारी अम्मा – तो आवाज ऐकताना स्वप्नाबरोबर झोपही नष्ट झाली. त्यानंतर मात्र लागली नाही.

दुसरे दिवशी ती पुन्हा तेलाची तांबली घेऊन आली, तेव्हा मला नकोसं वाटलं. "किती दिवस हे चालणार? नको-नको."

"पण तुला त्यात काय अडचण आहे? तेल लावणारी मी, न्हाऊ घालणारी मी." मी काही म्हणण्याआधी तिनं माझ्या पाठीला तेल लावायला सुरुवात केली. आदले दिवशीप्रमाणे अंगभर चोळून तेल लावून "हवं तर ध्यान कर. मीही करते–" असं सांगून निघून गेली. मी ध्यानमग्न व्हायचा प्रयत्न केला. योनिपूजेनंतर तेच स्वरूप डोळ्यांसमोर ठेवून ध्यान करणं आवश्यक होतं. पण ते जमेना. गरम पाणी ओतल्यावर मेण आकारहीन व्हावं, तसं होऊ लागलं. घरात राहिल्यामुळे असं होत आहे. स्मशान, अरण्य किंवा पडके मंडपच यासाठी योग्य स्थळं आहेत. शक्य तितक्या लवकर या घरातून बाहेर पडणं आवश्यक आहे. एक महिना राहतो असा तिला शब्द दिला असला, तरी! कढत पाण्याची अंघोळ आणि गरम जेवण जेवलं, तरी दुपारी झोप लागली नाही. आणखी थोड्या वेळात ती नाटकासाठी घराबाहेर पडेल, हे मला ठाऊक होतं. दासी चारूमती स्वयंपाकघरात भांडी घासत असल्याचा आवाज ऐकू येत होता. ती शक्यतो माझ्या समोर येत नव्हती. सगळी कामं करत असली, तरी घरात फक्त मी आणि चंद्रिकाच होतो, असं वातावरण ती ठेवत होती. रात्री आम्हा दोघांचं जेवणही चंद्रिका नाटक करून आल्यानंतर आणून देत होती.

दुसरे दिवशी तेल लावताना चंद्रिकेनं विचारलं, "तू परवा पूजा केलीस ना? तशी मातृयोनीची पूजा करू शकतात काय?"

"हो. येईल ना! पण तिथं मैथुन निषिद्ध असतं."

"का बरं?"

"कारण-कारण"– मला राग आला, "एवढंही समजत नाही तुला? मातृयोनी म्हणजे जन्मस्थान! केवळ पूजा करू शकतो."

"पण तू पूजा करता 'सकल जगताचं जन्मस्थान-महामायातत्त्व' या भावनेनंच पूजा करतोस ना? मैथुनाच्या वेळी तू महेश्वर तत्त्वाच्या भावनेत असलं पाहिजे. तत्त्वरूपाची कल्पना करत असता 'ही मातृयोनी आणि ही अमुक योनी' हा भेदच असता कामा नये. अशा वेळी मातृयोनी निषिद्ध असण्याचा प्रश्नच कुठं आला?"

माझ्या मनात गोंधळ उमटला. तिचा प्रश्न तात्त्विकदृष्ट्या योग्य असला, तरी असह्य होता. केवळ असह्य नव्हे, पापी वाटला. माहिष्मतीमधल्या पाठशाळेत शिकलेली ती शैक्षणिक शिस्त आठवली. तर्काच्या पातळीवरील प्रश्नाला तर्कनिष्ठच उत्तर दिलं पाहिजे. त्यामुळे तिच्या प्रश्नाला 'असह्य' म्हणणं समर्थनकारक ठरणार नाही.

तीच म्हणाली, "उत्तर दे. समजावून घेण्याच्या दृष्टीनं मी हे विचारत आहे."

त्या क्षणी सुचलं, ते सांगितलं, "तात्त्विकदृष्ट्या सगळं ठीक आहे. पण पूजेतला मैथुनाचा भाग इंद्रियाच्या पातळीवर चालणारी कृती. इंद्रियांच्या सहकार्याशिवाय होऊ न शकणारी. त्यामुळे-म्हणून-"

"तत्त्वं इंद्रियांच्या पातळीवर आणल्यावर ते केवळ तत्त्व राहत नाही, असं म्हटल्यावर ते कुणाच्याही बाबतीत लागू पडायला पाहिजे. तत्त्व म्हणून पाहिलं, तर योनी हे विश्वसृष्टीचं महा-कारण! तेच प्रतीक ध्यानधारणेच्या वेळीही दृष्टीसमोर ठेवलं पाहिजे–मग तिथं निषिद्ध का म्हणावं? तूच विचार करून सांग –"

एवढं बोलता बोलता तिनं पावलांनाही तेल चोळून दिलं आणि 'ध्यान कर – मीही करते –' म्हणत ती निघून गेली.

माझ्या मनाचा मात्र गोंधळ उडाला होता. ध्यानासाठी बसू लागलो, तर प्रतीकही नाही आणि ध्येयही नाही, अशी अवस्था झाली. मातृ, सखी, पत्नी, वेश्या अशा प्रकारचे अनेक भाव एकमेकांत मिसळून दिशा चुकल्यासारखं झालं. कितीही मन एकाग्र करायचा प्रयत्न केला, तरी ध्यान लागेनासं झालं. चंद्रिकेचा पराकोटीचा राग आला. काही क्षणात तो इतका पराकोटीला पोहोचला की, वाटलं, आता या क्षणी तिच्या ध्यानाच्या खोलीत घुसावं आणि त्रिशूलानं तिच्या छातीचा वेध घ्यावा! माझंच चुकलं. हिच्या घरीच यायला नको होतं. पूजा उरकताच तिला पौर्णिमा घाटापाशी सोडून आपल्या मार्गानं निघून जायला पाहिजे होतं.

बसायचा कंटाळा आला. झोपावं म्हटलं, तर सर्वांगाला तेल थापलेलं. जमीन तेलकट झाली, तर तिला मनस्ताप होईल.

जेवताना तिला विचारलं, "दररोज का एक ना एक पक्वान्न करायला लावतेस? परवा मिष्टान्न, काल खीर, आज मधुक्षीर–"

"जेवण नसल्यामुळे नुसती कंदमुळं खाऊन तू सुकून गेला आहेस. महिनाभरात थोडा तरी बरा हो."

"मग तू का खात नाहीस?"

"मी काही अन्न-पाणी सोडून रानावनात भटकत नव्हते. मला आवश्यकता नाही तेवढी."

समोर एका पाटावर बसून ती मला आग्रह करून वाढत होती, पण स्वत: मात्र तीन डाव भात आणि त्यावर दोन डाव वरण घेऊन माझं जेवण होईपर्यंत हळूहळू खात होती. माझ्या आग्रहाचा मान राखण्यासाठी अगदी घासभरच गोड पदार्थ खात होती.

जेवण झाल्यावर ती वामकुक्षीसाठी निघून गेली. मला झोप आली नाही. महिना सरला की, मला पुन्हा अरण्य-जीवन काढायचं आहे. तेवढ्या अवधीत हिचं मन राखण्यासाठी म्हणून मी माझे नियम का मोडायचे? असा महिना गेल्यावर मला माझ्या जीवनाशी एकरूप होताना त्रास होईल. कदाचित, तसंच होऊन मी कायमचा या जीवनाचा राहावा, म्हणून तिनं हा डाव तर केला नसेल? तिचा कितीही राग आला, तरी ती कपटी असेल, असं मानायला मन तयार नव्हतं. त्यासाठी गेले पाचच दिवस नव्हे, नाटकात काम करत असलेले दिवसही हीच ग्वाही देत होते. काही का असेना, उद्यापासून असलं षड्‌रसयुक्त भोजन नको, म्हणून सांगायचं मी ठरवलं.

दुसरे दिवशी ती तेल घेऊन आली, तेव्हा म्हटलं, "चंद्रा, तुला एक प्रश्न विचारतो. मला वाईट वाटेल किंवा कसं, याचा विचार न करता खरं सांगशील?"

"मी कशाला खोटं सांगू? तेही तुला–"

"तुला तांत्रिक मार्गाविषयी आदर नाही. शरीरपूजेचा तुला तिटकारा वाटतो. असं असताना तू योनि-पूजेला का मान्यता दिलीस?"

"मला शरीरपूजेचा तिटकारा वाटतो, असं कसं तू म्हणतोस? मी नटी आहे. तीही कुणाच्या दडपणाखाली झालेली नटी नव्हे. मी माझ्या मर्जीनं झाले आहे."

मी मान वर करून तिच्याकडे पाहिलं. तिच्या डोळ्यांमध्ये चमक होती.

"भोग-प्रेम नसणारे शरीर पूजा करत नाहीत, करू देत नाहीत. मी तुला पाहतोय, तेव्हापासून तुझ्यामध्ये भोग, प्रेम नाही. मी विचारतोय त्याचं स्पष्ट उत्तर दे."

"एक महिनाभर माझ्या घरी राहायला तयार झालास. माझं उत्तर ऐकून, 'आयुष्यात हिचं तोंड बघणार नाही', म्हणून निघून गेलास, तर काय करू?" हे बोलताना तिच्या चेहऱ्यावर आणि डोळ्यांमध्ये अगणित भाव होते. प्रेम, अधिकार, विरह, वाकडेपणा, राग, चिंता-माझ्या बुद्धीला आकलन न होणारे कितीतरी सूक्ष्म भाव. पुन्हा एकदा तीव्रपणे जाणवलं – ही केवळ कौशल्याच्या जोरावर नटी झाली

नाही, भावाभिव्यक्ती हा हिचा विशेष गुण होता.

"रागावणार नाही. कुणाची शपथ घेऊन सांगू?"

"तू काही माझी शपथ घेणार नाहीस म्हणा! शपथ प्रेमिकेची घ्यायची असते." तिच्या नजरेत खोडकरपणाची चमक होती.

"ठीक आहे! तुझी शपथ घेऊन सांगतो-रागावणार नाही."

"मी तयार झाले नसते, तर तू बाजारातल्या एखाद्या वेश्येला घेऊन जाऊन तुझी पूजा पूर्ण केली असतीस. मी तिथं असल्यामुळे तुला आपण किती हीन मार्गानं चाललो आहोत, याची जाणीव होईल, अशी क्षीण आशा होती. आता तू खरं सांग, तो विधी केल्यामुळे तुला विशेष काय मिळालं?"

"तिकडे लक्ष द्यायला मला सवडच मिळाली नाही. लगेच तुझ्याबरोबर आलो. त्यानंतर तर आमच्या मार्गाच्या विरोधीच सगळं सुरू आहे. घरात वास्तव्य, गरम-गरम षड्रसपूर्ण भोजन, अभ्यंगस्नान-मग काय साधलं, ते कसं समजणार आणि पुढचं तरी कसं साध्य होणार?"

"पुढचं म्हणजे? काय काय साधायचंय तुला?"

"वेगवेगळ्या शक्ती. आता मी कुणाच्याही मनात प्रवेश करून तिथं काय चाललंय ते जाणून घेऊ शकतो. पण खरं सांगतो-तुझ्या मनात मात्र प्रवेश करायला जमलं नाही. तुझं मन म्हणजे एखाद्या चिरेबंदी किल्ल्याची सगळी दारं कडी-कुलपानं बंद असावीत, तसं आहे. त्याशिवाय पद्मासनात अधांतरी राहणं, त्या खोलीतली वस्तू हात न लावता इकडे आणणं – अशा कितीतरी सिद्धी आहेत. अनंत सिद्धी आहेत. अखेर स्वत:च महायोनीचा स्वामी महेश्वर व्हायचं."

"तू ज्या सिद्धींविषयी सांगतोयंस, त्या योगसाधनेत सहजपणे प्राप्त होतात. त्यातल्या कितीतरी मलाही प्राप्त झाल्या आहेत. पण अध:पतन होतं, म्हणून मी त्यांचा वापर करत नाही. तू कुठं आहेस, काय करतोस, हे जाणून घेणं मला मुळीच कठीण नाही. पण योग प्रवर्तनाशिवाय इतर कुठल्याही वेळी त्यांचा वापर करायचा नाही, असा गुरूंचा दंडक असल्यामुळे मी त्या वापरल्या नाहीत."

"तुझे गुरू कोण?"

"त्यांना नाव नाही. कुठलंही नाव ठेवून घेण्याला ते नकार देतात. मथुरेहून दिवसभराच्या वाटेवर एका गुहेत ते बहुतेक वेळी असतात. मी मथुरेत असताना योगायोगानं त्यांची भेट झाली. त्यांनीच ध्यान करायला शिकवलं. आताही ध्यानधारणेत काही अडचण आली, तर ध्यानावस्थेत मी त्यांनाच शरण जाते. ते त्यावर उपायही सुचवतात. तुझ्या वामाचारात भाग घेण्याआधीही मी त्यांच्याशी संपर्क साधला होता. आदेश झाला–मी त्याला योगमार्ग दाखवून दिला होता, पण तो वाममार्गाकडे वळला आहे. त्याच्यावर खरोखर प्रेम असेल, तर त्याला त्यातून बाहेर काढ. इंद्रिय-

मनोविकारापासून अलिप्त असशील, तर तुला यात कसलाही दोष नाही.''

''कोण ते? कसे आहेत दिसायला?''

''ऐंशीच्या घरातले आहेत. अधून-मधून संपूर्ण मुंडन करतात. भूमध्यावर नेत्रदृष्टी स्थिरावलेली असते. अत्यंत कृश शरीर, उंच. कधीतरी मथुरेला येतात. कृष्णासाठी नदी दुभंगली, त्या जागी स्नान करतात, कृष्णजन्मस्थानाला नमस्कार करून निघून जातात.''

''म्हणजे त्या दिवशी भेटले, ते हेच होते तर!''

''केव्हा?''

''त्याच स्थळी भेटले आणि मला सांगितलं – सहस्रार यापेक्षा अलौकिक प्रकाशानं तेजाळत असतं. हवं तेव्हा आपण त्याचं दर्शन घेऊ शकतो...'' त्यानंतर आणखी एका योग्यानं ध्यान कसं शिकवलं, ते सारं तपशिलानं सांगितलं.

''तो मार्ग का सोडलास?''

तोही सारा तपशील सांगितला. चंद्रिका लक्ष देऊन ऐकत होती. नंतर काही क्षण ती मौन राहिली, तरी मनातली वेदना तिच्या चेहऱ्यावर स्पष्ट उमटली होती. दु:खानं तिचं अंत:करण पिळवटून गेल्याचं स्पष्ट दिसू लागलं.

कितीतरी वेळ ती जमिनीवर दृष्टी रोखून बसली होती. मग तिनं मान वर करून माझ्या नजरेत नजर मिसळून माझ्या दु:खाचा ठाव घेतला. मग म्हणाली, ''कृष्णा, तुझी फसवणूक झाल्यामुळे तुला त्या दोघांच्या मनात प्रवेश करण्याची इच्छा झाली, यात आश्चर्य नाही. त्यासाठी म्हणूनच तू योगसाधनेत शिरलास. इतक्या दिवसांत तू मनातलं दु:ख मलाही सांगितलं नाहीस, का?''

''मलाच सारं त्यानंतर समजलं. अचानक गावचे नारायण दीक्षित मथुरेत भेटले. पण त्याआधी मी तुझ्यापासून दूर झालो होतो.''

काही क्षण पुन्हा शांततेत गेले.

तीच पुढं म्हणाली, ''तुला प्रत्यक्ष ध्यानाची दीक्षा दिली, ते आमच्या गुरूंचे शिष्य असावेत. विविध पातळ्यांपर्यंत पोहोचलेले त्यांचे अनेक शिष्य आहेत. जंबूद्वीपाच्या पलीकडेही काही आहेत. एका अर्थी पाहिलं, तर आपण दोघंही एकाच गुरूचे शिष्य आहोत. तरीही तू वाममार्गाकडे का वळलास रे?''

''कारण शालिनीच्या मनात प्रवेश करणं किंवा तिचा द्वेष करणं हे या मार्गात निषिद्ध नाही. मनाला शांतता देणारा आहे हा मार्ग!''

''एवढ्या दिवसांच्या योगसाधनेनंतर तुझ्या मनाचं द्वेषापासून रक्षण झालं नाही?''

मी अंतर्मुख होऊन आठवू लागलो. नंतर म्हणालो, ''तूच त्यासाठी कारणीभूत आहेस. तू माझ्यावर प्रेम केलं नाहीस. अंतर्बाह्य भडकलेल्या अग्नीला तू शांत केलं

नाहीस. एवढंच नव्हे, मला दूर करण्यासाठी तू नाटक मंडळी सोडूनही दूर निघून गेलीस.''

''मी तुझ्यावर प्रेम केलं नाही, हे तुला तरी पटतंय काय?'' तिच्या स्वरातून वेदना उमटत होती.

''पण योगसाधनेसाठी आवश्यक असलेल्या इंद्रियनिग्रहावर जास्त प्रेम होतं.''

अशा गप्पांमध्ये त्या दिवशी तेल नीट चोळलं गेलं नव्हतं. माझ्या अखेरच्या वाक्यामुळे ती अंतर्मुख झाली. तिचा खिन्न चेहरा पाहून मला अपराध्यासारखं वाटलं. बघता-बघता तिच्या डोळ्यांच्या पापण्या ओल्या झाल्या. माझी नजर चुकवण्यासाठी ती माझ्या मागं उभी राहून पाठ चोळू लागली. तिला दुखावलं असलं, तरी मनातली गोष्ट तिच्यापुढे व्यक्त केल्याबद्दल एकीकडे तृप्तीही वाटली. त्या दुपारी न्हाऊ घालतानाही ती फारशी बोलली नाही. मलाही बोलायला काही सुचलं नाही. त्यानंतर विशेष न बोलता जेवणही झालं.

दुसरे दिवशी तेल लावायच्या वेळी सेविका चारूमती माझ्या खोलीत आली. तेलाचं माझ्यापुढे ठेवून तिनं सांगितलं, ''मालकिणीला ताप भरलाय. उठायलाही येईनासं झालंय. तुम्हीच लावून घ्या की द्वारपालाला बोलावू?''

माझं काही अभ्यंगस्नानावाचून अडलं नव्हतं. आणखी तीन आठवड्यांनंतर आयुष्यभर माझ्या अंगाला तेल किंवा गरम पाण्याचा स्पर्श होणारच नव्हता. त्यामुळे मला उलट बरंच वाटलं.

तिला ताप आल्याचं ऐकून मात्र मी कासावीस झालो. माझ्या बोलण्याचा तो परिणाम असावासं वाटलं.

''केव्हापासून ताप आहे?''

''काल संध्याकाळी रंगमंदिराहून येतानाच कपाळ तापलं होतं.'' एवढं सांगून ती निघून गेली.

तिच्या खोलीत जाऊन बघून यावंसं वाटलं. दरवाजा किलकिला होता. तो लोटून मी आत गेलो. कपाळावर पांढरी पट्टी बांधून ती झोपली होती. डोळे आणि चेहरा लालबुंद झाला होता. मला पाहताच तिच्या चेहऱ्यावर संकोच आणि त्याच वेळी सूक्ष्म समाधान उमटलं. तिच्या कपाळावरच्या पट्टीवर तळवा दाबत मी विचारलं, ''डोकं दुखतंय?''

तिच्या नजरेत होकार उमटला. तिचा हात हातात घेऊन मंचाशेजारी उभा राहिलो. ती म्हणाली, ''तू स्वतःच जमेल तसं तेल लावून घेतलंच पाहिजे.''

''तू काही औषध घेतलंस?''

''एवढ्यात वैद्य येतील.'' तिनं पुन्हा तेल लावून घ्यायला बजावलं, त्याचबरोबर मी तसं केलं नाही, तर उठून यायची धमकीही दिली. धमकी कोरडी नसल्याचं

जाणवून मी खोलीत जाऊन तेल लावून घेऊ लागलो. दुपारी गरम पाणी अंघोळीसाठी ओतताना दासीनं सांगितलं, "औषध घेऊन धनीण झोपली आहे."

"अशा वेळी नाटकाचं काय करतील? आणखी कुणी त्यांची भूमिका करतं काय?"

"नाही. तसं केलं की, लोक गोंधळ करतात. अशा वेळी आनंद दत्त रंगभूमीवर येऊन प्रेक्षकांना नीट समजावून सांगतात."

मी सारं अंग चोळत होतो. दासी फक्त पाणी ओतायचं काम करत होती. त्या दिवशीही तूप निथळत असलेलं मिष्टान्न बनवलं होतं. आठवड्याभरातच छातीच्या फासळ्या भरून येत असल्याचा मीच अनुभव घेत होतो.

दोन दिवसांनंतर तिचा ताप उतरला. दुसरे दिवशी सकाळी ती स्वत:च तेलाचं भांडं घेऊन माझ्या खोलीत आली. तापातून उठल्यामुळे तिचा चेहरा आणखी मृदू झाला होता. मी सांगितलं, "माझा मी तेल लावून घेईन. तू भिंतीला टेकून बसून राहा. नाहीतर या मंचावर झोप."

हे मान्य करत ती भिंतीला टेकून बसून राहिली. ती समोर असल्यामुळे नीट तेल लावून चोळून घेत मी विचारलं, "चंद्रा, आपल्या दोघांमध्ये एवढी आत्मीयता आहे. माझं गाव, माझा संसार-सगळं सांगितलंय मी तुला. पण तुझं गाव, आई-वडील यांविषयी मला काहीच ठाऊक नाही. मथुरेतली गायिका या व्यतिरिक्त आणखी परिचय कुणी दिला नाही, तूही सांगितलं नाहीस."

तिनं मान वर करून माझ्याकडे पाहिलं. तिच्या नजरेत अत्यंत सूक्ष्म अशी आत्मीयता दिसली.

"कृष्णा, एक सांगितलं, तर मला नाटकी म्हणणार नाहीस ना? काल संध्याकाळपासून सारखं मनात येत होतं, आपल्या जीवनाची कथा याला सांगितलीच पाहिजे. या क्षणी मी सुरुवात कशी करू, याच विचारात होते, असं मी म्हटलं तर खोटं मानू नकोस. तू माझ्या मनात असा कसा प्रवेश केलास? हा सिद्धींच्या साहाय्यानं केलेला प्रवेश नव्हता– समजलं ना?"म्हणत ती हसली.

पाय आणि मांड्या जमिनीला लागून तेल पुसू नये, अशा प्रकारे एका जुन्या पाटावर तिच्यासमोर बसलो. ती अंतर्मुख होऊन आठवू लागली. तिनं माझ्याबरोबरच स्वत:लाही विचारलं, "कुठून सुरूवात करू?"

"तू मथुरेत मला भेटलीस, त्या वेळी प्रसिद्ध गायिका होतीस. तुझ्या भावपूर्ण गाण्यावर आणि अलौकिक स्वरमाधुर्यावर सारे रसिक लुब्ध झाले होते–"

"हं–संगीतापासूनच सुरुवात करते. आई देवाची स्तुती करणारी गाणी पहिल्यापासून गायची. ती सामगायन करू लागली की, साक्षात वेद नादरूप घेऊन आला आहे,

असं वाटायचं. संगीताचं शास्त्रपूर्ण शिक्षण तिनं घेतलं नव्हतं. ती वेश्या-कुलातल्या स्त्रियांनी आत्मसात करायची कला अशी समजूत अलीकडे वाढली आहे ना! ब्रह्मपूर आमचं गाव. आधीपासूनच जुन्या परंपरांचं पालन करणारं गाव. अशा वातावरणात नसती, तर माझी आई फार मोठी गायिका झाली असती.''

''तू केव्हापासून गातेस?''

''मला आठवत नाही, तेव्हापासून! आईच शिकवायची. वडिलांचं प्रोत्साहन होतं. मीच थोरली. माझ्या पाठोपाठ जन्मलेल्या बहीण-भावाला गाण्याची थोडीही आवड नव्हती, अंगही नव्हतं. त्यामुळे आईचा माझ्यावर फार जीव होता. बाराव्या वर्षापर्यंत आईकडे जेवढं होतं-नव्हतं, ते मी आत्मसात केलं होतं. आणखी शिकायची मनात अपेक्षा होती, पण शिकवणारं कुणीच नव्हतं. साहित्य आणि वेदोपनिषदांमध्ये पारंगत असलेले अप्पा कालिदासासारख्यांच्या अनेक गेयता असलेल्या काव्याचा परिचय करून देत होते, पण माझं केवळ साहित्यात समाधान होत नव्हतं. साहित्याचं बंधन नसलेले शुद्ध नादयुक्त स्वरांचे अमूर्त आकार साकार करता करता मी तन्मय होत होते. त्याच प्रकारचं आणखी-आणखी आत्मसात करायची लालसा मनात भरून राहिली होती. त्यासाठी आईच्या मागं माझी भुणभुण सतत चाले. काव्य नको-साहित्य नको, मला फक्त स्वरविलास पाहिजे, असा हट्ट करत होते. आईला माझी तळमळ समजत होती. पण अप्पांना मात्र राग येत होता.''

मी तिचं बोलणं ऐकत होतो. तीही तन्मय होऊन सांगत होती.

''त्याच सुमारास आमच्या गावी एक गायक आले. तिशीचे असतील. जन्मजात आंधळे. दोन्ही डोळ्यांच्या जागी नुसत्या खाचा होत्या. अंधांना संगीत वश का होत असावं? स्वप्न पाहण्याचा तेवढा एकच मार्ग त्यांच्याकडे असावा. भावना व्यक्त करण्यासाठीही. त्यामुळे जो अंध संगीताच्या मार्गानं जाईल, त्याला काही प्रमाणात तरी त्यातल्या सिद्धी प्राप्त झाल्याशिवाय राहणार नाहीत. पण हा मात्र प्रतिभावंतच म्हटला पाहिजे. त्याच्या संगीताचा त्याच्या अंधपणाशी काहीही संबंध नव्हता. केवळ गुरूकडून मिळालं तेवढं कवटाळून बसणारा तो कलावंत नव्हता. स्वत: निर्मिती करण्याची शक्ती त्याच्या प्रतिभेत होती. एक वीणा त्याच्यापाशी होती. ती सुरात लावून स्वत:चे बंद डोळे अंतर्मुख करून ती छेडत असताना, गणितज्ज्ञ सहस्रावधी आकड्यांचे हिशेब करून आनंदित व्हावेत, तसे स्वरांचे परस्परसंबंध आणि संचार वाजवून आनंद घेत होता. त्यानंतर तीच आलापी गाऊन पक्की करत होता. संगीतातले बहिरे ती अद्‌भुत आलापी ऐकताना खात्रीनं म्हणत, 'हा केवळ आंधळा नाही, वेडाही आहे!' अर्थ आणि काव्य नसलेला केवळ स्वरविलास सामान्य माणसांना वेड्याचं ओरडणंच वाटत होतं. तांत्रिकही असेच काहीतरी ओम् ऱ्हीमसारखे शब्द घेऊन मधूनच किंचाळत असतात. खरं ना?'' तिनं माझ्याकडे

पाहत विचारलं.''

''घनघोर रात्री भूत-पिशाच्चाच्या वसतिस्थानापाशी असं ओरडणाऱ्या तांत्रिकांना मीही पाहिलंय.'' मी म्हटलं.

''पण तोच एखादं काव्य म्हणू लागला, तर मात्र तीच माणसं त्याच्या भोवती गर्दी करून त्याचं गाणं ऐकत. आमच्या गावात एक कृष्णाचं देऊळ आहे. त्याच्या मंडपात तो दररोज संध्याकाळी बसून गाणी म्हणायचा. सारं गाव गाणं ऐकायला जमायचं. गाणं म्हणता-म्हणता मध्येच तो स्वरविलासही दाखवायचा.

''पहिल्या दिवशी मी त्याचं गाणं ऐकलं आणि वाटलं, याच गाण्यासाठी माझी तळमळ चालली होती! मला हेच शिकलं पाहिजे, असंच गायलं पाहिजे! आईलाही फार आवडलं ते गाणं. मला संगीत शिकवण्यासाठी त्याची नेमणूक करायचं ठरलं. तक्षशिलेजवळच्या एका खेड्यातून तो आला होता. नाव यदुभद्र. आई-वडील असताना पाचव्या वर्षी तक्षशिलेमधल्या एका गुरूकडे वीणा शिकायला सुरुवात केली आणि आठव्या वर्षी त्यांच्या मनात आलं – जर विणेमधून कुठल्याही काव्याशिवाय स्वरविलास शक्य असेल, तर कंठातून का येऊ नये? त्यांच्या या प्रश्नाचं पोषण होईल, अशा प्रकारे गुरूंनी शिक्षण दिलं. विसाव्या वर्षी ते संगीतातले विद्वान झाले. पोट भरण्यासाठी एका सार्थाबरोबर ते आमच्या गावी येऊन पोहोचले, तेव्हा तीस वर्षांचे होते.

''त्यांच्याकडे गाणं शिकण्यासाठी कितीतरी जण तयार झाले. पण एक-दोन दिवसांतच मीच तेवढी त्यांची खरी शिष्या होऊ शकेन, हे त्यांनी ओळखलं. भावपूर्ण गायनापेक्षाही काव्याचा आधार न घेता, शुद्ध स्वरांचा विलास आत्मसात करून, त्यात नव्याची भर घालण्याची कला आणखी कुणाला उमजतच नव्हती. अखेर दररोज त्यांनी आमच्या घरी येऊन शिकवायचं, असं ठरलं. ते संपूर्ण मनापासून मला विद्यादान करू लागले. एक दिवस तर ते म्हणाले, ''चंद्रिका, तुझ्यासारखी विद्यार्थिनी मिळायला पूर्वजन्मीची पुण्याई हवी.'' माझं मनही मला सांगत होतं, असा गुरू भेटायलाही पूर्वजन्मीची पुण्याईच हवी. ते सकाळी आमच्या घरी येत. दुपारपर्यंत संगीत शिकल्यावर दुपारचं जेवण करून ते निघून जात. राहत मात्र कृष्णमंदिरातच. तिथं संध्याकाळी इतरांना शिकवत. रात्रीचं जेवण दररोज एकेका विद्यार्थ्याच्या घरी होत असे. जमेल तेव्हा मी संध्याकाळी मंदिरातही जात असे. त्यांचं गायन असेल, तर सोबत बसून अधूनमधून स्वर लावत होते. गातही होते. त्यांच्याकडे विद्वत्ता होती, ज्ञानही होतं, आवाजही दमदार होता, पण त्याला माझ्यासारखा गोडवा नव्हता. मी सोबत गाऊ लागले की, त्यांच्या गाण्यातही त्या माधुर्याचं प्रतिबिंब दिसत होतं. काही अडाणी श्रोते तर मलाच प्रमुख गायिका समजत. हे त्यांच्या कानावर गेलं की, मग मात्र त्यांची संतापानं लाही लाही होई.

माझ्यावरही रागवायचे, 'गुरूचा लौकिक हिरावून घ्यायचा डाव चाललाय काय तुझा?'

"असं एक-दोनदा झाल्यावर मी म्हटलं, 'कुणी अडाणी माणसं म्हणाली, म्हणून मी कशी तसं मानेन? मी तर संगीतक्षेत्रातली भिक्षुणी आहे. तुम्हाला तसं वाटत असेल, तर यानंतर मी तुमच्याबरोबर गाण्याचा उद्दामपणा करणार नाही.'

ते म्हणाले, 'तसं नाही. माझं म्हणणं एवढंच गुरू कोण? आणि शिष्य कोण? हे सभेला कळेल, अशा प्रकारे तुझा सहभाग पाहिजे.'

"एकट्यानं गाण्यापेक्षा माझी साथ असेल, तर गाणं विशेष रंगतं, हे त्यांनाही ठाऊक होतं. त्या वेळेपर्यंत मी चार वर्षं त्यांच्याकडे शिकले होते. आत्मसात करण्याची कुवत असणारं आणखी कुणी तिथं नसल्यामुळे त्यांनी सारं संगीत माझ्यात ओतलं होतं. नवं सुचत होतं, तेही मला द्यायला ते उत्सुक होते. नवं मला गायला लावून नंतर ते त्या स्वरलहरी आपल्या अंतर्मनात साठवत होते. मीही त्यात मला सुचेल, तसा आणखी नाजूक बदल करत होते. त्या बदलामुळे होणाऱ्या भाव-पोषणाची शक्यता लक्षात घेऊन तेही तो बदल मान्य करत होते.

"एकदा मी त्यांना म्हटलं, 'गुरुजी, तुम्हाला संगीत कलेमुळे चार लोकांमध्ये मान मिळतो. ती कला तुम्हाला बऱ्यापैकी अर्थार्जन करून देते. तुम्ही कृष्णमंदिरातलं वास्तव्य आणि दररोज वेगवेगळ्या घरचं भोजन करण्यापेक्षा विवाहबद्ध होऊन स्वत:चं घर का करत नाही?'

"ते उत्तरले, 'या कुरूप अंधाला कोण मुलगी देईल? माझ्यासाठी त्या ब्रह्मानं बायको तयार केली असेल काय?' त्यांच्या आवाजात विषाद भरला होता.

"मी बोलले नाही, पण मनात आलं, यांना कुरूप म्हणायचं की अंध? त्यांनी निर्माण केलेली सुरावट, ताना, पलटे, भावपूर्ण स्वररचना यांना सौंदर्य नाही; असं म्हणायचं असेल, तर धीरगंभीर सिंधू नदीलाही कुरूप म्हणावं लागेल. गाण्यात मग्न असताना माझं स्वत:चं तर कधीच त्यांच्या चेहऱ्याकडे किंवा डोळ्यांकडे लक्ष गेलं नव्हतं. तार सप्तकात गाताना तर त्यांचे कायमचे आक्रसलेले डोळे भावआलापांच्या दृष्टीनं साहाय्यकच होत होते. त्यांचा काळसर वर्ण, किंचित पुढे आलेलं तोंड हेही मला त्यांच्या सौंदर्याचंच प्रतीक वाटू लागलं. कलाकाराचं अतिदेखणं रूप कलास्वादामध्ये अडथळा बनतं, असंही मला वाटू लागलं. मनात आलं, आपणच का त्यांच्याशी विवाहबद्ध होऊ नये? एकत्र गात, सुरांत डुंबत जीवन जगता येईल. त्याचबरोबर 'आपल्या जीवनात एवढ्या मोठ्या प्रमाणात संगीत भरणाऱ्या गुरूला आणखी कुठली गुरुदक्षिणा आपण देऊ शकू!" अशा प्रकारचा आदर्शवादी विचारही मिसळला.

"त्या वेळी मी सतरा वर्षांची होते. दोन वर्षांपासून आई-वडीलही लग्नाची घाई करत होते. लग्न केलं, तर संगीत शिकण्यात अडथळा येईल. परगावी जावं

लागलं, तर संगीत थांबलंच म्हणायचं, अशा प्रकारच्या माझ्या आक्षेपांना आई पाठिंबा देत असल्यामुळे वडीलही गप्प बसत होते. माझ्याशी विवाहबद्ध होण्यासाठी मोठमोठ्या घराण्यातली धनाढ्य मुलं पुढं येत होती. त्या वेळी मी किती सुंदर होते ठाऊक आहे?''

''त्याच वेळी कशाला? आताही तू तेवढीच सुंदर आहेस! अनन्य सौंदर्यवती!'' माझ्याही नकळत मी उद्‌गारलो.

''सतराव्या वर्षाची कल्पना कर! गुरूंशी विवाहबद्ध व्हायचा विचार पुढच्या चार-सहा दिवसांत माझ्या मनात रुजला. जीवनभर जोडीनं गात राहण्याचं स्वप्नच नव्हे, कुठलाही ठाव नसलेल्या अंधाला आधार देऊन देवी होण्याचं उदात्त स्वप्नही बहरून आलं. आमच्या घरी किंवा कृष्ण-मंदिरात आम्हाला परस्परांशी बोलण्यासाठी भरपूर एकान्त मिळत होता. त्याआधी त्या एकान्ताचा उपयोग करून घ्यावा, अशी भावना मनात नव्हती. आता मात्र ती चोरटी भावना मनात निर्माण झाली. मी स्वत:च त्यांना मी लग्न करायला तयार असल्याचं सांगितलं. ते म्हणाले, 'तू उमलणाऱ्या जुईपेक्षा सुंदर आहेस म्हणतात. सगळे तुझं रूप, रंग, बांधा, नाक, डोळे, गालांची ठेवण, गोंडस हात, भुवयांचे आकार, केसांची चमक यांचं वर्णन करत असतात. अशी तू रूपमती-माझ्यासारख्या जन्मांधाशी कशी विवाहबद्ध होशील? तुझे आई-वडील याला कशी मान्यता देतील?'

''मी उत्तर दिलं, 'मी गायन-चक्षूंवर मोहित होऊन विवाहाला तयार झाले आहे. आई-वडिलांनी मान्यता दिली नाही, तर तुमचा हात धरून दुसऱ्या गावाला निघून येईन. दोघंही जोडीनं गाणं म्हणत राहू या.'

''हे ऐकून त्यांच्या डोळ्यांच्या खाचांमधून पाणी पाझरलं. मी जवळ सरकून ते टिपलं. माझा पहिला हस्तस्पर्श होताच त्यांनी भावनावेगानं माझे दोन्ही हात आपल्या डोळ्यांवर दाबून धरले. त्या गरम अश्रूंच्या स्पर्शानं माझं सारं शरीर आदर्शाच्या शिखरावर आरूढ झालं.

''मी प्रथम माझा निर्णय आईला सांगितला, तेव्हा ती दचकलीच. वडीलही ओरडले. 'माझ्या मुलीच्या मनात किल्मिष भरणाऱ्या त्या आंधळ्याला पाय मोडून गावाबाहेर काढेन!' आईनंच त्यांना समजावलं, 'घाई केली तर आणखी बिघडेल, हिच्या मानेभोवती गाण्याची मोहिनी पडली आहे, ती आधी कशी बाजूला सारता येईल, ते पाहू या.' तिनं जितका समजवायचा प्रयत्न केला, तितकं माझं मन अधिकच हट्टी बनत गेलं. गायनाची शिकवणी तर लगेच बंद झाली. वडील साध्या गुणगुणण्यालाही विरोध करू लागले. मीही संधीची वाट पाहात होते. लवकरच ती मिळाली आणि मी सगळ्यांची नजर चुकवून घराबाहेर पडले. देवळात जाऊन त्यांनीही सांगितलं. त्यांचा हात धरून मी गावाबाहेरचा मार्ग धरला. यात त्यांनाही

फारसं अनपेक्षित असं काही नव्हतं.''

''गाव सोडून कुठे गेला?''

''सगळ्या गावांची नावं लक्षात नाहीत. बरीच पायपीट करून अखेर साल्वपूरला पोहोचलो. संगीत, नाटक, साहित्यासारख्या कलांना गर्भश्रीमंतांनी भरलेल्या मोठ्या शहरांत जसा वाव असतो; तसा लहान खेड्यापाड्यांमध्ये कुठून मिळणार? आम्ही गावातल्या शिव-मंदिरात गायला सुरुवात केली. एका राजबंधूच्या घरातही आमचं गायन ठेवण्यात आलं. दोनेक महिन्यांतच त्या गावात छोटं घर घेऊन संगीत-शाळा सुरू करण्याइतकी सुस्थिती प्राप्त झाली. गावातले श्रेष्ठी, रसिक, सामंत, व्यापारी, दंडनायक आमच्या घरी येऊन गाणं ऐकत आणि आनंदानं भरपूर धन देऊन जात. एक दिवस तर राजवाड्यातही गाण्याची संधी मिळाली. कुठलीही अडचण नाही-सारं जीवन सुखमय असल्याचा अनुभव येऊ लागला. त्याच वेळी माझ्या समस्येला प्रारंभ झाला. माझ्या मनातली समस्या.''

''म्हणजे?''

''आम्ही दोघं मिळून गायला बसत होतो. समोर रसिक श्रोते असायचे. त्यात अनेक देखणे आणि सुदृढही असायचे. शिवाय डोळे दिपवून टाकणारी त्यांची रेशमी वस्त्रं-अंगावर लखलखणारे भारी दाग-दागिने, हातात कडी, बोटांमध्ये विविध रत्नांच्या आणि हिऱ्यांच्या अंगठ्या, शिवाय गळ्यामध्ये कंठीहार आणि फुलांचे हार, भरपूर शृंगार करून ही रसिक मंडळी गाणं ऐकायला यायची. कलेच्या संदर्भात सभेला जाताना तर विशेष अभिरुची दर्शवणारी वेषभूषा असे. गाण्यापेक्षाही माझं रूप, माझं अठरा वर्षांचं वय, मधापेक्षाही मधुर कंठ, सारख्याच सहजतेनं वर आणि खाली जाऊनही किंचितही न दमणारा किंवा विकृत न होणारा माझा आवाज! रूप आणि आवाज यांचं प्रचंड कौतुक होतं त्या रसिकांना! त्यांच्या नजरेतून ते ओतप्रोत सांडत असायचं. तुझ्या संगीतावर आणि तुझ्यावर मी संपूर्ण भाळून गेलो आहे, असाच संदेश प्रत्येक रसिकाच्या दृष्टीतून ओसंडत असायचा. सारे संगीत-रसिकच होते. मी त्यांपैकी कुणा एकावर भाळले नाही, तरीही मनातल्या मनात फुलून जात होते. अक्षरश: हवेत तरंगत होते. भरपूर धनही मिळत होतं. अगदी थाटात वैभवपूर्ण जगता येईल, एवढा पैसा येत होता. स्वयंपाक करायला आणि इतर कामं करायला बायका होत्या. एका द्वारपालालाही नेमलं. या नोकरांकडून मला गुप्त संदेश येऊ लागले. कुणी सामंत इंद्रसेन-आणखी कुणी! कुणी गावाबाहेरच्या आपल्या खाजगी उपवनात बोलावत होतं, तर कुणी रात्रीच्या वेळी आपल्या महालात! वाटायचं-काय समजताहेत हे मला? मी वेश्या आहे की काय? निरोप आणणाऱ्या नोकरांना मी रागावत होते. नोकर बदलले. नवे नोकर दोन-तीन महिने बरे होते. नंतर तेही संदेश-वाहकाचं काम करू लागले. एकदा तर स्वयंपाक करणारी वैशाखी स्पष्टच

म्हणाली, ‘नको असेल, तर तसं सांगा-आमच्यावर का उगाच आगपाखड करता?’ कलाविष्कारासाठी एकीकडे रसिकांवरच अवलंबून असल्यावर अशा प्रकारे त्रागा करणं बालिशपणाचं होतं, एवढा मला तेव्हा पोहोच नव्हता. त्या सामंताविषयी अपशब्द उच्चारून, त्याला आमच्याकडे येऊ नको म्हणून सांग, असा उलट निरोप पाठवला. पण त्या सामंतानं त्याचा राग मानला नाही आणि आमच्या घरी येणं सोडलंही नाही. त्याच्या चेहऱ्यावरचे संगीतात रममाण होणारे भाव बघून माझा रागही वितळून गेला. पण बाकीचे रसिक काही एवढे सभ्य नव्हते. त्यांना माझा नकार अपमानास्पद वाटायचा. ते राग व्यक्त करत असले, तरी इतर मोठी माणसंही आमच्याकडे येत असल्यामुळे बलात्कारासारख्या अघोरी मार्गाकडे मात्र वळत नसत.

“पण माझ्या नवऱ्याला – यदुभद्राला मात्र माझ्याविषयी संशय वाटू लागला. तो आतल्याआत तडफडू लागला. म्हणू लागला, यानंतर तू एकटीच गा! मी वीणा घेऊन बसणार नाही. कुणालाही माझं गाणं आवडत नाही. सगळे तुझ्याच गाण्याचं कौतुक करतात. सरस्वती देवीही सुंदर शरीरातल्या सुंदर कंठातच प्रकट होते, असं वाटतं!’ त्यातही रसिकांच्या समोर तो गप्प राहायचा. कारण त्यांच्याच आधारामुळे आपल्याला हे सुखासीन आयुष्य लाभत होतं, हेही त्याला पक्कं ठाऊक होतं. पण दोघंच असताना मात्र टोचून घायाळ करत होता. कधी म्हणायचा – ‘तुझं सौंदर्य पाहून मी कौतुक करू शकत नाही, म्हणून तू माझ्याकडे दुर्लक्ष करतेस.’

“मी त्याचं मन सांभाळायचा आपल्या परीनं खूप प्रयत्न करत होतो. स्वयंपाकिणीनं तयार केलेला स्वयंपाक मी वाढत होते. त्याच्या अंघोळीचं पाणी काढून देत होते. गायनसभेत जाण्याआधी नीट धोतर नेसवणं, उत्तरीय देणं, डोक्यावर किनफाकाचा फेटा गुंडाळणं, नीट दागिने घालणं हेही मी आवर्जून करत होते. गळ्यात घालण्यासाठी फुलांचे हार बनवत होते. तरीही त्याच्या मनातलं असमाधान आणि संशय शब्दांद्वारे व्यक्त होतंच राहिले. रात्री झोपतानाही माझ्या साऱ्या अंगांगावरून हात फिरवताना तो म्हणे, तुझं शरीर दुधावरच्या साईसारखं मृदू आहे, तुझे डोळे कमळाच्या फुलासारखे सुंदर, तुझं नाक चाफ्याच्या कळीसारखं सरळ... ही रसिक वृंदांकडून शिकलेली भाषा! प्रत्यक्षात कुणीही मला असं म्हणत नव्हतं. ते आपली भावना सूचकपणे व्यक्त करायचे, पण याला काव्यज्ञान असल्यामुळे सारं उमजत होतं. मला ते असह्य वाटायचं. त्या वेळेपर्यंत त्याचं अंधत्व जाणिवांमध्ये छेद देणारा अनुभव झाला नव्हता.

‘एकदा अशा प्रसंगी मी त्यांना स्पष्टच सांगितलं-’ तुम्ही असं वर्णन करू नका. त्यांनी विचारलं, ‘का? माझा साहित्याचा अभ्यास नाही काय?’

“मी म्हटलं, ‘असली साहित्यिक भाषा खरंखुरं चित्र देत नसते.’

यावर ते संतापले – 'म्हणजे? मी अंध आहे, हेच तुला ठासून सांगायचं आहे काय?'

'तसं नाही. तुम्ही जसे आहात, तसाच मी तुमचा स्वीकार केलाय ना? इतरांचं अनुकरण करायला जाऊन मला तुमचं अंधत्व खोल भिडेल, असं करू नका.'

"अशा प्रकारे त्यांचं अंधत्व माझ्या मनात प्रवेश करून वेगानं वाढू लागलं. डोळे आवश्यक आहेत, त्या डोळ्यांनी मला पाहिलं पाहिजे. ती शक्ती यांच्याकडे नाही, हे तीव्रपणे जाणवू लागलं. पण तरीही मी त्यांच्याकडे दुर्लक्ष केलं नाही आणि मनही आणखी कुठं धावू दिलं नाही. जसे हजारो कान माझ्या गाण्याचा आस्वाद घेऊन तृप्त होत, तसंच हजारो डोळे माझ्या रूपाचा आस्वाद घेत, याचं मला अपरिमित सुख होत होतं. सुरुवातीला या भावनेला पापप्रज्ञेचा अडथळा जाणवायचा, तो आता जाणवेनासा झाला होता."

एवढा वेळ एकाच आसनात बसल्यामुळे मांडी अवघडली होती. मी आसन बदललं, तेव्हा तिचं तिकडे लक्ष गेलं. तिनं विचारलं,

"कंटाळा येतोय?"

"नाही. थांबू नकोस तू. सांग–" मी म्हटलं.

"तू भुकेजला असशील–मलाही भूक लागली आहे. चारुमतीनं क्षीरान्त केलंय. तेही निवून जाईल. थांब-घेऊन येते. आपण एकान्तवासात असेपर्यंत ती येणार नाही." म्हणत तिनं दोन वाट्यांमधून क्षीरान्त आणलं. त्यातली मोठी वाटी माझ्यापुढे आणून ठेवली. उजव्या हातात पाणी घेऊन प्रोक्षण करून मी खाऊ लागलो. दोन आठवड्यांपूर्वी पोटात काही पडलं न पडलं तरी चालेल, अशा अवस्थेत मी होतो. पण आता सूर्योदयानंतर दोन प्रहरात पोटात काही गेलं नाही, तर आग जाणवत होती. थोडं खाऊन झाल्यावर तिनं विचारलं, "हं – कुठं थांबले होते मी?"

"त्याचं अंधत्व जाणिवांना छेद देणारा अनुभव झाला–"

"हं–एक दिवस एक तरुण आम्हा दोघांना शोधत आमच्या घरी आला. त्यानं 'मामा' म्हणून हाक मारताच यांनी आवाज ओळखून 'श्रीमुख–' म्हणून प्रत्युत्तर दिलं. तो यांचा भाचा होता. थोरल्या बहिणीचा मुलगा. तक्षशिलेचा राहणारा. सार्थ-वाहकांकडून साल्वपुरातल्या अंध गायकाविषयी समजल्यावर शोध घेत येऊन पोहोचला होता. तेवीस वर्षांचा. यांना तर गाव सोडून दहा वर्षं होऊन गेली होती. या श्रीमुख नावाच्या भाच्यालाही गाणं शिकण्यात रस होता. आपल्या मामाकडून संगीत विद्या शिकून घेण्यासाठी त्यानं एवढा शोध घेतला होता. मी तेराव्या वर्षी जिथं होते, तिथं तो आता होता. आवाजाचीही माझ्याइतकी साथ नसली, तरी गाण्यात जोम होता. स्वरालाही पक्का होता. गाणी म्हणण्यासाठी आवश्यक असलेली काव्याविषयीची आस्था होती.

"यदुभद्रानं प्रथम आपल्या गावची, गावकऱ्यांची आणि इतर नातेवाइकांची चौकशी केली. त्यालाही सोबत ठेवून घेऊन संगीत शिकवण्याच्या दृष्टीनं त्यानं माझी अनुमती घेतली. मलाही श्रीमुख बरा वाटला. माझ्यापेक्षा चार वर्षांनी मोठा, तेवढीच सोबत होईल, असंही वाटलं.

"प्रत्यक्षात मात्र त्याच्या मामापेक्षा मीच त्याची गुरू झाले. मला तो 'मामी' म्हणायचा. सकाळी उठल्या-उठल्या आम्हा दोघांनाही पायाला स्पर्श करून नमस्कार करायचा. त्याला शिकवताना मीही उत्साहित होत होते. त्याला शिकवताना कितीतरी सूक्ष्म ताना मलाच अधिक स्पष्ट होत होत्या. एवढ्या हुशार आणि चुणचुणीत विद्यार्थ्याला शिकवत असल्याचा अभिमानही! कितीतरी वेळा मी शिकवलेलं पुन्हा न गाता तो ऐकत बसायचा. मग माझीही गाता गाता तंद्री लागायची. भोवतालच्या जगात पूर्णपणे विसर पडायचा. मी निर्माण करत असलेले स्वरांचे आकृतिबंध, त्यांची क्लिष्ट रचना, त्यातून चटकन प्रमुख चालीवर येण्याचं कौशल्य यांसारख्या तांत्रिक बाजूंचा आस्वाद घेणारा आणखी कुणीही त्या पातळीचा रसिक माझ्या भोवताली नव्हता. स्वत: शिकत असल्यामुळे त्याला ते नेमकेपणानं भिडत होतं. माझं गाणं ऐकताना त्याच्या चेहऱ्यावर तन्मयता, कौतुक, आराधना यांसारखे भाव उमटत. ते पाहताना मला आणखी स्फूर्ती येत असे. त्याच्या तोंडून 'अदभुत! केवळ अद्वितीय!' यासारखे उद्‌गार बाहेर पडले की, उल्हसित होत होते.

लवकरच त्यानं मला 'मामी' म्हणणं सोडून दिलं.

"एकदा देवळात मला आणि यदुभद्रांना गायचं होतं. शिवरात्र होती. यदुभद्रांना नेमका त्याच वेळी बराच ताप आला होता. त्यामुळे श्रीमुखला सोबत घेऊन जावं लागलं. मी मुख्य गायिका-त्यानं नुसती साथ करायची, असं ठरलं. गाणं खूपच रंगलं. सगळे एकमुखानं म्हणाले– 'तुमची जोडी छान आहे! आज फारच अप्रतिम झालं गाणं!' गाताना मी त्याच्याकडे पाहत होते. तेवढी खूण पकडून तो पुढं गायला सुरुवात करत असे. पुन्हा तो मला नजरेनं सुचवी आणि मी पुढं गायला सुरुवात करत असे. खरं तर त्यासाठी हाताची खूण पुरेशी होती, पण नेत्र मिलनाच्या संकेताच्या देवाणघेवाणीतून स्फूर्ती घेत गात असताना माझं मन फुलापेक्षा हलकं आणि जुईपेक्षा मधुर सुगंधी होऊन जात होतं. याला आणखी तयार करून माझ्या पातळीवर आणलं पाहिजे, असं वाटू लागलं.

"दुसरे दिवशी सकाळी तो मला नेहमीप्रमाणे नमस्कार करायला आला, तेव्हा तिथं आणखी कुणी नव्हतं. मी म्हटलं, 'यानंतर नमस्कार करू नकोस. आपण दोघंही बरोबरीचे आहोत. गुरू-शिष्य म्हणणं म्हणजे खोटेपणा ठरेल.' त्याच्या डोळ्यांमध्येही हे पटल्याची चमक दिसली.

"दुपारी मी त्याला संगीताचे धडे देत होते. ही यदुभद्रांच्या विश्रांतीची वेळ.

त्यांच्या निद्रेत आडकाठी येऊ नये, म्हणून आम्ही दोघं माडीवर गात होतो. त्या दिवशी मात्र श्रीमुखाचं गाण्यापेक्षाही माझ्याकडे लक्ष होतं. त्याच्या नजरेत कौतुक आणि आराधना यांचा वर्षाव होता. न राहवून मी हलकेच विचारलं– असा का पाहतोयंस?

"क्षणभर त्याला उत्तर सुचलं नाही. मी पुन्हा तोच प्रश्न विचारला. पाहायला काही हरकत नाही, फक्त कारण समजून घ्यायला उत्सुक आहे, हे स्पष्टपणे दर्शवत तो प्रश्न विचारल्याचं त्याच्याही लक्षात आलं. दबक्या आवाजात तो म्हणाला, 'देवळात वीणा-धारिणी सरस्वतीचं शिल्प कलाकार साकार करतो ना? तुम्हाला पाहूनच त्यानं ती तयार केली आहे, असं वाटतं. शिल्पकाराच्या कल्पनेतून निर्माण होणाऱ्या रूपापेक्षा तुमचं रूप अधिक उजवं आहे. असंच पाहत बसावंसं वाटतं.'

"मी पुलकित झाले. त्याच्या दृष्टीतून संगीत झंकारत होतं. आणखी कुणी असं म्हटलं असतं, तर कदाचित मी रागावलेही असते. याचे मात्र ते फक्त शब्द नव्हते. त्याची दृष्टी, त्याचा आवाज यांतून त्याची अपेक्षा स्पष्ट होत होती.

"मीही दबलेल्या स्वरात विचारलं, 'माझ्या देहाचा कुठला भाग उज्ज्वल आहे?'

तो म्हणाला, 'तसा एक भाग म्हणून सांगता येणार नाही. 'नाक-जिवणी-डोळे-भुवया-पापण्या-दंड-मान-स्तनद्वय-प्रत्येक अवयवामध्ये काही ना काही मंत्रशक्ती आहे. तुमची बसायची पद्धत, पोटऱ्या, मांड्या, पावलं, नखं-अगदी संगमरवरी दगडात कोरल्यासारखं आहे. असं अप्रतिम लावण्य शोधून संगीतानं वास्तव्य केलं आहे.'

"माझी दृष्टी माझ्या शरीरावरून फिरली. चेहऱ्यावरून हात फिरला. त्याचं बोलणं मलाही पटलं. 'किती सूक्ष्मपणे यानं माझं सौंदर्य जाणलंय! आणि किती सुरेख शब्दांमधून तो ते सांगतोय! याला सौंदर्य पाहण्याची विशेष दृष्टी आहे,' असं वाटलं. लज्जेनं माझी दृष्टी चंचल झाली. 'नीट लक्ष दे स्वरांकडे-हं-सुरू कर...' म्हणत मी त्याचं लक्ष पुन्हा संगीताकडे वेधण्याचा प्रयत्न केला. चूक पकडली गेल्याप्रमाणे तो गाऊ लागला, पण स्वर स्थिर राहिले नाहीत.

"त्यानंतर मात्र आम्ही दोघंच एकत्र असताना तो सांगायचा, 'तुम्ही अशा उभ्या राहा, तुमचं सौंदर्य फार खुलतं! थोड्या खांबाला टेकून उभ्या राहा बघू! पाय मागं दुमडून खांबाला टेकवून ठेवा.' एकीकडे नाराजी दाखवली, तरी मीही त्याच्या अपेक्षेप्रमाणे उभी राहत होते. त्याच्या दृष्टीनं आस्वाद घेतला नाही, तर माझ्या रूपालाच अर्थ नाही, अशी भावना त्या वेळी माझ्या मनात दाटली होती. तो कधी सुचवायचा, 'तुम्ही ते पिवळंजर्द वस्त्र नका नेसू! तुमचं सौम्य सौंदर्य त्यात नष्ट होऊन जातं. तुम्ही काळ्या वस्त्रामध्ये अधिक खुलून दिसता. शुभ्र वस्त्रातही तुमचा

शुभ्रवर्ण अधिक तरल भासतो. फिकट लालसर रंगामुळे तुमच्या अंगावर केशर सांडल्यासारखं वाटतं. निळा रंग तर मोरपिसाऱ्याची शोभा देतो.' हे बोलता-बोलता तो माझ्याशी एकवचनात संभाषण करू लागला. मलाही त्याचा आनंद झाला.

"मीही हळूहळू त्याच्या सूचनांचं पालन करू लागले. त्याची कौतुकाची दृष्टी अंगांगावरून फिरली नाही की, सारा साजशृंगार निरर्थक वाटू लागला. त्याच्या एका दृष्टिक्षेपात साऱ्या जीवनाची कृतार्थता होती, असं मला वाटू लागलं. दररोज स्नानानंतर मी गळ्यात जो हार परिधान करत असे, त्यासाठी फुलं वेचून निवडक फुलांचा हार करायचं कामही त्यानं स्वत:कडे घेतलं. विशेष म्हणजे जे आणखी कुणाला समजणार नाही, याची तो काळजी घेत होता. ते आम्हा दोघांमधलंच गुपित होतं!

"एकदा माडीवर गाण्याचा पाठ चालला असता त्यानं विचारलं, 'मी एक सांगितलं, तर तुला राग येणार नाही ना?'

'राग येण्यासारखं काय आहे तुझ्या मनात?'

'मस्करी नको. गंभीरपणे विचारतोय मी!'

'विचार.' मी म्हटलं.

"तो म्हणाला, 'मला एकदा तुला संपूर्ण विवस्त्रावस्थेत पाहायचं आहे. कुठल्याही वस्त्राभूषणाशिवाय-अगदी फुलांच्या हाराशिवाय तुझं देहसौंदर्य मला पाहायचं आहे.'

"माझ्या नकळत माझा विणेवरचा हात उठला आणि त्याच्या गालावर एक थप्पड बसली. त्याचा चेहरा ठिक्कर पडला, तरीही तो अपेक्षेनं माझ्याकडे पाहतच राहिला. माझी संतापानं फुललेली दृष्टी तो शांतपणे झेलत होता.

"हं गाणं म्हण–' म्हणत मी पुन्हा वीणा वाजवायला सुरुवात केली. त्याचं तिकडं लक्ष नव्हतं, तरीही मी नव्या-नव्या सुरावटी म्हणून दाखवू लागले.

"एक गोष्ट मलाही तीव्रपणे जाणवली, वयात आल्यापासून माझ्या देहाचं सौंदर्य कुणीही पाहिलं नाही. काही वेळा माझं मीच पाहिलं असलं, तरी त्यात कृतार्थता वाटली नव्हती. त्या रात्री यदुभद्र शरीरावरून हात फिरवून तू किती सुंदर आहेस म्हणू लागले, तेव्हा तर किळस आली. वाटलं, मृदू चर्म वगळता यांना कुठं ठाऊक आहे माझ्या सौंदर्याविषयी? दुसरे दिवशी स्नान करताना लक्ष देऊन सारं शरीर पाहिलं. त्यानंतर देहालंकार करण्यासाठी आरशापुढे उभी राहिले आणि भान विसरून गेले. वाटलं – हे बरोबर नाही. आणखी कुणाचंतरी भान हरपलं, तर योग्य आहे.

"त्या दुपारी तो पुन्हा तीच इच्छा व्यक्त करेल, म्हणून वाट पाहत राहिले. तो गंभीरपणे संगीत-पाठ आत्मसात करत होता.माझ्याकडे तो नीट पाहतही नव्हता.

त्याची दृष्टी विणेवर होती. पण त्यावरच्या माझ्या बोटांकडे मात्र तो लक्ष देत नव्हता. त्या दिवशी त्यानं माझ्याकडे अजिबात दृष्टिक्षेप टाकला नाही. आम्हा दोघांमध्ये जे चोरटे कटाक्ष चालत तेही, त्यानं टाकले नाहीत. माझ्या कटाक्षांना उत्तरही दिलं नाही. हाती आलेलं माणिक गमावल्याच्या दु:खानं मी चूर होऊन गेले.

''दुसराही दिवस तसाच गेला. तिसऱ्या दिवशीही तो माझ्यापुढे गाणं शिकायला खालच्या मानेनं बसला होता. उगाच याच्या थोबाडीत मारून त्याला नैतिकदृष्ट्या अध:पतित केलं, असं वाटलं. नंतर मात्र एका दुपारी मंद स्वरात त्याला म्हटलं, 'त्या दिवशी म्हणालास – माझ्या संपूर्ण अनलंकृत देहाचं सौंदर्य पाहायचंय. पुन्हा पुन्हा तसा हट्ट धरणार नाही, म्हणून शब्द देशील? बायकांना लाज वाटते, हे तुझ्या लक्षातच आलं नाही काय?'

''माझ्या बोलण्याचा अर्थ समजायला काही क्षण जावे लागले. अर्थ उमजताच त्याचा चेहरा खुलला. त्यानं मान वर करून माझ्याकडे पाहिलं. आमची जेवणं झाल्यामुळे दासी निघून गेल्या होत्या. गोधुळी समयीच यानंतर त्या येणार, हे ठाऊक होतं. पुढचा दरवाजा बंद करून आतला अडणा घातला होता. यदुभद्र गाढ झोपेत असणार, याविषयी शंका नव्हती. तेही कधी वर यायचे नाहीत. आले, तरी त्यांना समोरचं दृश्य दिसणार नव्हतं.

''श्रीमुख मान वर करून पाहत होता. हातातली वीणा खाली ठेवून मी उठून उभी राहिले. एकेक वस्त्र उतरवून तिथल्या खांबाला टेकून उभी राहिले. तो म्हणायचा, तसं पाऊल मागच्या खांबावर टेकवून डावा हात कानापाशी नेला. शिल्पकार वनसुंदरीचं शिल्प खोदतो तशी! क्षणभर माझं मन लज्जेनं संकोचून गेलं. पण त्याच्या नजरेत लाज आणणारी कामुकता नव्हती. शिल्पकाराच्या दृष्टीत दिसणारं आराधक कौतुक दिसलं. माझ्याही मनातली लाज निघून गेली आणि मी स्वत:ला त्याच्या नजरेतून पाहू लागले. माझी संपूर्ण काया नव्या उजेडात अधिकच उज्ज्वल भासू लागली. शरीरापासून चार पावलं दूर उभं राहून स्वत:कडे बघण्याची दृष्टी मला प्राप्त झाली होती. ही एक अनुपम कलाकृती आहे, यानं मला तिचं दर्शन घडवलं, असं वाटून श्रीमुखाविषयी कृतज्ञता दाटून आली.

''काही वेळानंतर पुन्हा त्या शरीरात प्रवेश करून त्याच्याकडे वळून मी विचारलं– वस्त्र नेसू?

''त्याच्या तोंडून शब्दही फुटला नाही. अखेर मीच वाकून एकेक वस्त्र उचललं आणि नेसून पूर्ववत त्याच्यापुढे बसले. तो अजूनही भानावर आला नव्हता. मौन राहिलं, तर त्याला त्या अवस्थेतून बाहेर काढता येणार नाही, म्हणून मी वीणा छेडायला सुरुवात केली.

''त्यानंतर त्याची दृष्टी जेव्हा माझ्याकडे वळत होती, तेव्हा तो तेच सौंदर्य

पाहत होता, असं मला वाटत होतं. माझं शरीर त्या दृष्टीमुळे रोमांचित होत होतं.

"दुसरे दिवशी त्यानं पुन्हा तीच इच्छा व्यक्त केली, तेव्हा मात्र मी म्हटलं– 'का? मी एकटीच? आणि तू?'

"तो विवस्त्र झाला, तरी माझी दृष्टी मात्र त्याच्या डोळ्यांवरच खिळली होती. संपूर्ण देहावर डोळ्यांइतका सुंदर अवयव दुसरा नाही! केवळ सौंदर्याचा आस्वादच नव्हे, अंतरंगातील अतिसूक्ष्म भावभावना क्षणार्धात व्यक्त करण्याची ताकद आणखी कुणामध्ये आहे? मी त्याचे डोळे पाहत होते आणि त्याचे डोळे माझ्या समस्त शरीराला पूजापात्रात ठेवावं, तसे ठेवून त्यावर अभिषेक करत होते.

"त्यानंतर जेव्हा आम्ही सारं अंतर काटून एकमेकांत मिसळून गेलो, तेव्हा तो माझ्या कानांत कुजबुजला– 'हे केवळ दैहिक मिलन आहे, असं मला वाटत नाही. तू एक महान सौंदर्याची देवता आहेस. मी तुझी साग्रसंगीत पूजा करून अखेर माझ्या देहाचा नैवेद्य तुला देत आहे, अशी माझी भावना आहे.' तो मधूनच म्हणायचा, 'मला कामतृप्ती नसली तरी चालेल, दर्शन-तृप्तीसाठी मात्र जीव आसुसला आहे!' आणि मलाही त्यातील सत्यतेचा प्रत्यय यायचा. तो माझ्या देहाचं वर्णन करू लागला की, दररोज एक वेगळंच काव्य जन्म घेत असे. त्यात उत्प्रेक्षांचा वर्षाव नसायचा-वास्तवतेचं वर्णन असे. ते ऐकताना माझं अंतरंगही शांतवत होतं. मला तो एखाद्या देवीसारखं – मदनाची प्रेरक शक्तिस्वरूप मानून पूजाच बांधत होता. त्याच्या दोन्ही डोळ्यांवाटे ही पूजा चाले. त्याचे हे दोन डोळे नसतील, तर मला आणि माझ्या या नखशिखान्त भरलेल्या सौंदर्याला अस्तित्वच नाही, अशी भावना माझ्या मनात स्थायी होऊन राहिली.

"माडीवर तीन खोल्या होत्या. शिवाय मोठी ओसरी, गच्ची. आमचा मोकळ्या ओसरीवर संगीताचा पाठ चालत असे. त्या तिन्हींपैकी अगदी मागच्या बाजूला असलेल्या खोलीत आमचा एकान्त! सुरुवाती-सुरुवातीला यदुभद्र अचानक माडीवर आले, तर काय करायचं, अशी भीती मनात असे. हळूहळू वाटू लागलं-ते वर येणार नाहीतच. आलेच, तरी त्यांच्या डोळ्यांना कुठं दिसतंय! हा विचार स्थिरावल्यावर आमच्या मिलनातला चोरटेपणा आणखी कमी झाला. जेवणानंतर मलाही थोडी विश्रांती हवी, त्यानंतर श्रीमुखाला शिकवायचं-असं मीच त्यांना सांगितलं होतं. आधी संगीताचा आवाज का ऐकू येत नाही, याचं समर्थन करण्यासाठी. शिवाय यदुभद्र काठी टेकत येतील, त्या वेळी काठीचा आवाज निश्चित ऐकू येईल, याची मनाला खात्री होतीच.

"असे तीन महिने होऊन गेले.

"एक दिवस दोघंही दीर्घ काळ एकान्त-सुख घेण्यात रंगून गेलो होते. त्यानंतर

हलकेच वस्त्र नेसून मी खोलीचा दरवाजा उघडला-दारात यदुभद्र उभे होते! हातात नेहमीची काठी नव्हती –

"पुढचं काय सांगू? भरपूर शिव्या दिल्या त्यांनी. गेले आठ दिवस त्यांनी आमच्यावर पाळत ठेवली होती म्हणे. मी इतरांशी चाळे करू नयेत, म्हणून आपल्या भाच्याला विश्वासानं ठेवून घेतलं, तर त्यानंच घात केला, म्हणून आगपाखड केली. भाचा म्हणजे मुलासारखा – त्याच्याशी संधान जुळवलं, म्हणून मी पापी आणि मामा वडिलांच्या जागी असतो – त्याच्याशी द्रोह केला, म्हणून श्रीमुख पापी – आम्हा दोघांना यथेच्छ शिव्या दिल्यावर ते हुंदके देऊन रडू लागले.

"असं काही घडलं, तर कशी पळवाट काढायची, याविषयीही मी विचार करून ठेवला होता. श्रीमुख मला काव्य वाचून दाखवत होता. तुमच्याच मनात नाही ते पाप आलं – असंही म्हणता आलं असतं. दूरदृष्टीनं विचार करून कदाचित त्यांनीही ते मान्य केलं असतं. पण गेले तीन महिने मिळत असलेलं सुख नाकारायला जीभ तयार होईना. म्हटलं – थोडा आवाज खाली घ्या!

"त्यानं आणखी शिव्या हासडल्या-चांगल्या घरातली म्हणून लग्न केलं आणि फसलो.

"नकळत्या वयात आंधळ्याशी लग्न करून पस्तावले – म्हणावंसं वाटलं, पण मी जीभ आवरली. पण संध्याकाळी नोकरमाणसं आली, तरी त्यांचा आरडा-ओरडा सुरूच होता. माझ्या भ्रष्ट कृत्याचं स्पष्ट आकलन ऐकणाऱ्याला सहज व्हावं, अशा प्रकारे त्यांचं ओरडणं सुरू होतं. उलट बोलायचं ठरवलं असतं, तर दहा उत्तरं माझ्यापाशी होती. पण मनात तेवढं धैर्य नव्हतं. गाणं हा माझा व्यवसाय असला, तरी मी गरती आहे–सुवर्णमुद्रांना बळी पडणारी वेश्या नव्हे, म्हणून मी ज्या दासींची तोंडं बंद केली होती, त्यांच्यापुढे माझी लक्तरं वेशीवर टांगली जात होती.

"त्या रात्री दोन्ही दासी निघून गेल्यावर मी श्रीमुखाला माडीवर बोलावून विचारलं, 'आता काय करायचं?'

"श्रीमुख थरथर कापत होता.

"मी त्याचा हात धरून म्हटलं–अशा परिस्थितीत आपलं दोघांचंही एकमत हवं. सांग, काय करायचं?

"त्याच्या तोंडून भीतीपोटी शब्द फुटत नव्हता.

"रात्री मी खाली झोपले, पण यदुभद्रांकडे झोपले नाही. रात्रभर त्यांचे शिव्या-शाप चाललेलेच होते. एवढ्या अवधीत द्वारपालांनाही सारं समजलं असणार, यात शंका नव्हती. दासींनी एवढ्या अवधीत शेजार-पाजारच्या आणखी चार-सहा जणांना हे सांगितलं असेल. खरंतर आता यदुभद्रांनी किंचाळण्याची गरजच नव्हती.

"रोजच्याप्रमाणे पहाटे श्रीमुख बहिर्दिशेसाठी पडल्याचं द्वारपालानं सांगितलं.

दुपार उलटली, तरी तो परतला नाही.तो पळून गेल्याचं स्पष्टपणे लक्षात आलं. यदुभद्रही मला सतत शिव्या घालत होते. पण त्यात श्रीमुखाचं नावही नव्हतं. त्यांनी अन्न सोडून दिलं.

"चार दिवस असे गेले. त्यानंतर त्यांची भाषा बदलली– 'रांडे! तुला योग्य ती शिक्षा दिल्याशिवाय मी गप्प राहणार नाही!' अशी धमकी देणं सुरू झालं. मीही वैतागले होते. म्हटलं, 'कसली शिक्षा करणार आहे हा आंधळा?'

"एक दिवस ते काठी टेकत घराबाहेर पडले. देऊळ, बाजार, नदीचा घाट अशा जागी ते एकटे जाऊ शकत होते. दुपारी दोघा-तिघांनी बातमी आणली- गावाबाहेरच्या दगडी खाणीत साचलेल्या पाण्यात उडी मारून त्यांनी जीव दिला होता! प्रत्यक्ष दृश्य पाहणाऱ्यांनी सांगितलं–समोर पाण्याचं कुंड होतं, याची खात्री करून घेऊनच त्यांनी उडी मारली होती. अशी त्यांनी मला शिक्षा केली होती!"

दाराबाहेरून चारुमतीचा आवाज ऐकू आला, "आनंद दत्त आले आहेत–"

मी गडबडलो. संपूर्ण नाटक मंडळीचे यजमान. सगळ्यांचीच त्यांच्याविषयी आदराची भावना होती. आता नाटक मंडळीशी कसलाही संबंध नसला, तरीही माझ्या मनात तोच आदर निर्माण झाला. चंद्रिका पटकन 'आले' म्हणत उठली आणि बाहेर गेली. ही त्यांना माझ्याविषयी सांगेल काय, या विचारानं काही क्षण माझं मन शंकित झालं. मला इथं येऊन दहा दिवस झाले होते. मी तांत्रिक असल्याचं द्वारपालांना ठाऊक असलं, तरी चारुमती तर मला कृष्णानंद असल्यापासून ओळखत होती. मी त्यांना मुद्दाम जाऊन भेटायची गरज नसली, तरी ते इथं आले असताना लपून राहायची काही गरज होती काय? चंद्रिका जे करायचं ते करू दे, असं वाटलं, तरी मनात आलं– त्यांनी का तांत्रिक झालात, म्हणून विचारलं, तर काय सांगायचं? चंद्रिकेपुढे जसं मन उलगडून ठेवलं, तसं त्यांच्यापुढे बोलणं शक्य नाही. शिवाय डोक्यावरच्या जटा आणि तेलानं माखलेल्या शरीरानं त्यांच्यापुढे बसणं योग्य वाटलं नाही. का संकोच वाटावा? ओळखीच्या माणसांपुढे लपवावंसं वाटणं म्हणजे तांत्रिक मार्ग हीन आहे काय?

चंद्रिकेचं जीवन मनात एवढं भरून राहिलं होतं की, इतर विचार तिथं फार वेळ राहूच नयेत. यदुभद्रानं आत्महत्या केली. श्रीमुख पळून गेला. हिला त्यातून कशी शिक्षा मिळाली असेल?

त्याचबरोबर मनात आलं-आंधळ्यांविषयी अनुकंपा वाटणं साहजिक आहे. पण म्हणून त्यांना चर्मचक्षूपलीकडचं दिसतं, असं काहीतरी मानणं योग्य नव्हे. हे वैभवीकरण म्हणजे निव्वळ बालिशपणा म्हटला पाहिजे. तिची संपूर्ण कथा ऐकण्याची उत्सुकता वाढली होती. पण तिचं आनंद दत्तांबरोबरचं बोलणं मलाही ऐकू येत होतं.

मी नाटकात काम करत असतानाही ते असेच अधून-मधून माझ्या घरी येऊन सुख-दुःखाची चौकशी करत आणि नाटक मंडळींच्या व्यवस्थापनातील मुद्यांचीही चर्चा करत. तसेच आता हिच्याकडे आले असावेत.

ते सांगत होते, "सगळे म्हणताहेत, गाव सोडून फार दिवस झाले. या अमावस्येनंतर पाटलीपुत्राहून मथुरेला परतावं, असा सगळ्यांचा आग्रह आहे. मला वाटतंय, नाहीतरी एवढे दूर आलोय; तर कुशवती, वैशाली, मिथिला अशा गावांमध्येही एकेक महिना कृष्णचरित्राचे खेळ करून मथुरेला परत या-तेव्हापर्यंत वासुदेव शर्मांचं नवं नाटक तयार होईल. एक-दोन महिने विश्रांती घेऊन त्याची तयारी करू-पुन्हा प्रवास सुरू करू. तुम्हाला काय वाटतं? तुमचा अभिप्राय समजला की, बरेचसे त्याप्रमाणे तयार होतील, असं वाटतं – तुम्ही विचार करून सांगा."

काही वेळ शांततेत गेला. नंतर चंद्रिकेचा आवाज आला, "कृष्णानंदही माझ्या घरी उतरले आहेत. आता ते तंत्र-साधनेत गुंतले आहेत."

"ठाऊक आहे मला ते. मला अजूनही वाटतं, त्यांनी कृष्णाची भूमिका केली, तर आणखी दुप्पट रंग येईल नाटकाला. नाटक सोडून का या मार्गाकडे वळले, कोण जाणे!"

काही क्षण कुणीच बोललं नाही. नंतर चंद्रिका म्हणाली, "त्यांना भेटणार आहात काय? आता ते सर्वांगाला तेल लावून बसले आहेत."

"मग त्यात संकोच वाटण्यासारखं काय आहे? आम्ही दर आठवड्याला हे करतोच ना!"

त्यानंतर आनंद दत्त मी बसलेल्या खोलीत आले आणि म्हणाले, "तुमचे केस असेच असू द्या. आम्ही विश्वामित्रावरचं एक नाटक करणार आहोत. प्रसाधनाची गरजच लागणार नाही. आता दर्शनाचा लाभ झाला हे माझं सुदैव!" नेहमीचीच प्रसन्नता त्यांच्या चेहऱ्यावर होती. उगाच त्यांची सोबत सोडली, असं वाटून मन खंतावलं.

तेच पुढं म्हणाले, "आपण एकत्र जेवण करत गप्पा मारू या ना! नाटक मंडळीच्या भोजनशाळेत बनवता येईल. तुम्ही तिथं नको म्हणत असाल, तर मी इथं येईन. गप्पा मारता मारता जेवण महत्त्वाचं. तुम्ही आधी अंघोळ करून या-निघतो", म्हणत ते निघून गेले.

नंतर चंद्रिका सांगत होती, आनंद दत्त तिच्या प्रकृतीची चौकशी करायला आणि ती केव्हापासून पुन्हा नाटक करणार होती, हे विचारायला आले होते. ती नसल्यामुळे प्रेक्षक अस्वस्थ असत, म्हणूनही सांगत होते म्हणे. एवढं होईतो ती थकून गेली होती. तिनं सांगितलं, "अगदी गळून गेलेय मी. चारुमतीच न्हायला पाणी घालेल तुला–"

“त्याची काळजी करू नकोस. पुढं काय झालं ते सांग. ते ऐकल्याशिवाय आणखी काहीही करणं शक्य नाही.”

ती पुन्हा पहिल्याच जागी भिंतीला टेकून बसली आणि म्हणाली, “यदुभद्राचं ओरडणं आणि नोकरांचं सांगणं यामुळे बातमी सगळीकडे पसरली होती. त्यात गायक म्हणून त्यांची प्रसिद्धीही खूप होती. साहजिकच आत्महत्येमागच्या कारणाची चौकशी झाली. पत्नीच्या व्यभिचारामुळे त्यांनी आत्महत्या केली, असाच सरळच माझ्यावर आरोप आला. ज्यांना मी नकार दिला होता, त्यांनीही या संधीचा फायदा घेऊन आगीत तेल ओतलं. गायिका असून महापतिव्रतेचा आव आणणं हाच त्यांच्या दृष्टीनं अपराध होता. मला कारागृहात टाकण्यात आलं. तिथंही एका राजबंधूनं निरोप पाठवला, मला मान्यता दिलीस, तर तुझी यातून सुटका करेन. मी काय करणार होते? मला वेश्येच्या पातळीवर उतरवण्यासाठी म्हणूनच या नवऱ्यानं आत्महत्या केली काय? नकार दिल्यावर मला दोन वर्षांची कारागृहात राहण्याची शिक्षा झाली.”

“तू स्वत:चं समर्थन केलं नाहीस काय?”

“वाद घातला ना! माझ्या व्यभिचाराचा पुरावा काय, म्हणून विचारलं, तर म्हणाले, त्या मुलाला तूच कुठंतरी पिटाळलं असशील. त्याला बोलावून घे आणि स्वत:चं निरपराधित्व सिद्ध कर–”

“दोन वर्षं कारागृहात काढलीस? कशी काढलीस?–”या प्रश्नासरशी माझ्या डोळ्यांमध्ये पाणी भरलं. हे लक्षात येऊन तिचेही डोळे भरले.

“कृष्णा, तुझ्या डोळ्यांत पाणी आलं, माझ्यासाठी?”

डोळे पुसून ती पुढं सांगू लागली, “मी तिथं कशी राहिले, यापेक्षा तिथल्या वास्तव्यात माझ्यामध्ये काय काय बदल झाला, ते महत्त्वाचं आहे. एक सुंदर, निराधार तरुणी कारागृहात आल्यावर तिथल्या अधिकाऱ्यांची बुद्धी नीट राहणं शक्य आहे काय? माझी पार्श्वभूमी ठाऊक असल्यामुळे त्यांना माझ्यावर बलात्कार करण्याचं मात्र धैर्य झालं नाही. सुरुवातीचे काही दिवस, काही महिने म्हण हवं तर, – मनात यायचं, माझ्या पापासाठी देवानंच मला ही शिक्षा केली आहे. ती शिक्षा मनापासून भोगली, तर पुढच्या जन्मी पुन्हा ती भोगावी लागणार नाही. आई-वडिलांचं मन दुखवून अंध गायकाबरोबर पळून आले. संगीतानं माझं जीवन संपन्न केलेल्या गुरू आणि पतीशी प्रतारणा केली. पतीशिवाय परक्याला शरीर दाखवलं–या साऱ्या गोष्टी मला महापापासारख्या वाटत होत्या. ती मन:स्थिती कशी होती ठाऊक आहे? उतरणीच्या उन्हात एवढीशी काडी ताड-माड दिसावी, तसं होतं ते. अंधारात खडक आणि झाडंझुडपं महाभुतासारखी दिसावीत, तशी माझी कृत्यं बृहदाकाराची पापं होऊन माझ्यापुढे ठाकली होती. चारेक महिने गेले असतील–त्यानंतर वेगळा

दृष्टिकोन मनात उमटू लागला. या आंधळ्याबरोबर आपली मुलगी जीवनभर सुखानं राहू शकणार नाही, हे सत्य अनुभवी आई-वडिलांनी त्याच वेळी जाणलं होतं. त्या आंधळ्याला मात्र मन मोठं करता आलं नाही, या विचारानं माझं मन नवऱ्याविषयीच्या संतापानं खदखदू लागे. मला शिक्षा करण्यासाठी म्हणूनच त्यानं जीव दिला ना! आता शिक्षा झाली–भोगतेय. बस्स! संपलं. यानंतर त्याच्याशी माझा काहीही संबंध नाही. माझ्या अंगांगाचं वर्णन करताना अजिबात न थकणाऱ्या आणि प्रसंग येताच घाबरून जाणाऱ्या श्रीमुखचाही तिरस्कार वाटला. केवळ तोच नव्हे; कला आणि सगळ्या कलाकारांवर, संगीतावर, कवी, शिल्पी, नृत्यकार, नट, चित्रकार-कलाकारांमध्ये नैतिक शक्तीच कमी असते. भावनांमध्ये वाहवत जाणाऱ्या या कलाकारांकडून चारित्र्याची अपेक्षा करणं, हाच मूर्खपणा आहे. याच कारणासाठी इतर समाज नेहमीच कलावंतांना हीन लेखत असतो. नटांना 'विट' आणि नट्यांना वेश्या मानतात. त्यांच्या मनात सामाजिक नैतिकतेचा तंतू अजिबात नसतो. काय चुकलं समाजाचं यात? श्रीमुखाविषयीचा तिरस्कार संगीताकडेही वळला. यानंतर मी जीवनात कधीही गाणं म्हणणार नाही. अध:पतित कलेची आराधना करणार नाही, असा मी निश्चय केला. कितीही इच्छा झाली, तरी गुणगुणायचं नाही, असं ठरवलं. चुकून कधी गुणगुणलेच, तर माझी मी थोबाडीत मारून घेऊन स्वत:ला शिक्षा करून घेत होते.''

''मग पुन्हा केव्हा गायला सुरुवात केलीस?''

''कारागृहातून बाहेर पडल्यावर जगण्यासाठी काहीतरी एक मार्ग हवा ना! संगीताच्या मार्गानं जायचं नाही, हे तर मी ठरवलं होतं. दोन वर्षांत साल्वपूरच्या रसिकांनाही माझा विसर पडला होता. पुन्हा गायला सुरुवात केली असती, तर काय झालं असतं कोण जाणे! मी ते गावच सोडलं. आई-वडील असलेल्या ब्रह्मपूरला जायचीही इच्छा झाली नाही. यात्रेला निघाल्याचं निमित्त सांगून एका सार्थाबरोबर मथुरेला येऊन पोहोचले. कृष्णमंदिराच्या परिसरात माझ्यासारख्या कितीतरी अनाथ महिला होत्या. देवळात दुपारी प्रसाद म्हणून एक वेळ जेवायला वाढायचे. जगायला तेवढं पुरेसं होतं. सगळा दिवस देवळात कथा-कीर्तनं ऐकण्यात जात होता. संध्याकाळही भजन-भक्तिगीतं ऐकून रात्र भक्तिणींसाठी बांधलेल्या धर्मशाळेच्या ओसरीवर काढत होते. चार महिने असेच काढले. देवळाच्या एका ओसरीत बायका भजन करायच्या. मीही तिथं बसत होते. सगळीकडे कृष्णाचंच अदृश्य अस्तित्व जाणवत होतं. ब्रिजवासी स्त्री-पुरुष, लहान-थोर, बालकं-वृद्ध, गाय-वासरं, मोर-कोकिळा, साप-बेडूक सगळे तल्लीन होऊन जातील; अशा प्रकारे बासरी वाजवत होता. सगळ्या देवांमध्ये केवळ कृष्णच तेवढा संगीत कलाकार, नर्तक. शंकरही कधीतरी एकदा नाचला, पण ते विनाशकारी नृत्य होतं. शिवाय तिथं ताल होता.

स्वर नव्हते. कृष्ण मात्र जीवनोल्हासाला उधाण आणणाऱ्या नर्तन-गायनात रंगवून टाकणारा कलावंत.

"तिथल्या भक्तिणी याचंच गुणवर्णन करत गात होत्या. द्वारकेहून आलेला एक बायकांचा घोळका गोल करून तालावर नाचत होता. त्यांपैकी कुणी संगीताचं शास्त्रशुद्ध शिक्षण घेतलं नव्हतं. कुठल्यातरी अनाम कवीनं केलेल्या कृष्णाच्या वर्णनाचं त्या भावपूर्ण समूहगान करत होत्या. ते ऐकता ऐकता एक जाणवलं, कृष्णासारखं चारित्र्य असलेल्या कलाकाराच्या कलेला दैवी रूप येऊ शकतं. मीही तसं गाऊ शकले, तर त्यात काही चूक नाही, असं वाटू लागलं. त्या रात्री तेच गाणं आणि तीच चाल मनात घोळत होती. गुणगुणताना मन त्या गाण्याला शास्त्रात रचू पाहत होतं. दुसरे दिवशी तोच घोळका तेच गाणं म्हणून नाचू लागला, तेव्हा स्वत:च्या न कळत मी उठून गाऊ लागले. माझा आवाज आणि गाण्याची शास्त्रशुद्ध पद्धत यांमुळे सगळ्यांनी आपलं गाणं थांबवलं आणि माझं ऐकू लागले. माझा तालही अवघड वाटल्यामुळे त्यांनी नाचणंही थांबवलं. मी मध्ये ताना आणि आलाप यांची भर घालत माझ्या पद्धतीनं गाणं संपवलं, तेव्हा सगळे अवाक होऊन ऐकत होते. त्यानंतर सगळ्यांची गाणी-नाचणं झालं की, माझं एकतरी गाणं झालंच पाहिजे, असा सगळ्यांचा आग्रह सुरू झाला. माझं गाणं ऐकायला केवळ महिलाच नव्हे, पुरुषही येऊ लागले. सर्वसामान्य श्रोत्यांबरोबर अग्रगण्य लोकही येऊ लागले. तिकडे लक्ष न देता मी माझ्यापुरती गाऊ लागले.

"एक दिवस कर्णिकांप्रमाणे दिसणारे एक प्रौढ गृहस्थ मला भेटून म्हणाले, 'जयसिंह सामंत तुम्हाला भेटू इच्छितात. चला!' मला राग आला. तिरस्कार वाटला. सांगितलं, 'मी कुठल्याही सामंतांच्या प्रासादात येणार नाही. मंदिरातला प्रसाद खाऊन मंदिरातल्या प्राकारात गाईन. इथं कुणाचाही अधिकार चालत नाही.' त्यांनी खुलासा केला, 'तसं नव्हे-त्यांना कलेची खूप आवड आहे. तुमचं गाणं त्यांनी ऐकलं आहे. तुम्हाला प्रोत्साहन देण्याचा त्यांचा उद्देश आहे.' 'मी कलाकार नाही, गायिकाही नाही – मला प्रोत्साहनाची गरज नाही,' असा मी उलट निरोप पाठवला.

"दुसरे दिवशी मी देवळाच्या ओसरीवर बसले होते. दुसऱ्या ओसरीत नेहमीप्रमाणे तीन वर्तुळांत तीस मुलं बसून सामवेदाचं पठण करत होती. त्यातील उदात्त, अनुदात्त, स्वरित यांसारख्या संबंधित अंशामध्ये माझं मन मग्न झालं होतं. अर्थविहीन भाव त्या पठणातून उमटत होता. अशा वेळी आदले दिवशी आलेले प्रौढ गृहस्थ पुन्हा माझ्याजवळ आले. त्यांच्याबरोबर एक जरीची आणि रेशमी वस्त्रं ल्यायलेले एक जण होते. बोटांमध्ये चमकणारी हिऱ्याची अंगठी. कानांमध्ये हिऱ्याचे खडे, गळ्यात सोन्याचे जाड गोफ-सुमारे पस्तीस वर्षांचे, चेहऱ्यावर राजकळा असलेले देखणे गृहस्थ-कदाचित हेच ते जयसिंह सामंत असावेत, असं मनात वाटून गेलं.

माझा अंदाज खरा ठरला. त्यांनी जवळ येऊन आपलं नाव सांगितलं, म्हणाले – ‘तुमच्याशी थोडं बोलायचं होतं. सामपठण संपल्यावर हवं तर इथंच बोलता येईल.’ मी संमती दिली. तेही तिथंच ओसरीवर अर्धपद्मासनात बसून वेदपठण ऐकू लागले. त्यांच्या मानेची आणि बोटांची सूक्ष्म हालचाल पाहून मला जाणवलं, याला वेद-ज्ञानही असलं पाहिजे, संगीतज्ञान तर चांगलंच असलं पाहिजे. देवदर्शनाला येणारे त्यांना पाहत आणि लांबूनच अभिवादन करून निघून जात. ही इथली अग्रगण्य व्यक्ती होती, हे माझ्याही ध्यानात आलं.

“वेदपठण संपल्यावर ते उठले. त्यांना पाहून बरीच माणसं लांबवर उभी होती. त्यातून त्यांचा या व्यक्तीविषयीचा आदर दिसत होता. अशी व्यक्ती आपण होऊन आपल्याला भेटायला आली, हे पाहून मलाही भरून आलं. आता आपण तुसडेपणा दाखवला, तर तो आडमुठेपणा ठरेल, हे लक्षात आलं. इथं-देवळात उघड्यावर काही बोलायचं झाल्यास ही माणसं निवांतपणा देणार नाहीत, हे लक्षात येऊन मी कर्णिकांना मी सामंतांच्या प्रासादावर यायला तयार असल्याचं सांगितलं. कर्णिकांना निरोप सांगताच सामंत तिथून निघून गेले. कर्णिक मला मेण्यात बसवून सामंतांच्या प्रासादावर घेऊन गेले.

“प्रथेप्रमाणे मला प्रासादात आतल्या कक्षात नेऊन माझं गंध-पुष्प देऊन स्वागत करून आसनावर बसवण्यात आलं. तिथं आलेल्या सामंतांना मी उभं राहून अभिवादन केलं. तिथं आणखी कुणीही नव्हतं. त्यांनी थेट विषयालाच हात घातला. ‘साल्वपुरातल्या इंद्रगुप्त श्रीमंतांच्या घरी आम्ही तुमचं गायन ऐकलं होतं. आणखी-आणखी ऐकायची इच्छा होती, पण कामामुळे दुसरे दिवशी निघावं लागलं. गत वर्षी कुणीतरी तुम्हाला शिक्षा झाल्याचीही बातमी सांगितली. तिथले धर्माधिकारी नीतिनियमांचं अतिनिष्ठुरपणे पालन करतात, असं आम्हीही ऐकून आहोत. काही रसिक एकत्र येऊन तुम्हाला मदत करू शकले असते. संगीताला कारागृहात टाकून त्या राज्यानं आपलं विकसन नष्ट करून घेतलं आहे. कर्णिकांनी इथं देवळाच्या ओसरीवर एक स्त्री अत्यंत तयारीनं गात असल्याचं सांगितलं. चार दिवसांपूर्वी आम्ही स्वत:ही येऊन ऐकून गेलो.त्या वेळीच आम्हाला तुमची ओळख पटली होती. तुमचं योगिनीप्रमाणे राहणं, कर्णिकांकडून तुम्ही पाठवलेला निरोप-यांवरून तुमच्या मन:स्थितीची आम्ही कल्पना करू शकतो. तरीही गायक-कलावंताला उन्हा-पावसापासून रक्षण करणारं एक घर हवं. आवाज चांगला ठेवणारा आहार हवा. गायनाचा अभ्यास करण्यासाठी शांत स्थळ हवं. गावाबाहेरच्या वस्तीत शांत यमुनेच्या काठावर आमचं एक घर आहे. तिथं राहा– एक सेविका देऊ. दरमहा विशिष्ट निष्क मिळण्याचीही व्यवस्था करू. तुम्ही देवळात हवं, तर गाणं म्हणा वाटलं, तर घरी येणाऱ्या रसिकांपुढे गा-तुम्हाला जसं वाटेल, तसं राहा.’

“त्यांचं औदार्य आणि सज्जनपणा मनाला भिडणारा होता. पण मी लगेच कबूल झाले नाही. रसिक श्रीमंतांची ती बोलायची पद्धत असते, हे मला ठाऊक होतं. त्यामुळे मी नम्रपणे आणि चांगल्या शब्दांत ते सारं स्पष्टपणे नाकारलं.

“ते म्हणाले, ‘तसं काही समजू नका! आम्ही काही साल्वपूरचे श्रीमंत नाही!’

“आठवडाभर खूप विचार केला आणि अखेर मान्यता दिली. देवळातल्या गाण्यापेक्षा जास्तीचं संगीत गायची इच्छा आतून डोकं वर काढत होती.”

“जयसिंहांनी त्यानंतर कधीही रसिक-स्नेहाची अपेक्षा व्यक्त केली नाही?”

“सहा महिने गेले. घरी येऊन गाणं ऐकता ऐकता थोडा मोकळेपणा आल्यावर ते अधूनमधून तसं काहीतरी सुचवायचा प्रयत्न करत होते. आणखी कुणी नसताना माझ्या सौंदर्याची प्रशंसा करू लागले. एक दिवस मी त्यांना स्पष्ट शब्दांत सांगितलं, माझ्या जीवनातला तो अंश जळून खाक झाला आहे. तुम्ही म्हणाल तेवढा वेळ गाणं म्हणेन-पण नसती अपेक्षा करू नका. ते शक्य नाही.”

त्यानंतर त्यांनी तो विषय काढला नाही. गाणं ऐकायला मात्र येत राहिले. खरोखरच सभ्य माणूस!

पाणी उकळत होतं. चारुमतीनं त्यात विसण घालून अंघोळीसाठी योग्य पाणी करून माझ्यावर ओतलं. तिनं शिजवलेला स्वयंपाक चंद्रिकेनं वाढला. नंतर मला विश्रांती घ्यायला सांगून ती ध्यान करायला आपल्या खोलीत निघून गेली.

मला नेहमीसारखी झोप आली नाही. एकीकडे तिच्यावर झालेला अन्याय आणि दुसरीकडे तिची शक्ती यांमुळे माझं मन भरून गेलं होतं. त्याआधी मला यातलं कणभरही समजलं नव्हतं. मथुरेतही आणखी कुणाला हे ठाऊक नसावं. जयसिंहांनीही हे आणखी कुणालाही सांगितलं नसावं-नाहीतर माझ्यापर्यंत नक्की आलं असतं.

संध्याकाळी ती माझ्या खोलीत आली, तेव्हा तिची दमणूक कमी झालेली दिसली. दुसरे दिवसापासून ती नाटक करायला जाणार होती. मी पुढं विचारलं, “तू ध्यान करायला केव्हा सुरुवात केलीस?”

“दररोज पहाटे नदीवर अंघोळीसाठी जात होते. इथं जवळच यमुनेनं कृष्ण-वसुदेवासाठी वाट करून दिली, ती जागा आहे. अनेक देशां-प्रदेशांमधून असंख्य साधू-संन्याशी त्या स्थळाच्या दर्शनासाठी येत असतात. मला सरसकट सगळ्या साधू-संन्याशांविषयी भक्ती वाटत नाही. एक दिवस एक योग्याप्रमाणे दिसणारा साधू जवळ आला. मी अंघोळ करून देवळाकडे चालले होते. मला म्हणाला, ‘फक्त संगीतानं काहीही संपणार नाही-काही जाणार नाही. ध्यान कर. ध्यानामुळे तुझ्या संगीतालाही तेज येईल.’ कितीतरी दिवस मी देवळात गात होते. त्यानं पाहिलं असेल, असं वाटलं. पण मान वर करून पाहिलं, तर त्याच्या डोळ्यांमधून बाहेर

पडलेलं काहीतरी माझ्या डोळ्यांमधून प्रवेश करून आत खोलवर गेल्यासारखं वाटलं. एकाच क्षणात किती परिवर्तन झालं म्हणून सांगू! मी विचारलं, 'पण मला ध्यान कोण शिकवेल?' त्यानं सांगितलं, 'मी! तुझ्यासारखीला शिकवणं सुलभ असतं. आधी देवळात जा.' मी पायऱ्या चढू लागले. ध्यानमार्ग मला पूर्णपणे अपरिचित होता, असंही नव्हे. संध्याकाळपर्यंत मनात दृढ निश्चय झाला-होय, आपण ह्या मार्गानं गेलं पाहिजे. शक्य तेवढं साधलं पाहिजे. दुसरे दिवशी नदीकाठी मी त्याला शोधू लागले. भेटला नाही. त्यानं सुचवलं म्हटल्यावर सगळा भारच त्याच्यावर टाकणं योग्य नाही, हे समजत असूनही मनात त्याचेच विचार येत होते. भेटायची आस एवढी वाढली की, जेवण-खाण आणि संगीत सोडून मी नदीकाठी, देवळापाशी, गावाबाहेरच्या रायांमध्ये भटकत मी त्यालाच शोधू लागले. मी स्वत:च ध्यान लावायचा प्रयत्न केला. अखेर आजारी पडून अंथरूण गाठलं.

"मग एक दिवस ते स्वत: आमचं घर शोधत आले. म्हणाले, 'तू पक्व झालीस. यानंतर तुला शिकवेन.' त्यानंतर महिनाभर ते या गावात राहिले आणि त्यानंतर निघून गेले. त्यानंतर कसलीही अडचण आली, तरी अंतर्बोधनाद्वारे मार्ग दाखवतात. पण शरीरासह मात्र त्यांनी नंतर दर्शन दिलं नाही. मीही मनात असेल तेव्हा त्यांच्याशी संपर्क साधू शकते, पण उगाच पावलोपावली मीही त्यांच्या मनाचा दरवाजा ठोठावत नाही. काही माझं ध्यानसाधना हे, संपूर्ण जीवनाचं ध्येय होऊ शकत नाही."

"पण ध्यान मार्गावर आज तू जिथं आहेस, तिथपर्यंत पोहोचायलाही बऱ्याच यम-नियमांचं पालन करावं लागतं, हे मला ठाऊक आहे. अशा पातळीवर तू पोहोचलेली असताना माझ्यासाठी योनिपूजेला कशी तयार झालीस? त्यानंतर पुन्हा ध्यानमार्गाकडे वळताना त्रास नाही झाला? त्या वेळी तू संपूर्ण निर्लिप्त होतीस?"

"संपूर्ण निर्लिप्त म्हणता येणार नाही– कणभर उणीव राहिलीच. अखेर ओढ्यावर जाऊन अंघोळ केली ना-मनात दाटलेली किळस धुऊन काढण्यासाठी केली ती. संपूर्ण निर्लिप्तता साधली असती, तर किळस वाटायचं तरी कारण काय!

"दुसरे दिवशी ध्यानमग्न होताना त्रास झाला ना! गुरूनंही सांगितलं, यानंतर अशा प्रयोगांना सामोरी जाऊ नकोस. तू अजून त्या पातळीवर पोहोचलेली नाहीस."

तिच्यात आणि माझ्यात असलेला फरक स्पष्टपणे माझ्यासमोर आला. तिचा स्वभावच सात्त्विक होता. अंतर्बोधनाच्या वेळी हे निषिद्ध म्हणून समजलं असतं, तर तिनं ते सोडून दिलं असतं. त्या बदल्यात कितीतरी त्रासही सहन केला असता. त्यामुळे ती योगमार्गात स्थिरावली होती.

"चंद्रा, तू माझ्यावर एवढं प्रेम करतेस. हे प्रेम तुझ्या ध्यानमार्गामध्ये अडथळा निर्माण करत नाही?"

"प्रेम कधीही अध्यात्ममार्गावर अडचण बनत नाही. माझं ऐक. तूही थोडं प्रेम करायला शिक. वाकड्या मार्गानं जाताना नीट मार्गावर येण्यासाठी त्या प्रेमाचाच उपयोग होईल."

तीच पुढं म्हणाली, "आज सारं माझंच सांगत बसले. स्वत:ची कथा सांगायला लागलं की, पावलो-पावली मी-मी येतं. आता पुरे. दिवा आणते–" ती उठून आत गेली.

तिचं अखेरचं वाक्य मला टोचलं. अस्वस्थ झालो. पण ती रात्र संपेपर्यंत मला त्यातला तथ्यांश दिसू लागला. माझ्या कितीतरी आधीपासून ती ध्यानमार्गावर चालल्याचं मला ठाऊक होतं. इंद्रियात्मक सुखाच्या दुष्टीनं ती निर्लिप्त झाली होती. कामवासनेचा तर संपूर्णपणे त्याग केल्याचं मला ठाऊक होतं. हे ठाऊक असूनही मी माझाच हट्ट चालवला. माझ्या हट्टामुळे तिच्या ध्यानावर काय परिणाम होईल, भावना किती दुखावली जाईल, याचा थोडाही विचार केला नाही. तिनं मात्र माझ्या हिताचा विचार करून योनिपूजेला होकार दिला! मला स्वत:चीच किळस वाटली. तांत्रिक मार्गानं अखेर काय साधायचं आहे मला? प्रेमच नष्ट करणारा मार्ग हा!

दुसरे दिवशी ती तेलाचं भांडं घेऊन आली, तेव्हा तिच्या हातून अशी सेवा करून घेण्याची लाज वाटली. म्हटलं, "इतके दिवस या शरीराची सेवा झाली ना? आता पुरे."

"अमावस्येला अजून पंधरा दिवस आहेत. त्या आधी हे बोलणं म्हणजे शब्द मोडल्यासारखं होईल." म्हणत तिनं तळव्यावर तेल ओतून घेतलं.

तिनं काही म्हटलं नसलं, तरी मलाच हा तांत्रिक मार्ग सोडून द्यावा, असं वाटलं. 'काय साधायचंय या मार्गानं जाऊन? गावात राहत असलेल्या, कधी काळी माझी पत्नी असलेल्या आणि आता तेही नातं नसलेली शालिनी आणि अमरूक यांच्या कामक्रीडांचा तपशील मला हवा आहे काय? तो जाणून घेऊन मी कुठला पुरुषार्थ साधणार आहे?'

चंद्रिकेनं पुन्हा माझ्या तांत्रिक मार्गाचा विषय काढला नाही. मीही योगमार्गाचा तपशील विचारला नाही.

यानंतरही चार दिवस गेले. सकाळी तेल लावताना ती म्हणाली, "कितीही उकळतं पाणी घातलं, तरी तुझ्या केसांच्या जटांमधला चिकटपणा जात नाही. दुर्गंधी येतेय. काय करायचं?"

मला आश्चर्य वाटलं. काल रात्रीपासून माझ्या मनात जे येत होतं, तेच ती वेगळ्या प्रकारे सुचवत होती.

"डोक्यावरचे सगळे केस काढून तुळतुळीत गोटा करायचा विचार आहे. तू तेल लावलं नसतंस, तर नापिताकडे जाऊन यायचा विचार होता."

“द्वारपालाबरोबर निरोप पाठवला, तर इथंच येईल की तो! पाठवू निरोप?”

“त्यानंतर नेसण्यासाठी मला एक पांढरं धोतर हवं. नंतर निवांतपणे एक बाराबंदीही शिवून घ्यायला पाहिजे.”

माझं बोलणं ऐकून तिचा चेहरा फुलला.

सात

डोक्यावरची केसांची चुंबळ गेल्यामुळे हलकं वाटू लागलं, तेव्हा मनाचीही सुटका झाल्यासारखं वाटलं. इतरांसारखे कपडे घातल्यानंतर विनासंकोच गावात फिरणं सोईचं झालं. धोतर आणि बाराबंदी यांच्याशी डोक्याचा गोटा जुळत नसला, तरी तिकडं फारसं लक्ष न देता मी रस्ते, पेठा, सार्थाचं मैदान, नदीचा काठ अशा सर्व ठिकाणी भटकू लागलो. दोन-तीन महिन्यांनंतर केस व्यवस्थित वाढल्यावर कसा आकार द्यायचा, हा प्रश्न होताच. सर्वसामान्य रसिकाप्रमाणे लांब केस मागे वळवून गाठ मारायची किंवा... इथं मात्र मन अडकत होतं.

आठवडा गेला. अमावस्या सहा दिवसांवर आली होती. त्या वेळी चंद्रिकेबरोबर राहण्याचा काळ संपणार होता. त्यानंतर काय करायचं हा प्रश्न होता. ती काही 'जा', म्हणणार नव्हती. कितीही दिवस मी राहिलो, तरी तिला आनंदच होणार होता. तिनंही दोनदा सुचवलं होतं. 'नाटक मंडळीत चल. राम आणि कृष्णाची भूमिका करायला तुझ्याइतकं योग्य माणूस नाही.' पण माझं मन त्यासाठी तयार नव्हतं. अमावस्या जवळ येईल, तसं मनाला शून्य घेरून टाकू पाहत होतं. नाटक सोडून मथुरेला आलो, तेव्हा मनाला व्यापून टाकणारंच शून्य. ध्यानामध्येही काही विशेष प्रगती झाली नाही. तांत्रिक मार्गही शेवटपर्यंत निभावता आला नाही. आता पुन्हा तीच त्रिशंकू अवस्था.

एकदा गंगेच्या काठावर बसून सार्थाच्या नावा पाहत असताना गावाची आठवण झाली. माहिष्मतीतच राहून गृहस्थ जीवनाचा स्वीकार करून मुलाबाळांसह राहिलो असतो, तर असलं शून्य भोवताली घोंगावलं नसतं. पण त्यातही काही अर्थ नाही, हे समजत होतं. शालिनी अमरूकराजाकडे आकर्षित झाली होती. मी गावातच राहिलो असतो, तरी तिचं मन पूर्णपणे माझं राहिलं नसतं. म्हणजे संसार मोडणंच माझ्या नशिबात होतं! या विचारामुळे शून्य आणखी गाढ व्हायचं. आता गृहस्थाश्रम स्वीकारला तर? हा एकच मार्ग योग्य आहे. पण त्यासाठी चंद्रिकाच

पत्नी झाली पाहिजे. तिनंच माझ्या एक-दोन मुलांना जन्म दिला पाहिजे. आणखी काहीही नको! तप नको – योग नको – ध्यान नको – स्वर्ग नको. संपूर्ण गुर्जर-प्रतिहार-पाल राष्ट्रकूट ही सगळी साम्राज्यं एकत्र करून कुणी दानपत्र करून देतो म्हटलं, तरी नको!

काही वेळ माझं मन पावसाळ्यातल्या गंगा-प्रवाहाप्रमाणे भरभरून वाहिलं. थोड्या वेळानं मनात संशय निर्माण झाला. पण याला ती तयार होईल काय? का तयार होऊ नये? वेद-काळातले ऋषी, ब्रह्मस्थानी राहूनही विवाह करून अपत्यांना जन्म देत नव्हते काय? संसार करतही ध्यानसाधना करता येते, हे तिला पटवून सांगता येईल. या विचारानं बरं वाटलं. माझ्या वाद-शक्तीवरचा माझा विश्वास आणखी दृढ झाला.

त्याच पावली घरी परतलो आणि मनातली भावना आणि विचार तिच्यापुढे सविस्तरपणे मांडले. सारं ऐकत असताना तिचे डोळे सुंदर स्वप्नलोकात विहरत असल्यासारखे दिसले. ती शांतपणे ऐकत होती. त्यामुळे मी आणखी उत्साहानं मनातल्या इच्छा आणखी विस्तारानं तिच्यापुढे मांडल्या. सारं ऐकून घेऊन ती शांतपणे म्हणाली, "किती छान वाटतं सारं ऐकताना! तू माझ्याबरोबर राहा. तुझी दररोज सेवा करीन. रोज अभ्यंगस्नान घालेन. पावलांच्या बोटांमधल्या चिखल्या कोरड्या पुसून स्वच्छ करेन. त्यासाठी 'दाम्पत्य' हे नाव तरी कशाला हवं नात्याला? धर्मेच-अर्थेच-कामेच सुरुवातीपासून कामजीवन नसलेलं दाम्पत्य जीवन कसं असू शकेल? माझ्या जीवनात इंद्रियसुख अशक्य आहे. त्यामुळेच मी सुगंधाला मुख्य भूमिका देऊन तुझ्या स्वाधीन करून मथुरेला गेले ना? तू अजूनही एखादीशी लग्न कर, मुलंही होऊ दे. आपलं दोघांचं नातं आता आहे, तसंच राहील, याविषयी तुला शंका नको. आपल्या दोघांमध्ये कामसंबंध नाहीत, म्हटल्यावर तिलाही फारसा मनस्ताप होऊ नये. पण तसं होत नाही. स्त्रीला आपल्या पतीचा दुसरीबरोबरचा कामरहित स्नेहही सहन होत नाही. अशी कुठल्याही प्रकारची क्लिष्ट परिस्थिती नकोच. आपण दोघंही एकत्र राहू या. नाहीतरी आपण कलावंत आहोत. गृहस्थांना लागू पडणारे नियम आपल्याला लागू पडत नाहीत."

मीही असा विचार करून पाहिलं होतं. कांपिल्यमध्ये असतानाही तिनं अशा प्रकारच्या संबंधाविषयी सुचवलं होतं. "मनातलं प्रेम, सेवा-भाव, अंतःकरण मोकळं करणं अशा प्रकारे व्यक्त होऊ शकतं. ते प्रेम व्यक्त करण्यासाठी दोन्ही देह निकट येण्याची गरज नाही."

"पण ह्या अंतरामुळे प्रेमातलं माधुर्य नष्ट होऊन तिथं कठोरपणा निर्माण होणार नाही काय?"

"का? असं का व्हावं?"

“मला ते शक्य नाही.”

“शक्य करून घ्यायला पाहिजे.”

याच विषयावर चार-सहा दिवस तिच्याशी बोलणं झालं. बरीच चर्चाही केली. मनातल्या कोमल भावना तिच्यापुढे मांडल्या. तिची मृदू भासणारी, पण अत्यंत पक्की असलेली ब्रह्मचर्याची गाठ सैल करायचा नाना प्रकारे प्रयत्न केला.

पण माझ्या कुठल्याही प्रयत्नांना यश आलं नाही. माझ्या मनात हताशपणा भरून राहिला. वाटलं ही केवळ कठोर नाही – क्रूर आहे. शरीराशिवायच्या प्रेमाविषयी मी ऐकलं होतं, वाचलं होतं. मला तो प्रकार वानप्रस्थाश्रमातला भावना विझवण्याच्या व्रतासारखा वाटला. एवढ्या विनवण्या करूनही काही उपयोग झाला नाही म्हणून एवढा संताप आला की, वाटलं पुन्हा आयुष्यात हिचं तोंड बघू नये. काही का असेना, मी तांत्रिकाच्या मार्गानं माझ्यापुरता चाललो होतो. हिनंच मध्ये येऊन तिथे खंड पाडला. आता आपणही माझा तिरकार करत आहे. ही खरी वेश्याभावनेचीच आहे, प्रेम करणं हिला जमणारच नाही. हेही मी तिला बोलून दाखवलं.

ती म्हणाली, “संतापाच्या भरात विवेक गमावू नकोस. नीट शांतपणे विचार कर.”

संतापावर ताबा मिळवणं अशक्य असलं, तरी संतापाचं प्रदर्शन करणं शरमेचं असतं, हे ठाऊक असल्यामुळे मी आरडाओरडा केला नाही.

ती तिच्या वेळेला ध्यानमग्न होत होती. ठरलेल्या वेळी नाटकासाठी जाऊन अभिनय करत होती. माझा मात्र वेळ जात नव्हता. दिवसातला काही वेळ ती माझ्या खोलीत येऊन भिंतीपाशी बसून गप्पा मारत असली, तरी मला आम्हा दोघांमध्ये शून्यच व्यापून राहिल्यासारखं भासत होतं. दोघांमधलं भावनिक नातं नष्ट होऊन तिची सगळी सेवा नाटकीपणाचा एक भाग वाटू लागली. ती माझ्या खोलीत राहण्यापेक्षा दूर रंगमंचावर किंवा ध्यानमग्न असली, तरच सहनीय वाटत होतं. घरात राहणं असह्य वाटून दिवसातला जास्तीत जास्त काळ घराबाहेर, रस्त्यावर, बागेत किंवा नदीकाठी फिरण्यात घालवू लागलो. रात्रीचा मुक्काम आणि दोन्ही वेळचं जेवण-खाण मात्र तिच्या घरी करत होतो. काही वेळा त्यावरूनही स्वत:चा राग येत होता. का हिच्या घरी राहतोय मी? हे गावच सोडून का जात नाही? आपल्या मार्गानं जायची शक्तीच मी गमावली आहे काय? जाणार तरी कुठं? कुठलंच ध्येय किंवा इप्सित नव्हतं.

गावात भटकताना आणि भेटलेल्यांशी गप्पा मारताना एक गोष्ट मात्र स्पष्टपणे समजत होती. मी पाहिलेल्या इतर गावांपेक्षा या गावात बौद्धांचा प्रभाव जास्त दिसत

होता. इतरांच्या देवळांपेक्षा बौद्धांचे विहार, चैत्यं आणि स्तूप मोठ्या प्रमाणात होते. बौद्ध धर्माचं पालन करणाऱ्यांची संख्याही मोठी होती. विष्णू, कालिमाता,शिव यांची देवळं असली, तरी तिथे बौद्ध मंदिरांसारखी सुबत्ता नव्हती. माणसं म्हणायची पूर्वेकडे जाल, तितका बौद्ध धर्माचा प्रभाव जास्त दिसतो. याच भागात बुद्धाचा जन्म झाला आणि त्याचं जीवनही इथेच गेलं. क्षत्रियानं स्थापित केलेला हा धर्म असल्यामुळे क्षत्रिय राजांनी त्याविषयी अभिमान बाळगला, त्याचा स्वीकार केला आणि प्रसार केला. वर-वर वैदिक धर्म दिसत असला, तरी राजकर्त्यांचा ओढा कुठे होता, हे अधिकारी आणि सामान्य लोक यांना समजत होतं. त्यांचा सुसंघटित प्रचारक संघ परिस्थितीचा फायदा घेत लोकांचं धर्मपरिवर्तन करत होता. गेल्या हजारापेक्षा जास्त वर्षांमध्ये हे प्राबल्य खूपच वाढणं स्वाभाविक होतं. चंद्रिका आणि नाटक मंडळीतल्या इतरांना या परिस्थितीची खंत वाटत होती. आपल्या नाटकांमधून ते राम आणि कृष्ण यांचा जनसामान्यांच्या हृदयामध्ये प्रसार करत होते.

पण माझ्या मनाला यातलं काही फारसं भिडत नव्हतं. तसं पाहिलं, तर राम आणि कृष्णही क्षत्रियच होते. बुद्धही क्षत्रिय. हे विचारही केव्हातरी काही क्षण तरळून जात, एवढंच. इतर वेळी मात्र मनाला शून्य व्यापून राहिलेलं असे. योग-ध्यानही जमत नव्हतं. तांत्रिक मार्ग योग्य नव्हे, असं बऱ्याच दिवसांपासून वाटत होतं. मला मार्ग दाखवण्याऐवजी चंद्रिकेनं माझ्यासमोर भलं मोठं शून्य निर्माण करून ठेवलं होतं.

एकदा सकाळी याच मन:स्थितीत गंगातीरावरून चाललो होतो. यातून बाहेर कसं पडायचं, ते समजत नव्हतं. नदीच्या काठावर वसलेल्या गावामधलं सगळं काही नदीच्या काठावरच घडत असतं. अंघोळी, कपडे धुणं, पोहणं, नावांचं येणं-जाणं, काठावरच्या वाळूमध्ये मल्लांची अंग-साधना, मित्रांच्या भेटी-गाठी आणि गप्पा नदीकाठीच चालतात. संध्याकाळी आरतीच्या निमित्तानं स्त्रियाही नदीकाठी जमतात. आणि नदीत दिवे सोडतात. उन्हाळ्याच्या दिवसात तर गारव्यासाठी आसुसलेली माणसं कितीतरी वेळ नदीकाठीच गर्दी करून असतात. अशा माणसांमध्ये ध्येयशून्य भटकत असताना ते दोघं समोरून आले. मला पाहताच ते थांबले. मीही थांबलो. त्यांपैकी एक बौद्ध भिक्खू आणि दुसरा बौद्ध गृहस्थ होता.

त्या भिक्खूनं हाक मारली, ''नागभट्ट!''

क्षणभरात मलाही त्यांचं नाव आठवलं. हे तर मथुरेचे वज्रपाद भिक्खू! आणि त्यांच्यासोबत होते ते विश्वकर्मा स्थपती. गृहस्थधर्मी असले, तरी विश्वकर्मांनी बौद्ध धर्म स्वीकारल्याचं पाहता क्षणीच माझ्या लक्षात आलं. त्यांच्या कपाळावर इतरांप्रमाणे गंधाची आडवी रेषा दिसत नव्हती. गळ्यात यज्ञोपवीत दिसलं नाही. बाह्य तपशिलामध्ये न अडकणारी, पण अंत:प्रेरणेत उमजणारी भावप्रेरणा त्यांच्या चेहऱ्यावर उमटली होती.

बऱ्याच दिवसांनंतर आणि तीही आपल्या गावापासून लांब भेट झाल्यामुळे आम्ही परस्परांशी खूपच आत्मीयतेनं गप्पा मारल्या. स्थपतींनी धर्मांतर केलं, हे खरं होतं. ते बांधत असलेलं भव्य चैत्यगृह पूर्ण होत आलं होतं. मुख्यमूर्ती आणि बाहेरच्या भिंतींमध्ये जोड म्हणून येणाऱ्या काही मूर्ती बनवण्यासाठी अधिक अभ्यास करण्यासाठी आता ते दोघं नालंदेला जाण्यासाठी निघणार होते. पाटलीपुत्राच्या दक्षिणेला असलेल्या स्थिरमती विहारात दोघंही उतरले होते.

त्यांनी माझीही चौकशी केली. मी म्हटलं, "त्या साऱ्या निवांतपणे बसून गप्पा मारायच्या गोष्टी आहेत. नुसत्या वरवरच्या गप्पा मारून समजणार नाहीत."

"तुमच्याकडे पाहताच ते लक्षात येतं. चला आमच्याबरोबर विहारात."

विहाराच्या बाहेरच्या बाजूला भिक्खू नसलेल्या अतिथींसाठी म्हणून बांधलेल्या एका घरात स्थपतीच्या उतरण्याची व्यवस्था केली होती. भिक्खू वज्रपाद विहारात उतरले होते. मला स्थपतींच्या बरोबर राहायला सांगून, 'संध्याकाळी बोलू' म्हणत वज्रपाद लगेच आणखी एका भिक्खूबरोबर पालखीत बसून नगराच्या दिशेनं निघून गेले. दुपारी आम्हा दोघांना भात-शाख-दधीचं जेवण मिळालं.

मी स्थपतींना विचारलं, "तुमचं धर्मांतर करून किती दिवस झाले?"

"माझं कुणीही धर्मांतर केलं नाही. मलाच आतून प्रेरणा झाली. या धर्माला पूर्णपणे शरण गेल्याशिवाय मी उत्तम स्थपती होणार नाही, असा ज्ञानोदय झाला."

"पण तुम्ही तर म्हणत होता, खरा कलाकार स्वत:च्या अनुभूतीतून इतर धर्मांचं सत्त्व जाणून पूरक कलाविष्कार करू शकतो!"

काही क्षण तो गप्प राहिला. त्याच्या चेहऱ्यावर अवघडलेपण दिसलं. त्याला आणखी अवघड वाटू नये, म्हणून मी तो विषय तिथंच थांबवला. विषय बदलून मी मथुरेची चौकशी करू लागलो. पण तो नगर-जीवनातला कुठलाही तपशील सांगू शकला नाही. आपण बांधत असलेलं चैत्यगृह, त्याची प्रगती, आपल्या भोवतालची बौद्ध कुटुंबं आणि वज्रपाद यांच्याशिवाय त्याला काहीही ठाऊक नव्हतं. वज्रपाद म्हणजे फार मोठे गुरू, महान ज्ञानी, महान कनवाळू, भगवान बुद्धाचं सारं तत्त्वज्ञान त्यांच्या रूपानं साकार झालं होतं, अशी त्याची भावना दिसत होती. नव्यानं धर्मांतर केलेल्यांमध्ये जी अतिश्रद्धा असते, ती त्याच्यामध्ये शिगोशीग भरलेली दिसत होती. पाटलीपुत्रामधले काही धनाढ्य वर्तक बौद्ध होते, त्यांच्याकडून मथुरेच्या विहारासाठी धनसाहाय्य मिळवण्यासाठी ते आता इथले विहार-प्रमुख कमलभद्रांबरोबर गेले होते. इथं एक आठवडाभर राहायचं, हे आधीच ठरलं होतं.

संध्याकाळची प्रार्थना आणि ध्यान झाल्यानंतर वज्रपादांनी मला दर्शन दिलं. विहाराच्या आतल्या बाजूला एका छोट्या शेकोटीपाशी बसून ते माझ्याशी बोलू लागले –

"तुमचं अंतरंग अशांत आहे. ती अशांती काढून टाकण्यासाठी तुम्ही काय-

काय केलं?" त्यांनी विषय काढला. त्यांनी ह्या गोष्टी इतरांकडून जाणून घेणं शक्य नव्हतं. पण अन्य-मन:प्रवेशाचा मी स्वत: अनुभव घेतल्यामुळे मला त्याचं फारसं आश्चर्य वाटलं नाही. दररोज इतका काळ ध्यान करणाऱ्या कुणालाही एवढी शक्ती म्हणजे काही विशेष नाही.

त्याआधी मी माझं मन दोन गुरूंच्या संपूर्णत: स्वाधीन केलं होतं. आता मनात त्या प्रकारची शरण-भावना निर्माण झाली नसली, तरी कुणापुढे तरी अंतरंग मोकळं करण्याची जबर इच्छा माझ्याही मनात होती. नाटक सोडल्यापासून गावी पत्नीच्या मनात प्रवेश करणं, ध्यानशक्ती नष्ट होणं, तांत्रिक मार्गाची दीक्षा, योनिपूजा, प्रेमासाठी देहसंबंधाचा पाया नाकारणारी चंद्रिका, मनाला वरचेवर व्यापून टाकणारा शून्य भाव यांविषयी भरपूर विस्तारानं बोलत राहिलो. माझं सारं बोलणं संपूर्णपणे लक्ष देऊन गंभीरपणे ऐकताना त्यांची एकाग्र असलेली दृष्टी मला आणखी प्रोत्साहन देत होती.

त्या दिवशी ते काहीही बोलले नाहीत. नंतर म्हणाले, "इथंच स्थपतीबरोबर राहा. उद्या आपण बोलू या."

वज्रपाद काय सांगतील, याचा अंदाज संपूर्ण दिवसभर मी करत होतो. त्यांना सांगितल्यामुळे मनातल्या तळमळीला आकार आला होता. यातून ते काही पटणारे मार्ग सुचवतील, असा विश्वास नव्हता. रात्री स्थापतीबरोबर राहिलो.

मी सकाळी घराबाहेर पडलो होतो. जेवायच्या वेळेपर्यंत घरी येईन, अशी अपेक्षा चारुमती आणि चंद्रिका यांची असणार, यात शंका नव्हती. तिला कुठल्याही प्रकारची पूर्वसूचना न देता मी इथं मुक्काम केला होता. रात्री घरी जाऊन दुसरे दिवशी याच वेळी येणंही शक्य होतं. पण चंद्रिकेच्या घरी जाऊन तरी काय करायचं?

तिच्या-माझ्यामध्ये अंतर आहे. ते आता वाढत चाललं आहे. अहं-एक व्हायला तिनं कधी संधीच दिली नाही. आता तिला निरोप पाठवण्यात काय अर्थ आहे? तिच्या घरी माझी कुठली वस्तूही नाही. हे अंगावरचे कपडे तिनं दिले आहेत. तशीच एक जोडी तिथं आहे. राहू दे तिथंच.

तिला माझी वाट पाहू दे – व्याकूळ होऊ दे. मला शोधण्यासाठी ती कुणाला पाठवेल की स्वत:च येईल? ध्यान-सिद्धीचा वापर करून मी कुठं आहे, याचा ती शोध घेईल काय? कुठल्याही कारणासाठी ती ध्यान-सिद्धी वापरणार नाही, हे नक्की. तिनंच सांगितलं होतं – आपल्या आई-वडिलांची परिस्थिती जाणून घेण्यासाठीही ती त्याचा वापर करत नाही म्हणून. पुन्हा तिचा राग आला.

संध्याकाळी त्याच खोलीत मी वज्रपादांना भेटायला गेलो. आम्हा दोघांमध्ये मोहरीच्या तेलाची पणती जळत होती. वारं नसल्यामुळे ज्योत स्थिरपणे जळत होती.

सावल्यांचे आकारही स्थिर होते. मोहरीच्या तेलाचा जळका-किंचित कडवट, पण सुखावह वाटणारा वास नाका-मनात भरला होता.

ते म्हणाले, ''म्हणजे तुम्हाला पहिल्यापासूनच शून्य-भाव छळत आहे. मनात पुन्हा-पुन्हा शून्य भावच भरून राहत आहे. काल सारी हकिकत सांगताना तुम्ही किती वेळा शून्य हा शब्द वापरला, हे तुम्हालाच लक्षात नसेल. तुमच्या समस्येवरचा इलाज म्हणजे त्याचं स्वरूप जाणून घेणं.''

''पण माझी श्रमण व्हायची इच्छा नाही. माझी त्या धर्मावर अजिबात श्रद्धा नाही.'' नकळत माझा आवाज चढला.

''तुम्ही श्रमण व्हावं, असं मी मुळीच सुचवत नाही. तुमचं मन सतत ग्रासून टाकणाऱ्या त्या शून्याचं नेमकं स्वरूप जाणून घ्या, एवढंच सांगतोय मी. ते जाणून घेण्यासाठी ध्यान हा एकच मार्ग आहे. त्यामुळे तुमची बुद्धी ग्रासून टाकणाऱ्या कल्पनांचं तुम्हालाच स्पष्ट आकलन होईल. तुमच्यासाठी आणखी एका मार्गाचा मी विचार केला आहे.''

मी उत्सुकतेनं त्यांचं बोलणं ऐकू लागलो.

''आणखी आठवड्यानं मी स्थपतीबरोबर नालंदाला जात आहे. नालंदेची कीर्ती ऐकली नाही, असा आहे तरी कोण? दूरचं चीन, त्रिविष्टुप, सुवर्ण-द्वीप, सिंहल आणि गांधारापलीकडचे देश-भरतखंडाबाहेरचे विद्यार्थीही तिथं शिकाला म्हणून येतात. प्रवेश मिळत नाही, म्हणून त्यांना माघारी जावं लागतं. केवळ तथागतांच्या धर्मांतलेच नव्हे, वैदिक विद्वानही तिथं अध्ययन करायला मिळणं म्हणजे महान भाग्य मानून तिथं येत असतात. तयारी असेल, तर तुम्हीही माझ्याबरोबर चला. तुम्हाला तिथं प्रवेश मिळवून द्यायची जबाबदारी माझी. दोन-तीन वर्षं तिथं राहून शून्याच्या स्वरूपाविषयी अध्ययन करा. तुम्हाला पटलं नाही, तर त्या सिद्धान्ताला छिन्न-छिन्न करायचं स्वातंत्र्यही तुम्हाला आहे. विचार करा.''

राजे-महाराजे, चक्रवर्ती यांच्याकडून मोठ्या प्रमाणात धनसाहाय्य घेत शतकानुशतकं पुष्ट होत असलेली प्रचंड विद्याशाळा असल्याचं मीही नालंदेविषयी ऐकलं होतं. माहिष्मतीहून वलभी बरंच जवळ होतं. तीही तेवढीच प्रसिद्ध विद्या संस्था. तिकडे वायव्येला तक्षशीला. एवढ्या मोठ्या विद्या-संस्था वैदिकांच्या नव्हत्या. अग्रहारातील पंडितांची सेवा करून त्याच्याकडे असेल तेवढंच ज्ञान मिळवायचं, ही वैदिक शिक्षणाची पद्धत. मग ती काशी असो वा उजैनी. राजसाहाय्यही अगदी मोजकं. त्यातल्यात्यात माझ्या गुरूंनी – मंडनमिश्रांनी – चालवलेली पाठशाळाच त्यामध्ये मोठी म्हणायची. बौद्ध विद्यासंस्थांशी तुलना करता अगदीच किरकोळ! मी नालंदेला जाऊन का अध्ययन करू नये? तिथं वेद-वेदान्त-न्याय-सांख्य-योग यांसारखे बौद्धेतर सिद्धान्तही शिकवतात; पण बौद्ध तत्त्वांशी तुलना करून त्यांना तुच्छ

लेखणं हाच त्यांचा हेतू असतो, हेही मी ऐकून होतो.

तरीही आपल्या मनाला वरचेवर ग्रासणाऱ्या शून्याविषयी पूर्ण ज्ञान मिळविण्यासाठी याहून योग्य स्थळ सापडणार नाही, असं वाटून मनात आकर्षण निर्माण झालं.

"विचार करा! अजूनही आठ दिवस आहेत." वज्रपाद पुन्हा म्हणाले.

आठ

बौद्धेतर राजा महाराजांनी, वर्तकांनी आणि श्रीमंतांनी अनेक देणग्या दिल्यामुळेच श्रमण न होता, मला नालंदेत विद्यार्थी होणं शक्य झालं. मगधावर आक्रमण केलेल्या गुर्जर – प्रतिहारांनीही स्वत:ची प्रतिष्ठा प्रस्थापित करण्यासाठी भरपूर धन आणि काही गावं दान म्हणून दिली होती. कितीतरी वेळा वैदिक क्षत्रियांच्या ताब्यात मगध जात असे, पण कुणीही नालंदेचा नाश केला नाही. तिला दान म्हणून दिलेली गावं काढून घेतली नाही. बौद्ध राजांपेक्षा त्यांनी उदार हस्ते दान देऊन स्वत:ची सहिष्णुता मिरवून घेतली. नालंदा उभी करून तिचा विस्तार करण्यासाठी प्रमुख देणगी दिली, ते गुप्त राजे वैदिक होते. त्यामुळे भरतखंडातील सगळ्या भागांमधून बौद्ध नसलेले ज्ञानपिपासूही इथं अध्ययनासाठी येत होते. पण इतर धर्मांच्या तत्त्वज्ञानाचा कितीही अभ्यास केला, तरी अखेर बौद्ध धर्माच्या श्रेष्ठत्वासाठी त्या ज्ञानाचा वापर करायची इथली पद्धत होती. हे तिथल्या बौद्ध आणि बौद्धेतर विद्यार्थ्यांना ठाऊक होतं.

त्यामुळे कितीतरी बौद्धेतर विद्यार्थी आपलं मन या प्रचाराला बळी पडू नये, म्हणून जागरूक राहत; तरीही सगळा विद्याभ्यास संपायच्या वेळी स्वत:च्या नकळत बौद्ध-तत्त्वज्ञानाला शरण गेलेले असत. बौद्धेतर विद्यार्थीही बौद्ध ग्रंथांचं अध्ययन करू शकत होते. काही जण कुतूहलापोटी अशा प्रकारचं अध्ययन करत होते. अशा विद्यार्थ्यांना समर्थ उपाध्याय शिक्षण द्यायचे. कारण अशा विद्यार्थ्यांमध्ये व्याकरण, छंदस, निरूक्त, ज्योतिष, कल्प यांबरोबरच तर्क-मीमांसा, सांख्य-योग, न्याययिकादी षड्-दर्शनांना कोळून प्यायलेले कितीतरी जण होते. आपल्या तत्त्वज्ञानाच्या दृष्टीनं ते बौद्ध धर्माच्या इतिमितींचा अभ्यास करण्यासाठी आलेले असत. मीही अशाच प्रकारचा विद्यार्थी होतो. अध्ययन आणि ज्ञानाचा पाया आणखी भक्कम करणारा अध्यापनाचा व्यवसाय सोडून बारा वर्षं होऊन गेली असली, तरी माहिष्मतीत असताना मी वेद-वेदांग, न्याय, वैशेष्टिक सांख्ययोग यांचबरोबर जैन आणि बौद्ध

धर्माची मूलतत्त्वं आणि हेतूविद्या यांचं अध्ययन केलं होतं. तर्कशास्त्राचे संस्कार माझी बुद्धी आणि मन यांवर झाले होते.

तिथलं संपूर्ण वातावरण बौद्धमय होतं. त्यातही 'महायानमय' म्हणता येईल. त्याचबरोबर इतर धर्मांच्या अध्यापनाची सोय असल्यामुळे नालंदेतलं वास्तव्य बुद्धीला आव्हान देणारं होतं. अध्यात्मविद्येशिवाय ज्योतिष, खगोल, आयुर्वेद यांसारख्या शास्त्रांचाही तिथं अभ्यास चालत असल्यामुळे तीही व्याख्यानं आणि विद्यार्थ्यांची परस्परचर्चा कानांवर पडायची.

व्याख्यानासाठी असलेली आठ विस्तीर्ण अंगणं, तीनशे प्रवचनाचे कक्ष असूनही तिथं गर्दी जाणवत होती. एखाद्या विद्यार्थ्याला किंवा अध्यापकांना अशा वेळी शोधून काढायचं म्हटलं, तर संयोजकांच्या मदतीशिवाय अशक्य होत असे. तिथं एकूण नऊ सहस्र विद्यार्थी आणि एक सहस्र उपाध्याय होते. प्रत्येक अध्यापकाला आपल्या विद्यार्थ्यांशी निकटचा परिचय असे.

बहुतेक सगळे उपाध्याय भिक्खू होते. वेतन किंवा कुठल्याही प्रकारच्या प्रतिफलाचा स्वीकार न करता ते आपलं काम करत. त्यांच्या आहार-विहाराची व्यवस्था तिथंच केली जात होती. आपलं सारं जीवन त्यांनी अध्यापनाला वाहून घेतलेलं असे. विद्यार्थीही भिक्खू असेल, तर तो आपल्या गुरूबरोबरच राहायचा. गुरूचे कपडे धुऊन देणं, त्यांना पाकशालेतून पेज आणि दोन्ही वेळेला जेवण आणून देणं, इत्यादी कामं हा विद्यार्थी करत असे. शिष्याच्या केवळ बुद्धीनंच नव्हे, शीलानंही आकार घ्यावा, अशी त्यामागील भावना होती. गुरूनंतर शिष्यही तिथंच अध्ययन करत राहिला पाहिजे. माझ्यासारख्यावर मात्र अशी कुठलीही बंधनं नव्हती. चित्रं काढणं, चेंडूचा खेळ खेळणं, नेम धरून मारणं, नाटकादी क्रीडेत भाग घेणं यांमध्ये आमच्यासारखे रिकामा वेळ काढत असले; तरी मला त्या रस नव्हता. माझ्यापेक्षा लहान वयाची तरुण मुलं त्यात सहभागी होत.

प्रत्येक सौध चार मजली होता. प्रत्येक सौधात सुमारे तीनशे खोल्या असत. मधे मोठी मोकळी जागा, पाण्यासाठी विहीर. त्यातच रत्नसागर, रत्नोदधी आणि रत्नगंजक नावाच्या अतिभव्य ग्रंथभांडारांचा समावेश होता. त्यासाठी वेगवेगळे महासौधाचे समुच्चय बांधण्यात आले होते. त्या संपूर्ण समुच्चयाचं नाव 'धर्मगंज' होतं.

रत्नोदधीचा नऊ मजली सौध होता. त्यात प्रज्ञापारमिता सूत्र, गुह्यसमाज यांसारखे अत्यंत प्रमुख ग्रंथ ठेवले होते. त्या ग्रंथाच्या ख्यातीला साजेसा तो सौध होता.

मी तर त्याआधी एवढे उंच सौध पाहिलेच नव्हते. संपूर्ण नालंदेमध्ये असंख्य चैत्य, कितीतरी संघ-विहार! माझ्यासारख्या विद्यार्थ्यांच्या राहण्या-खाण्याच्या बदल्यात ग्रंथभांडारात बसून तिथल्या प्रमुख ग्रंथांच्या प्रती तयार करायला लावत होते. उजव्या हातात लेखणी धरून डाव्या हातानं ताडपत्र घट्ट धरून मीही प्रज्ञापारमितची लेखन-

प्रत तयार करून देत होतो. चूकविरहित, सुवाच्य आणि देखण्या अक्षरांमधली माझी लेखन-प्रत आचार्यांना आवडत होती. कर्तव्य, वेतन आणि सेवा या मार्गांनी ग्रंथांच्या प्रती निर्माण करण्याचं काम सतत सुरूच असे.

विद्यापीठाच्या महाद्वाराजवळच्या पांढऱ्या शिळेवर पूर्वी इथंच राहून विद्यापीठाच्या कीर्तीत भर घातलेल्या मोठमोठ्या आचार्यांची नावं खोदली होती. चारही दारांपाशी एकेक द्वारपाल उभा असायचा. हेही महान विद्वान असत. विद्यार्थ्यांना प्रवेश द्यायचा की नाही, याचा निर्णय हे द्वारपालच घेत. शेकडो-हजारो कोसांचं अंतर पार करून इथं येऊनही प्रवेश न मिळालेल्या विद्यार्थ्यांची संख्याही फार मोठी होती. विद्यार्थ्यांची भाषा, अष्टाध्यायीसारख्या मूलभूत ग्रंथांचं त्यांना असलेलं ज्ञान, ग्रहण-शक्ती, बुद्धी, शक्ती, शील या सगळ्याचा तपशिलानं विचार केल्यानंतरच विद्यार्थ्याला प्रवेश मिळायचा. सर्वसामान्यपणे महाद्वारापाशी येणाऱ्या दहा जणांपैकी दोघंच प्रवेश मिळण्याइतके भाग्यवान ठरत. इतर सगळे खाली मान घालून निघून जात.

मला प्रवेश मिळाला, पण तो माझ्या बुद्धीमुळे की वज्रपादांच्या प्रभावामुळे हे मला निश्चित सांगता येणार नाही. द्वारपालांच्या प्रश्नांना मी नीट उत्तरं दिली असली, तरी वज्रपादांचा प्रभाव नसता, तर प्रवेश मिळाला नसता, हे निश्चित!

तिथल्या इतर विद्यार्थ्यांच्या तुलनेत मी वयानं थोडा मोठाच होतो. पस्तिसाव्या वर्षी प्रपंच सोडून इथं विद्यार्थी म्हणून येणारे अगदी कमी होते. बौद्धधर्मियांना मात्र वयाची अडचण नव्हती. चीन, कोरिया, सुवर्णद्वीप, त्रिवष्टुप यांसारख्या देशांमधून येणारे असेच वयानं मोठे असत. आपल्या देशात उपलब्ध असलेलं ज्ञान घेऊन झाल्यावरच ते इथं येत होते, त्यामुळे ते स्वाभाविक होतं. 'फाहियान' नावाचा एक महापंडित इथं आला होता म्हणे. शिवाय हु-अेन-त्संग नावाच्या एका विद्वानानं इथल्या प्रख्यात पंडिताला वादविवादात हरवल्याचंही माझ्या कानावर येत होतं. चक्रवर्ती हर्ष यानं इथल्या त्या वेळच्या पंडित शीलभद्रांना उत्कलमधील हीनयानी पंडितांशी वाद घालून हरवू शकतील, अशा चार विद्वानांना पाठवण्याची सूचना केली आणि तसे विद्वान इथून पाठवण्यात आले होते. सागरमती, प्रज्ञरश्मी, सिंहरश्मी आणि हु-अेन-त्संगाशिवाय इटसिन थान मी, हु येन च्यु, ताही अशी कितीतरी परदेशी विद्वानांची नावं तर लक्षात ठेवणंही कठीण होतं. आताही तसे काही विद्वान होतेच. हे विद्वान इथल्या प्रसिद्ध ग्रंथांचं एखाद्या विद्वानांच्या मार्गदर्शनाखाली अध्ययन करत आणि त्याची प्रत तयार करून घेऊन जात. त्यातले कितीतरी पंडित माझ्यापेक्षाही वयानं मोठे होते, पण माझ्यासारखे अश्रद्ध नव्हते. शून्याचं स्वरूप जाणून घेण्यासाठी म्हणून मी आलो असलो आणि प्रज्ञापारमिसासारख्या ग्रंथाची प्रत तयार करत असलो, तरी मला ते उमजत नव्हतं. ध्यानामुळे होणारा साक्षात्कार आणि शीलशक्तीची घनता वाढल्याशिवाय ते उमजणार नाही, हे ठाऊक होतं.

उपनिषदांमधील निराकार निर्गुणाप्रमाणेच हेही दिसत होतं. योगी सांगत असलेल्या यमनियमांचं पालन केल्यासारखं! बुद्धीच्या पातळीवर मला त्यातलं थोडंफार समजल्यासारखं वाटत होतं.

इथं दिनक्रमामध्ये अनेक कामांचा अंतर्भाग असल्यामुळे मनाला ग्रासणारा शून्यभाव कमी झाला होता. इथले बहुतेक अध्यापक आणि विद्यार्थी ब्रह्मचारी होते. स्त्री आणि प्रपंच यांच्या आकर्षणापासून दूर राहण्याची ताकद असलेले. दररोज ध्यान करून ह्या आकर्षणाला भस्मसात करण्याची त्यांची मनोवृत्ती असे. निराशा आणि हताशपणा यांतून निर्माण होणाऱ्या शून्याला त्यांच्या मनात प्रवेश नव्हता. चंद्रिकेला विसरेपर्यंत माझीही या शून्यभावातून सुटका होण्याची शक्यता नव्हती. इथल्या कामकाजात स्वत:ला बुडवून टाकलं, तर हळूहळू सारंकाही विसरून जाऊ शकेन, असा विश्वास वाटत होता. मग मी हळूहळू ध्यानमग्नही होऊ शकेन.

मी राहत असलेल्या इमारतीपासून पाचव्या सौधात एक वृद्ध राहत होते. त्यांना पाहताच प्रखर अंत:शक्ती असल्याचं लक्षात येत होतं. ज्ञानाचं डोळे दिपवून टाकणारं तेज त्यांच्या डोळ्यांमध्ये चमकत असलं, तरी आत काहीतरी अस्वस्थता असली पाहिजे, असं मला का कोण जाणे वाटत होतं.

त्यांची अधिक चौकशी करताच त्यांचं नाव प्रज्ञाघन असल्याचं समजलं. वेद-वेदान्त-व्याकरण-छंदस-निरूक्त-ज्योतिष कल्प यांसारख्या वैदिक ज्ञानांच्या कुठल्याही शाखे-उपशाखेविषयी कितीही बारीक-सारीक प्रश्न विचारला, तरी कुठलाही संदर्भ न पाहता संपूर्ण पार्श्वभूमीसह अर्थ विशद करून सांगण्याइतकी त्यांची तयारी असल्याचं सगळे सांगत होते. सुमारे वर्षापूर्वी बौद्ध धर्म स्वीकारून या धर्माची मूलतत्त्वं समजावून घेण्यासाठी ते इथं आले होते. ऐंशीव्या वर्षी ते ज्या प्रकारचं जीवन जगत होते, ते पाहिलं तर इतर विद्यार्थ्यांना लाज वाटत होती.

आपल्यापेक्षा वीस वर्षांनी लहान असलेल्या आचार्य धर्मपालांचे हात-पाय ते मोठ्या श्रद्धा-भक्तीनं चोळून देत होते. त्यांचं अंघोळीचं पाणी ओढून देणं, कपडे धुऊन देणं, ही कामंही करत होते. गुरूंना जेवण आणून देणं, त्यानंतर उष्टं-खरकटं काढून जमीन सारवणं आणि खरकटी भांडी धुणं ही कामंही ते मनापासून करत. शांतपणे बसून गुरूंची प्रवचनं ऐकत होते. धर्मपाल साऱ्या नालंदेचे प्रधान आचार्य होते. हे वृद्ध त्यांच्याच खोलीत वास्तव्य करून त्यांची सेवा करत. शिष्य होऊन राहणाऱ्या त्या वृद्धाची विद्वत्ता केवढी असेल, त्याची कल्पनाच केलेली बरी! त्यांना शिकवताना धर्मपालांसारख्यांचा आत्मविश्वासही डळमळीत होई, असं इतर पंडित बोलत असल्याचं मीही ऐकलं होतं. त्यामुळे स्वत:चा आत्मविश्वास राखण्यासाठी धर्मपाल त्यांच्या पूर्वीच्या धर्मसिद्धान्तावर वरचेवर वाद करत, असंही विद्यार्थी

म्हणायचे. एकदा अशा प्रसंगी या वृद्धांनी त्यांना स्पष्टच सांगितलं, "त्यात अपूर्णता आहे, हे पटल्यामुळेच मी हा धर्म स्वीकारला आहे. जे सोडून आलोय, त्यावर टीका करण्यापेक्षा, या धर्मातल्या तत्त्वसिद्धान्ताचा अभ्यास करणं श्रेयस्कर ठरेल." आचार्य गप्प बसले. तरीही राग दडपून ठेवण्याची शक्ती नसलेल्या या गुरूविषयी किंचितही असमाधान न दर्शवता ते गुरुसेवा करत होते. ग्रंथ-भांडारात बसून ते तयार करत असलेली ग्रंथाची प्रत तर मी स्वत: पाहत होतो. गुरूकडून अध्यापन होवो न होवो, ते स्वत: एकेक ग्रंथ निवडून शोधून त्याचं अध्ययन करत होते. त्यात काही अडचणी आल्या, तर आपण होऊन आपल्या गुरूंना विचारत होते. ही व्यासंग-व्याप्ती आणि व्यासंगाची तीक्ष्णता मला साऱ्या नालंदेत इतर कुणामध्येही दिसली नाही.

हा कोण असेल, हे कुतूहल जेव्हा अनावर झालं, तेव्हा मी विचारलं, "आपलं पूर्वधर्मातलं नामधेय काय?"

"स्मरणही पुनरुत्थानच आहे. पुनरुत्थानासाठी मी धर्म सोडला नाही."

हे एक महान पंडित-महा-वेद-ज्ञानी होते. तिथं अपूर्णता जाणवल्यामुळे ते तथागताला शरण आले होते, याविषयी माझी खात्री झाली. इथं आल्यापासून एक गोष्ट मला स्पष्टपणे दिसत होती. बौद्ध धर्मातील प्रकांड आचार्यांमधले बरेचसे पूर्वाश्रमीचे वैदिक होते. त्यांनी वेद-वेदांगाचा सखोल अभ्यास केला होता. मोग्गलान, सारिपुत्त, नागसेन, वसुबंधु, नागार्जुन, भ्रतुहरि, अश्वघोष, विज्ञाग, दिवाकरसेन, शीलभद्र यांसारखे वैदिक धर्मातले घटानुघटी! त्यांनी का आपल्या धर्माचा त्याग करून तथागत धर्माचा स्वीकार केला असेल? त्यांना वेद-वेदांग भाकड वाटले असतील काय? यज्ञ-याग म्हणजे डोंबाऱ्याचा अर्थहीन खेळ वाटला काय त्यांना? उपनिषदातील पूर्णता त्यांना वास्तवाशी संबंध नसलेली, अमली प्रभावातून जन्मलेली कल्पना वाटली काय? काहीही शाश्वत नाही. आत्मा नावाची वस्तू शाश्वत आहे. हेही खोटं आहे, क्षणिकत्व हेच सत्य आहे. शाश्वत वस्तूची कपनाच सगळ्या आशांचा आधार आहे, ते बुडबुड्याप्रमाणे फुटलं नाही, तर दुःखाचं मूळ नष्ट होणं अशक्य आहे, यावर त्यांचा विश्वास बसला काय? शून्य हेच सत्य आहे – दुःख हेच सत्य आहे – आनंदच मिथ्या आहे, असं मानून तळमळत त्यांनी हा मार्ग धरला असेल काय? अशा परिवर्तितांचं सत्त्व आत्मसात करूनच बौद्ध धर्म एवढ्या मोठ्या प्रमाणात व्यापून राहिलाय काय? यांसारख्या प्रश्नांमध्ये मीही घेरला गेलो. बौद्ध भिक्खूंमध्ये जातिभेद नाही. बुद्धाच्या प्रिय शिष्यांपैकी उपाली हा जन्मानं नापित. वैदिक समाजात खोलवर मुळं रोवलेल्या जातिव्यवस्थेची किळस येऊन ह्या साऱ्या विद्वानांनी वैदिक धर्माचा त्याग केला आणि बौद्ध होऊन नव्या धर्माचे प्रचारक झाले काय? या प्रश्नानंही मला बरंच छळलं. कारण अशा प्रकारे धर्मपरिवर्तन केलेल्या

विद्वानांनीही तत्त्वज्ञानाचाच आणखी-आणखी खोल विचार केला आणि मीमांसा करत ग्रंथरचना केली.

पण त्यांपैकी कुणीही जातिव्यवस्था नष्ट करण्यासाठी सामाजिक कार्य करण्यात भाग घेतला नाही.

एकदा रत्नोदधीमध्ये पद्मासनात बसून एका ग्रंथाचं एकाग्र मनानं अध्ययन करणाऱ्या त्या वृद्धांपुढे मी माझा हा प्रश्न दबलेल्या स्वरांत मांडला.

"बौद्ध धर्मातील अनेक महापंडित पूर्वी वैदिक धर्मात होते. त्यांनी का त्या धर्माचा त्याग केला?"

त्यांनी मान वर करून माझ्याकडे क्षणभर पाहिलं, नंतर म्हणाले, "मी अजून विद्यार्थी आहे. अध्ययन पूर्ण झाल्याशिवाय अशा प्रकारच्या प्रश्नांना उत्तर कसं देऊ?" एवढं बोलून पुन्हा त्यांनी दृष्टी ग्रंथावर खिळवली. आणखी बोललं, तर ते संतापतील, या विचारानं मीही गप्प झालो आणि मागं वळलो.

माहिष्मतीच्या पाठशालेप्रमाणे इथंही प्रात: आणि सायं पूजा व्हायच्या. पण माहिष्मतीला मूर्तीची पूजा नव्हती. सकाळी उठताच तिथले सुमारे शंभर विद्यार्थी एकत्रितपणे वेदमंत्र म्हणत होते. संध्याकाळीही सामूहिक पठण होत होतं. शिवाय प्रत्येकानं स्वतंत्रपणे करायचं संध्यावंदन. नालंदामध्ये मात्र सामूहिक पूजेला विशेष महत्त्व होतं. शिवाय मूर्तिपूजा असे. बौद्ध धर्माच्या सुरुवातीच्या काळात असलेलं चैत्य-वंदनही होतं. भल्या पहाटेच जोरानं घंटांचा आवाज केला जाई. प्रत्येक गुरू आणि शिष्य यांनी झोपेतून उठलंच पाहिजे. शेकडो-काही वेळा तर हजारो भिक्खू मध्यभागी निर्माण केलेल्या तळ्यांकडे छोट्या-छोट्या समूहात विभागून स्नानासाठी चालू लागत. सगळे स्नान करून माघारी आल्यानंतरच पूजेचा मुख्य अर्चक मोठ्यानं घंटानाद करायचा. सगळे पुन्हा एकत्र जमल्यावर एका छत्राखाली बुद्धाची मूर्ती मिरवत आणल्या जायच्या. काही मुली वाद्यसंगीताच्या ताला-सुरात गाणी म्हणत. भांड्यांमधून विविध प्रकारची सुगंधी द्रव्यं पूजेसाठी घेऊन येत. सोनं, चांदी, तांबं किंवा दगड यांमधून बनवलेल्या मूर्ती भांड्यांमध्ये ठेवून सुगंधी द्रव्यांनी त्यांना स्नान घातलं जायचं. त्यानंतर शुभ्र वस्त्रांनी मूर्ती पुसून, देवालयात नेऊन त्यांची प्रतिष्ठापना केली जायची. नाना प्रकारच्या सुंदर फुलांनी अलंकृत करून पूजा केली जायची. ही सामूहिक पूजा केवळ प्रमुख देवालयात चालायची, असंही नाही. प्रत्येक विद्यार्थ्यांच्या विहारात मूर्ती ठेवण्यासाठी एक कोनाडा ठेवलेला असे. त्यात बुद्धाची मूर्ती ठेवून तिची दररोज धूप-दीपासह पूजा केली जायची. गुरू-शिष्यानं मिळून करण्याच्या या कर्मकांडात कधीही खंड पडता कामा नये, असा तिथला दंडक होता. शुद्ध वैदिक परंपरेच्या मंडनमिश्रांच्या पाठशाळेत शिकलेल्या माझ्या सारख्याला ही मूर्तिपूजा

विचित्र वाटत होती. मूळ वैदिक लोक मूर्ती बनवत नाहीत आणि तिची पूजाही करत नाहीत. होम-हवन, यज्ञ-देवता ही त्यांची दैवतं म्हणजे मंत्रांनी आवाहन करायची तत्त्वं! सोने, चांदी, तांबं यांपासून बनवलेल्या हात, पाय, चेहरा असलेल्या व्यक्ती नव्हत्या. या बौद्धांनी किती देव-देवता निर्माण केल्या आहेत! किंवा असं म्हणता येईल, वैदिक परंपरेनं निर्माण केलेल्या देव-देवतांचं रूपांतर करून घेतलं आहे. स्थपतीकडून आणखी माहिती मिळू शकेल याविषयी.

याशिवाय चैत्यवंदना नावाचं आणखी एक नित्यकर्म तिथे विशिष्ट दिवशी चालायचं. अपरान्ह वेळी किंवा संध्याकाळी अंधूक उजेडात सगळे भिक्खू घोळक्या घोळक्यानं आपापल्या विहाराच्या मुख्य दाराबाहेर येऊन, विद्यालयाच्या मध्यभागी असलेल्या मुख्य स्तूपाला तीन वेळा प्रदक्षिणा घालत आणि फुलं आणि धूप अर्पण करत. सगळे मांडी घालून बसल्यानंतर एखादा सुरेल आवाजाचा भिक्खू महागुरूच्या सुशील गुणांचं वर्णन करणारी दहा-वीस स्तोत्रं म्हणायचा. त्यानंतर ते घोळक्यानं विहाराच्या सभागृहात परतायचे. सगळे स्थानापन्न झाल्यावर पाठक एक छोटं सूत्र वाचून दाखवायचा. त्यानंतर अश्वघोषानं रचलेली तीन भागांत विभागलेली स्तोत्रं म्हणायचे. या अश्वघोषाला बौद्ध पूज्य मानायचे. पहिल्या भागात त्रिरत्नांची स्तुती, दुसऱ्या भागात बुद्धाची वचनं आणि तिसऱ्या भागात प्रत्येकाचं शील जपलं जावं, म्हणून प्रार्थना होती. हे पठण झाल्यावर सगळी सभा 'सुभाषित!' असा उदगार काढत असे. पाठक सिंहासनावरून खाली उतरल्यानंतर मुख्य भिक्खू उठून आपल्याहून श्रेष्ठ भिक्खूंना नमस्कार करायचे. इतर दिवशी एक भिक्खू प्रत्येक खोलीपाशी जाऊन श्लोक म्हणायचा. त्याच्या मागोमाग लहान विद्यार्थी धूप घेऊन फिरायचे आणि त्या परिसराचा काना-कोपरा सुगंधी धुरानं भरून जायचा. त्याचाच परिणाम म्हणून रात्री तिथं डास आणि चिलट यांचा अजिबात त्रास नसायचा.

महिनाभर राहून वज्रपाद मथुरेला परतले. स्थपती मात्र इथं एक वर्षभर राहणार होता. इथले विहार आणि चैत्यच नव्हे, त्याला बौद्ध तंत्र-साधनेचाही अभ्यास करायचा होता. त्याशिवाय त्याला बौद्ध तत्त्वांचं गुह्य प्रतीक साकार करून ते शिल्पामध्ये खोदणं शक्य होणार नव्हतं. त्याला इथलं अध्ययन-अध्यापनच प्रमुख असलेलं वातावरण नवं नव्हतं. शिल्पशास्त्राशी संबंधित ग्रंथांचा त्यानंही अभ्यास केला होता. घरीच वडिलांनी त्याला त्याचे पाठ दिले होते. शतकापूर्वीपासून साकार होत असलेलं नालंदा अजूनही विस्तारत होतं. नवे-नवे विहार, स्तूप, चैत्य, मूर्ती निर्माण होत असल्यामुळे इथं अनेक शिल्पी होते. शिल्पशास्त्रावरच्या केवळ ग्रंथांचं अध्ययन नव्हतं. शिवाय त्याला समजावून घ्यायचं होतं ते बौद्ध तत्त्वांचा अर्थ, प्रतिकं आणि संज्ञा. जुन्या ओळखीचा धागा पकडून स्थपती मला अधूनमधून येऊन

भेटत होता. तो बौद्ध झाल्यामुळे त्याची राहायची जागा दुसरीकडे होती. तरीही दिवसातून एकदा तरी मला भेटल्याशिवाय त्याला समाधान वाटत नव्हतं. मी त्याच्या बायको-मुलांना भेटलो होतो. त्यामुळे त्यांच्याविषयी माझ्याशी थोड्या गप्पा मारून तो स्वत:चं समाधान करून घ्यायचा. आपल्याला समजलेली तंत्र-तत्त्वं मलाही सांगायचा. त्यामुळे मुद्दा त्याचा त्यालाच स्पष्टही व्हायचा. मलाही त्याचा फायदाच व्हायचा. कारण माझे गुरू मला तंत्रमार्गानं जाणाऱ्या वज्रयान आणि सहजयानाविषयी काहीही सांगायचे नाहीत.

स्थपती मला सांगायचा – ''प्रज्ञा आणि उपाय यांमध्ये प्रज्ञा ही स्त्री आणि उपाय हा पुरुष. या दोन्हींच्या मीलनातून निर्माण होणारा प्रज्ञोपाय अद्वय आहे. प्रज्ञारूपी स्त्री शक्तिरूपी पुरुषाचा स्वीकार करते आणि अद्वय होतं.''

मी म्हटलं, ''यात नवं काहीच नाही-'' आणि त्याला तंत्रमार्गावरील माझे अनुभव थोडक्यात सांगितले.

त्यानं डोळे विस्फारून विचारलं, ''तुम्ही स्वत: अशा प्रकारची साधना केली आहे? मला सांगा. सगळं बारकाईनं सांगा!''

त्याआधी मी वज्रपादांना माझे अनुभव सांगितले होते. आता स्थपतीलाही साऱ्या तपशिलासकट सांगितलं. तो लगेच म्हणाला, ''गुह्य-समाज हेच सांगतो. वज्र हेच सत्य आहे. विश्वाची एकात्मता. स्त्री-पुरुष, आई-पत्नी, फळ-मांस, भंत-अमेघ यांत काहीही भेद नसल्याची भावना. क्षणिक अशा रूप, गंध, रस, स्पर्श यांमध्ये अक्षिकत्त्व अनुभवण्याचा भाव.''

''मी साधना केली होती, तेव्हाही हेच सांगण्यात आलं होतं. तुम्ही जे म्हणता, तेच योनिपूजेत साधलं जातं, असं म्हणतात.''

''तुम्ही तेही कलंय? कसं? त्याचाही सविस्तर तपशील सांगा. कशा क्रमानं पूजा केली जाते?'' त्याच्या आवाजातली उत्सुकता लपत नव्हती.

''ते सांगण्यात अर्थ नाही. कारण त्यामुळे मला काहीच लाभलं नाही.'' त्यानं कितीही आग्रह केला, तरी मी काही सांगितलं नाही. चंद्रिकेविषयी याला सांगायची मला इच्छा झाली नाही. एका असह्य क्षणी वज्रपादांना सांगितलं असलं, तरी आता माझी मन:स्थिती तशी राहिली नव्हती. शिवाय किती केलं, तरी ते संयमी होते. याची तशी खात्री नव्हती.

नवं काही समजलं किंवा सुचलं की, स्थपती मला त्याच दिवशी येऊन सांगायचा. ''तथागतांनी सांगितलेलं बदल न होणारं गुह्यच अनंत सत्य-तेच वज्र. आचार्य नागार्जुनांनी सांगितलेली शून्यता, आचार्य वसुबंधूंनी सांगितलेली विज्ञप्ती-मात्रता म्हणजेही तीच.''

"उपनिषदातल्या ब्रह्म-कल्पनेत आणि यात काय फरक आहे?'' मी विचारलं.

दोन्हींची मुद्देसूद तुलना करून आपला मुद्दा पटवून सांगण्याइतकी शक्ती त्याच्यापाशी नव्हती.

"डाव्या बाजूच्या इडानाडीमध्ये व्यक्त होणारं बुद्धतत्त्व म्हणजे पुरुष. उजव्या बाजूच्या पिंगळा नाडीमध्ये व्यक्त होणारं बुद्धतत्त्व म्हणजे स्त्री. ही दोन्ही तत्त्वं सुषुम्नावस्थेत एक झाली असता सिद्धी प्राप्त होऊन महामुद्रेचाही लाभ होतो. बुद्धत्व म्हणजे स्त्रीरूपी प्रज्ञा आणि पुरुषरूपी उपायातील अभिन्नत्व.'' एकदा मला पाहताच त्यानं उत्साहानं सांगितलं.

"नाडींमध्ये वाहणारा प्राणवायू योगसाधनेद्वारे नियंत्रित केला, तर काळाच्या भोवऱ्याबाहेर येऊन रोग आणि मृत्यू यांच्या दुःखाचं निवारण करता येईल.'' असंही आणखी एका दिवशी त्यानं सांगितलं.

त्याच्याबरोबर अध्यात्म-चर्चेमध्ये पडायची माझी मुळीच इच्छा नव्हती. कारण तो मूलतः शिल्पी, कलाकार. ऐकलेली तत्त्वं शिल्पाच्या प्रतिमांमधून अभिव्यक्त करणं हेच त्याचं मुख्य ध्येय. अशा प्रकारचं तत्त्व व्यक्त करायचं म्हटल्यावर, चेहऱ्यावर अमुक भाव दाखवला, तर ठीक होईल की नाही, याचा विचार करत राहायचा. शरीराची भाषा नीट समजावून न घेता दगडात शिल्प कोरलं, तर निरर्थक नाही का होणार? असा त्याचा प्रश्न होता. त्याच्या शिल्पकलेतल्या समस्या मला पूर्णपणे उमजत नव्हत्या. त्याचीही तशी अपेक्षा नव्हती. त्याला त्याच्या समस्या लक्ष देऊन ऐकणारा एक श्रोता हवा होता. तेवढा हेतू माझ्यामुळे साध्य होत होता.

एका दुपारनंतर स्थपती मला शोधत आला. काहीतरी अत्यंत महत्त्वाचं सांगत असल्याप्रमाणे आजूबाजूला कुणी ऐकत नसल्याची खात्री करून घेऊन हलक्या आवाजात म्हणाला, "उद्या रात्री एक तंत्रयानी युगनग्ध-साधना करणार आहे. पौर्णिमेच्या चांदण्यात ही पूजा करायची असते म्हणे! मी ती पाहिली, तर चालेल, अशी त्यानं परवानगी दिली आहे. शिल्पकलेच्या माध्यमातून धर्मप्रसार होतो, म्हणून त्यानं ही मान्यता दिली आहे. आम्ही दोघं येऊ, असं मी त्याला सांगितलंय. आमच्या गुरूंनी ही सारी व्यवस्था केली आहे. तुम्ही माझ्याबरोबर चला. मी जेव्हा मातीत मूर्ती बनवेन, तेव्हा ती योग्य झाली आहे की नाही, हे कुणीतरी सांगायला हवं ना! तुमच्यासारख्या जाणकारानं ही जबाबदारी घेतली, तर बरं होईल.''

खरं तर मला ही साधना बघण्यात मुळीच रस नव्हता. देहाचं प्रतीक बनवायचं आणि नंतर प्रतिकाचीच पूजा करायचा हा मार्ग! पण स्थपतीच्या दृष्टीनं ती एक शिल्प करण्याची संधी! मी त्याच्याबरोबर जायला तयार झालो. राजगृहाच्या भोवतालच्या टेकड्यांवर ही साधना होणार होती. नालंदाला आल्यानंतर आठवडाभरातच मला

तिथं पाठवलं होतं. बुद्धानं जिथं प्रवचन केलं, ते वेणुवन तिथं आहे. तो तिथं अनेकदा आला होता म्हणे. बिंबसाराच्या काळी, म्हणजे हजार वर्षांपूर्वी तीच मगधची राजधानी होती म्हणे. त्याही आधी महाभारताच्या काळी तीच जरासंधाची राजधानी होती आणि गिरीव्रज नाव होतं, असंही त्या वेळी स्थानिक लोकांनी सांगितलं होतं. आता मात्र तिथं दगड-धोंडे आणि बाभळीची झुडपं माजली होती. खडबडीत जमिनीवर वड-पिंपळ आणि इतर मोठमोठे वृक्ष माजले होते. तिथं रानटी प्राणीही मोठ्या प्रमाणात असल्याचं सांगितलं होतं. भीम आणि जरासंध यांची जिथं अखेरची कुस्ती झाली, त्या जागी मध्यरात्री गेलं, तर तिथं आपण युगनग्ध-स्थितीत असेन, असं त्या बौद्ध तांत्रिकानं सांगितलं होतं. त्यानं आणखीही बजावून सांगितलं होतं, आधीचे तंत्र-विधी इतरांनी पाहणं निषिद्ध असल्यामुळे, त्या वेळेआधी अजिबात यायचं नाही. तो डोंगराळ प्रदेश तंत्रसाधकांचा अड्डा झाल्याचं मीही ऐकलं होतं. तंत्र-साधनेनुसार त्या स्थानाचं काही माहात्म्यही असेल.

राजगृहालगतची ती डोंगराळ रानं नालंदेहून सात-आठ कोस अंतरावर होती. आम्ही दिवसा-उजेडीच तिथं जाऊन ती जागा पाहिली. पुन्हा मागं वळून तिथून दोन कोस अंतरावर असलेल्या एका विहारात येऊन विश्रांती घेतली. जेवण केलं.

दिवस मावळल्यावर चांदण्यांच्या उजेडात आम्ही निघालो. परस्परांबरोबर काही बोलताही येत नव्हतं. पावलांचा आवाज येईल, म्हणून आम्ही पादरक्षाही घातल्या नव्हत्या. त्या युगनग्ध अवस्थेतल्या तांत्रिकाच्या साधनेत कुठल्याही प्रकारे बाधा येऊ नये, याविषयी आम्ही जागरूक होतो.

मध्यरात्र झाली होती. चंद्र मस्तकावर आला होता. त्याच्या प्रकाशात एका सपाट कातळावर एक व्यक्ती उभी होती. दोन्ही हातांनी काहीतरी पेलून धरल्याचं एवढ्या अंतरावरूनही लक्षात येत होतं. आणखी सावधपणे पावलं टाकत आम्ही आणखी जवळ गेलो.

तांत्रिक दोन्ही पाय घट्ट रोवून उभा होता. त्याच्या नग्न देहाला कमरेकडून दोन्ही पायांनी वेढून दोन्ही हात त्याच्या गळ्यात घातलेल्या अवस्थेत एक स्त्री होती. तीही संपूर्ण नग्न होती. तिच्या वयाचा अंदाज येत नसला, तरी चांदण्याच्या प्रकाशात मंदपणे चमकणाऱ्या पाठ-बाहू-मांड्या-नितंबांवरून वय फारसं नसावं, हे लक्षात येत होतं. तो दृढ कायेचा होता. त्याच्या देहाला लगटलेली ती सडपातळ होती. दोघंही मैथुनावस्थेत असल्याचं स्पष्ट होतं. बौद्ध तांत्रिक असल्यामुळे त्याच्या मस्तकावर जटाजूट नव्हते. तुळतुळीत मस्तक, गाल, हनुवटी चांदण्यात चकाकत होती. त्याचे डोळे ध्यानलीन अवस्थेत असल्याप्रमाणे मिटले होते. मी नि:शब्दपणे त्याच्या पाठीशी गेलो. तिचे डोळेही अंतरलीन झाले होते. ती मैथुनक्रियेतील लीनता की ध्यानावस्थेतील लीनता, हे मला समजलं नाही. ते दोघेही निश्चल उभे होते. ती

कितीही कृश असली, तरी तिचा देहभार पेलून हा इतका वेळ कसा निश्चल राहिला, याचं मला आश्चर्य वाटलं. तिलाही एवढा वेळ अशा अवघड अवस्थेत उभं राहून हाता-पायांना रग लागत नसेल काय? ते दोघंही हटयोगात मुरलेले असतील काय? युगनग्ध-साधनेसाठी उभंच का राहिलं पाहिजे? त्याऐवजी एखाद्या सहज आसनाचा अवलंब का करू नये?

स्थपती त्या दोघांच्या आणखी जवळ गेला होता. त्या अवस्थेत असणारी दोघांच्या देहांची कमनीयता आणि दोघांच्या चेहऱ्यावरचे मग्न भाव अधिकाधिक निरखून टिपून घेण्याची त्याची धडपड चालली होती. तो कितीतरी वेळ विविध कोनांमधून त्यांचं निरीक्षण करत होता. प्रत्यक्षात किती वेळ गेला कोण जाणे. मला मात्र त्या निश्चल, नि:शब्द ऐक्याचा काळाशी काहीही संबंधच नसावा, असं वाटत होतं. या निश्चल, नि:शब्द काळाचा अंत कधी होणार? ते दोघं केव्हा विलग होणार? ते विलग झालेल्या क्षणी आम्ही तिथं राहावं की राहू नये? काही केलं, तरी हा गुह्यमार्ग, गुह्य-साधना. हे संपल्यावर काही तांत्रिक विधीही असतील. आणखी निरीक्षण केलं, तेव्हा जवळच जमिनीवर हळद-कुंकू, गाठी मारलेले सुताचे धागे, कापून-पिळून टाकलेलं लिंबू यांसारख्या काही वस्तू दिसल्या. माझ्या दृष्टीनं त्या परिचित वस्तू होत्या.

आणखी इथं थांबणं योग्य नव्हे, असं मला तीव्रपणे वाटू लागलं. सावधपणे मी स्थपतीकडे गेलो आणि त्याच्या बाहीला हलकेच स्पर्श करून निघायची खूण केली. एखादी कलाकृती निरखत असल्याप्रमाणे मग्न झालेल्या स्थपतीनं खुणेनंच सांगितलं, ''एवढी घाई का करता? थोड्या वेळानं जाऊ या.''

त्याला खुणेनंच 'यानंतर इथं राहणं धोक्याचं आहे –' असं सुचवून मी हलक्या पावलांनी तिथून चालू लागलो. शंभर पावलं चालून गेल्यावर मागं वळून पाहिलं, तेव्हाही कलत्या चंद्रप्रकाशात ती निश्चल आकृती पुसट दिसत होती. तीही साधकांपैकीच असेल की, पैशाच्या मोहापायी आलेली वेश्या असेल? एवढा वेळ अशा अवस्थेत निश्चल राहण्याची शक्ती सामान्य वेश्येकडे नसेल, असं वाटलं.

थोड्याच वेळात स्थपतीही आला. दोघंही सुमारे हजार पावलं चालून गेल्यावरही आम्ही काही बोललो नाही. तो टेकडीचा भाग पूर्णपणे नजरेआड झाल्यावर तो हळूच म्हणाला, ''स्त्रीरूपी प्रज्ञा पुरुषरूपी उपायाशी एकरूप होण्याची कल्पना किती अद्भुतपणे साकार झाली होती. या दोहोंचा संगम म्हणजेच करुणेचा उगम. त्या दोघांच्याही चेहऱ्यावर ते भाव होते. शांती होती. तुमच्या लक्षात आलं काय?''

तसलं काही मला दिसलं नव्हतं. त्याच्या डोक्यात तीच तत्त्वं भरलेली असल्यामुळे त्याला तसं दिसलंही असेल. खरोखर तसे भाव होते म्हणायचे?

''तत्त्व आणि सिद्धान्ताच्या पातळीवर प्रज्ञेची व्याप्ती खूपच आहे. उपायाची

व्याप्तीही तशीच आहे. या दोहोंच्या संगमातून करुणेचा उगम होऊ शकेलही, पण त्याचं विवरण अर्थाच्या पातळीवर केलं पाहिजे. त्यांना स्त्री आणि पुरुष या प्रतिमांच्या पातळीवर आणून त्या दोघांच्या संगमाच्या चित्राद्वारे का सांगायचं?'' मी आक्षेप घेतला, पण स्थपतीला माझा आक्षेप पटला नाही.

तो म्हणाला, ''प्रतिमांच्या मार्गानं दाखवलं, तरच ती कला होईल ना! तुम्ही म्हणता ते तत्त्व आणि सिद्धान्त दृश्य चित्रांमधून कसं दाखवायचं?''

''जे दाखवणं शक्य नाही, ते दाखवायचा तुमचा तरी अट्टाहास का?''

''असं कसं? तुम्ही असं म्हणालात, तर दृश्यकला कशा वाढतील? तुम्हाला तांत्रिक मार्गाविषयी किळस आहे, हे मला ठाऊक आहे. पण या मार्गामुळेच वास्तू, शिल्प, चित्रकला यांसारख्या पुराण्या कलांना नवं प्रचोदन मिळालं. तुम्हीही पाहाल – वैदिक पुराणांची देवालयं असोत, बौद्ध आणि जैन देवालयं असोत. तांत्रिक प्रतिमांचा आधार घेऊन किती वेगानं वाढतात ते!''

हे सांगताना तो एखादं दार्शनिक सत्य उलगडून सांगावं, तसा उत्तेजित झाला होता. दोन्ही बाजूच्या डोंगरांना ऐकू जाईल, एवढा त्याचा आवाज चढला होता. मी मात्र आवाज न चढवता विचारलं, ''इंद्रियांच्या पातळीवरून वर चढलं पाहिजे, असं मूलतत्त्व सांगतं. त्याचं अत्यंत प्रलोभक प्रतीकांच्या साहाय्यानं सांगायची तुमची धडपड आहे. यात कदाचित कलावंतांचा सुकाळ असेलही, पण मूळ तत्त्वज्ञानाची काय गत होईल?''

मला काय म्हणायचं, ते त्याच्या लक्षातच आलं नाही. तो म्हणाला, ''माझ्या मनात जे आहे, ते मला शब्दांत सांगता येणार नाही. तुम्ही मला पंधरा दिवसांचा अवधी द्या, मग दाखवेन मी काय केलं ते! नंतर तुम्हाला समजेल.''

मीही पुढं काही विचारलं नाही. त्याचीही गप्पा मारायची इच्छा दिसली नाही. एखाद्या गंभीर कल्पनेत तल्लीन झाल्याप्रमाणे तो चालला होता – स्वप्न-रस! पसरवणाऱ्या भोवतालच्या चांदण्याकडेही त्याचं लक्ष नव्हतं. तसेच चालत सूर्योदयाच्या वेळी आम्ही नालंदेत पोहोचलो आणि आपापल्या वस्तिस्थानाकडे परतलो. संपूर्ण रात्रभर जागरण झालं होतं. त्यात एवढं अंतर चालून आल्यामुळे झालेली दमणूक. पण म्हणून दिवसा झोपायची सोय नव्हती. आल्या पावली मी अंघोळ करायला गेलो.

त्यानंतर दोन आठवडे स्थपती मला अजिबात भेटला नाही. पुढच्या अमावस्येच्या दिवशी मात्र मला शोधत आला, ''चला, दाखवतो –''

''काय?''

''ते विचारू नका. सांगितलं, तर सगळी मजा निघून जाईल. चला माझ्या घरी.'' मी त्याच्याबरोबर गेलो. अनेक पूर्ण आणि अपूर्ण दगडांच्या मूर्ती असलेल्या

इमारतीमध्ये एका कोपऱ्यात वस्त्रानं झाकलेली एक मूर्ती उभी होती. स्थपतीनं मला तिथं नेऊन त्यावरचं वस्त्र दूर केलं. पौर्णिमेच्या रात्री आम्ही पाहिलेल्या तांत्रिक जोडीचं ते शिल्प होतं. आम्ही पाहिलं होतं, त्याच अवस्थेतलं! निश्चलपणे उभ्या असलेल्या पुरुष-शिल्पाच्या पायांची दृढता योग्य प्रकारे दर्शवली होती. त्याच्या कमरेभोवती दोन्ही पाय आणि गळ्याभोवती दोन्ही हात वेढलेल्या स्त्रीच्या नितंबाचा आकार, पाठ, बाहू समारस्य भाव व्यक्त करत होते. तुळतुळीत मुंडन केलेल्या पुरुषाचा गुळगुळीत चेहरा आणि वेणी घातलेल्या स्त्रीच्या चेहऱ्यावर उमटलेले शांत भाव आणि तल्लीनता यांतून त्या दोघांची हृदयं अंतर्मुख होऊन एक झाल्याचं दिसत होतं.

"एवढ्या लवकर दगडात कोरूनही झालं?"

"तुम्हाला हा दगड वाटला? म्हणजे माझा बहुमान झाला म्हणायचा. तुम्हालाच सर्वप्रथम हे दाखवतोय. दगडात इतक्या लवकर खोदणं शक्य नसतं. आधी ही मातीत आकृती तयार करून घेतली आहे. शाडूची माती पायानं तुडवून मऊ करून घेतली आणि त्यात ही आकृती तयार केली. सुकायला इतके दिवस लागले. ओझं पेललं जावं, म्हणून त्या लोखंडी तारा घातल्या आहेत. कसं वाटतं?"

मी आणखी थोडा वेळ एकाग्र चित्तानं पाहिलं. त्यानंतर मनात आलं, ते सांगितलं, "परस्परांशी प्रेम, बुद्धी आणि भाव यांच्या पातळीवर सख्य असलेल्या जोडीची दीर्घ मैथुनानंतर जी शांती प्रकट होईल; ती इथं प्रगट झाली आहे."

माझं म्हणणं ऐकल्यावर तो पुन्हा त्या मूर्तीचं निरीक्षण करू लागला. इतर कुणीतरी बनवलेल्या मूर्तीचं निरीक्षण करत असल्यासारखे भाव त्याच्या चेहऱ्यावर उमटले होते. थोड्या वेळानं तो उद्गारला, "खरंय तुमचं!"

त्याचं निरीक्षण चाललं असता मी माझ्या मनाचा वेध घ्यायचा प्रयत्न करत होतो. त्यानंतर सांगितलं, "सुंदर आहे हे, पण हे पाहताच ज्याला प्रबुद्ध प्रेयसीच्या सहवासाचा अनुभव आहे, त्याला तिची आठवण छळल्याशिवाय राहणार नाही. खरं सांगा. तुम्ही गृहस्थाश्रमी. घर सोडून आठ महिन्यांपूर्वी इथं आलात. हे शिल्प पाहताना मन विचलित होत नाही?"

कुणीतरी अवचितपणे पकडावं, तशा भावनेची छाया त्याच्या चेहऱ्यावर उमटली. मन गोंधळल्याचं लक्षात आलं. तो म्हणाला, "तुम्हीही फार खोलात जाऊन विश्लेषण करता बुवा!"

त्याला फार छेडू नये, म्हणून मी गप्प बसलो. ती एक सुखाची अभिव्यक्ती करणारी अद्वितीय कलाकृती होती, याविषयी शंकाच नव्हती.

दुसरे दिवशी संध्याकाळी मला भेटून तो म्हणाला, "वज्रयान आणि सहजयान यांविषयी शिकवणाऱ्या आचार्य गुणिशीलांना बोलावून ते दाखवलं. अद्वय-स्थिती

समर्पकपणे व्यक्त झाली आहे. याचीच दगडात निर्मिती कर. देवालयाच्या बाह्य प्राकारावर ठेवता येईल, असा अभिप्राय त्यांनी व्यक्त केला. तुम्हाला मात्र त्यातला हा आध्यात्मिक अर्थ दिसत नाही. पाहणाऱ्याच्या मन:स्थितीप्रमाणे शिल्पातून अर्थ दिसू लागतो. तुम्हीही आणखी एकदा पाहा हवं तर.''

मी काही पुन्हा ते पाहायला गेलो नाही. एका दिवसात माझ्या मन:स्थितीत एवढा काही बदल होणं शक्य नव्हतं. माझा काही गुणिशीलांइतका तंत्र-मार्गाचा अभ्यास नव्हता. माझी आपली साधारण मानवाची बुद्धी होती, हे मी जाणून होतो. गुणिशीलांची मान्यता मिळाल्यावर स्थपतीलाही माझ्या कौतुकाची गरज राहिली नाही. माझ्यासारख्या सर्वसाधारण माणसाला मात्र हे पाहून दुसरा कुठलाही अर्थ समजणं शक्य नाही, हे माझं मन पुन्हा-पुन्हा सांगत राहिलं.

मंडनमिश्रांची पाठशाळा नेमकेपणानं पूर्व-मीमांसा करवून घेणारं केंद्र होतं. वेदोक्त जीवनादर्श वगळता तिथं आणखी कशाचाही पुरस्कार केला जात नव्हता. काटेकोर ब्रह्मचर्य-जीवन, समृद्ध पण औदार्यानं भरलेलं गृहस्थ-जीवन, वृद्धापकाळी साऱ्या गृहस्थ-जीवनातली कर्तव्यं-वीर्य-शौर्य ही या आदर्शाची लक्षणं. प्रतिफलाची अपेक्षा न करता, यांपैकी कुठलंही जीवन जगताना संकोचून जायची गरज नव्हती. कुठलाही प्राणी प्रतिफलाची अपेक्षा न करता कुठलंही कृत्य करत नाही, पण माणसाची पातळी प्राण्यापेक्षा उन्नत असणं अपेक्षित होतं. जे समृद्धपणे मिळवायचं, ते तितक्याच समृद्धपणे दान करायचं. श्रमच केले नाहीत, तर दान काय करायचं? यातलं संन्यासजीवन मात्र वैदिक काळात नसलेली आणि बौद्ध धर्माच्या प्रभावातून आलेली जीवनपद्धती, असं म्हटलं जात होतं. तिथंही बौद्ध आदर्शाच्या अगदी विरुद्ध मूल्यांचं प्रतिपादन केलं जात होतं. तरीही अगदी लहानपणापासूनच माझ्या अंतर्मनात बुद्धाविषयी सूक्ष्म आकर्षण होतंच. बुद्धी जागृत होत असलेला मुलगा पंखाच्या घोड्याकडे आकर्षित होतो, तशा प्रकारचं हे आकर्षण होतं.

समृद्ध राजगृह, युवराजपद, सुंदर शय्या, सुंदरी पत्नी, सुंदर दासी, गोजिरवाणं मूल-अगदी स्वप्नवत् लाभलेली सारी सुखं त्यागून, मध्यरात्री राजवाड्याचा त्याग करून, जीवनाचा अर्थ शोधण्यासाठी अरण्यात निघून गेलेला सिद्धार्थ! ''जीवन दु:खमय, सारं क्षणिक आहे. या क्षणिकाला शाश्वत मानणं हेच अज्ञान. शाश्वत असं काहीही नाही, सगळ्या आशा या अज्ञानातून जन्म घेतात, ही आशाच सगळ्या दु:खाचं मूळ आहे, हे मूळच काढून टाकलं तर दु:खाचं निर्मूलन होतं-'' असा बोध सांगणाऱ्या राजकुमाराच्या कथेवर मी मोहित झालो होतो. गुरुकुलांच्या यमनियमांविरुद्ध मन विद्रोह करत असताना ही कथा अधिकच आकर्षकपणे समोर येत होती. पण

प्रत्यक्ष अध्ययनाला सुरुवात झाल्यावर मात्र आरंभवाद, परिणामवाद, समवायी कारण, असमवायी कारण, निमित्त कारण, उपादानकारण, व्याप्ती, सत्कार्यवाद, असत्कार्यवाद यांसारख्या जिज्ञासांमध्ये सापडल्यावर राजकुमाराची सुंदर कथा रंजकता गमावत होती. 'आशा हेच दु:खाचं मूळ आहे' यांसारख्या साध्या सुरेख तत्त्वाचा इतर तत्त्वांबरोबरच्या मल्लयुद्धात चेंदामेंदा होऊन जात होता. अध्ययन म्हणजे सुंदर तत्त्वं आणि कथा यांची मोडतोड करणं, असं वाटून अधून-मधून अध्ययनाचा पराकोटीचा कंटाळाही येत होता.

मी इथं आलो होतो, बुद्धाच्या त्या मूळ तत्त्वांना सुगंध लाभेल या आशेपोटी. इथं येऊन पाहतोय, तर तर्काची गाठोडी पडलेली! वैभाषिक, सौत्रांतिक, योगाचार, माध्यमिक यांसारख्या शाखा झाल्या. पुढं वज्रयान-सहजयान नावाचे मार्ग झाले आहेत आणि त्यांचंच एकमेकांशी खंडन-मंडन चाललं आहे. त्याला वेगवेगळ्या देशांचे रंगही चढले आहेत. तांत्रिक मार्गाचाही अवलंब करून आमच्या स्थपतीनं तर नवा मार्गच निर्माण केलाय. त्यानं नुकतंच बनवलेलं शिल्प पाहून मन चंचल होत आहे. त्या युगलाच्या चेहऱ्यावर परस्परांच्या सान्निध्यामुळे उमटलेली अपार शांती मलाही हवीहवीशी वाटतेय. चंद्रिकेची आठवण-हताश-शून्य भाव! कला स्त्री-पुरुषाच्या आकर्षणापलीकडे जगू शकतच नाही काय? कितीही प्रयत्न केला, तरी या आकर्षणाच्या आधारानं जेवढी वाढेल, तेवढीच वाढेल. हे आकर्षण मागं टाकल्यानंतरच अध्यात्म साधतं. बुद्धानं सांगितलेलं तत्त्वज्ञान ह्या प्रकारचं होतं. ही यानं सांगतात ते नव्हे. ही युगनग्ध शिल्पं सांगतात, हे तत्त्वज्ञान नव्हे.

बुद्धाचं मूळ तत्त्वज्ञान कोण समजावून सांगू शकेल? इथं सगळ्यांना त्रिपिटक शिकवलं जातं. मीही शिकतोय. वेदोपनिषदांना सूत्र भयांच्या साखळीनं वेढून टाकावं, तसंच बुद्धाच्या साध्या-सरळ बोधनांना आचार्यांच्या, महाआचार्यांच्या व्याख्यानांच्या साखळ्यांनी वेढून टाकलं आहे. त्यातून सोडवून घेऊन सरळ बोधनं समजावून घेतली पाहिजेत.

एका मध्यरात्री झोप न आल्यामुळे कूस पालटत असताना मनात एक विचार आला. गयेला गेलं पाहिजे. बुद्धाला जिथे ज्ञानोदय झाला, तो बोधिवृक्ष तिथं आहे. त्याला काहीतरी स्थळ-महिमा असेलच. त्या वृक्षाखाली बसून मला स्वत:शीच सूक्तं वाचली पाहिजेत. त्यानंतर बोधिवृक्षाच्या छायेत बसून ध्यान केलं पाहिजे. मनात पूर्णपणे तोच भाव भरला पाहिजे.

चार-पाच दिवसांत हा विचार आणखी बळकट झाला. मला त्रिपिटक शिकवणाऱ्या गणसेनांना मी त्याविषयी सांगितलं.

"कितीतरी भिक्खू बोधिवृक्षावर दृष्टी खिळवून ध्यान करतात. त्या वृक्षाची पूजा करतात. बुद्धाला ज्ञानोदय झाल्यामुळे त्या वृक्षाला एवढं महत्त्व प्राप्त झालं आहे.

पण तुम्हाला धर्म-दीक्षा देण्यात आली नाही. रीतसर उपदेशही झालेला नाही. आधी तो होऊ दे.'' ते म्हणाले.

मला धर्मांतरामध्ये रस नसल्याचं मी त्याआधीच त्यांना सांगितलं होतं. पण आता संधी मिळताच तीच सूचना करताहेत हे!

''तिथं गेल्यावर अंतरंगाला काय अंतर्बोध होतो, ते बघू या. तिथं आधी गेलं पाहिजे, शांत बसलं पाहिजे, सूक्तं वाचली पाहिजेत, अशी आतून प्रेरणा होत आहे. जेवढी प्रेरणा होते, तेवढंच करावं-त्याहून जास्तीचं काही करू नये, असा नियम आहे माझा!'' मी मंदपणे हसत म्हटलं.

''जाऊन या. मी सांगेन विहार-पालकांना. तिथंही तुम्हाला तिथल्या विहारात उतरण्याची व्यवस्था करतो.'' तेही शांतपणे म्हणाले.

बुद्धगयेला पंडित वज्रासन म्हणायचे. वज्र म्हणजे शून्य. नालंदेहून तिथं जाणाऱ्या यात्रिकांची संख्या भरपूर होती. कुठल्याही देशातला यात्रिक असो, एकीकडे गेला की, दुसऱ्या ठिकाणीही जाऊन येत होताच. त्यामुळे मला एकट्यानं चालावंच लागलं नाही. दोघं त्रिविष्टुपचे, एक सिंहलदेशाचा आणि तिघं तक्षशिलेचे माझ्याबरोबर प्रवास करत होते. चांदण्याच्या प्रकाशात युगनग्ध पाहिलेल्या डोंगराळ भागातून चालत निघालो. तीन दिवसांनंतर बोधिवृक्षाला जाऊन पोहोचलो. याच वृक्षाखाली बुद्धाला ज्ञान प्राप्त झालं, असं सांगताच भक्तांनी भावुकपणे साष्टांग नमस्कार घातला. दीड हजार वर्षं तोच अश्वत्थ वृक्ष राहिला असेल काय, हा प्रश्न माझ्या मनाला टोकरू लागला.

तरीही भोवतालचं वातावरण शांत होतं. समोर उंच बुद्ध मंदिराचं शिखर दिसत होतं. भोवताली मोठमोठे वृक्ष होते. जवळच वाहणारी निरंजन नदी. याच नदीत बुद्धानं 'मी बुद्ध होणार, हे सत्य असेल, तर या नदीच्या प्रवाहाविरुद्ध तरंगू दे', म्हणत आपलं भिक्षापात्र सोडलं होतं म्हणे. ते भिक्षापात्र प्रवाहाविरुद्ध तरंगत जाऊन मागच्या बुद्धांना मिळालं म्हणे. थोडक्यात, सिद्धार्थाला आपण बुद्ध होणार असल्याचं आधीच ठाऊक होतं म्हणजे. ज्ञान प्राप्त झाल्यावर आठवडाभर याच परिसरात एकेका ठिकाणी बसून त्यानं स्वतःच्या बुद्धत्वाचा अनुभव घेतला म्हणे.

कितीतरी दिवस मी सकाळी उजाडल्यापासून मध्यरात्रीपर्यंत बोधिवृक्षापाशी बसून राहत होतो. आशा हेच दुःखाचं मूळ. तिचा त्याग केला, तर जीवनातून दुःखाचं निर्मूलन होईल, ही भावना मनाला सदादित भारून टाकत होती. येताना लिहून आणलेली सूक्तं, अधून-मधून वाचून पाहत होतो. मन पूर्णपणे बुद्धमय झालं होतं. त्याचा उपदेश, त्याचं व्यक्तिमत्त्व, त्याचं संपूर्ण जीवन-सारं काही अंतर्बाह्य भरून गेलं होतं. मनातल्या सगळ्या आशा सोडून दिल्या पाहिजेत. माझ्या मनात

आशा तरी कुठल्या आहेत? अलीकडे चंद्रिकेनं माझी बायको झालं पाहिजे, ही आशा मनात उमटेनाशी झाली होती. काही दिवसांत ती संपूर्णपणे नष्ट होऊन जाईल. त्यानंतर मी मुक्त होईन..

मनात 'मुक्त' हा शब्द उमटताच वाटलं-फार मोठा शब्द आहे तो! स्वत:च्या संदर्भात तो शब्द वापरावा, यासाठी मी कुठलीच मोठी साधना केलेली नाही. अगदी तो शब्द वापरला नाही, तरी ती स्थिती सध्या पुरेशी आहे. बुद्धाच्या उपदेशाचं आणखी मनन करत राहिलं पाहिजे-बस्स! रीतसर बौद्ध दीक्षा घ्यावी की घेऊ नये? दीक्षा न घेताही त्या तत्त्वांवर विश्वास ठेवून राहता येईलच ना! अमुक दिवसांत नालंदेला परतलं पाहिजे, असंही काही निश्चित नव्हतं. तिथले विद्यार्थी, वादविवाद, व्याख्यानं, चर्चा या सगळ्यांपेक्षा इथली शांतता मनाला बरी वाटत होती. धर्मशाळेत तिन्हीत्रिकाल साधा आहार मिळत होता.

एका सकाळी एका बेलाच्या झाडाखाली बसून समोरच्या बुद्ध मंदिराच्या शिखराचं निरीक्षण करत होतो. कमी रुंदीचं उंच आकाशात शिरलेलं शिखर पाहत असताना मी स्वत:च आकाशतत्त्व झाल्याचा भाव अंतर्मनात भरून गेला. मी त्या भावात लीन होऊन गेलो होतो. तोच कुणीतरी बोलून माझ्या तंद्रीचा भंग केला.

"आम्ही दूरच्या कर्नाटक देशातून आलो आहोत. तुम्हाला या देवस्थानचा आणि परिसराचा परिचय आहे काय?"

मी मान वळवून पाहिलं. सुमारे साठीचे गृहस्थ असावेत. सोबत आणखी एक जण त्याच वयाचे होते. दोघांच्याही मस्तकावर गंधाचं त्रिपुंड होतं. खांद्यावर यज्ञोपवीतही उठून दिसत होतं. ते संस्कृतमध्ये विचारत होते.

"हे बुद्धाचं मंदिर आहे. तो बोधिवृक्ष", म्हणत मी त्यांना मला ठाऊक असलेलं स्थळ-माहात्म्य सांगितलं. ते दोघं देवालयात गेले. मूर्तीला साष्टांग नमस्कार घालून त्रिवार प्रदक्षिणा घातल्यानंतर ते दोघंही काही क्षण डोळे मिटून ध्यानस्थ बसले. नंतर मला अपरिचित असलेल्या भाषेत परस्परांशी काही बोलले. अर्थ समजला नाही, तरी ते भक्ती-आदरानं काहीतरी बोलत असल्याचं माझ्या लक्षात आलं.

ते देवळाबाहेर आल्यावर मी त्यांना संस्कृतमध्ये विचारलं, "तुम्ही कर्मठ ब्राह्मण दिसता. तरीही बुद्धाच्या मूर्तीला एवढ्या भक्तिभावानं साष्टांग नमस्कार घातलात?"

"मग त्यात काय चुकलं? हाही विष्णूच्या दशावतारांपैकी एक आहे ना!"

"कुणी सांगितलं हे?"

"आमच्याकडचे आचार्य सांगतात. महाज्ञानी आचार्य आहेत."

"बुद्धानं वेदांचा धिक्कार केला, हे तुम्हाला ठाऊक आहे ना?"

"हो तर! भगवंताची निंदा करणं हाही स्तुतीचाच एक भाग आहे. स्तुतिपाठकापेक्षा

निंदकच खरा भक्त असतो.''

त्याचं बोलणं मला विचित्र वाटलं, तरी त्यात अध्यात्माची चमक दिसली. दिपून जाऊन काही क्षण त्यांच्याकडेच पाहत राहिलो. मग विचारलं, ''तुम्ही कसे या भागाला आलात?''

''गया-श्राद्ध करायला आलो आहोत. तिथं समजलं, बुद्धाला ज्ञानप्राप्ती झालेली जागा आहे म्हणून. म्हटलं, पुण्यस्थळी जाऊन दर्शन घेऊन यावं, म्हणून पायी इकडं निघालो. या फल्गू नदीच्या काठानं पाच कोस चालत गेलं की, येईल म्हणून सांगितलं.''

''पितरांना विष्णू-पाद प्राप्ती मिळवून देणारी गया इथून फक्त पाच कोसांवर आहे? काय म्हणाला या नदीचं नाव?''

''फल्गू-''

मी आश्चर्यचकित झालो. थोडा वेळ माझ्याकडे बघून ते म्हणाले, ''तुम्ही कदाचित तुमची शास्त्र-पुराणं वाचली नसतील. गयेला येऊन विष्णूपादापाशी पिंडदान केलं, तर मृतांच्या आत्म्याला कायमची सद्‌गती मिळते. त्यानंतर तुम्ही सांवत्सरिक श्राद्ध केलं नाही, तरी चालतं. पितृ म्हणजे केवल वडील नव्हेत, पितामह-प्रपितामह-मातामह-प्रमातामह-पितामही-मातामही अशा प्रकारे आईकडील सात पिढ्या आणि वडिलांकडील सात पिढ्या, इतर नातेवाईक, बंधू-बांधव यांचं श्राद्धकर्म इथं करतात. ज्यांना कुणी नाही, अशा व्यक्तींचंही केवळ नाव सांगून इथं श्राद्ध केलं, तर त्यांच्या आत्म्याची पिशाच्च योनीतून सुटका होते आणि त्यांना विष्णुलोक प्राप्त होतो. ज्यांना मुलं नसतील, तेही इथं स्वत:चं श्राद्ध करू शकतात- त्यामुळे मृत्यूनंतर पिशाच्च होऊन राहण्याचं टाळता येतं.''

ते सांगत होते, त्यात माझ्या दृष्टीनं काहीच नवं नव्हतं. कर्मठ ब्राह्मणघरात जन्मून, कर्मठ पाठशाळेत शिक्षण घेतल्यामुळे मला यापेक्षा कितीतरी जास्तीचा तपशील ठाऊक होता. वडिलांचं श्राद्ध करताना इतर ब्राह्मण आले, तरी मला मंत्र येत असल्यामुळे मीच मनात मंत्र म्हणून श्राद्ध करत होतो. गावात श्राद्ध करतानाही गयेच्या विष्णूपादाचा उल्लेख करत होतो.

पण बोधिवृक्षाला येऊन महिनाभर राहिलो, तरी स्वर्गाचा थेट मार्ग असलेल्या त्या गयेची मला अजिबात आठवण झाली नाही. का? भरतखंडातल्या कुठल्याही भागात राहणारा मुलगा इथं येऊन आपल्या माता-पित्याचं श्राद्ध केल्याशिवाय राहणार नाही. त्याशिवाय तो सुपुत्र ठरणार नाही, ह्या परंपरेचा असा कसा मला विसर पडला? एवढं माझं मन बोधिवृक्षापायी मग्न झालं होतं काय? की त्याचा विसर पडला होता?

सारा दिवस मी याच भावनेत होतो. असा कसा विसर पडला, असं वाटून

चकित होत होतो. वैदिक परंपरेपासून माझं मन किती लांब आलं होतं, त्याचंच हे द्योतक म्हणायचं! विशेष म्हणजे या विचारानं मनाला खेद झाला नाही. बोधिवृक्षाखाली बसून बौद्ध तत्त्वज्ञानाचं जे चिंतन केलं, त्यामुळे ही शक्ती प्राप्त झाली होती.

आणखी एखादा दिवस गेला आणि मनात आईची आठवण तीव्रपणे ग्रासू लागली. वडिलांच्या मृत्यूनंतर सारे विधी मी शास्त्रोक्तपणे केले होते. त्यानंतरही दर वर्षी त्यांचं श्राद्ध करत होतो. मथुरेत असतानाही विशिष्ट तिथी लक्षात ठेवून पिंडदान करत होतो. तांत्रिक झाल्यावर मात्र सगळं सोडून दिलं होतं. नारायण दीक्षितांकडून आईच्या मृत्यूची बातमी समजली; पण त्या वेळी शालिनीवरील संताप, तिचा प्रियकर अमरूकावरचा संताप, असाहाय्यक संतापानं तप्त झालेलं मन यांमध्ये 'मी आईचं अग्निकार्य केलं नाही,' याचाच मला विसर पडला. प्रायश्चित्त-श्राद्ध करून, त्यानंतर सांवत्सरिक श्राद्ध करायचं डोक्यात आलं नाही.

आता बोधिवृक्षापाशी असताना आईचं स्मरण चित्तावर उमटलं. माझी आठवण काढत ती मरण पावली आहे. सुनेचं चित्त विचलित झाल्याचं लक्षात येताच माझी आठवण काढत ती झुरणीला लागली असेल. सुनेवरचा राग, मुलाच्या विरहाचं रूप घेऊन तिच्या डोळ्यांमधून अश्रूरूपानं वाहिला असेल. मी पाच वर्षांचा झालो, तरी मला कढत पाण्यानं न्हाऊ घालून, जुन्या लुगड्यानं अंग पुसून, मला त्यात गुंडाळून, छातीशी धरून बाहेर घेऊन यायची, तेव्हा कशी रक्षित-रक्षिकेची भावना मनाला व्यापून टाकायची. पाच वर्षांचा झालो, तरी जेवणावरून माझी तक्रार चालायची. अशा वेळी मला कडेवर घेऊन गोष्ट सांगत घास भरवायची. घास खाल्ल्याशिवाय पुढची गोष्ट सांगायची नाही. अशा कितीतरी कोवळ्या आठवणी एकेका धाग्यानं समोर येऊ लागल्या. अप्पा तक्रार करायचे, "त्याचे लाड करून तू त्याला बिघडवून टाकशील." अशा वेळी मला पदरानं झाकून ती त्यांना सांगायची, "अहो, पण तो आहे तरी कुठं? गेलाय आजीच्या गावाला-" आणि मला स्वयंपाकघरात नेऊन सांगायची, "बघ! अप्पा कसे रागावताहेत! आता पटकन एवढं खाऊन टाक बघू!"

असल्या माझ्या आईला आणखी काही नको – चार दाणे तांदूळ, दर्भाच्या दोन काड्या आणि पळीभर पाणी! तेही मी सोडलं नाही. माझं मन खेदानं भरून गेलं. बुद्धाचं तत्त्वज्ञान चित्त-परिघापासून आत गेलं.

दोन दिवसांनंतर एक मार्ग दिसू लागला. मागं कितीही कर्मच्युती झाली असली, तरी कितीही कर्म-भ्रष्टता झालेली असली, तरी एकदा गया-श्राद्ध केलं की, झालं! पुढंही पुन्हा श्राद्ध करण्याची आवश्यकता नाही. इतक्या जवळ आलोय- जवळ कसला? गयेतच आलोय. विष्णूपादापर्यंत पायी जाऊन तिथं आई-वडील, पितामह-पितामही, मातामह-मातामही, प्रपितामह-प्रपितामही या साऱ्यांना पिंड

देऊन कर्म केलं पाहिजे, असं ठरवलं. श्राद्ध करण्यासाठी माझ्याकडे आवश्यक ते धन नव्हतं. धन तरी कशाला हवं? मलाच सारे मंत्र येतात. पण श्राद्धासाठी केवळ श्रद्धा पुरेशी नाही, साधनांसाठी धनही आवश्यक आहे, हे आठवलं. गयेत तीन दिवस काहीतरी काम करून धन संपादन करायचं किंवा भिक्षा मागायची, असं ठरवून दुसरे दिवशी सकाळी विष्णूपाद गयेच्या दिशेनं चालू लागलो.

अंदाजानंच एक आर्थिक सुस्थितीतलं घर हेरून भिक्षा मागताच त्या घरच्यांनी तांदूळ, तूप, गूळ, तीळ आणि दक्षिणेसाठी दहा निष्क दिले. सारं सामान नीट पंचात बांधून घेऊन मी फल्गू नदीच्या काठी आलो. सारं सामान ठेवत असताना मनात आलं, त्या वेळी मला सारे मंत्र येत होते, पण आता त्यातले काही विसरले असतील. शिवाय या विशिष्ट स्थानाचे म्हणूनही काही वेगळे मंत्र असतील. एखाद्या स्थानिक पुरोहितालाच आहे ते सारं सामान देऊन श्राद्ध-कर्म करण्याची विनंती करावी, हे बरं, असं वाटू लागलं.

पायी चालून आल्यामुळे पाय ठणकत होते. पोटात अन्न नसल्यामुळे थकवाही जाणवत होता. गुडघाभर पाण्यात पाय बुडवून एका नदीतल्या दगडावर बसून राहिलो. पाण्याला ओढ होती, त्यामुळे पायांना बरं वाटत होतं. समोर पाव कोस नदीचं पात्र पसरलं होतं. दोन्ही काठांवर वाळू पसरली होती. प्रवाहातल्या दगड-खडकांना ओलांडत नदी वाहत होती. मागं वळून पाहिलं. काठावर वटवृक्ष उभा होता. त्याच्या शेजारीही एक पिंड दिलं पाहिजे. जवळच एक मंडप होता. लगतच तीन दगडांची चूल पेटली होती. कुणीतरी पिंडदानाचा भात शिजवत असावं. माझं मन चुलीतल्या अग्नीवर केंद्रित झालं. बुद्धाचं सांगणं आठवलं. 'क्षणाक्षणाला भस्मसात होत असतानाही जसा अग्नी आपल्याला दिसतो, तसं जगाचंही आहे. प्रत्येक वस्तू प्रत्येक क्षणाला नाश पावत असते, तरीही आपण तिच्या अस्तित्वात गुरफटत असतो. किती खरं आहे ते! सारंच क्षणाक्षणाला नष्ट होत असताना, कशाचा कशाशी काय संबंध आहे? कुणी कशाला कुणाचं श्राद्ध करायचं? आत्मा शाश्वत आहे. देहाबरोबर तो नष्ट होत नाही. तो प्रेतलोक, यमलोक, ब्रह्मलोक, विष्णूपाद येथे वावरत असतो, या विश्वासावर श्राद्धकर्माचे विधी आधारलेले आहेत. सारंच क्षणिक मानलं, तर या कर्मांना काय अर्थ आहे? माता-पिता यांच्या विषयीच्या प्रेम-भावनेचा या कर्मकांडाशी काय संबंध? बुद्धानं तर या साऱ्या कर्मकांडाचं उच्चाटन करायला सांगितलं ना?'

पाण्यातली पावलं बाहेर न काढता मी तसाच बसून होतो. दुपार होऊ लागली, तसे अनेक जण पिंड प्रदान करण्यासाठी नदीच्या काठी येऊ लागले. त्यातल्या काही जणांनी माझ्याजवळ येऊन ''श्राद्ध करायचंय? कुठल्या देशातले?'' म्हणून चौकशी केली. मीही ''उद्या!'' म्हणून सांगितलं. श्राद्ध करायला आलो नाही म्हटलं,

तर शेजारी असलेल्या सामानाचा काय खुलासा करायचा!

संध्याकाळ झाली, तरी मन कुठल्याही निर्धारापर्यंत आलं नव्हतं. इथं श्राद्ध करणं आणि त्यानंतर बोधिवृक्षापाशी जाऊन बुद्धाच्या तत्त्वज्ञानावर चिंतन करणं मला असंगत वाटू लागलं. जवळचं सारं सामान नदीत अर्पण करून पुन्हा बोधिवृक्षापाशी निघून जायचाही निश्चय होत नव्हता. वैदिक परंपरेत माता-पित्याच्या श्राद्धाला जे महत्त्व आहे, ते कुठल्या यज्ञ-यागालाही नाही. इतर नित्यकर्मांमध्ये च्युती आली तरी चालेल, पण हे श्राद्धकर्म चुकता कामा नये, चुकलं तर रौरव नरकात जाऊन पडावं लागेल. कुठल्याही कारणासाठी भिक्षा मागितली नाही, तरी श्राद्धासाठी मिळालेल्या भिक्षेचा तिरस्कार करू नये, असा विश्वास असल्यामुळेच मी भिक्षा मागताच मला सारी भिक्षा मिळाली होती. जीवनातील अक्षणिकतेवर आधारलेलं हे कर्म आहे – मी या विचारात असतानाच सूर्यास्त झाला. आता घाईनं कुठल्याही निर्णयाला येण्यापेक्षा दुसरे दिवशीच निर्णय घ्यायचा, असं ठरवलं. अंघोळ करून सामानाचं गाठोडं घेऊन नदीकाठानं चालताना परगावच्या पांथस्थांना आठवडाभर राहण्या-जेवण्यासाठी म्हणून उभारलेल्या धर्मशाळेविषयी समजलं. मी मुकाट्यानं त्या धर्मशाळेच्या दिशेनं चालू लागलो.

आठवडा तसाच गेला. दिवसभर नदीत पाय सोडून बसून विचार केला, तरी कुठल्याही निर्णयापर्यंत येऊ शकलो नाही. अति-तर्क, बौद्ध धर्माचा प्रभाव यांमुळे माझा वैदिक धर्मावरचा विश्वास उडाला होता. त्याचबरोबर पुन्हा माघारी जाऊन बोधिवृक्षापाशी बसून चिंतन करण्यातही काही अर्थ दिसत नव्हता. किती केलं, तरी ती एका व्यक्तीच्या आधारानं विस्तारलेली श्रद्धा-राशी. रोग, वृद्धत्व, मृत्यू यांपासून कोण कायमचं दूर राहू शकतं? त्यामुळे विद्ध झालेल्या राजकुमारानं 'सर्व क्षणिकं' म्हणून सांगितलं. त्याच्या संदर्भात ज्या कथा रचल्या गेल्या, त्यावर त्यानंतरच्या साऱ्या श्रद्धा-विश्वास आधारल्या आहेत. बुद्धिमान तार्किकांनीही त्याच्या तत्त्वज्ञानाचं समर्थन करणारे तर्क आणि विचार सांगितले. आता विष्णूदेवाचे अंश घेऊन बुद्धदेव-पुराण रचून त्याचा प्रचार करत होते.

अशा परिस्थितीत माझा मार्ग कुठला?

मला काहीच कळेनासं झालं होतं. अशाश्वतावर विश्वास ठेवावा म्हटलं, तर सगळ्या अर्थांचा त्याग केला पाहिजे. पण शाश्वतावरचा विश्वासही पहिल्याइतका दृढ राहिलेला नव्हता. अशा द्विधा परिस्थितीत भिक्षा मागून आणलेले तांदूळ, तूप गूळ यांचं काय करायचं? हे दान माघारी देऊ गेलो, तर ते घेणार नाहीत. त्यांनी श्राद्धासाठी म्हणून दिलेलं दान मी खाऊ शकत नाही. अखेर पंचात बांधलेलं सारं सामान नदीत ओतून मी तिथून उठलो. कुठं जायचं? बोधिवृक्षानंही अर्थ गमावला होता. नालंदा गाव रुचिहीन वाटत होतं. इथल्या धर्मशाळांमध्ये परगावाहून आलेल्या

श्राद्धकर्म करणाऱ्यांना अन्न वाढायची व्यवस्था असल्यामुळे तिथं जेवणं म्हणजे फसवणूक केल्यासारखं वाटू लागलं. नालंदेत माझी आणखी एक पांढऱ्या कपड्यांची जोडी होती. ती घेतली पाहिजे. ज्या संस्थेनं इतके दिवस आपल्याला ठेवून घेतलं, त्यांना सांगून गेलं पाहिजे.

या कर्तव्याची जाणीव होताच मी रस्ता विचारत त्या मार्गाकडे वळलो.

नऊ

नालंदेला गेलो तेव्हा, तिथं माझ्यासारख्या बौद्धिक विद्यार्थ्यांचा क्षोभ होईल, अशी एक घटना नुकतीच घडली होती.

प्रज्ञाघन नावाचे ऐंशी वर्षांचे वृद्ध विद्यार्थी होते ना, त्यांना स्वत: पंडित धर्मपाल अध्यापन करत होते. संपूर्ण विद्यापीठाचे प्रमुख धर्मपाल! त्यांच्याकडून शिक्षण घेणं म्हणजे काही साधीसुधी गोष्ट नव्हती. अत्यंत बुद्धिवान विद्यार्थी निवडून, तेवढ्यांनाच ते शिकवायचे. काही वेळा प्रौढ विद्यार्थ्यांसाठी ते विशेष प्रवचनं देत. मला मात्र ती संधी मिळाली नव्हती. नालंदेत सर्वसामान्य विद्यार्थ्याला प्रवेशच मिळायचा नाही. तिथं आलेल्यांमध्येही जिज्ञासा, विद्वत्ता, वादशक्ती यांची तपासणी करून धर्मपाल पुढील ज्ञान द्यायचे. पंडित धर्मपालांचं नाव ऐकलं, तरी बौद्ध परिसरात-त्यातही नालंदेच्या परिसरात-लोक पटकन उठून उभे राहत. एवढा त्यांचा दबदबा होता. माझ्यासारख्याला त्यांचा शिष्य होण्याची संधी मिळणं केवळ अशक्य होतं. त्या पातळीचं अध्ययन, प्रौढता आणि श्रद्धा केवळ भिक्खूंच्याच अंगी असे.

नालंदेला पोहोचताच मला समजलेली घटना अशी – एकदा धर्मपाल प्रवचन देताना वेदांची निंदा करत होते. बौद्ध आचार्य आपल्या तत्त्वज्ञानाचं महत्त्व सांगताना आपल्या विरुद्धच्या धर्मात मान्यता पावलेल्या वेदांवर टीका करणं स्वाभाविक होतं. पण अनेकदा तर्कबद्ध टीका आणि निंदानालस्ती यांतल्या सीमा-रेखेचं भान न राहता निंदेचं प्रमाण वाढत असे. विद्यार्थीही यालाच शुद्ध तार्किक वादविवाद मानून त्याचंच अनुकरण करत. कुजकट आणि कडवट बोलणं हाच या वादविवादाचा भाग बनून जात असे. मला शिकवणाऱ्या गुणसेनांचीही हीच पद्धत होती. मी बालपणी माहिष्मतीला मंडनमिश्रांच्या पाठशाळेत इतर धर्मांचं-त्यातही प्रमुख असलेल्या बौद्ध धर्माचं खंडन करताना हेच काही प्रमाणात घडत असल्यामुळे, मला त्यात विशेष असं काही वाटलं नव्हतं.

पण जेव्हा धर्मपाल वेद-निंदा करू लागले, तेव्हा ऐंशी वर्षांच्या वृद्ध प्रज्ञाघनांच्या डोळ्यांमध्ये पाणी तरारलं. पंडित धर्मपालांची टीका आणखी तीव्र होऊन ते वैदिक ऋषींना 'ठग' म्हणून हिणवू लागले. त्या धर्मग्रंथांवर टीकाग्रंथ लिहिणाऱ्या प्रतिभावान विद्वानांना चोर म्हणून दोष देऊ लागले. आता मात्र प्रज्ञाघनांच्या डोळ्यांमधील अश्रूंचा बांध फुटला. धर्मपाल त्यांच्याकडे वळून म्हणाले, ''वेदांवरची टीका ऐकताना तुमच्या चेहऱ्यावर असंतोष उमटतो, हे माझ्या लक्षात आलं आहे. अलीकडे त्याचं प्रमाण वाढलं आहे. आज तर न राहवून तुम्ही अश्रू ढाळताहात. इतकी वर्षं वैदिक धर्माचं पालन केल्यानंतर तुम्ही बौद्ध धर्माचा अभ्यास करायला माझ्यापाशी आलात. त्यासाठी भिक्खूही बनलात. हे तर सगळ्यांना ठाऊक आहे. पण मागच्या धर्मात तुमचं नाव काय होतं, कुल-गोत्र कुठलं, याविषयी मात्र तुम्ही कुणालाही काहीही सांगितलं नाही. द्वारपालांनी प्रवेश देण्याआधी विचारलं, तेव्हा तुम्ही त्यांना सांगितलं, माझ्यासाठी मृत असलेल्या पूर्वायुष्याची आठवण ठेवण्यात काय अर्थ आहे? त्यामुळे तुमच्या मनात पूर्वायुष्याविषयी तिटकारा असल्याचं ते समजले. तुम्ही मुद्दामच ते लपवून ठेवलं आहे. तुम्ही कोण, याविषयी आता आम्हाला समजलं आहे. सांगा. इथं कोणता हेतू मनात धरून आलात, तेही सांगा.''

''मी तुमचा शिष्य आहे. धर्माच्या अंतरंगातील सूक्ष्म धागे जाणून घेण्यासाठी आलो आहे.'' प्रज्ञाघनांनी उत्तर दिलं.

धर्मपालांचा संताप आणखी वाढला, ''आता खोटेपणा नको. तुझा हेतू प्रामाणिक असता, तर तुझं पूर्वीचं नाव तू लपवून ठेवलं नसतंस. माझ्याकडून आमच्या धर्मातील बारीक-सारीक ज्ञान मिळवून त्यानंतर आमच्या पंडितांना वादविवादात हरवायचं, त्यावर ग्रंथ लिहायचे, हाच तुझा हेतू आहे, होय की नाही? बोल! तुझ्या वेदांची शपथ घेऊन सांग.''

''वेदांची शपथ घेणार नाही.''

''म्हणजे तू अंतर्यामी वैदिकच आहेस तर!''

प्रज्ञाघनांनी काहीच उत्तर दिलं नाही. धर्मपाल पुन्हा म्हणाले, ''तू कोण आहेस, हे मीच सांगतो. कुमारिल भट्ट! आमच्या धर्माचं खंडन करून ग्रंथरचना करणारा. आमच्या पंडितांना सार्वजनिकरीत्या आव्हान देऊन वादविवादात हरवून हजारो लोकांपुढे अपमानित करणारा वेदपंडित! बोल, खरं की नाही?'' त्यांचा आवाज टिपेला पोहोचला होता, ''रत्नसागर, रत्नोदधी, रत्नगंजकामध्ये असलेल्या दुर्मीळ ग्रंथांचं तू रात्रं-दिवस अध्ययन करत होतास, तेव्हा मी इतर प्रौढ विद्यार्थ्यांना याच प्रज्ञाघनाविषयी आदर्श म्हणून सांगत होतो. तुझ्या ज्ञाननिष्ठेचं कौतुक करत होतो. आता समजला त्या ज्ञाननिष्ठेमागचा कुटिल हेतू!''

कुमारिल भट्टांचं नाव ऐकताच भोवतालचे सगळे विद्यार्थी घरात चोर शिरावा,

तसे अवाक् होऊन गेले म्हणे! संपूर्ण भरतखंडात बौद्ध भिक्खूंच्या मनात धडकी भरवणारं ते नाव होतं. कुमारिल भट्ट वादविवादासाठी आव्हान द्यायला येत आहे, एवढी वार्ता आली, तरी "अशा पाखंड्यासमोर वादविवादासाठी बसणं म्हणजे आमच्या महान धर्माचा अपमान आहे!" असं म्हणत बहुतेक बौद्ध पंडित काढता पाय घ्यायचे. कुमारिल भट्टांचं आव्हान स्वीकारण्याची त्यांची छाती नव्हती. इथं असणाऱ्यांनी कुमारिल भट्टांचं नाव ऐकलं होतं, पण प्रत्यक्ष पाहिलं नव्हतं.

पिवळ्या वस्त्रानं डोळे पुसून कुमारिल भट्ट दृढ स्वरात म्हणाले म्हणे, "शिष्यानं गुरूला शास्त्रार्थासाठी आव्हान देता कामा नये. मी प्रज्ञाघन नाही, तुमच्या धर्माचा वैरी आहे, तुमच्या धर्माचं खंडन करण्यासाठी मी इथं आलोय, असा आरोप करून तुम्ही मला शिष्य-ऋणातून मुक्त केलं आहे. आता नास्तिक मताचा स्वीकार केला, म्हणून प्रायश्चित्त घेईपर्यंत मी पूर्वीचा कुमारिल भट्टाचार्य नाही. तरीही मी तुम्हाला आणि या विद्यापीठात असलेल्या समस्त पंडितांना आव्हान देत आहे. आज किंवा उद्या सभा बोलवा. तुमच्या महापंडितांना एकेक करून माझ्या प्रश्नांची उत्तरं देऊ द्या- मलाही प्रश्न विचारू द्या. परस्परांशी हवी तेवढी चर्चा करून उत्तरं द्या. मी या वादविवादात हरलो, तर मी बौद्धच राहीन. तुम्ही हरलात, तर तुम्ही सगळ्यांनी बौद्ध धर्माचा त्याग करून वैदिक धर्म स्वीकारला पाहिजे. तुमच्या प्रवचनाच्या वेळीच मला त्यातला फोलपणा जाणवत होता. ग्रंथभांडारात बसून त्याची खात्री करून घेत होतो. पण शिष्यानं गुरूला आव्हान द्यायचं नसतं, या परंपरेत अडकल्यामुळे गप्प राहत होतो. अशा असाहाय्य परिस्थितीत वेदनिंदा ऐकावी लागल्यामुळे माझ्या डोळ्यांमध्ये पाणी आलं होतं."

कक्षात विचित्र शांतता पसरली. परिस्थितीतून कसा मार्ग काढायचा, हे न कळून सगळे एकमेकांकडे पाहू लागले. पंडित धर्मपालही अवाक झाले. काही क्षणांत स्वत:ला सावरून ते ताडकन उठून म्हणाले, "असला अप्रामाणिक विद्यार्थी जिथं आहे, तिथं मी प्रवचन देणार नाही. त्या धर्मात सत्य असतं, तर अशा प्रकारे चोरून इथं यायची गरजच भासली नसती. व्यक्तीमध्येच प्रामाणिकतेची शुद्धता नसताना, त्याच्या बोलण्यात ती कशी असेल? अशा खोटं वागणाऱ्याबरोबर वाद घाला, असं मी माझ्या भावंडांना कसा सांगू? आजच्या आज तू नालंदेच्या महाद्वारापलीकडे गेलं पाहिजेस. नाहीतर बाहेर ढकलून द्यावं लागेल." आणि बाहेर पडले.

ते निघून गेल्यावर कक्षात कुजबूज सुरू झाली. भट्टाचार्य आव्हानाच्याच आविर्भावात बसले होते. कोपऱ्यात बसलेला एक विद्यार्थी उठून म्हणाला, "तू खोटारडा आहेस, पापी आहेस, ठग आहेस, चोर आहेस –" पाठोपाठ आणखी काही जणांनी त्या शिव्यांमध्ये भर घातली. त्याच आवेशात काही जणांनी जवळ

येऊन त्यांच्यावर हात उगारला. भट्टाचार्यांनी काहीतरी सांगायचा प्रयत्न केला. पण कुणाला ते ऐकू गेलं नाही. कुणीतरी त्या ऐंशी वर्षांच्या वृद्धाच्या पाठीत गुद्दा मारला. इतरांनाही उत्साह आला. त्यांनीही पुढं होऊन मारायला सुरूवात केली. त्या गोंधळात कुणाचं तरी बोट लागून भट्टांच्या डाव्या डोळ्यांतून रक्त आलं.

आत गोंधळ चालल्याचं बाहेर धर्मपालांच्या कानावर आलं. ते घाईनं परतले नसते, तर म्हातारा मेलाच असता. काही जण तर इतके बिथरले होते की, ओरडून म्हणाले, "याला मारण्यात काहीही पाप नाही." बेशुद्ध वृद्धावर धर्मपालांनी औषधोपचार करवले. संपूर्ण भरतखंडातल्या वैदिक विश्वात प्रख्यात असलेल्या कुमारिल भट्टांचं नालंदेत मार खाऊन निधन झालं ही बातमी पसरली, तर वैदिक राजे – त्यातही गुर्जरी प्रतिहार राजांकडून मिळणारं धन-साहाय्य खंडित होईल, असा सावधानतेचा इशारा विहारपालांनी दिला म्हणे. एकंदरीत, शुद्धीवर आल्यावर एक दिवस विश्रांती घेऊन कुमारिल भट्ट काठी टेकत-टेकत महाद्वार ओलांडून निघून गेले.

त्याआधी कधीही प्रत्यक्ष भेट झाली नसली, तरी माझ्या मनात कुमारिल भट्टांविषयी अपार आदर होता. माझे गुरू मंडनमिश्र यांचे ते गुरू. मंडनमिश्र आपल्या प्रवचनांमध्ये अनेकदा 'इति कुमारिल भट्टाचार्या:' असा समारोप करत अनेक मुद्दे सांगत. शबर स्वामींच्या मीमांसा-भाष्यावर त्यांनी लिहिलेली श्लोकवार्तिक, तंत्रवार्तिक आणि टुप्टीका ही व्याख्यानं तर खूपच प्रसिद्धी पावली होती. त्यांचं सखोल अध्ययन केलं नसलं, तरी पाठशाळेच्या ग्रंथभांडारासाठी मी त्यांच्या पाच प्रती करून दिल्या होत्या. सुंदर, सुवाच्य अक्षर समजून घेऊन प्रत बनवण्यासाठी आवश्यक ते भाषाज्ञान आणि त्यासाठी आवश्यक ती निष्ठा या गुणांमुळेच गुरूंनी ती जबाबदारी माझ्यावर सोपवली होती. मंडनमिश्र आपल्या गुरूंच्या भाषेविषयीच्या काटेकोरपणाविषयी संदर्भ येताच सांगायचे.

आम्हाला अष्टाध्यायी आणि महाभाष्य शिकवणाऱ्या गुरुपत्नी भारतीदेवी या कुमारिल भट्टांच्या भगिनी होत्या. थोरल्या भावाकडून ज्ञान मिळवल्यानंतर गुरू आणि बंधू यांच्या आज्ञेने त्या मंडनमिश्रांशी विवाहबद्ध झाल्या होत्या. अध्ययन-अध्यापन आणि इतर नित्य-नैमित्तिक कर्मांच्या बाबतीत आपले बंधू अत्यंत कठोर असल्याचं त्यांनीच मला सांगितलं होतं. एकदा मी त्यांना म्हटलं, "माता, हे पाठशालेचे नियम फारच कठीण आहेत ना!" गुरूंच्या समोर एवढं बोलायचं धैर्य नव्हतं. गुरुपत्नीही उपाध्याय असल्या, तरी मातृहृदयाच्या! या मातेपाशी मात्र आम्ही मन मोकळं करत होतो.

त्यांनी सांगितलं, "स्वत: बंधूंच्या हाताखाली शिकलेय मी! तरी मी जे नियम पाळत असे, त्याच्या दशांशाइतकेही कडक नियम इथं नाहीत, लक्षात ठेव तू!"

त्यांच्या मातृहृदयामुळेच तिथलं काठिण्य कमी झालं होतं, हे सगळे विद्यार्थी जाणत होते.

कुमारिल भट्टांच्या बाबतीत जे घडलं, ते आठवडाभरात नालंदेतल्या सगळ्या प्रौढ विद्यार्थ्यांना समजलं. आणखी कुणी तसा छुपा विद्यार्थी असेल, तर त्याला सावधानतेचा इशारा म्हणून ही बातमी मुद्दाम पसरवण्यात आली होती. नाव बदलून गुरूपाशी जाणं आणि ज्ञान मिळवणं ही काही फार मोठी विशेष घटना नव्हती. वेद-वेदांग-पारंगत विद्यार्थी बौद्ध होण्याची परंपराच असल्यामुळे बौद्धांना वेष बदलून गुरूकडे जाण्याची गरज नव्हती

पांढऱ्या भुवया, कानांवरचे पांढरे केस, केशविरहित मस्तक आणि अंगावर बौद्ध भिक्खूचे पिवळे कपडे परिधान केलेल्या प्रज्ञाघनांची आकृती माझ्या मनश्चक्षूंपुढून हलायला तयार नव्हती. या वयातही जिवाची चिंता न करता आपल्या विरुद्धच्या धर्माच्या प्रत्यक्ष गुरूकडूनच, त्या धर्मातली सूक्ष्मातिसूक्ष्म तत्त्वं शिकून घेण्यासाठी ते आले होते. त्यांच्या या साहसापुढे माझं मन नतमस्तक झालं होतं. इथून ते कुठं गेले असतील? त्यांचा शोध घेऊन त्यांच्या मागोमाग जावं, असं तीव्रपणे वाटलं.

स्थपतीला भेटावंसं वाटलं, म्हणून त्याच्याकडे गेलो. त्यानं आणखी तीन-चार युगनग्धांच्या मातीच्या मूर्ती तयार केल्या होत्या. भावाविष्कार, शरीर-सौष्ठव, सहजता-सर्वच दृष्टीनं मूर्ती उत्तम होत्या. त्यानं आवर्जून दाखवून विचारलं, "कशा आहेत?"

योग्य ती अनुकूल प्रतिक्रिया सांगून झाल्यावर मी कुमारिल भट्टांचा विषय काढला. त्यालाही सारं ठाऊक होतं. तोही म्हणाला, "आमच्या शिल्पकलेच्या क्षेत्रातही खोटं नाव धारण करून कला आत्मसात करण्याची वृत्ती वाढत आहे. आपल्या कुटुंबातल्या किंवा केवळ आपल्याच कुलातल्या मुलांना ज्ञान द्यायची पद्धत आहे ना? त्याचाच हा परिणाम!"

नालंदेहून निघून जात असल्याचं मी त्याच्या कानावर घातलं. तोही मथुरेला निघून जायच्या विचारात होता, "इथं जे शिकायचं, ते शिकलो. आता गावी जाऊन बायको-मुलांमध्ये राहावंसं वाटतंय. तिथलं शिल्पाचं काम लवकर सुरू करायला पाहिजे." तो म्हणाला.

नालंदेबाहेर पडल्यावर कुठल्या दिशेला जायचं, याचाही मी विचार केला नव्हता. पूर्वेकडे पाल राज्य आणि वायव्येला पाटलीपुत्र एवढं ठाऊक होतं. आता पाटलीपुत्रात नाटक-मंडळीही नसेल-चंद्रिकाही नसेल. ती असली, तरी तिला न भेटता माझा मी प्रवास करू शकेन, अशी स्वप्रज्ञाही होती. त्याच वाटेनं चालत

राहिलो. संध्याकाळपर्यंत भरतग्राम नावाच्या एका गावात जाऊन पोहोचलो. चौकशी केली, "गावात ब्राह्मणाची घरं आहेत काय?"

जेवणा-खाण्याच्या दृष्टीनं ब्राह्मण घरांचा आग्रह सोडून कितीतरी वर्षं झाली होती. कुमारिल भट्टांचा शोध घेणं हा माझा त्यामागचा उद्देश होता. दहा ब्राह्मण कुटुंबांची एक वस्ती असल्याचं समजलं. तिथल्या वेद-वेदान्तात पारंगत प्रतिष्ठित माणसाचा शोध घेतला. अग्निमिश्रा नावाच्या एका गृहस्थांचं घर दाखवण्यात आलं.

त्यांना म्हटलं, "मी तारावतीचा नागभट्ट. गयेला जाऊन माघारी निघालो आहे." रात्री गप्पांचा ओघ वैदिक परंपरेच्या दिशेनं वळवला. त्यांनी कुमारिल भट्टांचं नाव ऐकलं होतं, पण त्यांना नालंदेतली घटना ठाऊक नव्हती. ऐकून ते चांगलेच दचकले. त्यांनी इतर वैदिक कटुंब-प्रमुखांनाही बोलावून घेतलं. एवढ्या जवळ असूनही आपल्याला समजलं नाही, याचं त्यांना आश्चर्य वाटलं होतं. त्यांनी विचारलं, "खरं हे?"

"मीही कानांनी ऐकलंय, एवढंच! आता भट्टाचार्यांनाच जाऊन भेटायची अदम्य आशा मनात निर्माण झाली आहे. पण कुठं आणि कसं शोधायचं?"

"अशा प्रकारचं धोक्याचं काम करण्याआधी आपल्या शिष्यांना सांगायची पद्धत आहे. कुमारिल भट्टांचा मूळ आश्रम प्रयागमध्ये आहे, असं म्हणतात. तुम्ही तिथं जा. कदाचित त्या वेळेपर्यंत तेही तिथं जाऊन पोहोचतील किंवा वाटेत काशीमध्ये चौकशी केलीत, तरीही काहीतरी समजेल तुम्हाला. त्यांचं नाव ऐकलं नाही, असा माणूस शोधूनही सापडणार नाही तुम्हाला." त्या सगळ्यांनी एकमुखानं सांगितलं.

ताप आल्यामुळे पाटलीपुत्र आणि काशी यांमध्ये असलेल्या 'कुंभ' नावाच्या गावातल्या एका प्रतिष्ठिताच्या ओसरीवर झोपलो होतो. त्यांनी औषधोपचार केल्यावर थोडं बरं वाटलं. आठवडाभर तिथंच गेलो. त्यानंतर मात्र कुमारिल भट्टांची चौकशी करत निघालो. शरीराचा अशक्तपणा जाणवत असला, तरी मनात शून्य भाव नव्हता. कुमारिल भट्टाच्या व्यक्तिमत्त्वानं मन भरून गेलं होतं. या वयातही किचकट, सूक्ष्मातिसूक्ष्म विचार जाणून घेण्याचा त्यांचा उत्साह, त्यानंतर विरोधी पक्षाला आव्हान देणारा त्यांचा जबर आत्मविश्वास पाहताना, 'शून्यभाव ही एक तत्कालिक स्थिती आहे', असं वाटू लागलं.

प्रयागला गेल्यावर कुमारिल भट्टांची भेट झाली. उजवीकडून यमुना आणि डावीकडून गंगा येऊन संगम झालेल्या स्थळापासून अर्धा कोस लांबवर साधा विटांनी बांधलेला मोठा आश्रम होता. जवळच असलेल्या यज्ञशाळेतून यज्ञाचा परिमळ येत होता. संपूर्ण आश्रमावर साधेपणाची छाया होती. गरिबीची नव्हे. दोन सेवक बाहेरचं अंगण झाडत होते. मागच्या बाजूला दोन पुरुष उंचीची भाताच्या तुसाची रास रचली

होती. दुपार टळली होती. एका नोकराला सांगितलं, "भट्टाचार्यांना भेटायला आलोय."

त्यानं ओसरीवर बसायला सांगितलं. थोड्या वेळात कुमारिल भट्ट बाहेर आले. अंगावर शुभ्र वस्त्रं होती. मस्तकावर गोपादाएवढी रुंद शिखा वाढली होती. त्याच शुभ्र भुवया, तेच कानांवरचे पांढरे केस, डोळ्यांमध्ये प्रखर तेजाबरोबर नियमपालनेची कठोरता. सगळे दात शाबूत, एकही न पडलेला.

त्यांना पाहताच प्रवर सांगत मी साष्टांग नमस्कार घातला. त्यांनी तात्काळ विचारलं, "नालंदेहून थेट इथंच आलात? चालत आलेला दिसता. नावेनं प्रवास करायला धन नव्हतं वाटतं."

त्यांची स्मरणशक्ती आणि विचारशक्ती पाहून मी चकित झालो. नालंदेच्या ग्रंथभांडारात यांनीही मला ग्रंथप्रत करताना पाहिलं होतं आणि ते त्यांच्या लक्षात होतं. माझ्या चेहऱ्यावरील दमणूक पाहून मी पायी आल्याचं यांनी ओळखलं. तिथं ग्रंथप्रती करणारा विद्यार्थी मी-मला आर्थिक बळ कुठून असणार? हे सारं क्षणार्धात ओळखणाऱ्या कुमारिल भट्टांची बुद्धिशक्ती पाहून मी स्तिमित झालो. तेही ऐंशीव्या वर्षी!

"मी गयेला गेलो असताना आपल्याबरोबर जे घडलं, ते मीही ऐकलं. आपणही तिथून बाहेर पडून आठवडा झाला होता. आपल्याला भेटावंसं वाटलं, म्हणून निघून आलो. मी पूज्य मंडनमिश्रांच्या पाठशाळेत शिकलो. माता भारतीदेवींनी अष्टाध्यायी आणि महाभाष्यं शिकवली. आपल्या वार्तिकांचा पूर्ण अभ्यास झालेला नाही, पण त्यांच्या प्रती केल्या आहेत मी!"

माझं बोलणं ऐकताना त्यांच्या चेहऱ्यावर प्रसन्नता उमटली. "कशी चालली आहे पाठशाळा? आणखी कोण उपाध्याय आहेत तिथं? कुठून विद्याभ्यासासाठी विद्यार्थी येतात?"

"पाठशाळा सोडून मला पंधरा वर्षं झाली. त्या वेळी सांख्य शिकवायला जगन्नाथ भट्ट होते. वैशेषिक सूत्रं शिकवायला वामदेव दीक्षित होते. रामचंद्र शर्मा गौतमांचं न्यायसूत्र शिकवायचे. पश्चिम-वायव्येकडील देशांमध्ये मंडनमिश्रांची कीर्ती पसरली असून तिकडचे विद्यार्थी मोठ्या संख्येनं येत असतात. पन्नाशी ओलांडलेलेही काही जण येतात."

ते आणखी प्रसन्न झाले, "उठा! अंघोळ आणि आन्हिकं उरकून या. भोजन करा."

"अंघोळ करून घेतो. मी दोन वर्षं तंत्र-साधनेत बुडालो होतो. त्याआधी योगसाधनाही करत होतो. त्याआधी नाटकातला नट होतो. गेलं वर्षभर मन बौद्ध धर्माकडे ओढ घेत होतं, म्हणून नालंदेत होतो. खांद्यावर यज्ञोपवीतही नाही. तो सगळा तपशील नंतर विस्तारानं सांगेन. दिशाहीन झालेल्या मनाला आपण दिशा दाखवाल, म्हणून आलोय."

"तर मग नुसती अंघोळ करून जेवून घ्या." असं म्हणत त्यांनी तसा स्वयंपाक-घराकडे निरोप दिला.

माझं जेवण होईपर्यंत ते काही बोलले नाहीत. त्यानंतर त्यांनी विचारलं, "यज्ञोपवीत नसताना तुम्ही प्रवर सांगून कसा नमस्कार केलात?"'

मी गडबडलो. या बारकाव्याचा मला सपशेल विसर पडला होता. माझी निर्भर्त्सना करण्यासाठी त्यांनी तो प्रश्न विचारला नव्हता. तो त्यांच्या अंगभूत नियमबद्धतेतून उमटलेला प्रश्न होता, हे माझ्याही लक्षात आलं होतं.

बाहेर गेलेले त्यांचे तिन्ही शिष्य रात्री परतले. सगळे पन्नाशीच्या पुढचे होते. गोपादाएवढ्या जाडीच्या लांब शिखेची गाठ बांधून त्यांनी खांद्यावर उत्तरीय घेतलं होतं. सगळ्यांनी मिळून संध्याकाळचा होम केला. भरपूर तूप पिऊन अग्नीची शिखा उभी राहिली, तेव्हा नाकात तो वास भरून राहिला. मला माहिष्मतीच्या गुरुकुलाची आणि पाठोपाठ तारावतीमधल्या माझ्या घराची आठवण झाली.

रात्री तिन्ही शिष्य गुरूबरोबर आत झोपले. उकाडा असल्यामुळे ओसरीच ठीक आहे, असं सांगून मी ओसरीवरच झोपलो. एक चटई आणि उशाला एक पाट आणून दिल्यावर मी त्यावर आडवा झालो.

थोडा वेळ गेला. मला झोप येत नव्हती. थोड्याच वेळात भूमदेव भट्ट नावाचे एक शिष्य आपली चटई आणि पाट घेऊन ओसरीवर आले. थोड्या अंतरावर तेही आडवे झाले. बराच वेळ गेला, तरी त्यांनाही झोप लागत नव्हती. चालण्यामुळे भरपूर दमणूक होऊन पोटात सुग्रास भोजन गेलं असलं, तरी मीही टक्क जागा होतो. मनात येत होतं – माझी सारी कथा कुमारिल भट्टांना सांगून, ते सांगतील ते प्रायश्चित्त का घेऊ नये? कथा कशी सांगायची, जोर कशावर द्यायचा, याचा विचार करता-करता सारं जीवन डोळ्यांपुढून सरकत असताना मीही या कुशीवरून त्या कुशीवर वळत होतो.

थोड्या वेळानंतर भूमदेव भट्टांनी विचारलं, "तुमची आमच्या गुरुजींशी कशी ओळख?"

थोडक्यात सारी हकिकत मी सांगितली आणि म्हटलं, "आजवर मी जे वागलो, त्याबद्दल मला पूर्णपणे पश्चात्ताप झालेला नाही. तरीही वाटतं, यासाठी काही प्रायश्चित्त असेल, तर ते घेऊन मन:शांती मिळवता येईल. कर्मकांडाच्या संदर्भातलं संपूर्ण ज्ञान असलेले भट्टाचार्य मला योग्य ते प्रायश्चित्त निश्चित सांगू शकतील."

काही क्षण भूमदेव भट्ट गप्प राहिले. नंतर म्हणाले, "प्रत्येक च्युतीसाठी प्रायश्चित्त आहे, यात शंका नाही. पण कृपा करून 'प्रायश्चित्त' या शब्दाचा त्यांच्यापुढे उच्चार करू नका. आता ते जे प्रायश्चित्त घ्यायला निघाले आहेत, ते चुकवण्यासाठी आम्ही तिघंही प्रयत्नांची पराकाष्ठा करत आहोत. आम्ही परोपरीनं विनवलं, तेव्हा

कर्मठ वैदिकाला न शोभणारी तुमची भावनेची दुर्बलता आहे म्हणून ते आम्हालाच रागावले. त्या चिंतेमुळेच मला झोप येत नाही.''

''मला काही समजलं नाही. कसल्या प्रायश्चित्ताविषयी तुम्ही बोलता? कुठलं हे कठोर प्रायश्चित्त?''

''एखाद्या शास्त्राचा सर्वंकष परिचय होईपर्यंत त्याचं खंडन करणं शक्य नसतं, म्हणून बौद्ध धर्मामधील समग्र सूक्ष्मातिसूक्ष्म गोष्टी त्यांच्याकडूनच शिकून घ्यायच्या आणि त्यांचं शास्त्र तोडून-फोडून टाकायचं, असं गुरुजींनी ठरवलं होतं. एकदा त्या धर्मातल्या खाचाखोचा समजल्या, तर प्रत्येक प्रमुख बौद्ध केंद्रात जाऊन तिथल्या विद्वानांना वादविवादात हरवणं सोपं जाईल, म्हणून ते स्वतःच नालंदेत गेले. ते निघाले, तेव्हा आम्ही तिघांनीही सांगितलं, एव्हाना तुम्ही स्वतः अनेकांना हरवलंय-ग्रंथ लिहून त्यांचं खंडन केलंय – तुम्ही जसे कर्माला परमोच्च मानून त्याचा आग्रह धरता, तसं आणखी कुणीही नाही. या वयात तुम्ही का एवढं कष्टाचं काम अंगावर घेता? उद्देश स्वधर्माच्या हिताचा असला, तरी परधर्म-प्रवेश विधिबाह्य आहे.''

''मग?''

''त्यांनी आमचं काहीही ऐकलं नाही. आम्हा तिघांना इथंच थांबायची आज्ञा देऊन ते निघून गेले. दोन आठवड्यांपूर्वी ते नावेत बसून परतले. आल्यावर म्हणाले, कुणीही बौद्ध पंडित समोर आला, तरी त्याला चितपट करण्याइतकं त्यांच्या धर्माचं ज्ञान मिळवून आलोय. पण तेवढ्यासाठी वैदिक कर्मांचा त्याग करून परक्या धर्मात प्रवेश करण्याचंच पाप करायला नको होतं. एक सत्यवचनी शिष्य आणि सच्चा अनुयायी समजून अत्यंत उत्साहानं विद्यादान करणाऱ्या गुरूशी, प्रत्येक क्षण प्रतारणा करत असल्याचं दुःख तिथं असेपर्यंत सतत मनात पाप-प्रज्ञा निर्माण करत होतं. गुपित उघडं झाल्यावर सहकाऱ्यांनी अवहेलना केल्याचं मला मुळीच दुःख नाही, पण दोन्ही श्रद्धास्थानांची माझ्याकडून फसवणूक झाली आहे, असं म्हणत ते उसासे टाकू लागले. आम्ही त्यांना समजावलं – आपण कुणाचीही फसवणूक केली नाही. वैदिक धर्माच्या हितासाठीच तुम्ही द्वेष विसरून त्या धर्माची साधना केली ना! तुम्ही वेदतत्त्वाशी द्रोह केलेला नाही – नास्तिक धर्माचं खंडन म्हणजे तर सत्कर्तव्यच! कितीही समजावलं, तरी त्यांनी सांगितलं, 'तुम्हाला ते समजणार नाही, वेद तर स्वतःच प्रमाण आहेत. विरोधी धर्माचं खंडन करून त्यांना जगवायची गरज नाही – त्यातही वेषांतर आणि चोरून ज्ञान मिळवणं यांसारख्या अनुचित मार्गांचा अवलंब करून त्याची दीप्ती वाढवायचीही गरज नाही, नंतर ते म्हणाले – असल्या मार्गांचा अवलंब करताना मी स्वतःच वेदांचं महत्त्व जाणलं नाही. उलट वेदांचा मीच अपमान केलाय. विरोधी धर्माचा असू दे, पण त्यानं एकदा शिष्य मानल्यावर माझे ते गुरूच! गुरूची फसवणूक करणं हे वेदबाह्य काम आहे. एकूण काय मी वेदद्रोही,

गुरुद्रोही! मला शिक्षा झालीच पाहिजे – मला प्रायश्चित्त घेतलंच पाहिजे –''

मी अवाक होऊन ऐकत होतो.

ते पुढं म्हणाले, ''तीन दिवसांपूर्वी ते एकटेच प्रयागनगरी जाऊन तीन गाड्या भरून भाताच्या तुसाची पोती घेऊन आले. का ठाऊक आहे? येत्या सूर्यग्रहणाच्या दिवशी गंगा-यमुना आणि गुप्त-गामिनी सरस्वतीच्या या पवित्र संगमावर भाताच्या तुसाची रास गळ्यापर्यंत रचून अग्निप्रवेश करणार आहेत ते! सभोवताली रचलेलं भाताचं तूस सावकाश जळत-जळत आपल्याला मृत्युदंड देईल, अशी त्यांची अपेक्षा आहे. ते म्हणतात – वेदशक्तीविषयी अश्रद्धा दाखवल्याबद्दल मला हीच घोर शिक्षा मिळाली पाहिजे. तेच योग्य ठरेल. जळणाऱ्या चितेत प्रवेश केल्यास क्षणा-दोन क्षणांत जीव निघून जाईल ना! तेवढं सुलभ मरण आपल्याला पुरेसं नाही, असं ते म्हणतात. आपल्या पापाला या व्यतिरिक्त दुसरी कुठलीही शिक्षा योग्य ठरणार नाही, असं त्यांना वाटतं.''

''छे:! किती कठोरपणा हा!''

''ते म्हणतात-अशा मरणामुळे वेदनेची अनंतता मला अनुभवता येईल. वेदना असह्य होऊन पळून जाईन की काय, तेही पाहता येईल आणि त्यायोगे माझीही परीक्षा घेण्याची मला संधी मिळेल. हा माझा निर्णय आहे, तुम्ही याला विरोध करणारं बोललात, तर शाप देईन. सावधान! त्यानंतर मात्र वेदांविषयी किंचितही आशंका न बाळगता तुम्ही वेदांचं अध्ययन-अध्यापन करत राहा-म्हणजे तुम्ही खरे शिष्य व्हाल! आणखी तीन दिवसांवर ग्रहण आहे. उद्यापासून माझा संकल्प सुरू होईल, असं त्यांनी सांगितलं.''

त्यांचा संकल्प मला भयानक वाटला. वृद्धापकाळामुळे कंटाळलेले, जन्ममृत्यूच्या संसारामधून सुटका हवी म्हणणारे, गुण न आल्यामुळे आजारात खितपत पडलेले रोगी यांनी या पवित्र स्थळी अकार, उकार आणि मकार यांचं प्रतीक असलेल्या गंगा-यमुना आणि सरस्वती यांच्या संगमामध्ये देहाचा अंत करून घेतला, तर मुक्ती मिळते, अशी श्रद्धा असल्याचं मीही ऐकलं होतं. पण वेदांवरील श्रद्धेपायी स्वत:ला एवढी कठोर शिक्षा! मला तर काय बोलावं, तेच कळेनासं झालं होतं. त्यांच्या संकल्पातली भयानकता ऐकून माझ्या अंतर्मनाचा थरकाप उडाला होता. 'काहीतरी करून यांना त्या संकल्पापासून ढळायला लावणं शक्य आहे काय?' माझं मन विचार करू लागलं. या तीन परम-शिष्यांनी आपापल्या परीनं प्रयत्न केलाय-आता आणखी कुठला मार्ग राहिला असेल?

डोळ्याला डोळा लागायला तयार नव्हता. अखेर उठून बसलो. खूप लक्ष देऊन ऐकलं, तरच दूरवर वाहणाऱ्या नद्यांचा आवाज ऐकू येत होता. मान वळवून पाहिलं,

भूमदेवही अंथरुणावर उठून बसले होते. त्यांनी हलक्या आवाजात म्हटलं, "झोप आली नाही?"

"कसं शक्य आहे ते?"

"माझीही तीच अवस्था आहे! सोमदेव आणि इंद्रनाथलाही झोप आलेली नाही, हे निश्चित. पण तेही बाहेर आले आणि ते गुरूंच्या लक्षात आलं तर ते, 'बाहेर तिघं मिळून रडायला गेला होता काय?' म्हणून रागावतील, या भीतीनं तिथंच झोपले आहेत."

"गुरुजींना झोप लागलीय?"

"लागली असेल, असं मला वाटतं."

आम्ही दोघंही गप्प बसून राहिलो. वर्षभर नालंदेत भरपूर कष्टानं जे मिळवलं, ते सगळं हे अग्निर्पण करायला निघाले आहेत. त्याऐवजी पुन्हा एकदा भरतखंडात फिरून दिग्विजय करून येता येईल. अचानक त्यांचा जीवनोत्साह नष्ट झाला काय? की अशा कितीतरी दिग्विजय-यात्रा केल्या असल्यामुळे त्यात त्यांना काही विशेष वाटत नसेल?

गुरुजी पहाटे उठून संगमावर स्नान करून आले. शिष्यांबरोबर त्यांनी नित्य होम केला. त्यानंतर प्रायश्चित्त-कर्म करून तिसऱ्या दिवशी तुषानलात शिजून मृत्यूला कवटाळण्याचा संकल्प करायचा-त्यानंतर तिन्ही दिवस उपास करायचा, असं भूमदेवांनी सांगितलं होतं. मला एकाएकी काहीतरी मनात आलं. तसाच उठून यज्ञशाळेत गेलो आणि साष्टांग प्रणिपात करत म्हटलं, "अग्निप्रवेश करण्याआधी या अज्ञ प्रशिष्याच्या अज्ञ बोलण्याकडे लक्ष द्यावं."

"बोल-" ते शांतपणे म्हणाले. नुकतीच ओतलेली तुपाची धार अग्नी होऊन नाचत होती.

"तुमचा कर्ममार्ग. कर्म म्हणजे क्रियाप्रधान. म्हणजेच नीतिकर्तव्यं यांची परमशुद्धी मानण्याचा मार्ग. त्या नीतीच्या घट्ट बंधनाशी तुम्ही बद्ध आहात. कार्यकारणसरणीपासून जड-प्रकृतीची सुटका नाही. तुमची नीती-सरणी हेही त्याच प्रकारचं एक बंधनच. कार्यकारण अस्फुट होत जातं, तशी तुमची नीतीही पुसट होत जाते. अशा बंधनातून सोडवून घेणं शक्यच नसतं काय?"

"कर्मावाटे घडलेला प्रमाद कर्मावाटेच प्रायश्चित्त घेऊनच नीट केला पाहिजे. कार्यकारणबद्धतेचं उल्लंघन करणं देव-देवतांनाही शक्य नाही. ईश्वरही त्यामध्ये येऊ शकत नाही. मला माझ्या संकल्पापासून दूर नेण्याचा व्यर्थ प्रयत्न करू नकोस. माझा प्रशिष्य आहेस तू!" एवढं बोलले आणि पुढच्या प्रश्नाला संधी न देता त्यांनी संकल्पाचे मंत्र म्हणायला सुरुवात केली.

यानंतर परवाच्या दिवशी जळून मरण पावेपर्यंत ते उपाशीच राहणार, यात

शंका नव्हती.

दुपारच्या वेळी तीन संन्याशी त्यांना शोधत तिथं येऊन दाखल झाले. पन्नाशी उलटलेले एक जण, चाळिशीच्या पुढचे दुसरे. तिसऱ्या संन्याशाचं वय चोवीस फार-फार तर पंचवीस असेल. पन्नाशीच्या पुढील संन्याशी गुरू आणि इतर दोघं शिष्य असावेत, असं मला वाटलं. पण चाळिशी आणि पन्नाशीचे दोघे पुढं येऊन ओसरीखाली उभे राहून चौकशी करू लागले, ''कुमारिल भट्टांचा हाच आश्रम काय?''

मी ओसरीवर बसलो होतो. उठून 'होय' म्हणून सांगितलं.

''गोविंद भगवद्पादांचे शिष्य, अद्वैत-सिद्धान्त प्रवर्तक, ज्ञानमार्गी शंकराचार्य यती कर्ममार्ग-प्रवर्तक भट्टाचार्यांबरोबर वादविवाद करण्याच्या अपेक्षेनं आले आहेत. वाद घालण्याची शक्ती असेल, तर आव्हान स्वीकारावं!'' पन्नाशी उलटलेल्यांनी डांगोरा पिटल्याच्या स्वरात सांगितलं. दोन्ही शिष्यांच्या खांद्यावर जाड-जाड ग्रंथांचं ओझं कापडात गुंडाळलेलं दिसत होतं. सुमारे पंचवीस पावलं मागं उभ्या असलेल्या तरुण यतीच्या खांद्यावरच्या झोळीतही ग्रंथच असल्याचं माझ्या लक्षात आलं.

तो डांगारा पिटल्यासारखा आवाज ऐकून आतून भूमदेव धावून आले. एका दृष्टिक्षेपातच त्यांना त्या तिघांचीही ओळख पटली. त्यांनी तत्परतेनं म्हटलं, ''यतींचं स्वागत असो! मध्यान्ह झाली आहे. आपण नदीवर स्नान करून यावं. भोजन आटोपल्यावर बोलता येईल. पूज्य भट्टाचार्य अग्निकार्यात निमग्न झाले आहेत. मी त्यांचा शिष्य-भूमदेव भट्ट-''

तिघांही यतींनी जवळची गाठोडी ओसरीवर ठेवून बजावलं, ''यात अमूल्य ग्रंथ आहेत-सावधान!'' आणि अंघोळीसाठी संगमावर गेले. ते माघारी आल्यावर भूमदेवांनी यतींची पादपूजा करून भोजनभिक्षा वाढली. भिक्षेचा स्वीकार केल्यानंतर तिन्ही यती ओसरीवर बसले. समोरच्या खांबापाशी बसून भूमदेवांनी गुरू कुमारिल भट्ट कसे आत्महत्येचा संकल्प करून बसले होते, ते साऱ्या पार्श्वभूमीसह सांगितलं, ''आता ते यज्ञशाळेत आहेत. परवा ग्रहणाच्या वेळी तुषानल-प्रवेश करण्यासाठीच यानंतर ते तिथून बाहेर येतील. या परिस्थितीत ते वादविवाद करतील की नाही, हे ठाऊक नाही. एक यती या कारणासाठी दोन शिष्यांबरोबर आल्याचं त्यांच्या कानावर घातलं आहे. तुमचं भोजन झाल्याचंही त्यांच्या कानावर घालतो-'' असं सांगून ते यज्ञशाळेकडे गेले. माघारी आल्यावर त्यांनी सांगितलं, ''गुरुजी म्हणाले, शास्त्रार्थाची चर्चा सुरू झाली, तर ती किती दिवस चालेल, ते सांगता येत नाही. परवा ते स्वत:ला अग्नीला अर्पण करणार आहेत. त्यामुळे चर्चेत विघ्न येईल. शिवाय प्रायश्चित्त-कालखंडामध्ये मन वादविवादासारख्या वेगळ्या विषयांत गुंतवू नये. त्यामुळे ते आपल्याशी क्षेम-कुशल संभाषण करायला तयार आहेत. आपण यज्ञशाळेत चलण्याची कृपा करावी.''

असं म्हणत ते त्या तिघांना आपल्याबरोबर घेऊन निघाले. मीही त्यांच्या पाठोपाठ गेलो. तिथं असलेले सोमदेव आणि इंद्रनाथ यांनीही यती-त्रयांना नम्रपणे अभिवादन केलं. भट्टाचार्यांनी उठून अभिवादन करून आसनं दर्शवताच शंकराचार्य त्यावर स्थानापन्न झाले. त्यानंतर भट्टाचार्यही पुन्हा आपल्या जागी बसले. अग्नीची शिखा प्रज्वलित होत होती. आत यज्ञाचा गंध भरला होता. दोघांचेही शिष्य उभेच होते. मी थोड्या अंतरावर खांबापाशी उभा राहिलो.

"आपण पाच वर्षांपूर्वी काशीत काही महिने राहिला होता, असं समजलं. तिथं वादविवाद घातल्यानंतर बद्रिकाश्रमाच्या दिशेनं गेलात – मला वाटतं, ते यती तुम्हीच!"

"होय. बद्रीमध्ये वास्तव्य करून बादरायणावर भाष्यसूत्र लिहिलं. त्याची मूळ प्रत इथं घेऊन आलोय. आपण तो वाचून त्यावर वार्तिक लिहिलं, तर माझ्या ग्रंथाचा पाया पक्का होईल, अशी अपेक्षा ठेवून आलो."

"आधी मला शास्त्रार्थामध्ये हरवून तुमचे विचार मला पटवून दिल्यानंतर त्यावर वार्तिक लिहायला लावणं, हा तुमचा उद्देश दिसतो." भट्टाचार्य मंद हसत म्हणाले.

"महामेघावी, महाज्ञानी कुमारिल भट्टांचा तर्क खोडायची माझी इच्छा नाही." तरुण यतींच्या चेहऱ्यावरही मंद हास्य होतं. केसांचं संपूर्ण मुंडन केलं असलं, तरी त्याचं सुंदर व्यक्तिमत्त्व लपत नव्हतं. चेहऱ्यावरून जाणवत होतं – यांनी पंचविशीही गाठली नसेल!

"सखोल चर्चा झाली असती, तर मी तुमच्या ग्रंथावर वार्तिक लिहायचं की तुम्ही तुमच्या ग्रंथाची पुनर्रचना करायची-यांपैकी काहीतरी झालं असतं. पण परवाच्या दिवसानंतर मीच इथं नसेन. विरुद्ध विचारप्रवाहाच्या व्यक्तींशी वादविवाद झाल्याशिवाय आपलाही आपल्या ग्रंथावर विश्वास नसतो, लोकही त्याचा स्वीकार करत नाहीत. कर्म-मार्गाची गौणता स्थापित करण्यासाठी आपण मला शोधत इथपर्यंत आलात, हा मी माझा गौरव समजतो. या संदर्भात तुम्हाला वादविवादासाठी माझ्याव्यतिरिक्त आणखी एक व्यक्ती म्हणजे माहिष्मतीचे मंडनमिश्र! माझे शिष्य. विधि-विवेक, भावना-विवेक, विभ्रम-विवेक, मीमांसा, सूत्रानुक्रमणि ह्या विद्धत्पूर्ण ग्रंथांची त्यांनी रचना केली आहे. आपण थेट तिथं जा. त्यांच्यावर विजय मिळवू शकलात, तर तुमचा पक्ष संपूर्ण वैदिक समाजात प्रतिष्ठा पावेल. हरलात, तर वैदिक परंपरा योग्य पद्धतीनं पुढं वाहत राहील."

"तुम्हाला माझ्या पक्षाचा परिचय आहे?"

"गोविंद भगवतपादांचे शिष्य आहात ना? तुमचे गुरू गौड-पाद परंपरेतले ना? तुम्हीही त्याच मार्गावरून पुढं चालला असाल किंवा एखादं नवं वळण दिलं असेल, अशी अपेक्षा करतो."

"आपण बहुश्रुत ज्ञानी, ज्ञानप्राप्तीसाठी धर्मांतराचाही धोका पत्करणारे महापराक्रमी! आपण स्वत:ला अशी शिक्षा देणं हे अज्ञानाचं लक्षण आहे. पापही अज्ञानातूनच घडत असतं. त्याचं देहन करण्याची शक्ती फक्त ज्ञानातच आहे. लाकडातून उत्पन्न होणाऱ्या अग्नीमध्ये नाही. तुम्ही हे जाणून घेतलंत, तर केलेल्या संकल्पाला भस्मसात करून तुम्ही बाहेर येऊ शकाल. त्यानंतर शास्त्रार्थामध्ये मला हरवालही."

तरुण यतीचं बोलणं ऐकून मला फार कौतुक वाटलं. गुरूपाशी उभे असलेले भूमदेव, सोमदेव आणि इंद्रनाथ यांच्या चेहऱ्यावरही समाधानाची रेखा उमटली. पण भट्टाचार्यांनी नि:संदिग्ध स्वरात सांगितलं, "मला शब्दांत पकडून वादविवादात ओढण्याचा आपला डाव असेल, तर आपण यशस्वी होणार नाही. माणूस आपण केलेल्या कर्माला स्वत:च जबाबदार असतो. कर्मफल भोगून संपवणं, प्रायश्चित्त घेऊन संपवणं, 'ईश्वर न्यायाधीश आहे-यमधर्म किंवा तो शिक्षा देऊ दे,' असं म्हणण्यापेक्षा स्वत:च स्वत:ला शिक्षा देऊन शुद्ध होणाराच खरा नैतिकदृष्ट्या शक्तिवान! नैतिक शिथिलतेची जबाबदारी ज्ञान-अज्ञानावर सोपवणं हेही एक प्रकारचं पलायनच! याहून अधिक चर्चेत उतरायची माझी इच्छा नाही. आपण खूप लांब चालून आला आहात. आज संपूर्ण विश्रांती घेऊन प्रयाण करा."

पुढं काही बोलण्याचा प्रश्नच नव्हता. तरुण यती काही वेळ मौन बसून होते. कुमारिल भट्ट अग्नीकडे वळून बसले. त्यानंतर तरुण यती उठून उभे राहिले. वृद्ध कुमारिल भट्टांनी उठून त्यांना अभिवादन केलं. यती यज्ञशाळेबाहेर पडले. मीही त्यांच्या पाठोपाठ गेलो.

या तरुण संन्याशाविषयी माझ्या मनात आकर्षण निर्माण झालं होतं. साऱ्या शिथिलतेवर ज्ञानमार्गामुळे मात करता येते, हे त्यांचं बोलणं ऐकून माझं हृदय शांत झालं होतं. माझ्या पाठोपाठ भूमदेव आले. ते म्हणाले, "रात्री इथेच विश्रांती घ्यावी. आपल्या बोलण्याचा परिणाम होऊन गुरुजी संकल्पातून स्वत:ची सुटका करून घेतील, असं आम्हालाही फार वाटत होतं. पण गुरुजींची मनोवृत्ती वेगळ्या प्रकारची आहे."

काही वेळ यती ओसरीवर बसले.

"आपण माहिष्मतीला अवश्य जावं. मंडनमिश्रही फार मोठे विद्वान आहेत." भूमदेवांनीही सांगितलं.

"त्यांचं नाव मीही ऐकलं आहे." यती उत्तरले.

त्या तिघांनी तिथं मुक्काम केला नाही. थोडा वेळ विश्रांती घेतल्यावर ग्रंथांनी भरलेली गाठोडी खांद्यावर अडकवून ते पुढं चालू लागले.

रात्री तिन्ही शिष्य गुरूबरोबर यज्ञशाळेतच राहिले. चौघं झोपले की जागे राहिले, हे मला समजलं नाही. पण तिकडून किंचितही आवाज येत नव्हता. मी मुख्य वास्तूच्या ओसरीवर चटई आणि उशाला पाट घेऊन झोपलो. अगदी मागच्या

बाजूला स्वयंपाकघरात एक स्वयंपाकी झोपलेला असेल. दोन गडी गोशाळेनजीक असलेल्या त्यांच्या घरात राहत, हे मला एव्हाना ठाऊक झालं होतं.

संपूर्ण वातावरणात मी एकटाच होतो, अशी भावना भरली होती. मी इथं का होतो? नालंदेहून बाहेर पडलो होतो, तो कुमारिल भट्टांचा शोध घेण्यासाठी! त्यांनी जिवंत राहून काही कार्य अंगिकारलं असतं, तर 'मलाही त्यात भाग घेऊ द्या' म्हणून विनवता आलं असतं. त्यांनीच अत्यंत क्रूरपणे आत्महत्या करायचा निश्चय केला असताना त्यांच्याकडे तरी काय मागायचं? खरं तर मला सकाळीच इथून निघून जायला हवं होतं. कुठं जायचं आणि काय करायचं, हे ठाऊक नसल्यामुळे मी इथं होतं. त्यांचं मरण कसं असणार होतं, याची मला स्पष्ट कल्पना होती. ते प्रत्यक्ष बघण्याची काहीही गरज नाही. पण मग मी का इथं होतो? कुठल्या अदृश्य आकर्षणानं माझ्या पायात बेड्या घातल्या होत्या?

कितीतरी वेळ झाला, तरी झोप आली नाही. अशा प्रसंगी ती न येणं स्वाभाविक आहे, हेही समजत होतं. आत्महत्या करावी, अशी चूक यांनी केली, हेही मला पटत नव्हतं. मीही त्यांच्या कर्मकांडाचं अध्ययन केलं होतं. कर्मकांडाचे कठोर नियम यांचे शिष्य मंडनमिश्रांकडे अनुभवले होते. पण ते कठोर नियम माझ्या आयुष्याचा भाग झाले नव्हते. मी केलेलं अवैदिक कार्य पाहिलं, तर मला एकदा नव्हे-शंभर वेळा भाताच्या तुसांमध्ये शिजून मरावं लागलं असतं. तांत्रिक असताना खाऊ नये ते खाल्लं, करू नये ते केलं. वैदिक नीतिनियम भिरकावून दिले. त्यानंतर मनोमन नास्तिक बौद्ध धर्म स्वीकारला-गयेला गेलो आणि माता-पितरांचं श्राद्ध न करता माघारी परतलो-या साऱ्याचा हिशोब केला, तर मला हजारदा तुषानल शिक्षा झाली पाहिजे. वेद-विरोधाचं तर्कशास्त्र जाणून घेण्यासाठी का होईना, वेदांचं अंत:सत्त्वच जे नाकारतं, ते केलं, म्हणून ते स्वत:ला शिक्षा ठोठावत असताना, त्यांना मी माझ्या संपूर्ण जीवनाविषयी सांगितलं, तर ते मला काय शिक्षा ठोठावतील, या नुसत्या विचारानंही माझ्या सर्वांगाचा थरकाप उडाला. कुमारिल भट्टांना अन्य मन:प्रवेश शक्ती अवगत नसेल काय? एव्हाना त्यांना माझं मन आणि चरित्र समजलं असेल काय? आत्ता या क्षणी त्यांनी मला बोलावून घेतलं आणि 'तू अमुक-अमुक भ्रष्ट कर्मं केली आहेस! तुला अमुक प्रायश्चित्त घेतलं पाहिजे, म्हणून सांगितलं, तर काय करायचं? वाटलं, आता या क्षणी उठावं आणि नि:शब्दपणे कुठंतरी निघून जावं. उठून बसलो. यज्ञशाळेकडे पाहिलं. दार लोटलेलं होतं. खिडकीतून आतला उजेड दिसत होता. होमाचा गंधही वाऱ्याच्या मंद झुळकीसरशी इथपर्यंत मधूनच येत होता. उठून उभाही राहिलो, पण पुन्हा बसलो. वाटलं, पळून जाण्यापेक्षा इथंच राहणं योग्य ठरेल. पळून गेलेल्याला पकडणं सोपं असतं.

पहाटे अंघोळीसाठी संगमावर गेलो. संगमापाशी प्रवाहात पाय सोडून बसता येण्यासारखे दगड नव्हते. पाणीही भरपूर होतं. मान या बाजूनं त्या बाजूला फिरवल्यावर सारं पात्र नजरेत येत होतं. नदीच्या पलीकडचं दृश्य अस्पष्ट दिसण्याइतकं पात्र रुंद होतं. अंघोळ करून वटवृक्षाखाली बराच वेळ बसून माघारी परतलो.

आश्रमालगतच्या एका बेलाच्या झाडाला दोन घोडे बांधले होते. आणखी थोडं लांबवर निरखून पाहिलं-तिथं वीसेक घोडेवार आणि दोन रथ दिसले. मान वळवून ओसरीवर पाहिलं-एका चटईवर आच्छादन पसरून त्यावर एक राजपुरुष बसला होता. मागं वळवलेले दाट केस, कर्णाभरणं, सोनेरी वस्त्रांची बाराबंदी, गळ्यात हार, जरीच्या काठाचं भारी धोतर-हा केवळ कुणीतरी किरकोळ राजघराण्यातला माणूस नसून बड्या राजघराण्याचा अधिकारी पुरुष असावा, असं लक्षात आलं. त्यांच्या शेजारी लोखंडी घागरभर घट्ट तूप-कोण असेल, असा विचार करत आणखी जवळ गेलो-ओळख पटली आणि चकित झालो. मथुरेचे जयसिंह! मी त्यांना पटकन ओळखलं. त्यांनी माझ्याकडे नजर टाकली. क्षणभर कुठंतरी पाहिल्याची ओळख पटल्याचे भाव दिसले. जवळ जाऊन मी अभिवादन केलं, पण काही बोललो नाही.

पण त्यांनाही ओळख पटली. ते म्हणाले, "का? माझी परीक्षा घ्यायची म्हणून बोलला नाही काय, कृष्णानंद?"

"मोठ्या माणसांना सामान्य माणसांची ओळख कुठून राहणार?"

"हजारो-हजारो रसिकांकडून मिळणारं उदंड प्रेम लाथाडून अध्यात्माची वाट धरून जाणारे सामान्य कसे असतील?" म्हणत त्यांनी मला समोरच्या बैठकीवर बसायला सुचवलं. कुशल-संभाषण करताना चेहऱ्यावर हास्याची रेखा तरळून गेली, तरी त्यांच्या चेहऱ्यावरचं गांभीर्य स्पष्ट होतं.

"याच आश्रमात राहता?"

"नाही-" मी पुढं सारं सांगायच्या विचारात असतानाच आचार्य भूमदेव यज्ञशाळेतून आले. ते जयसिंहांना म्हणाले, "तुमचं म्हणणं मी त्यांना सांगितलं. मी तुम्हाला आधीच सांगितलं होतं ना! गुरुजी आपल्या संकल्पापासून ढळणं शक्यच नाही. पण ते तुमच्याशी बोलतील. चला यज्ञशाळेत. अंघोळ झालीय ना?"

"होय. आम्हाला एक उत्तरीय हवं होतं."

भूमदेवांनी आतून एक उत्तरीय त्यांना आणून दिलं. बाराबंदी काढून ठेवून जयसिंहांनी उत्तरीय अंगावर पांघरलं, जवळच्या घंगाळातल्या पाण्यानं पाय धुतले आणि तुपाची लहान कळशी मोठ्या भक्तिभावानं दोन्ही हातात घेऊन ते अनवाणी यज्ञशाळेकडे निघाले. मीही त्यांच्या मागोमाग निघालो.

तुपाची कळशी अग्निकुंडाजवळ ठेवून साष्टांग नमस्कार घातल्यानंतर अग्नीपुढे

बसलेल्या कुमारिल भट्टांनाही त्यांनी जमिनीला स्पर्श करून नमस्कार केला. त्यांनी सांगितल्यावर जयसिंह जवळच्या पाटावर बसले. मी उभा होतो. तिन्ही शिष्यही उभेच होते. गुरुजींच्या चेहऱ्यावर थकवा दिसत होता. पण ध्वनिशक्ती मात्र कोमेजली नव्हती.

"श्रमण आणि जैन यांनी यज्ञयागादि कर्मांची टर उडवून त्याविषयी चुकीची भावना क्षत्रियांच्या मनात निर्माण केली आहे. त्या थट्टेचा परिणाम म्हणून ब्राह्मणांच्या मनातही त्याविषयी अविश्वास आणि भय निर्माण झालं आहे. अशोक चक्रवर्तींपासून अलीकडच्या अनेक राजांनी अशा धर्माचा प्रसार करून भरतखंडाला निर्वीर्य करून टाकलं आहे. क्षत्रिय धर्म तेजोहीन झाला आहे. अशा परिस्थितीत आपले गुर्जर प्रतिहार चक्रवर्ती अश्वमेध यज्ञ करताहेत, हे उचितच आहे. त्यांचं हे कार्य निर्विघ्नपणे सफल होऊ दे. यामुळे क्षत्रियांचं वीर्य वृद्धिंगत होऊ दे. मी येण्याचा प्रश्नच उद्‌भवत नाही. उद्या मी तुषानल-देहान्त प्रायश्चित्त घेणार आहे, तुम्ही आणखी एखादा ब्रह्म शोधा."

"आपल्यासारख्या व्यक्तीनं आत्महत्त्या करणं हे संपूर्ण वैदिक धर्माच्या दृष्टीनं दुःखकारक आहे. आपण हा संकल्प बाजूला सारून आलं पाहिजे. आजकाल अश्वमेध यज्ञ करणं योग्य की अयोग्य, अशी शंका घेणारेही काही साधू आहेत. यज्ञामध्ये हिंसेला फार मोठं स्थान आहे, असं म्हणत यज्ञ सुरू असतानाच बौद्ध भिक्खू वाद घालण्यासाठी येऊ शकतील. क्षत्रिय भित्रे आहेत. त्या साऱ्यांशी वाद घालून तोंड बंद करून अश्वमेध यज्ञ निर्विघ्नपणे पार पाडणारे तुमच्या व्यतिरिक्त दुसरे ब्रह्म कुठून मिळणार? आपण यज्ञाच्या वेळी ब्रह्मस्थानी आहात, हे समजलं, तर समस्त क्षत्रिय यज्ञाला पाठिंबा देतील. वैदिक धर्माच्या जीर्णोद्धारासाठी हे अत्यागत्याचं काम आहे."

"तुम्ही म्हणता ते खरं आहे. मी संकल्पापासून ढळणं अशक्य आहे. बौद्ध असोत-जैन असोत वा भ्रष्ट ब्राह्मण असोत-अशा प्रसंगी माझ्या इतक्याच सामर्थ्यानं उत्तर देऊ शकतील, असे प्रगल्भ बुद्धीचे एक जण आहेत. ग्रंथरचना केल्यामुळेही त्यांचं नाव वैदिक जगतात प्रख्यात आहे. बौद्ध पंडितही त्यांना घाबरतात. संपूर्ण मंत्रांचं तोंडी पठण करून त्यावर व्याख्यान करण्याचं सामर्थ्य त्यांच्या अंगी आहे. माझ्याप्रमाणे त्यांनी फारसं देशाटन केलेलं नाही, त्यामुळे त्यांचं नाव माझ्याइतकं लोकांना ठाऊक नाही, एवढंच. माहिष्मतीच्या मंडनमिश्रांचं नाव तुम्हीही ऐकलं असेल."

"ऐकलंय. पण त्यांना आश्रय देणारा माहिष्मतीचा राजा इकडं गुर्जर प्रतिहारांनाही मिळालेला नाही आणि तिकडं राष्ट्रकुटांनाही मिळालेला नाही. तो स्वतःचं स्वातंत्र्य राखून आहे. अश्वमेध यज्ञ म्हणजे चक्राधिपती-स्थापना, राज्य-विस्तार करणं अथवा

मैत्री वाढवणं. अशा परिस्थितीत आपल्या देशातील महा-महापंडित जर दुसऱ्या देशाच्या अश्वमेध यज्ञाचा ब्रह्म होण्याला तिकडचे राष्ट्रकूट आक्षेप घेतील, असा मुद्दा माहिष्मतीचा राजा उपस्थित करू शकेल. त्यांचा राजाश्रय हिरावून घेईल. मंडन मिश्रही आमच्या प्रार्थनेचा स्वीकार करणार नाहीत.''

''ब्राह्मणानं लौकिक राजाच्या अधिपत्याखाली राहताच कामा नये. वेदांत सांगितल्याप्रमाणे प्रत्येक वैदिकानं बुध हाच आपला राजा मानलं पाहिजे. राजाश्रय कधीही मान्य करू नये. गुर्जर प्रतिहारांची वैदिक निष्ठा कौतुकास्पद आहे, हे मान्य असलं, तरी त्यांच्याकडून मी कुठलंही दान घेतलेलं नाही. समजलं?''

''ठाऊक आहे! आपल्याला आमचे चक्रवर्ती शिरसावंद्य मानतात.'' जयसिंह म्हणाले.

''कुणी का करेना, अश्वमेध करणं हे पुण्याचं काम आहे. लायकी नसणारा अपुऱ्या तयारीनिशी यात उतरला, तर थट्टेचा विषय होतो. गुर्जर प्रतिहारांच्या महाकार्याला तुम्ही इतर पंडितांसह यावं, अशी माझी अपेक्षा आहे, म्हणून सांगा. येतील ते.''

''गुरुजी तर तुषानल-प्रवेश करून मोकळे झाले आहेत. हे राजकारणातले लोक कार्य साधण्यासाठी खोटं बोलताहेत, असा त्यांचा ग्रह झाला तर?''

''तेही खरंच!'' असं म्हणत भट्टाचार्यांनी तिन्ही शिष्यांवर नजर टाकली, ''त्यांचा या तिघांपैकी कुणाशीच प्रत्यक्ष परिचय नाही. तिथं खांबापाशी उभे असलेले नागभट्ट त्यांचे थेट शिष्य आहेत. तुम्ही त्यांना साक्षीसाठी सोबत घेऊन जा. तुम्हाला जे सांगायचं आहे, ते त्यांच्या करवी सांगायला लावा.''

जयसिंहांनी पुढं वाद वाढवला नाही. ''गुरुजींना आणखी बोलायला लावून मी पापाचा धनी होणार नाही-'' ते म्हणाले. भट्टाचार्यांनीही हात वर करून आशीर्वाद दिला. ''तुमचा यज्ञयाग विधिपूर्वक पूर्ण होऊ दे आणि समस्त भरतखंडात वैदिक धर्म स्थापित होऊ दे.''

पुन्हा यज्ञ आणि गुरुजी यांना नमस्कार करून आणि गुरुजींनी दिलेलं यज्ञभस्म आदरपूर्वक मस्तकावर लावून घेऊन जयसिंह यज्ञशाळेबाहेर आले. मीही त्यांच्या मागोमाग बाहेर पडलो. पाठोपाठ आलेले भूमदेव म्हणाले, ''स्वयंपाक तयार आहे. भोजन करून निघावं आपण.''

''अर्ध्या कोसावर आमचे अंगरक्षक स्वयंपाक करताहेत. आम्ही तिथंच जातो.''

''दुपारच्या वेळी आश्रमातून न जेवता जाऊ नये.''

मीही त्यांच्याबरोबर जेवलो. स्वयंपाक्यानं वाढलं. भूमदेवांनी योग्य तो आग्रह केला. इथल्या जेवणात कसलीही कमतरता नव्हती. अग्नीच्या नैवेद्यासाठी केलेला तो स्वयंपाक होता. दूध-तुपाचा सढळ हातानं वापर केला होता. जयसिंहांच्या

घरच्या जेवणाशी तुलना केली, तरी सुवर्ण-चांदीच्या भांड्यांचाच फक्त व्यत्यास होता. एवढी सुबत्ता होती.

जेवण झाल्यावर जयसिंह मला म्हणाले, ''गुरुजींचा आदेश ऐकलात ना? आमच्याबरोबर चला. आमच्या माणसांचं जेवण झालं की, रथातून प्रयाण करू या.'' पण नंतर तेच म्हणाले, ''क्रूर वाटलं, तरी प्रवेश पाहायची इच्छा आहे. आज राहून उद्या निघू या.''

त्यांच्याबरोबर मी त्यांच्या वस्तीवर गेलो. आपलं जेवण झाल्याचं सांगून त्यांनी इतरांना भोजन करून घ्यायला सांगितलं. आम्ही दोघंही त्यांच्या डेऱ्यात बसलो. मी गुरूंना नालंदेत आलेल्या अनुभवाविषयी सांगितलं.

''भूमदेवपंडितांनी थोडक्यात सांगितलं-पण एवढं सगळं लक्षात आलं नाही. आम्ही करत असलेल्या अश्वमेधाचं महत्त्व समजायचं असेल, तर आजूबाजूला घडणाऱ्या अशा घटनांचंही भान हवं. अरबहून आलेल्या म्लेंच्छांनी सिंधू देशातल्या देवल नावाच्या नगरावर हल्ला करून तीन दिवस तिथल्या मूळ रहिवाशांची हत्या केली. आपल्या चार हजार माणसांना त्यांनी इथं घुसवून त्यांच्या घरादाराचा ताबा घेतला. तिथंच आपल्या धर्माचं एक मोठं प्रार्थनाभवन उभारलं आहे. तिथून जवळ असलेल्या नेरून गावावरही म्लेंच्छ सैनिकांनी हल्ला केला म्हणे. आधीच तिथल्या बौद्ध भिक्खूंनी म्लेंच्छ सेनाधिकाऱ्यांशी पत्रव्यवहार करून संगनमत केलं होतं. म्लेंच्छांचा हल्ला होताच या बौद्ध भिक्खूंनी आतून उठाव केला आणि तिथली हिंदू राजवट नष्ट करून टाकली. अशा प्रकारे बौद्ध भिक्खूंमुळे सिंधू देश म्लेंच्छांच्या ताब्यात गेला आहे. भरतखंडापलीकडच्या राजांचा आश्रय, त्यांची आर्थिक मदत, त्या लोकांची मदत घेऊन इथं प्रबल व्हायची त्यांची वृत्ती! वैदिक परंपरेचा ज्यांनी पहिल्यापासूनच द्वेष केला, त्यांच्याकडून आणखी अपेक्षा तरी काय करणार म्हणा! आता जनसामान्यांच्या मनात वैदिक परंपरेविषयी श्रद्धा-निष्ठा वाढवायचं काम झालं पाहिजे. वेदांमधला वीर्यभाव सर्वत्र पसरला पाहिजे.''

रात्री मी त्यांच्या तळावरच मुक्काम केला. पहाटे सूर्योदय झाल्यानंतर तिसऱ्या प्रहरी ग्रहण लागणार असल्याचं सगळ्यांना ठाऊक होतं. अनायासा प्रयागात आहे, पितरांना तर्पण द्यायला पाहिजे, अशी जयसिंहांचीही भावना होती. तरीही तुषानल प्रवेश बघायला ते उत्सुक होते. रात्रभर माझ्या डोळ्याला डोळा लागला नाही. पहाटे लवकर उठून दोघंही संगमावर अंघोळ करायला निघालो. संगमावर ग्रहणकाळात स्नान आणि तर्पण देण्यासाठी बरीच गर्दी झाली होती. लवकर अंघोळ आटोपून आम्ही आश्रमाकडे निघालो.

कुमारिल भट्टांच्या संकल्पाविषयी समजल्यामुळे तिथंही खूप गर्दी जमली होती.

तिथं मोकळ्या जागी कुमारिल भट्ट उभे होते आणि भोवताली त्यांचे शिष्य भाताच्या तुसांचा ढीग रचत होते. गळ्यापर्यंत ढीग रचला गेला होता. फक्त डोकं आणि चेहरा तेवढा दिसत होता आणि कपाळावर होम भस्म.

भोवतालचा तुसाचा ढिगारा वेगवेगळ्या ठिकाणी पेटवण्यात आला. आगीची धग ढिगाऱ्याच्या आतल्या बाजूला मूकपणे पसरू लागली. पण तिनं त्यांच्या शरीराला स्पर्श केला नसावा. भोवताली तिन्ही शिष्य उभे राहून उच्च स्वरात म्हणत होते–

''उद्वेति सुभगो विश्व चक्षाः
साधारणाः सूर्यो मानुषाणां!''

ही सूर्य-स्तुती सुरू असतानाच आग पसरत होती. ग्रहणाच्या स्पर्शकाळीच अग्नीचा भट्टाचार्यांना स्पर्श होईल, अशी रचना केल्याचं दिसत होतं. भोवताली जमलेला जनसमुदाय स्तब्ध होता. ऐंशी वर्षांच्या कुमारिल भट्टांचं विरळ केसांचं मस्तक सकाळच्या सूर्यकिरणांमध्ये चमकत होतं. त्यांचे डोळे सूर्यावर खिळले होते. आगीच्या ज्वाळा दिसण्याचा प्रश्नच नव्हता. आतून आग पसरत चालली असावी. सगळ्यांचं लक्ष एकीकडे ग्रहण लागू पाहणाऱ्या सूर्याकडे आणि दुसरीकडे कुमारिल भट्टांच्या मस्तकाकडे लागलं होतं. सगळ्यांचे श्वास रोखले गेले होते.

काही वेळ गेला. सूर्याचा प्रकाश मंदावला. प्रकाशमान गोलाकाराचा एक तुकडा मोडून गेल्याचं दिसत होतं. कुमारिल भट्टांचा चेहरा क्षणभर ताठरल्यासारखा झाला. ओठांवाटे मंत्रोच्चार सुरूच होते. सूर्याचा आणखी थोडा भाग काळवंडला. कुमारिलांच्या चेहऱ्यावर वेदना उमटली. ओठांची हालचाल दिसली, तरी हिरड्या आवळल्या गेल्या होत्या. डोळे ग्रहणग्रस्त सूर्यावर खिळण्यासाठी धडपडत असले, तरी दृष्टी स्थिर राहिली नव्हती.

आता सर्वत्र आग पसरली असली पाहिजे, हे स्पष्ट होतं. निदान आता तरी ते आगीतून बाहेर येतील-ते शक्य नसेल, तर दोन्ही हात वर करून ''मला ओढून बाहेर काढा-'' म्हणून ओरडतील, अशी आशा मनात उमटली. तेवढी तरी वाट का बघायची? आपणच पुढं होऊन त्यांना ओढून काढायचं-पाणी शिंपडून-नाही. ते ओरडणार नाहीत-बाहेर येणार नाहीत-असंही एकीकडे बुद्धी बजावत होती. त्यांच्या चेहऱ्यावर वेदना गहिरी होत होती, दृष्टी अस्ताव्यास्त होऊन गेली होती, आवळलेल्या हिरड्या आणखी घट्ट होत होत्या-आणखी घट्ट-पण ओठ मात्र अजूनही मंत्रोच्चार करत होते. आवाज आर्द्र झाले, तरीही तिन्ही शिष्य स्वर खाली न आणता मंत्रोच्चार करतच होते.

''शं नो भव चक्षसा शं नो अहना।
शं भानुनां शं हिमा शं घृणे न।''

आकाशात राहूगस्त झालेल्या सूर्याला ऐकू जाईल, एवढ्या चढ्या आवाजात-तुसाच्या अग्नीत घेरलेल्या भट्टाचार्यांची वेदना अनंत आहे. अनंत कालाच्या वेदनेतून ते जात आहेत, या भावनेनं माझं सर्वांग कापू लागलं. हीच यम-शिक्षा काय? स्वत:च स्वत:ला शिक्षा ठोठावून, स्वत:च त्याचं पालन करून, हे स्वत:च यम-धर्म झाले आहेत! कर्म-नीती-नियम यांनाच परमतत्त्व मानून चालणारे हे! अन्य उच्च देव नसलेल्या यमधर्माच्या हाती सापडण्यापेक्षा त्यांनी स्वत:च यमधर्म झालं पाहिजे. पाप-पुण्य याच्याही पलीकडे असलेला देव यांना दिसत नाही.

ग्रहण-काल पुढं चालला होता. कुमारिल भट्टांच्या चेहऱ्यावरचे स्नायू एकाएकी सैल पडले. गळ्याचा भाग ओढल्यासारखा झाला. कदाचित प्राण पूर्णपणे गेले नसतील-शुद्ध मात्र हरपलेली दिसली.

शेजारी उभ्या असलेल्या जयसिंहांनी माझी बाही ओढून चलण्याची खूण केली. मलाही तिथं उभं राहणं असह्य झालं होतं. गर्दीतून वाट काढत तीनशे पावलं चालून गेल्यावर जयसिंह म्हणाले, ''भट्टाचार्य खरोखरच वेदकाळाचे ब्राह्मण! धमन्यांमधून क्षात्ररक्त भरलेले! क्षत्रियांमध्येही असं रक्त असणारे अगदीच विरळा!''

दहा

मथुरेत गेल्यावर जयसिंहांनी मला त्यांच्या प्रासादातच उतरायला लावलं. तिथं आठवडाभर राहून त्यानंतर दोघांनी माहिष्मतीला जायचं, असं ठरवलं होतं. पण आम्ही मथुरेला पोहोचलो, तेव्हा त्यांच्या पत्नी उषादेवी आजारी पडल्या होत्या. ज्वर आज उतरेल, उद्या उतरेल, म्हणून वाट बघण्यात पाच दिवस गेले. अखेर वैद्यांनी सांगितलं, ''हा सन्निपात-ज्वर आहे. एकवीस दिवस झाल्याशिवाय हा उतरणार नाही.'' दररोज त्यांनी दिलेलं कषाय पाजणं, ताप खूप वाढला, तर ओली माती फडक्यात गुंडाळून डोक्याला बांधणं यांव्यतिरिक्त काही करण्यासारखंही नव्हतं. आणखी सोळा दिवस वाट बघणं भाग होतं. ताप उतरल्यावरही दोन आठवडे जयसिंहांनी उषादेवींबरोबर राहणं आवश्यक होतं.

आठवड्यानंतर त्यांनी मला सांगितलं, ''तुम्हाला एक रथ आणि सोबत चार सशस्त्र घोडेस्वार देतो. तुम्ही एकटेच निघा आणि तुमच्या गुरूंशी या विषयावर बोला. आम्ही महिन्याभरात तिथं येऊ. तुम्ही तिथंच राहा. रथ आणि घोडेस्वार मात्र माघारी पाठवून द्या.''

''ठीक आहे!'' मी म्हटलं.

मथुरेतल्या वास्तव्यात मात्र कुठंही गेलो नाही. 'स्थपती अजूनही नालंदेत असतील. वज्रपादांना भेटणं शक्य होतं. पण ते नालंदेची क्षेमखुशाली विचारतील. माझं तिथलं अध्ययन संपलं काय, शून्यभावावर उपाय मिळाला काय वगैरे प्रश्न ते विचारतील. मी उपाय मिळाला म्हणून सांगितलं, तर मी बौद्ध झालो, असं ते समजतील. नाही म्हटलं, तर पुन्हा बौद्ध धर्माविषयी माझ्या मनात श्रद्धा निर्माण करायचे प्रयत्न सुरू करतील. म्हणून त्यांच्याकडे गेलो नाही. दोन दिवस सार्थांचे तळ पडत, त्या मैदानावर गेलो होतो. गौड, पुन्ड्र, उत्कल, महाकोसल यांकडील सार्थ वायव्य देशाला जाऊन माघारी परतले होते. आता वायव्येकडे म्लेंच्छ राज्यकारभार चालला होता, असं ते सांगत होते. आपले सार्थ तिथपर्यंत जात आणि

त्यांना ते म्हणतील त्या भावात माल विकून माघारी येत होते. या सार्थांना थेट मिस्र किंवा रोमकशी व्यापार करता येऊ नये, अशा प्रकारे अडवून ठेवलं होतं.

नाटक-मंडळीही हल्ली पूर्वीइतकी उत्साही राहिली नाही, असं समजलं. वासुदेव शर्मांना भेटलो. ते म्हणाले, "प्रत्येक अवतारावर एकेक नाटक लिहायची कल्पना आहे. पण बसून लिहून काढायचं म्हणजे प्रकृतीची तक्रार आहे. सगळ्या नाटकांमध्ये तेच ते चेहरे प्रेक्षकांना कंटाळवाणे वाटतात. चांगले समर्थ नट-नट्याही मिळत नाहीत. तुम्ही कुठं निघून गेलात? काय करता? नाटक-मंडळीत तुमच्यासारखी माणसं जीव आणतात."

आनंद दत्तही गावात नव्हते. चंद्रिका मथुरेतच आपल्या घरी राहत असल्याचं समजलं. मी त्या संदर्भात फारशी इच्छा दाखवली नाही. तरीही माझं चित्त विचलीत झालं. मथुरेत येऊनही तिला न भेटता निघून जातोय. मी आल्याचं तिला शर्मा किंवा जयसिंहांकडून निश्चित समजेल. न सांगता-सवरता पाटलीपुत्राहून निघून गेलो. ती दुखावली गेली असेल. आताही तिला वाईट वाटेल. तीन दिवस तशाच मृदू अवस्थेत होतो. त्यानंतर मात्र दुर्बलता झटकून चार घोडेस्वारांसह रथातून माहिष्मतीच्या दिशेनं प्रयाण केलं.

माहिष्मतीला गेल्यावर कुमारिल भट्टांच्या आत्महत्येची बातमी आपल्यालाच सांगावी लागेल, हे लक्षात येताच मन कष्टी झालं. हे कर्तव्य केल्याशिवाय दुसरा उपाय नाही हेही एकीकडे समजत होतं.

मी वास्तव्य केलं आणि शिक्षण घेतलं, ते केवळ विद्यार्थ्यांसाठी म्हणून बांधलेल्या पाठशाळेत. गुरुजींच्या घरी त्या वेळी काही वेळा गेलो होतो. लांबचं नातं असलं, तरी फारशी सलगी दाखवत नव्हतो. गुरुजींच्या आजीच्या धाकट्या बहिणीची नात म्हणजे माझी आई. तसं नातं म्हटलं, तर ते माझे मामा लागत होते. पण कठोर नियमपालन हा त्यांचा स्वभाव असल्यामुळे ते कुणाही विद्यार्थ्याशी जवळीक दाखवत नव्हते. त्यांच्या तुलनेत गुरुपत्नींशी आमचं बऱ्यापैकी जमायचं. त्या अधून-मधून जुन्या नात्यांची चौकशी करायच्या, क्षेम-कुशलही विचारायच्या. मी गावाकडून परतलो की, आवर्जून विचारायच्या, "काय म्हणतात आमच्या नणंदबाई? बाकी घरात सगळे कसे आहेत?" पत्नीकडून गुरुजीही सारे क्षेम-समाचार जाणून घ्यायचे, पण स्वत: चौकशी करण्याइतका त्यांना वेळ नसायचा आणि व्यवधानही नसायचं. अध्ययन-अध्यापन, ग्रंथरचना आणि नित्यनैमित्तिक कर्मांमध्ये त्यांचा संपूर्ण दिवस संपून जायचा. मोकळेपणानं वागलं तर विद्यार्थी बिघडतात, असा त्यांचा गाढ विश्वास होता. विद्यार्थी पाठशाळेतच राहून तिथंच जेवायचे. गुरुजींची मोठी, सुपीक जमीन होती. त्यातून येणारं अन्नधान्य आणि इतर उत्पन्न पाठशाळेतल्या विद्यार्थ्यांवरच खर्च होत होतं. कुठल्याही विद्यार्थ्याकडून अन्नाचं मूल्य घेतलं जात नव्हतं. शिकण्याची

इच्छा आणि बुद्धिमत्ता यांची परीक्षा घेऊन विद्यार्थ्यांना प्रवेश दिला जात असे. जे देण्यासाठी सक्षम असत, असे पालक गुरुपौर्णिमेच्या दिवशी गाड्या भरभरून तांदूळ, डाळी, गूळ, तेल, तूप पाठशाळेत आणून देत. तेही केवळ आपल्या मुलाच्या जेवणासाठी म्हणून नव्हे, पाठशाळेला ती भेट असे. कितीतरी माणसं आपल्या मुलाचं शिक्षण संपल्यानंतरही अशा भेटी देतच राहायचे. काही जण तर आपली मुलं तिथं शिकत नसली तरी द्यायचे. तिथं शिकवणाऱ्या इतर उपाध्यायांनाही गुरुजी आपल्याकडून दक्षिणा द्यायचे. प्रथमदर्शनी ज्ञानाचा दर्प जाणवला, तरी गुरुजींचं घर साधं-सरळ होतं.

आता तिथं गेल्यावर मी घरी जावं की पाठशाळेत? परगावाहून वेदांमधील सूक्ष्म अर्थ जाणून घेण्यासाठी आलेले विद्वान, वादविवाद घालण्यासाठी येणारे महापंडित किंवा इतर काही कामासाठी येणारे अशा लोकांसाठी पाठशाळेत उतरायची व्यवस्था होती. मीही तिथं राहू शकलो असतो, तरीही मी सरळ घरीच जायचं ठरवलं.

द्वारपालांनी आत जाऊन तारावतीच्या यज्ञभट्टांचे पुत्र नागभट्ट आल्याचं सांगितलं, तेव्हा स्वत: गुरुपत्नीच दाराशी आल्या. ओळख न पटल्यामुळे त्या माझ्या चेहऱ्याकडे पाहत राहिल्या. त्यांना पाहताच माझ्या मनाची काष्ठ-स्थिती नाहीशी होऊन उन्नत आनंद ओसंडून आला. गुरुपत्नीच्या चेहऱ्यावरचं ते बुद्धीचं तेज! कुमारिल भट्टांशी तंतोतंत साम्य असलेला चेहरा. सख्खी भावंडं असल्याचं पटकन लक्षात येईल, असं साम्य! तेच विद्येच्या प्रकाशामुळे लकाकणारे डोळे. फरक एवढाच होता – यांच्या संपूर्ण व्यक्तिमत्त्वात कुठंही काठिण्याला स्थान नव्हतं. ऐश्वर्य-सूचक, तरीही त्यागाच्या अलिप्ततेनं धारण केलेले चार ठसठशीत दागिने. साधं, पण नेटक्या काठापदरानं अलंकृत असं लुगडं. मध्यभागी भांग, दोन्ही बाजूला उतरलेले दाट पांढरे केस. एवढ्या दिवसांच्या पायपिटीमध्ये अशी परिपूर्ण स्त्री नजरेला पडली नाही, हे तीव्रपणे जाणवलं.

''मामी ओळखलं नाही?'' म्हणत त्यांच्या पायांशी नमस्कार करताना माझ्या डोळ्यांमध्ये पाणी भरलं होतं. अम्माच्या पाठवणीमुळे की त्यांच्या भावाच्या प्रायश्चित्ताविषयी सांगायचा क्षण जवळ आला म्हणून, कोण जाणे!

''कुठं होतास रे इतकी वर्षं? चल आत –'' असं म्हणत त्यांनी रक्षकाला रथ, घोडे आणि घोडेस्वार यांची व्यवस्था बघायला सांगितलं.

आत पाटावर बसलो. आता इतर खुशालीविषयी बोलणं मला कृत्रिम वाटलं. पण सांगायला जीभ उचलत नव्हती. त्यांनीच विचारलं, ''अंघोळ वगैरे झालीय ना?''

''हो. सकाळी झालीय.''

''हात-पाय धुऊन ये. आधी अल्पोपाहार देते. नंतर सांग कुठं-कुठं फिरून

आलास ते! काय आलंय रे तुझ्या नशिबाला!''

बातमी न सांगता, त्यांनी दिलेलं खात बसणं मला योग्य वाटलं नाही. मी गाव सोडून निघून गेल्याचं आणि त्यानंतरच्या शालिनीच्या संदर्भात घडलेल्या घटनांविषयी त्यांना ठाऊक असलेलं दिसत होतं. तारामती आणि माहिष्मतीत फार-फार तर चारच दिवसांचा रस्ता.

''मामी, तुम्हाला आणि मामांना एक दुःखद बातमी सांगायचं काम माझ्यावर आलंय. सांगितलं नाहीतरी मला कुणी जाब विचारणार नाही – तुम्हाला दुःखात लोटण्याचं पाप तरी टळेल.''

''काय रे?'' त्या कातर झाल्या होत्या.

''परमगुरूंनी प्रायश्चित्त म्हणून प्रयागमध्ये तुषाग्नीत शिरून देहत्याग केला.''

''कोण परमगुरू? कुणाचं सांगतोयंस?''

''तुम्ही दोघं माझे गुरू. तुमचे गुरू पूज्य कुमारिल भट्ट!''

माझं त्यांच्याकडे लक्ष होतं. त्यांना माझ्या सांगण्याचा अर्थ पोहोचला. त्या मटकन खाली बसल्या. मी आधार देण्यासाठी पुढं होत असतानाच त्या जमिनीवर कोसळल्या. कुणी नसलेलं बघून मी सेविकेला हाक मारली. तिनं आणलेलं पाणी त्यांच्या मस्तकावर शिंपडलं, भानावर येऊन त्या उठून बसल्या. त्यांनी काहीही तपशिलाची चौकशी केली नाही. डोळे उघडे असले, तरी भोवतालचं काही आत शिरत नसावं, अशी त्यांची अवस्था होती. थोड्या वेळानं मीच विचारलं, ''द्वारपालाकरवी मामांना निरोप पाठवू या?''

त्यांना तेही ऐकू आलं नाही. अखेर मीच तसा द्वारपालाला निरोप दिला. थोड्याच वेळात मामा आल्याची चाहूल लागली. त्यांना बाहेर ओसरीवरच गाठून मी त्यांना कुमारिल भट्टांची बातमी सांगितली. त्याचबरोबर मामींची अवस्थाही सांगितली. त्यांनाही धक्का बसला. तसेच ओसरीवर बसले. नंतर आत जाऊन पत्नीला आधार देऊन आत घेऊन गेले.

दोनेक घटकांनंतर ते बाहेर आले आणि म्हणाले, ''तपशील नंतर सांग, तुषानल प्रवेशामागचं कारण सांग.'' मी थोडक्यात सारं सांगितलं. त्यांनी विचारलं, ''प्रायश्चित्तापूर्वी त्यांनी स्वयं-श्राद्ध केलं होतं काय?''

''मला तो तपशील ठाऊक नाही. सारं पाहणं दारुण असल्यामुळे मी बाहेरच होतो.''

त्यांनी सहानुभूतीनं माझ्याकडे पाहिलं. नंतर म्हणाले, ''बघताना दारुण वाटणं स्वाभाविक आहे – पण एकदा संकल्प सोडला की, कर्मकांडातला कुठलाही तपशील शिल्लक राहू नये. बघवलं नाही, म्हणून बाहेर येणं हेच कर्मामध्ये श्रद्धा नसल्याचं दाखवतं. त्यांनी स्वयं-श्राद्ध निश्चित केलं असेल – पण माझंही कर्तव्य

आहेच. आता मी माहिष्मती – नर्मदेच्या संगमावर जाऊन पिंड-दान करून येतो. केवळ मेहुण्याचं नातं नाही, गुरू म्हणूनही कर्तव्य आहे ते.'' एवढं सांगून ते आत गेले. थोड्याच वेळात एका पांढऱ्या पंचामध्ये पिंडासाठी लागणारं सारं सामान बांधून घेऊन ते घराबाहेर पडले.

दुसऱ्या दिवशी संध्याकाळी मला आतल्या चौकात बसवून ते दोघंही समोरच्या भिंतीला टेकून बसले. गुरुजींनी विचारलं, ''ते नालंदेत काय करत होते? काय-काय झालं? सारं सविस्तर सांग!''

मी सारं विस्तारानं सांगितलं.

त्यांनी विचारलं, ''पण तू का तिथं गेला होतास?''

एकदा विषय माझ्याकडे वळल्यावर मी काहीही लपवून न ठेवता सगळं त्यांना सांगितलं.

''विद्यार्थिदशेत तू हुशार होतास. संपूर्णपणे श्रद्धावान असं तेव्हाही वाटलं नव्हतं. ज्यांचा वेदांवर विश्वास आहे, ते कधीही असे अनेक मार्ग पकडून भटकत नाहीत. सार्थाचं मर्म जाणण्यासाठी एखाद्या जन्मजात वैश्याला पाठवा – मला ती विद्या अवगत होणार नाही, म्हणून राजाला का सांगितलं नाहीस?''

''देशोदेशी फिरणं, नवं जग पाहणं या विचारांमुळे मी संभ्रमित झालो.''

''स्वत:च्या नसलेल्या क्षेत्राच्या संदर्भात संभ्रमित होणं, हे अज्ञानाचंच लक्षण.''

''प्रत्येकानं केवळ आपल्याच कुळाचं काम करावं, दुसऱ्या कुळाचं काम करणं भयावह असतं, जन्मच व्यवसाय निश्चित करत असतो, असं सनातन धर्म सांगतो. पण जे सनातन धर्म नाकारतात, ते हे नाकारून सुखात राहतातच ना?'' मी विचारलं.

''कोण असं करतं? उदाहरण देऊन सांग!''

''बौद्ध!''

''कुठं आहेत बौद्ध?''

''सगळीकडे आहेत. खूप मोठ्या संख्येनं आहेत. पूर्वेकडे गेलं, तर सर्वत्र त्यांचेच विहार दिसतात. त्यांचेच स्तूप – त्यांचीच चैत्यगृहं!''

''तशा वास्तू राष्ट्रकुटांच्या राज्यातही बांधताहेत म्हणे. मी काही तुझ्याइतका फिरलो नाही म्हणा! शिकत असताना बारा वर्षं प्रयागमध्ये होतो, तेवढंच. राजाश्रय आणि वैश्याश्रयामुळे त्यांची देवळं आणि विहार मोठ्या प्रमाणात बांधताहेत हे खरं. वेश्यांना 'तुम्ही पापातून धन मिळवलंय – ते दान करा' असं बुद्धानंच सांगितलं, असं ऐतिह आहे. भिक्खूंची संख्या वाढली आहे. बौद्ध व्हायचं म्हणजे भिक्खू व्हायचं. बुद्ध, धर्म आणि संघ यांना शरण जायचं म्हणजे संन्याशी व्हायचं.

त्यांच्यामुळे प्रजासंख्या वाढत नाही. गृहस्थ बौद्ध झाले आणि गृहस्थ राहिले, असं झालंय काय? वेगवेगळी कामं करणारे बौद्ध झालेत काय? शेतकरी, सुतार, चांभार, कुंभार, रथीक – या सगळ्या प्रकारची माणसं आपापल्या रान-देवतांची पूजा करतात, वैदिक देवांची पूजा करतात. जिथं बौद्ध धर्माला राजाश्रय आहे, तिथं त्यांच्याही देवळाला अधून-मधून जातात. त्यांची अनेक कुळं अशीच आहेत.''

''बौद्धांमध्ये जातिभेद नाही, मामा!''

''भिक्खूंमध्ये जातिभेद नाहीत, हे खरं आहे. आपलं शास्त्रही सांगतंच ना, संन्याशाला समाजाचे यमनियम लागू नाहीत म्हणून? तसंच आहे ते. पण सामान्य जनतेमध्ये बौद्ध कुठं आहेत? किती आहेत?''

मीही विचारात पडलो. एवढी वर्षं गाव-नगर खेड्यांमध्ये फिरताना हे माझ्या लक्षातच आलं नव्हतं. कितीतरी प्रकांड ब्राह्मण बौद्ध झाले आहेत – म्हणजे भिक्खू होऊन संसारापासून दूर राहताहेत. त्यांचा वंशही तिथंच थांबतो. बौद्ध भिक्खूंची संख्या बरीच आहे. त्याचा प्रचारही मोठ्या प्रमाणात केला जातो. त्यांचे प्रचारकही भरपूर आहेत.

गुरुजी सांगू लागले, ''जन्मामुळे आलेली जात कुणीही बदलू शकत नाही. ती अपरिवर्तनीय. प्रत्येकाचं कूळ त्याचं त्याला. प्रत्येकानी आपापले कुल-नियम तयार करून घेतले पाहिजेत. तिथं इतरांना प्रवेश नाही. अधिकारच नाही! धर्मगुरू ब्राह्मणालाही तो अधिकार नाही. राजशक्ती असलेल्या क्षत्रियालाही नाही आणि अर्थशक्ती असलेल्या वैश्यालाही नाही. त्यात इतरांनी शिरून ढवळाढवळ करायला सुरुवात केली, तर तिथले कुल-प्रमुख किंवा इतर लोक ऐकत नाहीत.''

विश्वकर्मा कुटुंबाच्या धर्म-परिवर्तनाविषयी मी सांगितलं.

''ते आपल्या माणसांमध्ये असते, तर धर्म-परिवर्तन घडलं नसतं. यानंतरही तो स्थपती म्हणूनच राहील की नाही?''

तरीही मला गुरुजींचं बोलणं पूर्णपणे पटलं नाही. सनातनी माणसं नेहमीच कुलाचरणाला जास्त महत्त्व देतात, हे मला ठाऊक होतं. त्यामुळे मी तेवढ्यावरच चर्चा थांबवली. पण या चर्चेमुळे एक फायदा झाला. गुरुपत्नी थोरल्या भावाच्या आत्महत्येच्या दुःखापासून थोड्या बाहेर आल्या. असं मनात येत असतानाच त्यांनी विचारलं, ''ज्येष्ठ बंधू आणखी काय म्हणत होते?''

गुर्जर प्रतिहारांच्या अश्वमेध यज्ञाविषयी सांगून अखेर त्यांनी या यज्ञाच्या ब्रह्मपदाची जबाबदारी आपल्या शिष्यावर – मंडनमिश्रांवर सोपवावी, म्हणून कसं सांगितलं, हेही विस्तारानं सांगितलं.

''त्यांची आज्ञा आमच्या दृष्टीनं वेदवाक्यच आहे!'' गुरुपत्नी लगेच म्हणाल्या. गुरुजी मात्र विचारमग्न झाले.

"राजबंधू जयसिंह स्वत: माझ्याबरोबर निघाले होते. पण पत्नी आजारी पडल्यामुळे थांबावं लागलं. गुरू आणि मेहुणे कुमारिल भट्टांच्या निधनाची वार्ता कळवायला फार उशीर होता कामा नये, म्हणून त्यांनी मला पुढं पाठवलं. तेही लवकरच राजाज्ञेसह येतील." मी सांगितलं. थोडा वेळ विचार करून गुरुजी म्हणाले, "खरं आहे. शक्तिवान राजांनी अश्वमेध करणं वेद-संमत आहे. माहिष्मतीचा राजा काहीही म्हणो – मी स्वत: येऊन अश्वमेध यज्ञ व्यवस्थित होईल, हे पाहीन."

ज्या कामासाठी आलो, ते झालं, या विचारानं मला आनंद झाला.

जयसिंह येईपर्यंत मला आणखी काही काम नव्हतं. रथ आणि घोडेस्वार माघारी निघून गेले होते. ते आल्यानंतरही गुरुजींच्या यज्ञकार्यात मदत होण्यासारखं मंत्रज्ञान मला नव्हतं. एवढा मोठा यज्ञ म्हणजे भोवताली गुर्जर-प्रतिहारांचं साम्राज्य पसरलं पाहिजे. मी योद्धा नसलो, तरी जयसिंहांना त्या संदर्भात काही ना काही मदत करू शकेन, अशी मला आशा होती. पण जयसिंहांसोबत न आल्यामुळे माझी पंचाईत झाली होती.

माहिष्मतीमध्ये अधिकाधिक वेळ मी घरातच राहत होतो. मला ज्यांनी शिकवलं होतं, असे गुरुजी पाठशाळेत होते. पण त्यांच्याशी नव्यानं ओळख वाढवण्याइतका मला उत्साह नव्हता. गुरुपत्नी भारतीदेवी नेहमीप्रमाणे पाठशाळेत जाऊन मुलांना शिकवून यायच्या. गुरुजींप्रमाणे त्या काही दिवसभर तिथं राहत नव्हत्या. घरातही माझ्याशी त्या बऱ्याच गप्पा मारायच्या. विषय मात्र बहुतेक वेळी कुमारिल भट्टांचाच असे. मला जेवढं ठाऊक होतं, तेच मीही पुन्हा-पुन्हा सांगत होतो. त्याही सांगत होत्या.

त्यांचं मंडनमिश्रांशी पस्तीस वर्षांपूर्वी लग्न होऊन त्या इथं आल्या. त्यानंतर फक्त एकदाच कुमारिल भट्ट इथं आले होते. अशा प्रकारे पाठशाळा असावी, ही कल्पनाही त्यांचीच. घरात शिष्यांना ठेवून घेऊन शिक्षण द्यायचं म्हटलं, तर फारशा शिष्यांना विद्या देता येणार नाही, त्याऐवजी अशी व्यवस्था ठेवायला त्यांनीच सांगितलं. बहिणीचा संसार बघायला आले होते, असं म्हणण्यापेक्षा वेद-विद्येच्या प्रसाराची व्यवस्था करण्यासाठी ते आले होते, असं म्हणावं, इतकी ते इथल्या व्यवस्थेच्या खोलात शिरून चौकशी करत होते. माहिष्मतीच्या विद्वानांना ते स्वत: भेटले आणि त्यांच्यामध्ये विद्याप्रसाराचा उत्साह भरला होता.

मी विचारलं, "तुमचे गुरू तेच ना?"

"तसा आमच्या घरामध्ये सतत वेदांचा पाठ सुरूच असायचा. कुठून-कुठून विद्यार्थी यायचे. फक्त लहानपणापासूनच नव्हे, आईच्या गर्भात असल्यापासून माझ्या कानांवर वेदपाठ पडत होते. सतत ऐकून सहाव्या वर्षी त्यातला कितीतरी भाग मी

न चुकता म्हणून दाखवत होते. आठव्या वर्षी बहुतेक सगळ्या संहिता येत होत्या. काही भाग पद-पाठ, क्रम-पाठ, जटापाठ, घन-पाठ तोंडात बसले होते. एवढं झालं, तरी मी एक स्त्री. त्यामुळे वेदाध्ययनाचा अधिकार नाही. वेद ऐकायला हरकत नाही, पण गुरुमुखानं शिकणं शक्य नाही. मी तर सतत ऐकून सारं शिकले. माझी आईही अशीच शिकली होती. वडील गावात नसतील, तेव्हा औपासाग्नी सांभाळण्याची जबाबदारी तिच्यावर असे. त्यासाठी आवश्यक तेवढेच मंत्र शिकायचा तिला अधिकार होता. ती ते शिकलीही होती.''

मी 'हं-हं' म्हणत ऐकत होतो.

''माझे वडील संप्रदायवादी होते. माझ्याहून वीस वर्षांनी मोठे असलेले ज्येष्ठ बंधूही तसेच. भारती एवढी हुशार आहे, गुरुमुखानं शिकण्याआधीच सारे वेद शिकली आहे. व्याकरण, तर्कशास्त्र, अलंकार, काव्य सगळंच तिला नीट क्रमाक्रमानं शिकवू या, असं त्यांनी वडिलांना सुचवलं. त्या वेळेपर्यंत आई वारली होती. वडील म्हणाले, 'तुझं खरं आहे – पण आपल्या एवढ्याच विद्यावतीचा स्वीकार करायला नवरे मुलगे घाबरणार नाहीत काय? पुढं तिचं लग्न कसं होईल?' पण बंधू म्हणाले – 'आपण तसाच मुलगा तिच्यासाठी शोधू या. अगदी नाहीच मिळाला, तर तिला ब्रह्मचारिणी म्हणून राहू दे. एवढी तीक्ष्ण बुद्धी असलेल्या मुलीची शिक्षणाची संधी नष्ट होऊ देऊ नये.' अखेर बंधूंचं सांगणं वडिलांनी मान्य केलं. खऱ्या अर्थी तेच माझे गुरू. ज्या वेगानं मी आत्मसात करत होते, त्याच वेगानं ते मला नवं ज्ञान देत होते. मला इतर मुलांबरोबर बसवून शिकवायचे. वडिलांचं म्हणणं – मला एकटीला स्वतंत्रपणे शिकवावं. पण ते बंधूंनी मान्य केलं नाही. अगदी मी मोठी झाल्यावरही मी सगळ्या विद्यार्थ्यांबरोबर एका बाजूला बसून शिकत होते. बंधू म्हणायचे – तिला वेगळं काढणं म्हणजे तिच्या आणि इतर विद्यार्थ्यांच्या ब्रह्मचर्य-संकल्पावर संशय घेतल्यासारखं होईल.

''त्या वेळेपर्यंत बंधूंचा प्रभाव खूपच वाढला होता. त्यांच्या विद्वत्तेची ख्याती सर्वत्र पसरली होती. इतर ब्रह्मचाऱ्यांप्रमाणे माझ्यावरही अलंकार, गंध, पुष्प यांसारख्या गोष्टी वापरायची बंदी होती. माझं मुंडन केलं नव्हतं – तेवढी एकच मला स्त्री म्हणून मिळालेली सूट! मलाही आरसा पाहणं निषिद्ध होतं. ब्रह्मचर्याश्रमाच्या बंधनात कुठलाही ढिलेपणा नव्हता.''

''लग्नाच्या वेळी गुरुजींनी विद्यावती बायको नको, म्हणून काही विरोधी भूमिका घेतली होती का? की दररोज बघत असल्यामुळे त्यांच्याही मनात विवाहाची अपेक्षा होतीच?'' मी विचारलं खरं, पण त्याद्वारे मी थोडी जास्तच सलगी दाखवत होतो की काय, असं वाटून थोडा घाबरलोही. पण भारतीदेवींना त्यात काही आक्षेपार्ह वाटलं नाही. त्या आधीच्या सहजतेनं सांगू लागल्या.

"लग्नाच्या वेळी मी पंचवीस वर्षांची होते. बंधूंचं चोविसाव्या वर्षी लग्न होऊन पहिल्या बाळंतपणात बायको आणि मूल मरण पावले होते. आई-वडिलांनी दुसऱ्या लग्नाचा कितीतरी आग्रह केला, तरी ते तयार झाले नाहीत. गृहस्थधर्मात प्रवेश केला, पण लाभला नाही, पुन्हा लग्न नको, असं निग्रहानं सांगितलं. आई मला म्हणायची, तू लग्न कर आणि बंधू याला अखेरपर्यंत करायची जबाबदारी तुझी. आई-वडील दोघंही वारल्यावर गृहकृत्याची संपूर्ण जबाबदारी माझ्यावरच पडली. नोकरमाणसं होती, स्वयंपाक करायला माणूस होता, तरीही प्रत्येकाची व्यवस्था पाहणं, जमा-खर्चाचं भान ठेवणं, यांसारख्या गोष्टी मलाच बघाव्या लागत. बंधूंचं सारं लक्ष अध्ययन-अध्यापनावर केंद्रित झाल्यामुळे अशा गोष्टींकडे लक्ष द्यायला त्यांना वेळ नसे. गृहकृत्यांची जबाबदारी स्वीकारून मी माझं पुढचं अध्ययन सुरू ठेवलं होतं. मला त्यात कुठलेही कष्ट वाटत नव्हते. एकदा शिकून घेऊन नंतर एकदा वाचलं की, मला पुरेसं असे.

"तुमचे गुरुजी बारा वर्षं आमच्या घरी शिकत होते. माझ्यापेक्षा त्यांचं शिक्षण खूपच पुढच्या पातळीवर होतं. माझ्यापेक्षा ते चार वर्षांनी मोठे. वेद-वेदांग आणि षड्दर्शनाचं अध्ययन संपल्यानंतरही बंधूंच्या हाताखाली काही वर्षं विशेष अध्ययन करण्यासाठी ते थांबले होते. कारण त्याच सुमारास बंधूंनी कर्ममीमांसेवर स्वत:चे विचार विकसित केले होते, वार्तिकही लिहून झाले होते. गुरूचे ग्रंथ वाचून यावर चर्चा करण्याइतकं यांचंही पांडित्य पक्व झालं होतं. विश्वरूप या जन्मनामावर बंधूंनीच मंडनमिश्र हे अभिनाम दिलं असलं, तरी त्या वेळी नवं नाव कुणाच्याही मनात रुजलं नव्हतं. बारा वर्षांनंतर त्यांनी गुरूपाशी आई-वडिलांच्या गावी जाण्यासाठी अनुमती विचारली, तेव्हा बंधूंनी म्हटलं – अनुमती देईन, पण गुरुदक्षिणा देणार नाहीस? त्यांनी सांगितलं, या क्षणी तर मी कंगाल आहे. काय हवं, ते सांगितलं, तर गावी जाऊन आणून देईन किंवा कमावून आणून देईन. मीच समजून द्यावं, असं वाटत असेल, तर मात्र कठीण आहे! तुम्ही दिलेल्या ज्ञानाची परतफेड करण्याइतक्या गुरुदक्षिणेची मला तर कल्पना करणंही शक्य नाही!

"बंधूंनी सांगितलं – भारतीशी लग्न कर. तुम्ही दोघंही परस्परांना अनुरूप आहात.

"यावर काहीही न बोलता यांनी मान्यता दिली."

मी मध्येच तोंड घातलं, "म्हणजे तुम्हाला दररोज पाहत असल्यामुळे त्यांच्याही मनात विवाहाचं होतं तर!"

"नाही. त्या वेळीही नियमपालन आणि अध्ययन-मग्नता यांनी त्यांच्या मनाला इतकं व्यापून टाकलं होतं की, त्यांच्या मनात तशा प्रकारची भावना कणभरही नव्हती. लग्न झाल्यानंतर मीच त्यांना एकदा त्याविषयी विचारलं होतं. तेव्हा त्यांनी

हे सांगितलं. मी विचारलं मग तुम्ही कसे तयार झालात? ते म्हणाले. गुरूची आज्ञा, त्यातही गुरुदक्षिणा म्हणून झाल्यावर नाही म्हणणं अशक्य होतं. महापाप ते! म्हणून हो म्हणालो. नंतर तुझे गुण बघून निर्धास्त झालो. मी म्हटलं, समजा माझा स्वभाव तुम्हाला पटला नसता तर? ते म्हणाले, तरीही लग्न केलं असतं, संसारही केला असता. गुरूची आज्ञा न पाळणं कसं शक्य आहे? मी पुढं विचारलं, पण माझी याला संमती आहे की नाही, हे तरी विचारलंत काय? यावर ते म्हणाले, नको म्हणायचा हक्क तुलाही होताच. तू नको म्हटलं असतंस, तर तुझ्या बंधूंनी मला विचारलंच नसतं."

"बंधूंनी तुम्हाला आधी विचारलं होतं?"

"नाही."

"दोघंही प्रबुद्ध असताना दोघांनाही न विचारता कसं लग्न केलं?"

"तूच सांग कसं केलं ते! तूही इथं बारा वर्षं शिकलास ना?"

विचार केला, पण मला उत्तर सुचलं नाही. अखेर त्याच म्हणाल्या, "याचाच अर्थ तू कर्म-मार्गाचं अंतरंग जाणून घेतलेलं नाहीस. आम्ही दोघंही एकाच गुरूच्या हाताखाली एकच विद्या शिकलो होतो. कर्माच्या श्रेष्ठतेवर दोघांचीही परम श्रद्धा. अग्निसाक्षीनं विवाहबद्ध झाल्यावर आपापली कर्तव्यं निष्ठेनं पाळणारे. दोघंही प्रबुद्ध आणि विद्वान होतो. मग त्यात विचारायचं काय!"

"परस्परांवरचं मन, प्रेम गूढ असतं, नाही का?"

"नाटकात नट म्हणून काम करत होतास, नाही काय! कालिदासाच्या शाकुंतलातले संवाद बोलतोयंस? एक गोष्ट नीट समजून घे. गृहस्थाश्रम आणि वैवाहिक जीवन हे एक व्रत आहे. व्रताच्या नियमाप्रमाणे भावना जुळवून घेऊ न शकणारा उत्तम व्रती होऊ शकणार नाही. कर्म-मार्गाचं हेच तर मूळ तत्त्व आहे."

"तुमच्या बंधूंनी तुमच्यापुढे हा प्रस्ताव ठेवला, तेव्हा तुम्हाला काय वाटलं?"

"सांगायला संकोच कशाला मानू? हेही अण्णांइतकेच परमबुद्धिवान! त्याचं कौतुक मनात होतंच. मी जे शिकलेय, त्याविषयी यांच्याशी बोलता येईल, असं वाटलं."

मनात वाटलं, गृहस्थाश्रमाचं आकर्षणही वाटलं असेल. पण बाजूला ठेवून विचारलं, "लग्न कुठं झालं? प्रयागला की माहिष्मतीला?"

"प्रयागमध्ये. वेगळ्या पुरोहितांना बोलावलं नाही. अग्नीपुढे कन्यादानाचे मंत्र बंधूंनी म्हटले, यांनी कन्याग्रहणाचे मंत्र म्हटले, मुलीनं म्हणायचे मंत्र मी म्हटले. गृह्य-सूत्रांमध्ये हेच विवाह-विधी सांगितले आहेत नाही का? विवाह झाल्यावर हे मला घेऊन स्वदेशाच्या दिशेनं एका सार्थाबरोबर निघाले. माझ्या विवाहाची जबाबदारी संपताच बंधूही देश-संचार आणि दिग्विजयासाठी बाहेर पडले. इतर तत्त्वज्ञान्यांना,

त्यातही बौद्धांना वादविवादात हरवून कर्माची श्रेष्ठता प्रस्थापित करणं, हेच त्यांच्या जीवनाचं ध्येय बनलं होतं. अखेरपर्यंत तेच कार्य करत राहिले.''

अखेरचं वाक्य उच्चारताना त्यांचे डोळे पाण्यानं भरले होते. एवढा वेळी त्या आपल्या भावाविषयीच सांगत होत्या. त्यांच्या दाम्पत्य-जीवनाविषयी मीच विचारलं होतं. त्याचं उत्तर देतानाही आपल्या थोरल्या भावानं ज्या कर्ममार्गाचा पाठपुरावा केला, त्याचंच एक उदाहरण म्हणून सांगितलं होतं.

त्या दोघांचं परस्परांशी समरस झालेलं दांपत्य-जीवन असल्याचं मला विद्यार्थी असतानाही जाणवलं होतं. आता ते अधिक जवळून पाहायची संधी मिळाली. मला झोपायला दिलेल्या खोलीपलीकडच्या खोलीत ती दोघं झोपायची. गुरुजी पासष्ट वर्षांचे असल्यामुळे त्यांच्याशी थोड्या चढ्या आवाजात बोलावं लागत होतं. भारतीदेवींची श्रवणशक्ती उत्तम असली, तरी गुरुजींना थोड्या चढ्या आवाजात बोलायची सवय होती. तार-स्वरांत मंत्रोच्चार करायची सवय असल्यामुळे साधं बोलतानाही चढ्या स्वरात ते बोलायचे. पहाटे लवकर जाग आली की, ती दोघं गप्पा मारत असल्याचं सहजच मला ऐकू येई.

दररोज त्यांच्या बोलण्यात कुमारिल भट्टांचा उल्लेख असे. त्यांची परस्परांशी भेट होऊन पंचवीस वर्षं झाली होती. तिकडे विरोधी मतप्रवाहांचा शास्त्रार्थामध्ये पराभव करत फिरत असल्यामुळे ते इकडे आले नव्हते. दहा वर्षांपूर्वी काशीहून आलेले ईश्वरप्रसाद नावाचे घनपाठी, ''माहिष्मती, उजैनी, घरकच्छ, प्रतिष्ठान या बाजूला मी जायची गरज नाही – तिथं पंडित मंडनमिश्र आहेत. ते गृहस्थधर्मी, मुलं-बाळं आहेत. पाठशाळा चालवतात. नाहीतर भरत खंडात संचार करून वेदांचा प्रभाव आणखी पसरवला असता. बौद्धप्राबल्य असलेला प्राच्य देशामध्ये ते राहू शकले असते.'' असं त्यांच्यापुढे कुमारिल भट्ट म्हणत असल्याचं भारतीदेवींना आठवत होतं.

गुरुजींना दोन मुलीच होत्या. विद्यार्थी असताना मीही त्यांना पाहिलं होतं. उत्तम कुळात जन्मलेल्या कन्यांची सारी लक्षणं असलेल्या त्या मुली होत्या. पण आई-वडिलांची प्रचंड बुद्धिशक्ती त्या दोघांपैकी कुणालाच नव्हती. आता दोघींचीही लग्नं झाली होती. थोरली दूर उज्जयनीला आणि धाकटी इथून दिवसभराच्या वाटेवर चंपावतीला राहत होती. धाकट्या मुलीचा लहान मुलगा आता दीड वर्षांचा होता. आईच्या अंगावरचं दूध तुटल्यावर त्याला हे वृद्ध दाम्पत्य दत्तक घेणार होतं.

मी तिथं पोहोचल्याच्या बाराव्या दिवशी मंडनांच्या वडिलांचं श्राद्ध होतं. कर्मठ घरी श्राद्ध म्हणजे किती काटेकोर कर्म असतं, हे मी आमच्या घरीही पाहिलं होतं.

माझं तांत्रिक होणं, नाटक मंडळींबरोबर गावोगाव फिरणं, नालंदेत राहणं यांविषयी भारतीदेवींना सविस्तरपणे सांगितलं असलं; तरी मी माता-पित्याचं श्राद्ध केलं नाही, गयेला जाऊन पिंड प्रदान केला नाही, हे सांगायचं धैर्य मला झालं नव्हतं. लांबचं नातं असल्यामुळे प्रसाद ग्रहण करण्यासाठी मी घरातच राहिलो. श्राद्धाचे विधी सुरू असताना मात्र मंत्र कानावर पडणार नाहीत एवढ्या दूर, द्वारपालांशी गप्पा मारत मी ओसरीवर बसलो होतो. अपरान्हवेळी आत कर्म-विधी चालले होते.

काही वेळ गेला. उंबऱ्याला प्रोक्षण करण्यासाठी मंडनमिश्रा बाहेर आले. पंचपात्रातलं पाणी दर्भानं शिंपडत होते. उजव्या तर्जनीला पवित्रक, काळ्या-पांढऱ्या केसांच्या शिखेची गाठ.

त्याच वेळी बाहेरच्या दाराशी एक संन्याशी येऊन उभा राहिला आणि म्हणाला, "भवान् भिक्षा ददातु –"

मंडनांनी त्याच्याकडे लक्ष दिलं नाही. आपल्या कानांवर ते शब्द पडलेच नाहीत, अशा प्रकारे ते प्रोक्षण करत मंत्र म्हणू लागले. संन्याशी तिथंच उभा होता. मंडनांच्या चेहऱ्यावर अस्वस्थता उमटली. प्रोक्षण करून ते आत निघून गेले. मी त्या संन्याशाला म्हटलं, "आज या घरी पितृयज्ञ चाललाय. तो संपेपर्यंत आणखी कुणालाही भिक्षा घालता येणार नाही –"

"हे त्यांनी स्वत: का सांगितलं नाही?"

"श्राद्धकर्म संपेपर्यंत आणखी काही बोलायचं नसतं."

"कोण ते?"

"महापंडित मंडनमिश्रा!"

"मला ओळखलं?" त्या संन्याशानं माझ्याकडे लक्ष देऊन पाहत विचारलं,

मीही लक्ष देऊन पाहिलं, आठवून पाहिलं – आठवलं.

माझ्या चेहऱ्यावरून ते ओळखून त्यांनी सांगितलं, "कुमारिल भट्टांनी सांगितल्याप्रमाणे थेट इथं आलो. नर्मदेच्या काठावरच्या शिवालयात उतरलो आहे. मंडनमिश्रांबरोबर वाद घालण्याच्या इच्छेनंच एवढ्या लांब चालत आलोय, म्हणून त्यांना सांगा. त्यांनी बोलावून घेतलं, तर उत्तमच आहे. नाहीतर उद्या सकाळी मीच येईन म्हणून सांगा!" आणि ते निघून गेले.

मी ती घटना पार विसरून गेलो होतो. वाद-भिक्षेच्या अपेक्षेनं आलेल्या या तरुण संन्याशाचं नाव शंकराचार्य असल्याचं आठवलं. कुमारिल भट्टांच्या सूचनेप्रमाणे कर्ममार्गातील प्रकांड-पंडित मंडनमिश्रांच्या भेटीसाठी ते एवढ्या लांब चालून आले असल्याचंही पटकन आठवलं. कर्ममार्गांशी वादविवाद घालण्याची एवढी इच्छा या संन्याशाच्या मनात का असेल, हे माझ्या लक्षात येईना.

त्याच वेळी दीड वर्षांच्या नातवाला कडेवर घेऊन गुरुजींची दुसरी मुलगी

मालिनी बाहेर आली. आजोबांच्या श्राद्धासाठी ती आदले दिवशी बैलगाडीमध्ये बसून आपल्या चारही मुलांसह आली होती. सोबत दोन पारिचारिकाही होत्या. गाडीबरोबर दोन अंगरक्षकही होते. याच नातवाला मंडन दंप

ती दत्तक घेणार होते. थोरली मैत्रेयी मात्र उज्जयनीला असल्यामुळे आली नव्हती.

मूल गोजिरवाणं होतं. रडत असल्यामुळे त्याची समजूत काढण्यासाठी म्हणून आई त्याला बाहेर घेऊन आली होती. मी बाळाशी रमवण्याच्या दृष्टीनं गप्पा मारल्या. 'ये' म्हणताच हात काढून ते माझ्याकडे आलं. त्याला कडेवर घेऊन थोड्या फेऱ्या मारल्या. बाळ शांत झालं. इकडं-तिकडं गाय, फूल, पान, झाडं वगैरे बघता-बघता पेंगुळलं आणि झोपी गेलं. त्याच्या मृदू शरीराचा स्पर्श मला अत्यंत सुखावह वाटला. उजव्या हातानं त्याला थोपटत मी तो कोमल स्पर्श अनुभवत होतो. तोच त्याच्या आईनं जवळ येऊन "झोपलाय – द्या!" असं म्हणून हात पुढं केला. मनाविरुद्धच मी मुलाला तिच्या हाती दिलं. त्याला खांद्यावर टाकून ती आत निघून गेली.

मी ओसरीवर बसलो. बसल्या-बसल्या डुलकी आली. काही क्षणांची डुलकी. जाग आली, तेव्हा अशाच एका मुलाला अंगाखांद्यावर खेळवण्याची कल्पना मनाला भरून राहिली होती. "झोपलाय – द्या," म्हणत हात पुढं करणारी स्त्री चंद्रिका होती. आवाज चंद्रिकेचा होता. याच कल्पनेत काही वेळ अर्धवट झोपेत पडून राहिलो. रस्त्यानं जाणाऱ्या बैलगाडीच्या आवाजानं पूर्ण जाग आली, तेव्हा मन शरमून गेलं. अजूनही आपण चंद्रिकेच्या स्मरणातून पूर्णपणे मोकळे झालो नाही तर! स्वत:चा रागही आला.

आमचं सगळ्यांचं जेवण आटोपल्यावर आलेल्या संन्याशाच्या विषयी मंडनमिश्रांना सांगितलं.

"अजून नीट दाढी वाढली नाही आणि डोकं भादरून आलाय. माझ्याबरोबर वादविवाद घालायला माझ्या गुरूचा आदेश घेऊन आलाय. त्या वेळी तू होतास ना तिथं? गुरुजींनी खरोखरच तसा आदेश दिला की, पीडा टाळण्यासाठी म्हणून काहीतरी सांगितलंय?"

मी आठवायचा प्रयत्न केला, पण स्पष्टपणे आठवलं नाही. कुमारिल भट्टांनी गंभीरपणे सांगितलं, अशीच माझी भावना होती. माझ्या या गुरुजींना मात्र संन्याशावर काहीसा रागच होता. जीवन जगलं पाहिजे, जीवनाला निधडेपणानं सामोरं गेलं पाहिजे, जीवनातील समस्त कर्तव्यं किंचितही त्रुटी न ठेवता पार पाडली पाहिजेत, आपल्या अन्नासाठी स्वत: राबलं पाहिजे, मिळेल ते अतिथी-आश्रित आणि अवलंबितांना

भरपूर देऊन स्वत:ही समृद्धपणे जगावं, कर्तव्यं-ऋण आणि नव्या आशा यांचीच प्रतीकं म्हणजे होम-हवन-यज्ञ. हे सारं सोडून द्यायचं, कामचुकारपणा करत भिक्षा मागायची – असला संन्यास आत्मघातकीच नव्हे; समाजघातकी आणि राष्ट्रघातकी आहे, यावर त्यांचा विश्वास होता. याच दृष्टिकोनातून ते वैदिक धर्मावर निरूपण करत होते.

त्यांनी विचारलं, ''मंडनमिश्रांना करायला खूप कामं आहेत, असला वाद घालत बसायला वेळ नाही, म्हणून तू का सांगितलं नाहीस?''

मी काही बोललो नाही. त्यांनी पुन्हा तेच विचारलं, तेव्हा मात्र भारतीदेवी म्हणाल्या, ''तो कसा अशा प्रकारची यजमानकी दाखवेल?''

गुरुजी म्हणाले, ''तो आपल्या पाठशाळेत शिकलाय की नाही! मग काय योग्य आणि काय अयोग्य, हे त्याला समजायला पाहिजे.''

तरीही मी गप्प राहिलो. गुरुजींनी विचारलं, ''कुठल्या देशाचा होता रे तो संन्याशी?''

त्याच पुन्हा म्हणाल्या, ''अहो, संन्याशाला देश-जाती-कूळ-घर काहीही नसतं ना?''

''तसं म्हणतात! पण फक्त कषाय-वस्त्रं चढवली, म्हणून देश-जाती-कूळ सगळं सुटून जातं काय? स्वत:ला बुद्ध म्हणवणाऱ्या बुद्धानंही क्षत्रियांची मदत घेऊन धर्म वाढवला. राजा-महाराजांच्या आश्रयाखाली विहारांची निर्मिती केली.''

''नर्मदेच्या काठावर असलेल्या शिवालयात मी उतरलोय, प्रयागहून चालत आलोय – त्यांनी निरोप पाठवला तर ठीक आहे, नाहीतर मी उद्या सकाळी येईन, असं त्यांनी सांगितलंय. मी तिथं जाऊन त्यांच्या पूर्वाश्रमीचा देश आणि गावाची चौकशी करून येईन. त्यांचे दोन शिष्यही होते. एक चाळिशीच्या पुढचे आणि दुसरे पन्नाशी ओलांडलेले – दोघंही संन्याशीच होते. त्यांच्याकडे चौकशी करून येईन –''

''पंचविशीच्या मुलाचे चाळिशी-पन्नाशी ओलांडलेले शिष्य?'' गुरुजींनी विचारलं.

''बंधू सोळा वर्षांचे असताना पंचविशी ओलांडलेल्यांचं अध्ययन तपासत होते म्हणे. आणि तुम्ही नाही का तुमच्याहून मोठ्या विद्यार्थ्यांना शिकवत होता? हाही तशाच बुद्धीचा असेल!''

आता मात्र गुरुजी गप्प बसले. तोच त्यांचं लक्ष नातवाकडे गेलं. नुकतंच पाऊल टाकायला शिकणारा नातू दोन-चार पावलं टाकून मटकन बसला. पुन्हा उठून तोल सावरत चालण्याचा प्रयत्न करू लागला. गुरुजींनी त्याच्यापाशी जाऊन त्याला उचलून घेतलं. आता नातू त्यांच्या शिखेच्या गाठीशी खेळू लागला.

भारतीदेवी म्हणाल्या, ''प्रयागहून सतत चालत इथं आले आहेत! म्हणजे

तुमच्याशी वादविवाद घालण्याचं ध्येय ठेवून आलेले दिसतात. आपला संन्यास-धर्माला कितीही विरोध असू दे, पण वादविवादाला तयार नाही, असं म्हणणं नियम विरोधी आहे. त्यांनी घरी येऊन सांगितलंय म्हटल्यावर, आपणही त्यांना उद्या या, म्हणून निरोप पाठवणं, आपलं कर्तव्य आहे.''

नातवाचे मुके घेण्यात मग्न झालेले गुरुजी थोड्या वेळानं म्हणाले, ''तर मग तसा निरोप पाठव. उद्या सूर्योदयानंतर दोन प्रहरानंतर पाठशालेच्या सभांगणामध्ये चर्चेला सुरुवात होईल, म्हणून निरोप पाठव.''

त्या माझ्याकडे वळून म्हणाल्या, ''जा, निरोप सांग आणि म्हणावं, गुरू-शिष्यांचं उद्या दुपारचं भिक्षा-भोजनही आमच्या इथेच होईल.''

मी निघालो. लगेच गुरुजींनी सांगितलं, ''असाच पाठशाळेत जा. व्यवस्थापकांना सांग, उद्या सकाळी पाठशाळेत वादविवादाला अशी-अशी सुरुवात होत असल्याची बातमी प्रत्येक वैदिक घरापर्यंत पोहोचवण्याची व्यवस्था करा. वेद-विद्येत आसक्ती असणाऱ्या वैश्य-क्षत्रियांनाही निरोप जाऊ द्या. राजप्रासादालाही निरोप द्या. प्रत्येक आळीतल्या विद्यार्थ्यांनाही येऊ द्या. राजप्रासादातील विद्वानांनाही एकेका उपाध्यायांबरोबर निरोप पाठवा.''

सकाळी पाठशालेच्या सभाभवनात बरीच माणसं जमली. अधून-मधून वाक्यार्थ-शास्त्रार्थ चालत असले, तरी तो वाद सर्वसाधारण विद्वानांमध्ये चालायचा. वेदाभ्यासाचा प्रचार करण्यासाठी अधून-मधून असे वादविवाद आयोजित करायचे. पाठशाळेतला विद्याभ्यास संपवून गावी परतण्याआधी प्रत्येक विद्यार्थ्याला आपल्या सहपाठ्याबरोबर एक वादविवाद करण्याची पद्धत होती. मीही त्यातून गेलो होतो. पण महापंडित मंडनमिश्रांबरोबर कुणी वादविवाद करी, याची मला आठवणही नव्हती. प्रकांड पंडित मेधावी मंडनमिश्रांना आव्हान देऊ शकेल, असा प्रतिस्पर्धी तरी त्या भागात कोण होतं म्हणा! आता स्वत: मंडनमिश्रांशी वादविवाद ऐकून माहिष्मती नगरातले सगळे ज्येष्ठ विद्वान आवर्जून आले होते. त्यातले वयोवृद्ध भिंती आणि खांब यांना टेकून बसले होते. इतरही पद्मासन-अर्धपद्मासन घालून बसले. गर्दी वाढू लागली. तेव्हा सगळे दाटीवाटीनं बसले.

पाठशाळेच्या व्यवस्थापकांनी दारापाशीच यती आणि त्यांचे दोन्ही शिष्यांचं स्वागत केलं आणि आदरानं आत घेऊन गेले. ते येताच मंडनमिश्रांनी उठून हात जोडून यतीविषयी आदर दर्शवला. यती मंडनमिश्रांना आणि त्याचबरोबर भारतीदेवींना आशीर्वाद घेऊन आपल्या स्थानावर बसले. आदले दिवशी मी शिवमंदिरात गेलो; तेव्हा त्यांनी माझ्याकडून ही पाठशाला, वैदिक समाज, मंडनमिश्रांचं कुटुंब यांविषयी

माहिती घेतली होती. कुमारिल भट्टांची धाकटी बहीणच गुरुजींची पत्नी असून, त्याही ख्यातनाम विदुषी असून, त्या पाठशालेत अध्यापनही करतात, ही माहिती मीच त्यांना दिली होती. हा तीक्ष्ण बुद्धीचा तरुण असल्याचं त्याच वेळी माझ्या लक्षात आलं होतं.

त्यानंतर सभेतील प्रमुखांचा परिचय सांगण्यात आला. यतींचा परिचय त्यांच्या पन्नास वर्षांच्या शिष्यानं – पद्मपादाचार्यांनी सांगितलं, ''पूर्वाश्रमी केरळचे. गोविंदभगवद्‌पादांचे शिष्य, अद्वैत सिद्धान्त – प्रतिपादक –'' एवढंच! त्यानंतर व्यवस्थापक इंद्रदत्त शास्त्री उभं राहून म्हणाले, ''वादविवादासाठी एक मध्यस्थ हवा, हे सगळ्यांना ठाऊक आहेच. वादविवादानं शिष्टाचाराची पातळी ओलांडली, वादींनी मुद्दा खोडून काढल्यानंतरही प्रतिवादी वितंडवाद घालू लागला, तर त्यांना सांगण्याचा अधिकार मध्यस्थाचा असतो. वादी-प्रतिवादीइतकंच पांडित्य, ज्ञान आणि समचित्त मध्यस्थाला असणं आवश्यक आहे. चर्चेचा निकाल आणि हारजीत या संदर्भात त्यांचा शब्द शेवटचा राहील. मध्यस्थाच्या नावाला वादी आणि प्रतिवादी दोघांचीही मान्यता असली पाहिजे. ज्येष्ठांनी असं एखादं नाव सुचवावं.''

काही ज्येष्ठांनी यज्ञेश्वर पंडितांचं नाव सुचवलं. नव्वद वर्षांचे यज्ञेश्वर पंडित काठीच्या आधारानं उठून उभे राहिले आणि सभेला उद्देशून म्हणाले, ''आपण माझ्याविषयी गौरव दाखवलात, त्यासाठी मी कृतज्ञ आहे. पण मंडनमिश्रांसारखे महापंडित प्रतिवादी असताना वाद-विवादातील सूक्ष्मातिसूक्ष्म मुद्दे लक्षात ठेवण्याइतकी माझी स्मरणशक्ती आता तीक्ष्ण राहिली नाही. नव्वदी उलटली माझी!''

त्यांच्या बोलण्यात केवळ विनय नसून तथ्यांश असल्याचं स्पष्ट होतं. अशा प्रकारे सहा नावं आली आणि वेगवेगळ्या कारणांनी नाकारली गेल्यावर शंकर-यती नम्रपणे म्हणाले, ''सभेच्या विचारार्थ एक नाव सुचवू काय?''

सभा नि:शब्द झाली. व्यवस्थापक इंद्रदत्त शास्त्री म्हणाले, ''अशक्य! पण या सभेतले कोण काय आहेत, याविषयी तुमच्यासारख्या परप्रदेशातून आलेल्या माणसाला कसं ठाऊक?''

''कसं ठाऊक, हा प्रश्न महत्त्वाचा नाही. त्यांना सुचवू द्या. मान्यता द्यायची की नाही, हे नंतर पाहता येईल.'' आणखी एक ज्येष्ठ वामन भट्ट म्हणाले. पाठोपाठ सगळेच 'सुचवा' – 'सुचवा' म्हणाले.

शंकर-यती म्हणाले, ''तिथं बसलेल्या माता मध्यस्थ व्हाव्यात.''

''भारतीदेवी? त्यांच्या ज्ञानाविषयी कुणाचंही दुमत नाही. पण त्या तुमच्या प्रतिवादींच्या धर्मपत्नी. कुठल्यातरी पातळीवर तुम्हीच त्यांच्यावर पक्षपाताचा आरोप कराल. त्या नको.'' यज्ञेश्वर पंडितांनी आक्षेप घेतला.

''तसा आक्षेप घेणार नाही, अशी प्रतिज्ञा करतो. कुमारिल भट्टांची भगिनी आणि

शिष्या असलेल्या माताजींच्या न्यायनिष्ठेवर माझा संपूर्ण विश्वास आहे.''

भारतीदेवी अवघडून खाली मान घालून बसल्या होत्या. यज्ञेश्वर पंडितांनी म्हटलं, ''यावर प्रतिवादी मंडनमिश्र काय म्हणतात, ते पाहिलं पाहिजे.''

मंडनमिश्र म्हणाले, ''ही सभेत श्रोतृवर्गात असो वा मध्यस्थ स्थानी असो – या सभेत ती एक विदुषी आहे. माझी पत्नी ही भावना इथं माझ्या मनात नाही.''

'साधू-साधू' म्हणत यज्ञेश्वर पंडितांनी भारतीदेवींना विचारलं, ''तू काय म्हणतेस, माते?''

भारतीदेवींचा चेहरा थोडा लालसर झाला होता. त्यांच्या तोंडून शब्द फुटत नव्हता. ओठ कापत होते. त्यांची दृष्टी भूमीवर खिळली होती. यज्ञेश्वर पंडित पुन्हा म्हणाले, ''विचार करून सांग.''

त्यांनी स्वत:ला सावरलं आणि म्हणाल्या, ''गोविंद यतींचं शिष्यत्व सांगणाऱ्या या यतीची प्रतिज्ञा मी ऐकली. मला मध्यस्थ-स्थानी नेमण्यामधूनही त्यांच्या बुद्धीची तीक्ष्णता दिसून येते. मी माझ्या बंधूंची शिष्या होते आणि विवाहानंतर पतीचीही शिष्या झाले. आता ही जबाबदारी नाकारणं म्हणजे माझ्या या दोन्ही गुरूंचा अपमान होईल.''

यज्ञेश्वर पंडित आणि सर्व जण उद्‌गारले, ''साधू-साधू!''

त्यानंतर व्यवस्थापक इंद्रदत्तांच्या सूचनेनुसार गुरुमाता उच्चस्थानी आयोजित केलेल्या स्थानावर बसल्या. वादी आणि प्रतिवादी परस्परांसमोर ठेवलेल्या पाटांवर पद्मासन घालून बसले. मध्यस्थांनी सुस्पष्ट स्वरांत स्वस्ति-वाचन केल्यानंतर भारतीदेवींनी सांगितलं, ''मंडनमिश्रांना शोधत इथं येऊन दाखल झालेल्या यतींनीच वादविवादाला प्रारंभ करावा.''

शंकर-यतींनी आपला पक्ष मांडला, ''सत्-चित रूप असलेलं शुद्ध ब्रह्म हेच एकमेव सत्य आहे. अज्ञानामुळे ते झाकोळून गेल्यामुळे काळ्या चांदीप्रमाणे दिसतं. त्याच्या ज्ञानामुळे प्रपंच लय पावतो आणि आत्मस्थिती प्राप्त होते. पुनर्जन्म-रहित अशी मोक्षावस्थाच ती! त्याला वेदांचा शिर:प्राय असलेली उपनिषदं प्रमाण आहेत. ब्रह्मत्व प्राप्त करून घेण्यासाठी, म्हणजेच जीवनातील परम-पुरुषार्थ प्राप्त करून घेण्यासाठी संन्यास हेच अत्यावश्यक साधन आहे. इंद्रियांच्या पातळीवर जगणाऱ्या संसारी माणसाला ते गवसणार नाही. जर मी या वादविवादात हरलो, तर या संन्यासाचा त्याग करून, कषाय वस्त्रांचा त्याग करून शुभ्र वस्त्रं परिधान करेन. या वादविवादावर मध्यस्थ भारतीदेवी जो निर्णय देतील, त्याला मी बद्ध राहीन.''

प्रतिवादी मंडनमिश्रांनीही आपली प्रतिज्ञा मांडली, ''ज्ञानस्वरूप स्थितीच्या विशेष विषयांमध्ये वेदान्त हे काही प्रमाण होणार नाही. वेदांचा पूर्वभाग असलेलं कर्मकांडच प्रमाण होय. वेदांमधल्या शब्दांचं लक्ष्य क्रिया-प्रचोदन हे आहे, वस्तुस्थितीचं निरूपण नाही, असं ज्ञानी मानतात. केवळ कर्मांमुळेच मुक्ती शक्य आहे आणि

मरणानंतरच ती लक्ष्य होऊ शकते. केवळ गृहस्थाश्रमातच संपूर्ण कर्म-रत असणं शक्य असतं. त्यामुळे गृहस्थाश्रमच जीवनातील सर्वोत्कृष्ट आणि पुण्यसंपादनाचा काळ आहे. या वाद-विवादात मी हरलो, तर शिखा आणि यज्ञोपवीताचा त्याग करेन आणि संन्यासाश्रमाचा स्वीकार करेन. या वादविवादावर मध्यस्थ भारतीदेवी जो निर्णय देतील, त्याला मी बद्ध राहीन.''

सुरुवातीला वादविवाद हास्यविनोदानं चालला होता.

मंडनमिश्र म्हणाले, ''यती महाराज, या वादामध्ये मी जिंकलो, तरी तुमच्यासारख्या देखण्या तरुणासाठी सुंदर-सुशील मुलगी शोधून काढण्याचा कर्म-भार माझ्यावरच पडणार आहे. बालपणीच संन्याशी झालेल्या, जगण्यासाठी काहीही करत नसलेल्या तरुणाशी विवाहबद्ध व्हायला या गावातील सुजाण मुली तयार होणार नाहीत.''

''माझ्यावरही अशाच प्रकारची कठीण जबाबदारी आहे. माझ्यासारख्या दरिद्री संन्याशानं याच गावात भिक्षा मागून तुम्हाला कषाय-वस्त्र आणून दिलं पाहिजे ना!'' शंकर-यती उत्तरले.

आम्ही विद्यार्थी असताना शिक्षणाचा एक भाग म्हणून वाद घालत असताना अशा प्रकारचे विनोद करण्याची आमची ताकद नव्हती. शिवाय एवढा जबर आमविश्वासही नव्हता.

मंडनमिश्र म्हणाले, ''परब्रह्माचा विषय राहू दे. वेदांमधील महान-महान ऋषी गृहस्थ होते. पत्नी-पुत्रांबरोबर राहणारे आणि नित्य नैमित्तिकांमध्ये सतत गुंतलेले असत. अतिथी अभ्यागतांचा सत्कार करायचे. अधेमध्ये तपही करायचे. प्रसंगी हातात धनुष्य-बाण घेऊन युद्धही करायचे. युद्धाला प्रेरणाही द्यायचे. तुम्ही सांगता त्याप्रमाणे कुणाही समाजाला भार होऊन राहिले नव्हते. आपापल्या आश्रमाच्या भोवताही स्वत: जमीन नांगरून, पेरणी करून किंवा अरण्यात फिरून कंदमुळं शोधत. अशा प्रकारे स्वत:चं अन्न मिळवत. शिष्यांचाही सांभाळ करायचे. त्यांनी शोधलेल्या सत्यालाच तुम्ही परात्पर सत्य म्हणत आहात ना!''

ते पुढं हणाले, ''संन्यास हा श्रमण धर्म आहे. वैदिक धर्म नाहीच तो. बुद्धानं ढीगभर शिष्यांची डोकी भादरली, कषाय वस्त्रं देऊन संन्यास दिला. राबून खाण्याऐवजी भिक्षा मागून आळशीपणानं जगायला सांगितलं. हेच भिक्षू आठही दिशांना पांगले आणि त्यांनी आणखी हजार संसारी माणसांना भिक्षुक केलं. भिक्षुकांची संख्या वाढत चाललेल्या देशामध्ये सुभिक्षा कुठून मिळणार? आमचा माहिष्मती देश तुम्ही नीट पाहिलाय काय? तळी, तलाव, नाले, विहिरी, अरण्यं, राया, मळे, पाण्याच्या आश्रयानं असलेली कृषी-भूमी. एक वर्षही इथं दुष्काळ पडत नाही. एकही संन्यासी नाही इथं! बौद्धांची संख्या वाढलेल्या पूर्व देशामध्ये जाऊन पाहा. नेमकी याविरुद्ध परिस्थिती आहे. अधूनमधून अनावृष्टी, व्यवस्थित शेती नाही, दुष्काळ, भूकबळी!''

''पण महापंडित हो! तुम्ही सांगता आहात, त्याला 'वाक्यार्थ' म्हणता येणार नाही. त्याला 'लोकार्थ' म्हणावं लागेल. लोकार्थाच्या आधारानं पारमार्थिक सत्य शोधता येणार नाही. वेद-वाक्यांच्या आधारे तुमची मतं मांडण्याची तुम्ही घोषणा केली आहे. तुमच्या प्रत्येक तर्काच्या तंतूला बद्धीचा आधार असला पाहिजे. वेद-वाक्यांच्या आधारानंच तुम्ही त्याचं समर्थन केलं पाहिजे. परमार्थ सत्य लोकार्थानं सिद्ध करणं शक्य नाही.'' शंकर-यतींनी मध्येच खंड पाडत म्हटलं.

मंडनमिश्रा त्यासाठीही तयार होते. याच पद्धतीनं अध्यापन करायची त्यांची पद्धत होती ना! वेदांमध्ये येणारा प्रत्येक शब्द, वाक्य, वाक्य-रचनेमुळे होणारा अर्थामधला बदल, त्यासाठी असलेला व्याकरणाचा आधार, वेदाच्या एका भागात येणारा शब्द दुसऱ्या भागात येणाऱ्या अमुक शब्दाशी कसा संवादी आहे, या आणि अशा कितीतरी संदर्भात कुमारिल भट्टांव्यतिरिक्त दुसरं कुणीही त्यांना हरवू शकत नव्हतं. ते या शब्दांचा खेळ लीलाजालाप्रमाणे यतीवर फेकू लागले. या शब्दक्रीडेत शंकर-यतीही आश्चर्य वाटावं इतके तरबेज होते. मंडनमिश्रांनी दोन दिवस या शब्दक्रीडेत काढले. पण वादीच्या वाच्यार्थशक्तीच्या प्रभावानं ते गंभीर झाले होते. घरातही त्यांचं मन आणखी कुठल्याही विचारात रमत नव्हतं. पहाटे सुरू झालेला वादविवाद दुपारपर्यंत चालत होता. त्यानंतर सगळे आपापल्या घरी आन्हिकासाठी आणि भोजनासाठी जात होते. दररोज भारतीदेवी यतींना 'भिक्षा-भोजनासाठी आमच्या घरी येण्याची कृपा करावी', म्हणून विनंती करत होत्या.

माहिष्मतीमध्ये वादविवाद चालल्याची बातमी दररोज आणखी काही गावी पोहोचत होती आणि त्या गावांमधले विद्वान आणि वेदप्रेमी आश्रमाकडे येऊ लागले. दोन दिवसांतच श्रोत्यांची गर्दी वाढू लागली. त्यांची पाठशालेत भोजनाची व्यवस्था केली असली, तरी त्यापैकी विशिष्ट जनांना मंडन-दंपतीनं आपल्या घरीच भोजनासाठी येण्याची विनंती केली. आजूबाजूच्या घरांमधल्या बायका मदतीसाठी येऊ लागल्या. मुलगी मालिनी आणि परिचारक त्यांच्या साहाय्यानं स्वयंपाकाची व्यवस्था पाहू लागले.

दुपारी घरी येताच स्नान उरकून भारतीदेवी स्वत: तिन्ही यतींना भिक्षाभोजन वाढत होत्या. यतींचा आहार थोडा आणि सात्त्विक असे. तिखट-आंबट-खारटपणाचा स्पर्श नसलेली मुगाची डाळ आणि तांदळाचा थोड्या तुपात शिजवलेला भात एवढाच त्यांचा आहार. प्रत्येकाला पाच मुठी भात वाढल्यावर त्यातला दोन मुठीएवढा भात ते प्रत्येक जण बाहेर किडे-पक्ष्यांना घालून येत आणि उरलेला तीन मुठी भात ते स्वत: ग्रहण करत. जेवण करून ते शिवालयाकडे निघाल्यानंतर परगावची सुमारे पंचवीस-तीस माणसं जेवायला बसायची. मी आणि गुरुजीही त्याच पंक्तीत जेवत होतो. स्वत: भारतीदेवी उभ्या राहून प्रत्येकाची विचारपूस करायच्या.

आमच्यासाठी मात्र पक्वांनासहित षड्रसयुक्त भोजन असे. भोजनही यज्ञाप्रमाणे कुठेही कमी-जास्त होणार नाही, अशा जागरूकतेनं केलेलं असे. भोजनानंतर तांबूल-सेवन करून सगळे श्रोते पुन्हा पाठशाळेत जात. पुन्हा पुढचा वादविवाद सुरू होत असे.

दोन दिवसांनंतर गुरुजींनी घरात त्या विषयावर बोलणंच सोडून दिलं. भारतीदेवी त्या विषयावर घरात काहीही बोलत नसत. आता रात्रीही त्यांच्या खोलीतून संभाषण तर नाहीच, एखादा शब्दही ऐकू येईनासा झाला. गुरुजींना त्यांच्या वादामधले कमकुवत दुवे दाखवून देण्याइतकं भारतीदेवींचं ज्ञान निश्चितच होतं. त्या तशी काही सूचना करतील काय आणि मुख्य म्हणजे गुरुजी त्याचा स्वीकार करतील काय, हे पाहण्याची मला अत्यंत उत्सुकता होती.

संध्याकाळी घरी आल्यावर माय-लेकींमध्ये मात्र थोडं फार बोलणं होई. पण त्यात वादविवादाचा संदर्भच नसे. त्या नातवाला मिळेल तेवढा वेळ खेळवत होत्या. आता नातू आईच्या दुधावर नसल्यामुळे केव्हाही दत्तक विधी होऊ शकला असता. आपण निघून गेल्यावर मुलाला दत्तक आईबरोबर राहण्याची सवय करण्यासाठी म्हणूनच मालिनी राहिली होती. दिवसभर बाळाला सांभाळून रात्री भारतीदेवी बाळाला स्वत:पाशी घेऊन झोपत होत्या. या वादविवादामुळे त्यातही विघ्न आलं होतं. बाळाबरोबर राहण्याऐवजी त्या दिवसभर मध्यस्थाचं काम करत होत्या आणि दिवसभर सोबत राहत नसल्यामुळे रात्रीही बाळ त्यांच्यापाशी झोपत नव्हतं. ते आपल्या आईपाशीच झोपत होतं. इतर मुलं मात्र मधल्या चौकात दंगा-मस्ती करत एकत्र झोपत होती. आपल्या खोलीत झोपणाऱ्या गुरु-दाम्पत्याचं पूर्वी मध्यरात्रीपर्यंत ऐकू येणारं संसार, पाठशाला किंवा वेदशास्त्र यांविषयीचं संभाषण अलीकडे ऐकू येत नव्हतं. मध्यस्थस्थानी असल्यामुळे चुकूनही वादविवादाविषयी परस्परांशी बोलता कामा नये, हे बंधन असल्यामुळे पतीशी अवाक्षरही बोलत नव्हत्या. मुलीशीही त्या चुकूनही तो विषय काढत नव्हत्या.

मालिनी आणि तिची थोरली बहीण मैत्रेयीही विवाहाआधी याच पाठशाळेत जात होत्या. ते पाहून गावातल्या पालकांपैकी काही जण आपापल्या मुलींना पाठशाळेत पाठवू लागले. पण लहान वयातच लग्न लावून देण्याची पद्धत प्रबल झाल्यामुळे शिक्षण थांबवून, लग्न लावून सासरी पाठवून दिलं. या दोघा माता-पित्यांनी दोन्ही मुलींना नाना तऱ्हेनं शिक्षण सोडू नका, म्हणून सांगितलं, तरी त्या मुलींनी ते ऐकलं नाही-हे सारं मालिनीनंच मला एकदा सांगितलं होतं. तीही माझ्याकडेच वादविवाद कसा चालला होता, याची चौकशी करायची. एकदा तिनं कातर होऊन विचारलं, ‘‘हरले, तर तातांना संन्यास घेऊन निघून जावं लागेल?’’

कोण जिंकेल आणि कोण हरेल, हे सांगणं शक्य नसलं, तरी दोघंही समबल

असल्याचं एव्हाना सगळ्यांच्या लक्षात आलं होतंच. त्यामुळे तिचे वडील हरण्याची शक्यता निम्मी तर होतीच. तरीही मी जोरात म्हटलं, "आपले गुरुजी हरणं शक्यच नाही!"

"आपल्याला काही काम नाही, म्हणून आलाय संन्याशी इथं नस्ते उद्योग करायला!" ती उद्वेगानं म्हणाली. गावी नवरा एकटाच राहत होता, पण असं अनिश्चित काळपर्यंत राहणं शक्य नव्हतं. लवकर वादविवाद संपला, तर थोरल्या बहिणीला उज्जयनीहून बोलावून घेऊन लगोलग दत्तक-विधी संपवायचा आणि निघून जायचं, असा तिचा विचार होता.

वादविवाद संपल्यावर मी रोज संध्याकाळी शिवालयाकडे जात होतो. दूर देशाहून आलेला हा तरुण संन्याशी आपल्या भागातल्या महान ज्ञान्याशी वादविवाद घालत असल्याची बातमी आजूबाजूच्या गावांमध्ये पसरल्यामुळे, लोक कुतूहलापोटी गर्दी करू लागले. शंकर-यती दररोज संध्याकाळी शिवालयाच्या आवारात जमणाऱ्या लोकांपुढे प्रवचन करत होते. त्यात ते सांगत, "सगळ्यांनी देवाची पूजा केली पाहिजे, कुठलाही देव असो, त्याला कुठल्याही नावानं हाक मारली तरी चालेल- तो ईश्वरच आहे. सगळ्या स्त्री-देवता शक्तीचंच स्वरूप आहेत. जगाची निर्मिती या शक्तीमधूनच होते. आपल्याला भारून टाकणारी शक्तीही हीच माया! तुझ्या मायेपासून माझी मुक्तता कर, अशी आपण प्रार्थना केली पाहिजे."

मला आणखीही एका गोष्टीचं आश्चर्य वाटत होतं. त्यांच्या तत्त्वज्ञानामध्ये तंत्रमार्गामधल्या उपदेशाचाही अंतर्भाव होता. सौर, शैव, वैष्णण, शाक्त, कापालिक, गाणपत्त्य या सहा मातांचा ते पुरस्कार करत होते. इतर सर्व देवता या सहांपैकी कुणा ना कुणाचं रूप असते, तुम्ही कुठल्याही दैवतांची पूजा केली, तरी ती या सहांपैकी एका दैवताला पोहोचते आणि त्याद्वारे ईश्वराला पोहोचते, असा सिद्धान्त ते मांडत. अर्थात ही पूजा सरळ मार्गानं व्हावी, वामाचारानं नव्हे, असं ते म्हणत. कर्ममार्गी लोकांइतकं ते यज्ञमार्गाला महत्त्व देत नव्हते. देवळं उभारावीत, भग्न देवालयांचा जीर्णोद्धार करावा, असं त्यांचं तत्त्व होतं. तंत्र-मताचे अंश त्यांनी स्वीकारले असल्यामुळे मूर्तिकार आणि स्थपतींना हर्षवायू होईल, असा त्यांचा सिद्धान्त होता.

म्हणजे पाठशाळेतल्या वादविवादात ते जीव, ब्रह्म, कार्यकारण संबंध, जग, ईश्वर, अविद्या, माया-यांसारख्या अत्यंत गहन विषयांचं विवेचन असे. "जग मिथ्या आहे-त्यामुळे त्याचा निर्माता ईश्वरही मिथ्या, केवळ ब्रह्म हेच सत्य आहे", असं पाठशाळेत विवेचन करणारे शंकर-यती संध्याकाळी शिवालयात बोलताना देव-देवता-देवालयं आणि पूजा-पद्धतीचं विवेचन करायचे. मी मधल्यामध्ये गोंधळून गेलो. त्यांच्या प्रामाणिकतेविषयीचं माझं मन शंकित झालं. एक दिवस मी तसं स्पष्टच विचारलंही, तेव्हा ते म्हणाले, "या दोहोंमध्ये विरोध नाही. हे सांगतोय, ते

ज्यांच्यामध्ये तात्त्विक जिज्ञासा नाही, अशा जनसामान्यांसाठी. जे तात्त्विक जिज्ञासेच्या पातळीवर पोहोचले आहेत, त्यांनीही याचा तिरस्कार करायचं कारण नाही. जे रूपातीत आहे, त्याच्या रूपाची कल्पना करून उपासना करण्याचा मार्ग नसेल, तर सर्वसामान्य माणसं शून्यानं घेरली जातात. सर्वसामान्यांसाठी उपासनेचं साधन उपलब्ध करून देणं हेच शिल्पकाराचं काम आहे.'' हे ऐकताच मला कितीतरी संदर्भांचा खुलासा झाल्यासारखं वाटलं.

काही दिवस गेले. वादविवादामधली मंडनमिश्रांची प्रखरता कमी होऊन शंकर-यतीं अधिकाधिक प्रभावी होत असल्याचा श्रोत्यांना अनुभव येत होता. ही बातमी पसरल्यामुळे संपूर्ण माहिष्मती राज्यातले विद्वान त्या ठिकाणी जमा झाले होते. गुरुजींची प्रखरता कमी-जास्त होत असल्याचं माझ्याही लक्षात येत होतं. याचबरोबर माझं मन त्या तरुण यतीकडे आकर्षित झालं होतं. पण प्रेम मात्र गुरुजींकडेच होतं. भारतीदेवींकडेच होतं. पासष्ट वर्षांचं वय असलेले गुरुजी नियमित आयुष्यामुळे आरोग्यवान होते. तरीही प्रखर स्मरणशक्ती मंदावण्याचं वय ते. उलट शंकर-यतीचं मात्र बुद्धी-शक्ती अत्यंत तल्लख असल्याचं वय. कितीही नाही म्हटलं, तरी माझं मन या वाद-विवादाची तुलना पंचवीस आणि पासष्ट वर्षांच्या मल्लांच्या द्वंद्व-युद्धाशी करत होतं. यशस्वी होणारा तर्क तात्त्विक चर्चेत मात्र विफल होतो.

माणसाचा प्रत्यक्ष अनुभव जीवनातील भेदच दाखवत असतो. ह्या भेदाचं विवरण करण्यासाठी बुद्धी जो कार्यकारण तर्क मांडते, तो तत्त्वाला लागू पडणं शक्य नसतं. तसं करणं योग्यही नव्हे. त्यामुळे 'तत्त्वमसि' यासारख्या वेदवाक्याचा अर्थ लावताना हा भिन्न तर्क लावू नये, असं ठामपणे प्रतिपादन करत आपल्या वादाचा उपसंहार करताना यतींनी सांगितलं, ''मित्रहो! तुमच्या वादामधले मुख्य मुद्दे तीन आहेत. एक, वेदांमधील शब्द क्रिया-प्रचोदनासाठी आहेत, विषय-निरुपणासाठी नाहीत. पुरुषार्थ प्राप्त होतो तो क्रियेमुळे, केवळ ज्ञानामुळे नव्हे, हा तुमचा दुसरा मुद्दा. तिसरा मुद्दा कर्मरहित असा आश्रम वैदिक जीवन पद्धतीत नाहीच. त्यामुळे संन्यास श्रुतीविरुद्ध आहे.

''यावर माझे मुद्दे असे शब्दप्रयोगाचा हेतू अर्थवाहन हा आहे, क्रियाप्रचोदन हा नाही. अर्थ पोहोचवल्यावर त्याचं रूपांतर क्रियेत होईल किंवा कदाचित होणार नाही. पण शब्दानं अर्थ मात्र पोहोचवलाच पाहिजे, नाहीतर तो शब्द ठरणार नाही. हे वेदमंत्रांनाच फक्त लागू पडत नाही – लोकव्यवहारातही लागू पडतं. शब्द म्हणजे क्रिया, प्रचोदन हा केवळ तुमचा सिद्धान्त असू शकेल – पण तो सर्वसंमत अभिप्राय होऊ शकत नाही. वेदांमध्ये दोन प्रकारचे शब्द – क्रिया प्रचोदनं आहेत. त्यांपैकी

एकच प्रमाण मानून दुसऱ्याला नाकारणं योग्य नाही. तुम्ही ज्याचं खंडन करत आहात, ती वेदान्त वाक्यं वेदांच्या अखेरच्या भागात म्हणजे केवळ अरण्यकातच येतात, असं नाही. तुम्ही ज्यांना प्रमाण मानता, त्या कर्मकांडाच्या संहितेत, म्हणजे ब्राह्मणांच्या काही भागांमध्येही येतात. त्यामुळे वेदान्त कर्मकांडाइतकाच प्रमाणभूत आहे.

"तुमचा दुसरा मुद्दा – ज्ञानामुळे पुरुषार्थ साधला जात नाही हा. धर्म, अर्थ, काम आणि तुमच्या दृष्टीनं जो परम-पुरुषार्थ आहे, तो स्वर्ग या संदर्भात तुमचं म्हणणं बरोबर आहे. पण यापेक्षा भिन्न असलेल्या, श्रेष्ठ, पुनरावृत्तीरहित अशा सच्चिदानंद स्थिती असलेल्या मोक्ष नावाच्या परम-पुरुषार्थाचं निरूपण वेदान्त करतो. त्यासाठी साधन केवळ ज्ञान आहे. याकडे केवळ ज्ञानाची प्रशंसा म्हणून बघता येणार नाही. कारण ज्ञान गमावून जीवन्मुक्त झालेल्यांची परंपरा आपण श्रुती, स्मृती आणि इतिहास यांत पाहतो. लोक-जीवनातही तशा व्यक्ती आपण पाहू शकतो. आपले ऋषी आणि आचार्यही याच प्रकारचे होते. अशा प्रकारे वेदान्ताला श्रुती, स्मृती आणि अनुभवांचं प्रमाण आहे.

"आता संन्यासाचा प्रश्न पाहू. प्रत्येक जिवानं अग्निहोत्र करत राहावं, असं सांगणाऱ्या श्रुतीमध्येच कर्मादिमार्गांनी लाभलेल्या स्वर्गाची परीक्षा करून त्यांना नश्वर मानलं आहे. एवढंच नव्हे, त्याविषयी वैराग्य भावना दर्शवली पाहिजे, असंही म्हटलं आहे. अमृतत्व नावाची एक स्थिती आहे, असं सांगून कर्मकांडामुळे, मुलांमुळे, धनामुळे, मिळवता येत नाही – त्यागामुळेच ती लाभते, असं आणखी एक श्रुती सांगते. वेदान्त, विज्ञानाचा सुनिश्चित अर्थ जाणून घेऊन शुद्ध-सत्य असलेल्या श्रुती, संन्यास-तत्त्वामार्गे ब्रह्मलोकी पोहोचून संसारातून संपूर्ण मुक्त होता येतं, असं सांगतात. विशुद्ध आत्मस्वरूप म्हणजेच परमस्थान असं मानणाऱ्या व्यक्ती पुत्र-कामना, वित्त-कामना, लोक-कामना यांचा त्याग करून भिक्षाटनाचा मार्ग स्वीकारतात, असा याज्ञवल्क्यांनी स्वानुभव मांडला आहे. त्यामुळे संन्यास-आश्रम हा मोक्षसाधक आश्रम आहे, एवढंच नव्हे, तो या मार्गाचं एकमेव साधन आहे, हेच सूचित होतं. अशा प्रकारे संन्यास हा श्रुतीबाहेर नाही, श्रुती-सिद्ध असा अत्युन्नत आश्रम असल्याचं सिद्ध होतं. गृहस्थधर्मामध्ये कितीही नीती-साधनं असली, तरी तो आश्रम आपल्याला नीतीच्या मुळापर्यंत नेत नाही. सर्वसंगपरित्याग ज्यात आहे, तो केवळ संन्यासाश्रमच हे करू शकतो.

"मित्रहो, आता मी माझा वाद संपवत आहे. मी मांडलेले मुद्दे आपल्यासारख्या प्रकांड-पंडिताला आकलन झाले नसतील, असं नव्हे. पण तुमच्या स्वाभाविक कर्म प्रवृत्तीमुळे, खोलवर रुजलेल्या कर्मश्रद्धेमुळे आणि भोवतालच्या धार्मिक वातावरणाच्या दडपणामुळे, तुमच्या गुरूंनी जी भूमिका घेतली, तिच्या दडपणामुळे तुम्ही या मुद्यांकडे लक्ष दिलेलं नाही, असं मला वाटतं. पण वैयक्तिक प्रवृत्ती आणि सामूहिक

गरज यांपेक्षा वेदांचा नि:पक्षपाती अर्थ-निर्धार आणि आचार निर्देशन अधिक महत्त्वाचं आहे, असा विचार करून आपण आपले विचार मांडाल, अशी अपेक्षा करतो.''

यती बोलायचं थांबले. सारी सभा त्यांचं पांडित्य, युक्ती, समन्वय-शक्ती आणि स्वानुभवानं भरलेला स्वर यांच्या प्रवाहात बुडून गेली होती. साऱ्या वातावरणात गंभीर शांतता भरून गेली होती. शंकर-यतींचं प्रभावी बोलणं खालच्या मानेनं ऐकणाऱ्या मंडनमिश्रांनीही मान वर केली नाही, त्यांनी कुठलं उत्तरही दिलं नाही.

यतींनी भारतीदेवींकडे पाहिलं. भारतीदेवींनी साऱ्या सभेवरून नजर फिरवली. सभेमधील कुणीही उत्तर देऊ शकेल, अशी सूचना त्यांच्या नजरेत होती. पण कुणीही बोललं नाही. त्यांनी पुन्हा मंडनमिश्रांकडे पाहिलं, ते तसेच मुकाट्यानं बसून होते.

भारतीदेवींनी घोषणा केली, ''यती वादविवादात विजयी झाले आहेत!'' मिश्र भावनांनी भरलेला त्यांचा आवाज सगळ्यांना स्पष्टपणे ऐकू आला नाही. त्यांच्या मानेवर घामाचे थेंब साचले होते. चेहराही ओलसर दिसत होता. स्पष्टपणे ऐकू आलं नसलं, तरी निर्णय समजताच साऱ्या सभेनं दीर्घ नि:श्वास टाकला. पाठोपाठ मौन पसरलं. श्वासोश्वास थांबल्यासारखं मौन! काय बोलावं, ते कुणालाच समजत नव्हतं. मंडनमिश्रांच्या हरण्याचा आपल्या उपासनापद्धतीवर काय परिणाम होईल, या विचारात ते सारे अडकले असावेत. वृद्ध पंडित भारतीदेवींकडे पाहत होते.

भारतीदेवींच्या गळ्याच्या शिरा ताठरल्यासारख्या झाल्या होत्या. त्या स्वत:शीच झगडत असाव्यात, असं वाटत होतं.

मंडनमिश्रा उठले. यतींना साष्टांग नमस्कार करून म्हणाले, ''मी संन्यासाचा स्वीकार करून आपला शिष्य व्हायला सिद्ध आहे!'' हर्षभरित यतींनी त्यांना आशीर्वाद दिला. मंडनमिश्रा उठून उभे राहिले आणि भारतीदेवींकडे वळून म्हणाले, ''संन्यास-ग्रहणासाठी तुझी अनुमती मागत आहे.''

त्या दोघांच्या नजरेची भेट झाली. भारतीदेवींनी मनातली तळमळ आत दडपल्याचं माझ्या लक्षात आलं. त्यांनी आपल्या पतीला बसण्याची सूचना केली. गुरुजी आपल्या आसनावर बसल्यानंतर त्या आपल्या मध्यस्थपीठावरून खाली उतरल्या आणि शंकर-यतींना उद्देशून म्हणाल्या, ''प्रतिज्ञेचं पालन करून माझे पती आपले शिष्य व्हायला तयार झाले आहेत, हे योग्यच आहे. पण हे काही ते आतून उमटलेल्या वैराग्यामुळे करत नाही आहेत. वादविवादात हरल्यामुळे आणि प्रतिज्ञेशी बद्ध असल्यामुळे. अशा परिस्थितीत त्यांची सहधर्मिणी म्हणून माझंही कर्तव्य आहे – मला शक्य असेल, तर त्यांचं या हरण्यापासून रक्षण करणं! मला ते जमणार नसेल, तरच मी त्यांना संन्यास घेण्याची परवानगी देऊ शकेन. अशा परिस्थितीत मी आपल्याला एक प्रश्न विचारत आहे. आपण त्याचं समर्पक उत्तर देऊ शकलात, तर आपण माझ्या पतींना घेऊन जाऊ शकता. नाहीतर आपण मला

माझे पती परत दिले पाहिजेत.''

''ठीक आहे. आपण विचारा.'' यती म्हणाले.

नवं आश्वासन मिळाल्यासारखं वाटून भारतीदेवींवर साऱ्या सभेची दृष्टी खिळली. आता भारतीदेवींचा स्वर पूर्ववत झाला होता.

त्या खड्या आवाजात बोलू लागल्या, ''आता आपण ऐक्याविषयी सांगितलंत ना – आत्मा ब्रह्माशी ऐक्य पावतो, त्याविषयी त्यासंबंधी मला विचारायचं आहे. एका उपनिषदात सांगितलंय की, सुषुप्तीमध्ये आत्मा ब्रह्माशी एकरूप होतो. त्या वेळी त्याची स्थिती आपल्याला प्रिय असलेल्या स्त्रीच्या आलिंगनात असलेल्या पुरुषाच्या स्थितीशी साम्य असणारी असते, असं म्हणतात. असं असेल, तर त्या स्थितीत आणि ब्रह्मज्ञान प्राप्त झालेल्या स्थितीत काय फरक असतो, ते मला सांगाल काय?''

अखेरचा प्रश्न विचारताना भारतीदेवींची नजर प्रखर झाली होती. यतींची नजर मात्र पेचात सापडून धडपत होती. सभेतली शांतता आणखी गहिरी झाली.

या प्रश्नाच्या व्याप्तीमुळे शंकर-यती चांगलेच गडबडले होते. एवढा वेळ चाललेल्या वादविवादाला शास्त्राचा आधार होता. वेदवाक्यांचा अर्थ लावणं आणि तात्पर्य काढणं त्यात अपेक्षित होतं. व्याकरण, तर्क, मीमांसा यांच्या आधारे त्यातील मुद्दे तपासून घेता येत होते. ती संपूर्ण चर्चा केवळ शाब्दिक होती.

पण आता भारतीदेवींनी उपस्थित केलेला प्रश्न अनुभवांशी संबंधित होता. त्याला तर्काच्या आधारे उत्तर देणं शक्य नव्हतं. पण कबूल केल्याप्रमाणे त्याचं उत्तर देणं अत्यावश्यक होतं.

शंकर-यती डोळे मिटून विचार करू लागले. काही क्षणांनंतर त्यांनी सांगितलं, ''आपण मला या प्रश्नाचं उत्तर देण्यासाठी काही दिवस – निदान एखादा महिना देऊ शकाल काय?''

''अवश्य देईन. आता आपण भिक्षा-भोजनासाठी चलण्याची कृपा करावी. आता माझ्या पतींनी भिक्षा स्वीकारायची की भोजन करू शकतील? आपण कृपा करून माझ्या शंकेचं निरसन करावं.''

''त्यांनी अजून संन्यासाचा स्वीकार न केल्यामुळे त्यांना भोजन करता येईल.''

''मी हरलो आहे. संन्यास स्वीकार करण्याची अट मान्यही केली. त्यामुळे मला यानंतर घर नाही – कुटुंब नाही. आता मी यांच्याबरोबर शिवालयात जाणार.'' म्हणत मंडनमिश्र उठून चालू लागले.

त्याच संध्याकाळी यती आणि त्यांचे दोन्ही संन्यासी-शिष्य माहिष्मती नगरातून निघून गेल्याची बातमी आली. लोक बोलू लागले – हरल्यामुळे शरमून मंडनमिश्रा

नदीकाठच्या शिवालयात जाऊन राहिले आणि भारतीदेवींकडून हरल्यामुळे यती आणि त्यांचे शिष्य गाव सोडूनच पळून गेले.

दुसरे दिवशी भारतीदेवी आपली मुलगी आणि चार नातवंडांसह शिवालयाकडे गेल्या. सोबत लहान मुलांना उचलून घ्यायला दोन नोकर होते. शिवाय मीही होतो.

बायको, मुलगी आणि नातवंड यांना पाहताच मंडनमिश्रांचे डोळे भरून आले. सगळ्यांनी त्यांना नमस्कार केला. आजोबांनीही नातवंडांना जवळ घेऊन कुरवाळलं. दत्तक मुलगा होणाऱ्या छोट्या नातवंडाला त्यांनी उचलून मांडीवर घेतलं. पण नंतर ते म्हणाले, ''मी अजूनही विधिवत संन्यास न घेतल्यामुळे या नातवंडांना स्पर्श केलाय.''

भारतीदेवींनी विचारलं, ''आता ते कुठं गेले?''

''काल पहाटे निघून गेले. महिन्याभरानं येऊ, तुम्ही इथंच थांबा, असं सांगून गेले आहेत. कुठं आणि का, हे विचारायचा मला अधिकार नाही.''

''तुमचं संन्यासी होणं न्याय्य आहे, याविषयी अजूनही माझ्या मनात संदिग्धता आहे. तुम्ही का असे लगोलग निघून आलात?''

नोकर शिवालयाबाहेर निघून गेले होते. कदाचित ते कौटुंबिक विषयावर बोलतील, भावनाविवश होतील, अशा वेळी माझ्यासारख्या परक्या माणसानं तिथं राहू नये, असा विचार करून मीही तिथून बाहेर पडलो. समोर पश्चिम-मुख नर्मदा नदी वाहत होती. हे संन्यासी दोन्ही शिष्यांबरोबर कुठं निघून गेले असतील, हा प्रश्न डोकं खाऊ लागला. योगींच्या काही जीवन-पद्धतींविषयी मला थोडीफार कल्पना होती. तांत्रिक लोकांची तर तपशिलानं माहिती होती. इतरांना न सांगता, न समजू देता त्यांचं जीवन चालतं. हा योगी की तांत्रिक? की दोन्हीही साध्य केलेला? वादविवादाच्या वेळचा त्यांचा चेहरा आठवला की ही शंका आणखी प्रबल होत होती. बोलताना त्यांची नजर समोरच्या प्रतिस्पर्ध्यावर खिळत होती, पण इतर वेळी ती भुवयांमध्ये असे. त्या वेळी माझ्या मनात ही शंका आली नव्हती – आता मात्र ती शंका अधिकाधिक प्रबल होऊ लागली होती.

आठवड्याभरानं माहिष्मती गावात एक बातमी आली. तारावतीचा अमरूक राजा पत्नीच्या बरोबर माहिष्मतीजवळच्या रानात शिकारीसाठी आला होता. मध्येच थकून आजारी पडला आणि मरण पावला. प्रेत तारावतीला घेऊन जात असताना वाटेत तो पुन्हा जिवंत झाला म्हणे! वैद्यकीय शास्त्रामध्ये तज्ज्ञ असलेल्या राजवैद्यांनीच राजाला मृत घोषित केलं होतं. प्रहरभर गेल्यानंतर राजाचे प्राण परत आले. ही बातमी माहिष्मतीच्या उच्चभ्रू लोकांमध्ये पसरून भारतीदेवींच्या कानांवर आली, मलाही समजली.

ही बातमी ऐकताच माझे कान तरारले. मनात एक संशय आला. 'राजा मरण पावला आहे हे खरं-आपण न घेतलेला कामक्रीडेचा अनुभव घेण्यासाठी या संधीचा वापर करून या यतींनीच परकाया प्रवेश केला असेल काय? याचसाठी ते कुणाला न सांगता आपल्या शिष्यांबरोबर निघून गेले असतील काय? योगी आपल्या स्थूल शरीराचा तात्पुरता त्याग करून पंचज्ञानेंद्रियं, पंचकर्मेंद्रियं, मन आणि बुद्धी यांचा समुदाय असलेल्या लिंग-शरीराद्वारे बाहेर येऊन ब्रह्मरंध्राद्वारे मृत राजाच्या शरीरात प्रवेश करून त्याचं संपूर्ण शरीर व्यापू शकतो. अशा प्रकारे राजाचं शरीर व्यापून यतींचं सूक्ष्म शरीर कामानुभव घेऊ शकेल.'

विचार करता-करता असंच घडलं असेल, ही भावना अधिकाधिक बलवत्तर होऊ लागली. तारावतीला प्रत्यक्ष जाऊनच पाहून का येऊ नये, असं वाटू लागलं.

तो विचार बलवत्तर होताच मी भारतीदेवींना म्हणालो, ''तारावतीला जाऊन येतो. एक उत्तम घोडा हवा होता. परतायला कदाचित महिना लागेल.''

माझ्या संसाराची सारी कथा ठाऊक असल्यामुळे त्यांनी विचारलं, ''तिथं कशासाठी जाणार आहेस? कोण वाट पाहतंय तुझी तिथं?''

''जवळ आलोय अनायसा. एकदा जाऊन कायमचं ऋण तोडून येईन त्या गावचं!'' मी नसताना मथुरेचे जयसिंह आले, तर त्यांनाही महिन्यानं येत असल्याचा निरोप ठेवून मी निघालो.

एकट्यानं जाण्याच्या दृष्टीनं धोक्याचा मार्ग होता, हे ठाऊक असलं, तरी पहाटे लवकर उठून मी चालू लागलो. माझी घोडदौडीची सवय फारशी राहिली नसली, तरी घोडा उत्तम असल्यामुळे काही अडचण आली नाही. थोड्याच वेळात आम्हा दोघांचाही परस्परांशी स्नेह वाढला. मग मात्र मला विशेष कष्ट होऊ न देता तो वेगात धावू लागला. माझ्या ओळखीचा रस्ता. अनेकदा पायी, सार्थावाटे आणि घोड्यावरून या रस्त्यावरून गेलो होतो. डावीकडे अधूनमधून दिसणारी शुभ्र नर्मदा नदी. उजवीकडे काही ठिकाणी शेती, मळे, बागा – बाकी सारं अरण्य.

पण कुठंही चोर-चिलटांचा त्रास झाला नाही. मी गावी पोहोचलो, तेव्हा रात्र पडली होती. जयसिंहांनी दिलेली रहदारीची मुद्रा दाखवून गावात प्रवेश मिळवला आणि एका धर्मशाळेचा आसरा घेतला.

दिवस उजाडला, तशी शरम वाटू लागली. मध्ये दहा वर्षं गेली असली, तरी कुणी ना कुणी ओळखीचं भेटल्याशिवाय राहणार नाही. इतकी वर्षं कुठं आणि कशी काढली, या प्रश्नावर काहीतरी उत्तर देता येईल. जे घडलं, तेही सांगता येईल. पण माझी बायको राजाची काम-दासी! याविषयी कुणी स्पष्ट बोलणारही नाही, पण चेहऱ्यावर स्पष्टपणे दिसल्यावर शरम वाटल्याशिवाय कसं राहील? वाटलं, उगाच या गावी आलो.

अंघोळीसाठी नदीवर गेलो. पोहण्यासाठी दोन युवक आले होते. त्यांच्याशी ओळख करून घेऊन थोड्या इकडच्या तिकडच्या गप्पा मारल्यानंतर सहजच विचारलं, "मेलेल्या महाराजांचा गेलेला जीव माघारी आला म्हणे! खरं काय?"

"जीव? नुसता जीव काय घेऊन बसलात? तारुण्यही आलंय माघारी!" त्यांच्यापैकी एक जण म्हणाला.

"म्हणजे? मी नाही समजलो."

"आधी दिवसभर राज्य-कारभार आणि रात्री अंत:पूर अशी पद्धत होती. आता सकाळ, दुपार, संध्याकाळ, रात्र सगळा वेळ अंत:पुरातच काढतात."

"मग राज्यकारभाराचं काय?"

"थोरल्या राणीसाहेब तेजेश्वरीदेवी राज्यकारभार आपल्या मुठीत ठेवू पाहत आहेत. त्यांनी आपल्या माहेरहून एक अनुभवी अधिकारी बोलावून घेतला आहे. महाराजांच्या विश्वासातल्या अमात्यांना त्या हळूहळू निष्प्रभ करताहेत म्हणे!"

एवढ्यात दुसरा तरुण म्हणाला, "ए! सगळं डोळ्यांनी प्रत्यक्ष पाहिल्यासारखं सांगतोयंस की! राजघराण्यातल्या गोष्टी घेऊन आपल्याला काय करायचंय? हेरांनीच असे विषय काढून तुला कारागृहात टाकलं, तर काय करशील?" हे ऐकताच सुरुवातीला उत्साहानं बोलणारा तरुण मात्र गडबडला. मी हेर नसल्याचं सांगितल्यावर ते दोघं पुन्हा प्रवाहात पोहण्यासाठी उतरले. पण आपसात काय बोलणं झालं, कोण जाणे, दोघंही काठावर आले आणि अंग पुसून कपडे चढवून निघून गेले.

महाराणी तेजेश्वरीदेवींशी माझा परिचय होता. त्यांचा विवाह झाला, तेव्हा अमरूकानं 'जिवलग मित्र' म्हणून माझी त्यांच्याशी ओळख करून दिली होती. त्यानंतर मी जेव्हा जाई; तेव्हा ताटभर फळं, गूळ, द्राक्षं, बदाम आवर्जून दिलं जात असे. माझा 'पंडित' म्हणून आदरानं उल्लेख करून संस्कृतच्या संदर्भात काही अडलेले प्रश्न विचारत होत्या. एकदा त्यांनी थट्टा करताना मला 'भावी प्रधान' म्हणूनही संबोधलं होतं. वाटलं, उगाच कुणा-कुणाला तरी विचारत हिंडून आणखी गोंधळात पडण्यापेक्षा, थेट महाराणींनाच भेटलं, तर नीट बातमी समजू शकेल. नाहीतरी या गावात स्वत:ला लपवत दिवाभीतासारखं जगणं मलाही कठीणच होतं म्हणा!

त्याच दिवशी सूर्य कलल्यानंतर राजवाड्याच्या प्राकाराच्या पश्चिमद्वाराकडे असलेल्या त्यांच्या प्रासादाकडे गेलो. दासीबरोबर निरोप पाठवला, "या गावातील पंडित यज्ञभट्टांचा मुलगा नागभट्ट काशीहून आले आहेत. त्यांची महाराणींना भेटायची इच्छा आहे."

थोड्याच वेळात आतून जुनी वयस्कर दासी सुमलता बाहेर आली. तिलाही

माझी ओळख पटल्याचं मंद स्मितावरून लक्षात आलं. महाराणीही आता स्थूल झाली होती. गळा, हात, दंड, नाक, कान, हाता-पायांची बोटं, केस-अंगभर सर्वत्र सुवर्ण आणि हिरे-रत्नांनी मढवलेले दागिने झळकत होते. मी 'पट्टराणींचे कल्याण असो – शुभकर लक्षणांचे योग एकत्र येत आहेत –' असं काहीसं शुभचिंतनपर बोललो.

त्याही प्रसन्नपणे म्हणाल्या, "काशीक्षेत्री ज्योतिषशास्त्राचं ज्ञान मिळवलेल्यांचे शब्द सत्य ठरलेच पाहिजेत. आसनस्थ व्हा."

दोघांमध्ये विश्वासाचा धागा गुंफला गेल्याचं मला प्रथम संभाषणातच जाणवलं. स्थानापन्न होऊन तिनं विचारलं, "कुठं असता? कुठून आला?"

"ती मोठीच कथा आहे."

"काशीच्या विद्वजनांचं एवढं आकर्षण वाटलं?"

"महाराणी, फक्त आपल्यापुढेच मी मन मोकळं करू शकतो." म्हणत मी दाराकडे नजर टाकली.

"मी एकान्तात एखाद्याशी चर्चा करत असताना कुणीही जवळ फिरकत नाही. दासींनाही हाच नियम आहे. बोला."

"महाराजांनी मला काशीला पाठवलं नव्हतं. कितीही काळ लागला, तरी समस्त भरतखंड आणि त्या पलीकडच्या सार्थ-मार्गांची माहिती मिळवून आणायची आज्ञा झाली होती."

महाराणीची नजर तीक्ष्ण झाली. ती लगेच म्हणाली, "मित्राच्या बायकोवर नजर पडली ना! तुम्हाला देशाबाहेर हाकलून तिला वश करून घेणारा कामुक!"

अमरूकानं केवळ माझीच नव्हे, आपल्या पत्नीचीही फसवणूक केली होती, हा मुद्दा प्रथमच मला तीव्रपणे जाणवला. तीही पुढं म्हणाली, "मला आपलं दुःख समजतं. कामुक राजानं आपल्या पत्नीला बळकावल्याचं आपल्याही लक्षात आलंय, म्हणूनच आपण गावी न परतता परदेशी होऊन राहिलात."

माझ्या मनातलं दुःख उचंबळून आलं. तीच म्हणाली, "आता वाईट वाटून घेऊ नका. तुमचे परदेशी होऊन भ्रमण करायचे दिवस संपले आहेत. गुन्हेगाराला शिक्षा मिळण्याचा काळ जवळ आला आहे."

"महाराजांची प्रकृती बरी नसल्याचं ऐकलं. काय म्हणताहेत वैद्य?"

"जीव गेलाच होता. आता वैद्यांनी पूर्ण विश्रांती घ्यायला सांगितलं आहे. सगळा राज्यकारभार माझ्यावर सोपवून ते विश्रांती घेत आहेत. पट्टराणी तेजेश्वरीदेवींच्या आदेशाशिवाय राज्यकारभार गुंजभरही पुढं जात नाही. तशी महाराजांची आज्ञाच आहे."

"आधीपासून राजकारणाची विशिष्ट दृष्टी आणि बुद्धी तुमच्याशिवाय इतर

कुणाकडेही नव्हतीच म्हणा! किती केलं तरी मोठ्या राजघराण्यातल्या तुम्ही! आज सकाळीच घाटावर लोक बोलत होते, राज्य योग्य प्रकारे चालायचं असेल, तर महाराणी तेजेश्वरीदेवींच्या हातातच राहिलं पाहिजे.''

शेवटचं वाक्य ऐकून अपेक्षेप्रमाणे त्या खूश झाल्या, ''खरं?''

''होय. देश सोडला, तरी माझ्या निष्ठा या देशातच आहेत.''

''पण तुम्ही कशाला देश सोडताय? आता आलात, पुन्हा नका जाऊ.''

पहिल्या दिवशी एवढं उत्साहवर्धक बोलणं झाल्यावर मी दररोज दुपारनंतर त्यांना भेटू लागलो. विशिष्ट वेळी सुमलता माझी वाट पाहत दारापाशी उभी राहू लागली. गप्पा मारताना मी महाराणींचं शक्य तितकं कौतुक करत होतो. त्या नसल्या, तर राज्य कोसळलं असतं, अशी प्रजेतल्या विविध वर्गांची कशी भावना होती, हे पुन्हा पुन्हा सांगत होतो.

चौथ्या दिवशी विचारलं, ''महाराजांचा जीवच गेला होता-नंतर परत आला म्हणालात ना? खरोखरच जीव परत आला की आणखी कुठला तरी प्रेतात्मा त्यांच्या शरीरात शिरलाय म्हणायचा?''

''मला प्रेतात्म्याविषयी फारसं ठाऊक नाही, पण ते मरण पावले होते, हे खरं आहे. कितीतरी वेळानंतर पुन्हा श्वासोच्छ्वास सुरू झाला. दिवा विझण्यापूर्वी मोठा होतो ना? तसं झालंय त्यांचं. त्या घटनेनंतर त्यांची कामासक्ती प्रमाणाबाहेर वाढली आहे. लंपटपणा इतका वाढला आहे की, यानंतर त्याच लंपटपणामुळे त्यांचा जीव जाईल, यात शंका नाही. सकाळ-दुपार-संध्याकाळ-रात्र-काळवेळेचा कसलाही विधिनिषेध न बाळगता त्यांचे जे कामजीवन चाललंय, त्याविषयी मला माझ्या दासी सांगत असतात.''

''तुमच्यासारख्या सुंदर पट्टराणीला सोडून ही कसली त्यांची प्रणयलीला!'' मी मुद्दामच म्हटलं. त्याही भावविवश होऊन गप्प बसल्या. पाठोपाठ हुंदके देऊन रडू लागल्या.

''शांत व्हा, महाराणी! मोकळेपणानं माझ्याशी बोला. एकच सांगतो, प्रत्येक गोष्टीवर काही ना काही उपाय निश्चित आहे.'' मीही सांत्वन केलं.

''तुम्ही माझ्या सौंदर्याचा उल्लेख केलात. पण महाराज माझ्या अंत:पुरात येऊन गेले, त्याला पाच वर्षं होऊन गेली. लग्नानंतर माझ्या रूपाचं वर्णन करताना महाराजा थकत नव्हता. दोन मुलं झाल्यावर त्यानं दुसरी बायको आणली-तरी माझं शय्यागार पूर्ण वर्ज्य केलं नव्हतं. नंतर आणखी एक-आता आहे ती पाचवी बायको! लग्न ठरलं, तेव्हा माहेरी कौतुक करत होते-पट्टराणी व्हायचं भाग्य तुझंच! आणखी कुणीही ते स्थान घेणार नाही म्हणून! त्या वेळी मलाही पट्टराणी व्हायचं भाग्य

म्हणजे काय, ते समजलं नव्हतं. अधिकार आहे, सिंहासनावर हक्क आहे, हिरे-माणकांचे राजवैभवाचं प्रतीक असलेले दागदागिने आहेत-एवढंच! दुसऱ्या पुरुषाशी बोलायचं स्वातंत्र्य नाही. महाराजाच्या कामक्रीडेचा तपशील दासींकडून ऐकत हंसतुलिका शय्येवर एकटीनं झोपायचा वनवास भोगायचा. कधी चुकून आलाच, तर रात्रभर त्याचं घोरणं ऐकायचं.''

बोलता बोलता त्या थांबल्या. बोलण्याच्या भरात आपण जास्त बोलत होतो, हे त्यांच्या लक्षात आलं. काही क्षणांनंतर त्याच खाली मान घालून म्हणाल्या, ''या आधी मी कुणाशीच याविषयी बोलले नव्हते. डोळ्यांतून पाणीही कुणापुढं काढलं नव्हतं. आता का हा विषय आला, का रडले-मलाच समजत नाही.''

दुसरे दिवशी मी त्यांना भेटायला गेलो नाही. महाराजामध्ये असलेला जीव त्याचा नसून आणखी कुणाचा तरी असला पाहिजे, याविषयी माझी आणखी खात्री होऊ लागली. माहिष्मतीला निघून जावं काय, असंही वाटू लागलं. पण याच संदर्भात आणखी काही समजलं, तर पाहावं, हा विचारही प्रबल झाला. एव्हाना मी धर्मशाळेऐवजी राजवाड्याच्या अतिथिगृहात राहू लागलो होतो. स्वत: महाराणींनीच ही व्यवस्था केली होती. दुसरे दिवशीच महाराणींचा निरोप घेऊन सुमलता तिथं आली. दुपारनंतर मी पुन्हा महाराणींच्या भेटीला गेलो. त्यांनी विचारलं, ''काल का आला नाही?''

मी आत आल्यावर दार बंद झालं. मी तिकडं पाहताच त्यांनी खुलासा केला, ''गुप्त चर्चेच्या वेळी दरवाजा बंद करायची पद्धत आहे.''

त्या माझ्याजवळ येऊन उभ्या राहिल्या, तसा मला उलगडा झाला. काही क्षण शांततेत गेल्यावर त्या सरळच माझ्याकडे पाहून म्हणाल्या, ''आता उगाच आडवळणानं विषयावर यायचं कारण नाही. परवा तुमच्याशी बोलताना मला अश्रू अनावर का झाले, याचा नंतर मी विचार केला. आपली दोघांचीही सारखीच प्रतारणा झाली आहे ना!''

नंतर त्या म्हणाल्या, ''तुम्ही या देशाचे महाअमात्य झालं पाहिजे. दररोज आपण गुप्तचर्चेच्या निमित्तानं एकत्र आलं पाहिजे. माझा थोरला मुलगा जरी सिंहासनावर बसला, तरी माझा अधिकार राहणारच, यात शंका नाही. महाराजा काही फार दिवस जगणार नाहीत, हे निश्चित! ते जगले, तरी मी नंतर हातातील अधिकार सोडणार नाही. सगळा विचार केलाय मी!''

मी काही न बोलता उभा होतो. मनात गोंधळ उडाला होता. भीतीही वाटत होती. अशा अवस्थेतल्या स्त्रीला नाकारण्यातला धोकाही मी ऐकून होतो.

विचार करून मी म्हटलं, ''महाराणी, मला एक दिवसाचा अवधी हवा.''

"आग भडकलेली असताना पाणी ओतण्यासाठी एका दिवसाचा अवधी मागताहात!" त्यांच्या बोलण्यातला संताप लपत नव्हता.

"आपण महाराणी! मी सामान्य प्रजाजनांपैकी एक! मनाची तयारी होण्यासाठी किमान एका दिवसाचा तरी अवधी नको काय?"

"सारी आभरणं या क्षणी काढून टाकेन."

"तरीही तुम्ही महाराणीच आहात. तुम्हाला माझ्याविषयी ही भावना निर्माण झाली, हे तर माझं सुदैवच! तरीही महाराणीजवळ जाण्याचं धैर्य गोळा करण्यासाठी दिवसभर पाहिजेच."

त्यांना माझा मुद्दा पटलेला दिसला.

त्या संध्याकाळी माझं मन विचित्र समाधानानं निथळत होतं. त्यानं माझी बायको भोगली, मीही त्याची बायको भोगेन! पण हे समाधान रात्रीपर्यंतच टिकलं. मनानं इशारा दिला-तामसानं तामसावर वार केला, तर सत्त्व लाभत नाही. पुन्हा वाटलं-एक स्त्री कामेच्छेनं जवळ आली, तर तिची इच्छा पूर्ण करण्यात पाप कसलं? त्याचबरोबर देशाचा महाअमात्य होण्याचं स्वप्न –

मनानं साऱ्या देशाची डोकेदुखी अंगावर घेण्याची जबाबदारी स्वीकारायला नकार दिला. पण सोनं-हिरे-मोती आणि रेशमी वस्त्राआडच्या महाराणीच्या देहाची कल्पना मनात भिरभिरू लागली. ही भावना मनाला व्यापत असतानाच कुठूनशी चंद्रिका मनाच्या एका कोपऱ्यात शिरली. तेजेश्वरीला संपूर्ण हद्दपार करून तिनंच सारं मन व्यापून टाकलं. अनेकदा जाणवलेलंच पुन्हा तीव्रपणे जाणवलं-चंद्रिकेशिवाय आणखी कुणाशीही रत होणं आपल्याला शक्य नाही, हेच त्रिवार सत्य होतं.

किती विचित्र हे! शारीरिक भोगापासून संपूर्ण विमुख असलेल्या चंद्रिकेचंच स्मरण या संदर्भात मी करतोय – तेही इतक्या वर्षांनंतर! स्वप्नातही अप्राप्य असलेली महाराणी आपण होऊन वश होत असतानाही मनाचा हट्टीपणा कमी होत नाही.

यानंतर या गावात राहणंच नको. उद्या पहाटे घोड्यावर स्वार होऊन माहिष्मतीला निघून गेलं तर? पण इथं मी ज्या कामासाठी आलोय, ते अजूनही पूर्ण झालं नाही. ते होईपर्यंत इतर कुठल्याही विचारात गुरफटून जाता कामा नये.

दुसरे दिवशी त्याच वेळी महाराणींना भेटलो आणि म्हटलं, "महाराणी..."

"आपण दोघं असताना केवळ नावानंच हाक मारा ना!"

"ठीक आहे – तेजेश्वरी, काल मी सगळ्या परिस्थितीचा सर्व बाजूंनी विचार केला. ज्योतिषशास्त्राप्रमाणे पाहता अमरूक फार दिवस जगणार नाही, हे तर निश्चित आहे. तो जिवंत असताना आपल्या संबंधाची बातमी पसरली, तर कितीतरी अडचणी

उपस्थित होतील. राजकारणामध्येही काही असमाधानी लोक असतील. ती माणसं याचा गैरफायदा घेण्याची शक्यता आहे. अशा संदर्भात दासींवरही पूर्णपणे विश्वास ठेवण्यात अर्थ नसतो. काही दिवस सावध राहणंच योग्य, नाही काय?''

कालच्या कामज्वराची तीव्रता आज राहिली नव्हती. त्यांनीही माझ्या बोलण्यावर विचार केला. त्यांनाही ते पटलं.

त्यानंतर कुणाला संशय येऊ नये, म्हणून आम्ही परस्परांनाही भेटेनासे झालो. दोन-तीन दिवसांनंतरच्या भेटीत त्या मला अमरूकाच्या वागण्याचा तपशील सांगत होत्या. त्याच्या भोग-मग्नतेत कणभरही फरक झाला नव्हता.

एका भेटीत त्यांनी मला विचारलं, ''महाअमात्य झाल्यावर प्रतारणा करणाऱ्या पत्नीला काय शिक्षा द्यायचं ठरवलंय?''

''तू काय विचार केलायंस?'' मी विचारलं.

''माझ्या इतर चार सवतींना जी शिक्षा, तीच शिक्षा हिलाही! जीवनभर तळमळायला लावणारी शिक्षा!''

''एवढी का कठोर होतेस?''

''जे माझं हक्काचं होतं, ते हिसकावून घेतल्याची शिक्षा नको?''

''महाराजाच्या मनात नसतं, तर त्या काय करणार होत्या. तू एका स्वतंत्र राजाची मुलगी. तुझ्या वडिलांनी आपल्या इच्छेनं तुझं लग्न लावून दिलं. दुसऱ्या-तिसऱ्या-चौथ्या लग्नाला कुठला राजा आपली मुलगी देईल? या सगळ्या सामंत-सरदारांच्या मुली. राजाला नाही म्हणायची शक्ती त्या सामंतांकडे कुठून असणार? अशा वेळी त्या स्त्रियांवर एवढं रागावणं योग्य आहे काय?''

''म्हणजे त्यांचं काहीच चुकलं नाही काय? शालिनीचंच पाहा. तिनं का नाही सांगितलं, मी अशा संबंधाला तयार नाही म्हणून? उलट किती अभिमान वाटला होता तिला!''

मला शालिनीचा विषय नको होता. तिलाही सवतींच्या रागातून बाहेर ये, म्हणून सांगावंसं वाटलं, तरी काही न बोलता मी गप्प राहिलो.

एकदा राजवाड्याच्या अतिथिगृहापाशी उभा असताना रस्त्यावरून जाणाऱ्या एका संन्याशाकडे माझं लक्ष गेलं. पन्नाशीच्या पुढच्या वयाचा, त्यानं अचानक मान वळवून माझ्याकडे पाहिलं आणि पाषाणवत् उभा राहिला. मलाही त्याची ओळख पटली.

त्यानं विचारलं, ''माहिष्मतीत शिवालयाला तुम्ही येत होता ना? वादविवादाच्या वेळीही येत होता!''

''ओह! पद्मपाद!'' शंकर-यतींचे थोरले शिष्य.

"तुम्ही इथं कसे?"

"हे माझं मूळचं गाव. थोडं काम होतं, म्हणून चार दिवसांसाठी आलोय." उगाच मूळ गाव म्हणून सांगितलं, अशी मनात हळहळ वाटली. ते म्हणाले, "राजाचे अतिथी आहात!"

"होय."

ते काही क्षण विचारात पडले. नंतर दाराजवळ आले. त्यांना आत येऊन माझ्याशी बोलायचं असल्याचं माझ्या लक्षात आलं. मीही त्यांना आदरानं आत बोलावून बसायला पाट दिला. ते हलक्या आवाजात म्हणाले, "तुमच्याकडे एक काम होतं."

"होण्यासारखं असेल, तर निश्चित करेन."

"होण्यासारखं नसलं, तरी प्रयत्न करायला पाहिजे तुम्ही!"

मी प्रश्नार्थक चेहऱ्यानं त्यांच्याकडे पाहू लागलो.

"कसंही करून माझी महाराजांशी भेट घडवून द्या."

"एवढं मोठं काम करण्याइतकी शक्ती माझ्याकडे कुठून असणार?"

"राजाच्या अतिथिगृहात राहताहात. म्हणजे प्रयत्न केला, तर हे काम निश्चित होईल. अत्यावश्यक काम आहे. उशीर करता कामा नये." त्यांचा स्वर अगतिक झाला होता.

"यतीमहाराज, भेट घडवून देईन – पण त्याआधी खरं कारण तुम्ही मला सांगितलं पाहिजे. ते मी कुणालाही सांगणार नाही, म्हणून विधिवत वचन देतो."

"या गावात एक देवालय उभारण्यासाठी राजाचं मन वळवायचं आहे."

"त्यासाठी भेटीची काय गरज आहे? तुम्हाला मी तसं वचन मिळवून देतो." मीही मंद हसत म्हटलं.

त्याच्या चेहऱ्यावर खोटं बोलून पेचात अडकल्यासारखे भाव उमटले. मी म्हटलं, "यतीमहाराज, काही दिवस योगाभ्यास करून मीही इतरांच्या मनात प्रवेश करण्याची सिद्धी मिळवली होती. तंत्र-मार्गानंही तीच सिद्धी मिळवली होती. आणखीही काही शक्ती प्राप्त झाल्या होत्या. मी तुम्हाला वचन देतो, मी माझा शब्द पाळला नाही, तर माझ्या मस्तकाची सहस्त्र शकलं होऊन जमिनीवर पडू देत. आता खरं सांगा, तुम्हाला अमरूक राजाला भेटायचं आहे काय? पण त्याला तर मरून महिना होऊन गेलाय ना?"

संन्याशाचा चेहरा काही क्षण पांढराफटक पडला. पण लवकरच त्यांनी स्वत:ला सावरलं. माझ्याकडून रहस्य-रक्षणाची विधिपूर्वक प्रतिज्ञा घेतल्यावर त्यांनी सांगितलं, "भारतीदेवींच्या प्रश्नाचं उत्तर अनुभवानं मिळवलं पाहिजे, असा शंकर-यतींनी निश्चय केला. संन्यासी असल्यामुळे त्याच देहानं काम अनुभवणं शक्य

नव्हतं. ते हीन कार्य झालं असतं. एखादा गृहस्थ मरण पावला असेल, तर त्या मृत शरीराचा उपयोग करून हा अनुभव घ्यावा, असं त्यांनी ठरवलं. आम्ही दोघाही शिष्यांनी याला आक्षेप घेतला. आम्हाला आमच्या ब्रह्मज्ञानी गुरूंची यात अवनतीच दिसत होती, 'साक्षीभावानं काहीही केलं, तरी अवनती होणार नाही, मी त्यात लंपट होणार नाही, तुम्ही काळजी करू नका, मी कुठं असेन, ते तुम्हालाही ठाऊक असेल, मी जर इंद्रिय-लोलुपतेत अडकून राहिलो, तर तुम्ही मला त्यातून सोडवून आणा', असं आम्हाला सांगून ते योगदृष्टीनं भोवतालचा वेध घेऊ लागले. त्याच वेळी अमरूक महाराज मेला होता. शंकर-यती आमच्याबरोबर भराभरा एका डोंगरावरच्या गुहेपर्यंत चालत गेले. तिथं आपलं स्थूल शरीर ठेवून मनोवेगानं सूक्ष्म शरीरानं राजपरिवारासह घेऊन जात असलेल्या अमरूक राजाच्या शरीरात प्रवेश केला. आम्ही दोघं त्यांच्या स्थूल शरीराचा सांभाळ करत राहिलो. ते सडणार नाही, किडा-मुंगी खाणार नाही, रानटी पशू तोंड लावणार नाहीत, याची काळजी घेत होतो.''

मला संशय आला, तो खोटा नव्हता.

''त्या देहाकडे कुणाचं लक्ष गेलं, तर हे कुणाचं शव? इथं का आहे? यांसारखे असंख्य प्रश्न उपस्थित होतील. महिना होत आला, तरी गुरुजी अमरूकाचं शरीर सोडून माघारी आले नाहीत, याचाच अर्थ ते इंद्रिय-भोगाच्या भोवऱ्यात अडकले आहेत. त्यातून बाहेर पडायची शक्ती नाहीशी झाली आहे की बाहेर पडावं, हे ज्ञानच नाहीसं झालंय, कोण जाणे! त्यांना प्रत्यक्ष भेटून त्यांना त्यांच्या आत्म्याच्या निजस्वरूपाचं ज्ञान करून देणं अत्यावश्यक आहे. अतिशय शीघ्रपणे हे काम झालं पाहिजे. तांत्रिक कार्यामध्ये काही धोके असतात, हे तुम्हालाही ठाऊक आहेच.''

''तुम्ही तिघंही तांत्रिक विद्येचे अभ्यासक आहात. तुम्ही त्यांच्या मनात प्रवेश करून का सावध करत नाही?''

''आम्ही तांत्रिक नाही. योगमार्गही आम्हा दोघांना तितकासा साधलेला नाही. मी आणि गुरुबंधू हस्तामल यतींनी खूप प्रयत्न केला, तरी गुरुजींच्या मनात प्रवेश करणं शक्य होईना. म्हणून प्रत्यक्ष भेटायला आलो. आणखीही एक धोका आहे, तो अन्य मन:प्रवेशामुळे आम्हाला समजला. महाराणी तेजेश्वरी आणि महाअमात्यांची परस्परांशी स्पर्धा चालली आहे. त्यांनी परस्परांवर हेर सोडले आहेत. आता महाअमात्यांना अमरूक राजाच्या शरीरात जे सूक्ष्म शरीर आहे, त्याचा कामभावना हाच एकमेव आसक्तीचा विशेष दिसतो, हे लक्षात आलं आहे. महाराज असाच राहिला, तर सारे अधिकार आपल्या हातीच राहतील, या विचारानं तो वेगळेच आडाखे मांडत आहे. परकाया-प्रवेश केलेल्या त्या व्यक्तीचा मृतप्राय देह नष्ट केला की, राजा आहे, तसाच राहील आणि आपलं ईप्सित साध्य होईल, म्हणून त्यानं आपल्या हेरांना जवळपास मृतदेह सापडला, तर नष्ट करण्याची आज्ञा दिली आहे. तेवढं केलं की,

पशूपुढे कोंडा टाकावा, तशा कामतृप्तीसाठी तरुणी राजापुढं टाकत राहिलं की, काम झालं! त्या हेरांच्या हाती आमच्या गुरुजींचा देह पडला, तर आमच्या गुरुजींची आयुष्यभर यातून सुटका होणार नाही!''

मलाही त्यांची निकड लक्षात आली. दुपारनंतर महाराणींना भेटलो. त्यांना सांगितलं, ''महाराजांना आणि मला शिकवलंय, असे एक गुरुजी मोठ्या अपेक्षेनं महाराजांना भेटायला आले आहेत.'' महाराणींनी लगोलग भेटीचं ठरवलं.

दुसरे दिवशी सकाळीच त्यांची महाराजांबरोबर भेट ठरवण्यात आली.

महाराजांच्या भेटीला गेलेले पद्मपाद लवकरच माघारी आले. मी विचारलं, ''काम झालं?''

''होय. मला पाहताच त्यांना माझी ओळख पटली. त्यांनी लगेच एकान्तात भेट घेतली आणि मला म्हणाले, मला जागं करायला आलात? आलात ते चांगलंच झालं. सूक्ष्मातिसूक्ष्म अनुभव टिपताना मला काळाचं भान राहिलं नाही. आज मध्यरात्री मी ह्या देहाचा त्याग करून माझ्या शरीरात प्रवेश करेन. तुम्ही निघा. नाहीतर आज रात्री राजा मेल्यावर तुमच्यावर आळ येईल.'' त्यांचं बोलणं पटलं. मी लगेच बाहेर पडलो.

त्यांचं बोलणं ऐकता-ऐकता माझ्याही अंतर्मनानं सावधानतेचा इशाला दिला. त्यांना मी म्हटलं, ''अगदी खरं आहे हे! तुम्ही जेवढ्या लवकर इथून बाहेर पडता येईल, तेवढ्या लवकर निघा. शक्य तितक्या लवकर या राज्याच्या सीमा ओलांडून निघून जा.''

लगेच यती तिथून वेगानं निघून गेले.

यतींची महाराजाशी मी भेट ठरवून घडवली होती. त्यामुळे माझाही संशय येणं सहज शक्य होतं. राजाच्या मृत्यूनंतर अंतर्गत कलहाला सुरुवात होईल. महाअमात्य राजाच्या चार लहान राण्यांच्या वडिलांना एकत्र करून महाराणीवर कुरघोडी करण्याचीही बरीच शक्यता आहे. त्यानंतर त्या चौघींमध्ये भांडण लावून तो स्वत: प्रबल होईल. या साऱ्यांमध्ये महाराणीशी विशेष सलगी असलेला आणि यतीची महाराजाशी अखेरच्या दिवशी भेट घडवून आणणारा मी त्याच्या नजरेत खुपल्याशिवाय राहणार नाही. धोका लक्षात येताच मी घोड्यावर स्वार होऊन तारावतीबाहेरची वाट धरली. परतीची वाट असल्यामुळे घोडाही वेगानं दौडू लागला.

तारावतीची वेस ओलांडल्यावर शालिनीची आठवण झाली. या गावी येऊनही तिचं पाप तिच्या पदरात न घालता परत असल्यामुळे खेद वाटला. तेजेश्वरीच्या महालात बसून तिला साखळदंडांनी बांधून ओढत आणता आलं असतं. तिला कितीही कठोर शिक्षा करता आली असती. या विचारानं घोड्याचा वेग कमी झाला.

पाठोपाठ वाटलं, ती आपल्या स्वभावानुसार वागली. आता तिला शिक्षा दिली,

तरी मला काय मिळणार आहे? काही क्षण मन उदास झालं. पाठोपाठ आठवण झाली अनंत वेदनांच्या घेरात असलेल्या मृत्यूला आलिंगन देणाऱ्या कुमारिल भट्टांची, वादविवादात हरल्यावर अवाक्षर न बोलता संन्यासी व्हायला निघालेल्या मंडनमिश्रांची! आपल्या संसाराच्या समाप्तीची घोषणा स्वत:च करणाऱ्या गुरुपत्नी भारतीदेवींच्या न्याय-निष्ठेनं सारं मन व्यापून टाकलं. शालिनीच्या आठवणीतून स्वत:ला संपूर्णपणे वेगळं काढलं पाहिजे, असं विवेकानं बजावलं. घोड्याला टाच मारताच घोडा भरधाव वेगानं धावू लागला. रात्रीचे दोन प्रहर उलटले, तेव्हा मी माहिष्मतीच्या नजीक जाऊन पोहोचलो होतो.

भारतीदेवींना मी तत्परतेनं शंकर-यतींच्या परकायाप्रवेशाविषयी सविस्तरपणे सांगितलं. अजूनही गुरुजी शिवालयातच राहत होते. घरून पाठवलेलं जेवण ते घेईनासे झाले होते. त्यांनी बायको-मुलांनाही भेटायला येऊ नका, म्हणून बजावलं होतं. उज्जैयनीहून थोरली मैत्रेयीही नवऱ्यासह येऊन तीन आठवडे राहून गेली होती. शंकर-यती आले की, गुरुजी त्यांच्याबरोबर निघून जाणार, हे त्यांनी ठरवलं होतं. अत्यंत तेजस्वी भारतीदेवी आता सुकल्यासारख्या झाल्या होत्या. तरीही घर-दार-पाठशाळा आणि कुटुंबाचं सारं काही त्याच पाहत होत्या. नातवंडं आपल्यापुरती खेळत होती. धाकटी मुलगी आणखी अबोल झाली होती. सारं कुटुंब चेतनाहीन झालं होतं. घरादाराला सुतक असल्यासारखी अवकळा आली होती. गुरुजी मरण पावले की काय, असं वाटण्यासारखं अभद्र वातावरण!

मी येऊन पोहोचल्याच्या तिसऱ्या दिवशी शंकर-यतींचे दोन्ही शिष्य घरी आले. भारतीदेवींनी आदरानं त्यांचं स्वागत करून त्यांना बसायला पाट दिल्यावर त्यांनी सांगितलं, "आमचे गुरू आताच शिवालयाकडे गेले आहेत. उद्या सकाळी पुढील वादविवादासाठी पाठशाळेत येतील. चालेल ना?"

भारतीदेवींनी संमती दिल्यावर दोघंही देवालयाकडे निघून गेले. महिना झाला, तरी यती आले नाहीत, हे पाहून गावकऱ्यांनी सुटकेचा नि:श्वास टाकला होता. आता ते आले असून उद्या पुन्हा वादाची सुरुवात, हे समजताच पुन्हा सगळे घाबरे झाले. दुसरे दिवशी सकाळी केवळ तत्त्वज्ञानात रस घेणारेच नव्हे, सर्वसाधारण कुतूहल असणारी माणसंही मोठ्या संख्येनं जमली. बघता-बघता पाठशाळेचं सभांगण भरून गेलं. शंकर-यती ठरलेल्या वेळी येऊन आपल्या आसनावर बसले. भारतीदेवीही समोरच्या आसनावर बसल्या. मंडनमिश्र मात्र तिथं आले नाहीत.

यतींनी आपलं प्रतिपादन मांडायला सुरुवात केली, "माते, आपण उपनिषदांमध्ये सांगितलेल्या सुषुप्तावस्थेतील आत्म-ब्रह्माच्या ऐक्याचा उल्लेख केला होता. तो केवळ एक दृष्टान्त आहे. तो काही आत्मब्रह्माच्या ऐक्याचा तपशील नाही, ह्याकडे तुम्ही लक्ष दिलेलं नाही, असं दिसतं. दृष्टान्त म्हणजे केवळ काही बाबतीतलं साम्य

होय. ती काही सर्वांगीण समानता नव्हे, हे तुम्हालाही ठाऊक आहे. त्या क्षणी आणखी कशाचंही भान नसतं, कुठलंही दु:ख नसतं, एवढाच अर्थ घ्यायचा. पण रती-सुख इतर अनेक संदर्भांत पूर्णपणे भिन्न आहे. ते आणखी एका व्यक्तीवर अवलंबून आहे. ती दु:ख नसलेली अज्ञानी स्थिती. उलट, आत्मानंद ही आनंदपूर्ण अशी ज्ञानाची स्थिती असते. शिवाय रती-सुख ही काही शाश्वत स्थिती नाही, संसारापासून मुक्त स्थितीही नाही. थोड्याच वेळानंतर त्या सुखात डुंबणारा पुन्हा संसारात परततो आणि पुन्हा संसाराच्या जंजाळात अडकतो. आत्मानंदासाठी आणखी कुणाचीही गरज नसते. सुषुप्ती-स्थितीलाही काळाची मर्यादा आहे. पण ब्रह्मैक्य-स्थिती मात्र अगदी वेगळी आहे. ब्रह्महीं आत्म्याचंच स्वरूप असल्यामुळे त्या वेळी आत्मा स्वत:मध्येच लीन होतो. ही ज्ञानाची स्थिती आहे. आनंदानुभवाची स्थिती आहे – ती अज्ञानानं भरलेली – आणि केवळ दु:खाचा अभाव अशी ती स्थिती नाही. शिवाय ती शाश्वत स्थिती आहे. ज्याला ती स्थिती लाभली, तो पुन्हा संसाराच्या जंजाळात अडकत नाही. हे ब्रह्म-भाव-स्थिती आणि रती-सुखाची स्थिती यांमध्ये असलेलं महत्त्वाचं अंतर.''

''आपलं उत्तर समंजस दिसतं. वादविवादामध्ये विजय मिळविण्यासाठी आपण स्वत:वर एक कठीण परिस्थिती ओढवून घेतलीत ना?'' भारतीदेवी म्हणाल्या.

''कुठली?'' यतींनी विचारलं.

''आता आपण माझ्या प्रश्नाचं सविस्तर उत्तर दिलं – ते उत्तर फक्त अनुभवामुळेच शक्य आहे. सगळ्या प्रकारचे अनुभव देहेंद्रियांमुळे शक्य आहेत, हे आपणही जाणताच. माझ्या प्रश्नाचं उत्तर शोधताना एक गोंधळ झाला. आपण बाल ब्रह्मचारी, ब्रह्मचर्यातून थेट संन्यासाश्रमात आपण पाऊल टाकलं आहे – या तुमच्या स्थानाला धक्का बसला नाही काय? आपण पतित झाला नाही काय?''

''नाही!'' यतींनी दृढ स्वरात सांगितलं, ''आपला आक्षेप उचित आहे – पण तो चुकीच्या गृहीतावर आधारला आहे.''

''कसं?''

''देहेंद्रियांमुळेच अनुभव शक्य आहे, हे आपलं म्हणणं मलाही ठाऊक आहे. पण देहेंद्रियांमध्ये न अडकताही आत्मा अनुभवाचं ज्ञान मिळवू शकतो. हे लौकिक विषयांनाही लागू पडतं. देह आणि इंद्रियं अनुभव आणि संवेदना मिळवून देतात, पण त्याची जाणीव होते, ती आत्म्याला. पण व्यावहारिक जीवनामध्ये देह आणि आत्मा यांची सरमिसळ झाल्यामुळे ज्ञानाला देह आवश्यक, अशी भ्रांती निर्माण झाली आहे. ही जनसामान्यांची स्थिती आहे. पण ज्ञानी माणसाची गोष्ट वेगळी असते. ब्रह्महीं त्याचा आत्माच असल्यामुळे त्याला त्या ज्ञानासाठी देहाची गरज नाही. देहाशी आपला संबंध नाही, हे ठाऊक असल्यामुळे देहाचे व्यवहार तो

साक्षीरूपानं पाहत असतो. त्यामुळे त्याला त्या संदर्भात पाप-पुण्याचा स्पर्शही होऊ शकत नाही. याला श्रुतीमध्येच प्रमाण आहे. तत्त्वज्ञानींचा अनुभवही याची पुष्टी करतो.''

''असेल. पण जिवंत असेपर्यंत, देह-इंद्रियं असेपर्यंत ही स्थिती शक्य आहे काय?'' भारतीदेवींनी विचारलं.

''का शक्य नाही? ब्रह्मज्ञानी तर राहू देच, योग्याभ्यासामुळे प्राप्त होणाऱ्या सिद्धींविषयी तुम्ही ऐकलंय? आपल्या व्यक्तिमत्त्वाची च्युती होऊ न देता योगी अनुभव घेऊ शकतात, हे तुम्हालाही ठाऊक आहे ना?''

भारतीदेवी काही बोलल्या नाहीत. यतींचं बोलणं त्यांनी मान्य केल्याचं यावरून सूचित होत होतं. श्रोते परस्परांकडे पाहू लागले. एवढ्यात यती म्हणाले, ''संसाराची माया प्रचंड आहे. चिखलात पडून त्यानंतर बाहेर येण्यासाठी धडपडण्यापेक्षा ब्रह्मचर्यानंतर एकाच पावलात संन्यास गाठणं उत्तम, हेच माझ्या उत्तराचं तात्पर्य!''

''सगळेच अशा प्रकारे थेट संन्यासाश्रमात गेले, तर हे जग कसं पुढं चालू राहील? मानवी समाज, त्या समाजानं या भूमीवर निर्माण केलेलं जग, पुढची पिढी या साऱ्यांची काय गत?'' भारतीदेवींनी विचारलं.

''ब्रह्मचर्यानंतर थेट संन्यासाश्रमात उडी मारण्याची शक्ती असणारे संख्येनं फार विरळ असतील. जगाचा संसार भगवत संकल्पानुसार निरंतर चालूच राहतो. त्याची कुणीही काळजी करायचं कारण नाही. पण सकल चराचरात असणाऱ्या प्राण्यांमध्ये असलेला जीव परब्रह्मात लीन होऊन अभिव्यक्त होणाऱ्या स्थितीचाच आपण विचार केला पाहिजे.''

''असं म्हणता?'' भारतीदेवी म्हणाल्या आणि गप्प बसल्या. त्यांना काहीही सुचत नसल्याचं त्यांच्या चेहऱ्यावरून लक्षात येत होतं. काही क्षणांनंतर त्या म्हणाल्या, ''आपल्याला वादविवादात हरवण्याइतकी माझी बुद्धी तल्लख नाही. माझे पती तर तुमच्या वादाच्या मायाजालात पूर्णपणे गुरफटून गेले आहेत.''

''मी मंडनमिश्रांना आदेश देईन. त्यांनी घरी जाऊन पत्नीची सारी व्यवस्था करून यावं.'' यतींनी आपला विजय व्यक्त केला.

''त्याविषयी तुम्ही काळजी करायची गरज नाही. ते नसतानाही व्यवस्थित संसार चालू शकेल, अशा स्थितीला आमचा संसार आहे. माझं एकमेव कर्तव्य म्हणजे पतीचा योग-क्षेम पाहणं. यानंतर ते मात्र करायला जमणार नाही-'' हे म्हणताना भारतीदेवींच्या डोळ्यांमध्ये अश्रू उभे राहिले. ते पदरानं पुसत त्यांनी सांगितलं, ''त्यांना सोडून द्या, म्हणून विनवण्यासाठी हे पाणी नाही. तुमच्या वाद-जालापुढे अप्रतिभ होऊन ते गृहस्थाश्रमाबाहेर पडले असतील, पण एक गृहिणी म्हणून मी माझ्या कर्तव्यांपासून दूर होऊ शकणार नाही. नातवाला दत्तक घेऊन आम्ही आमच्या घरातला अग्नी जागता ठेवण्याचा संकल्प केला होता. हे गेले, तरी

या कुटुंबप्रमुखाची म्हणून जी संमत कर्तव्यं आहेत, ती मलाच पार पाडली पाहिजेत. माझ्यानंतर माझा दत्तक मुलगा सारी कर्तव्यं पार पाडेल, हेही मलाच पाहिलं पाहिजे.''

त्यांनी यतींना नमस्कार केला. साऱ्या सभेनंही हात जोडले. सगळ्यांना आशीर्वाद देऊन यती निघून गेले.

त्यानंतर त्या गुरुजींना भेटण्यासाठी शिवालयात गेल्या नाहीत. गेल्या-गेल्या यतींनी मंडनमिश्रांना विधिवत संन्यासदीक्षा दिली आणि त्याच दुपारी तिन्ही शिष्यांना बरोबर घेऊन निघून गेल्याची बातमी आली.

यतींचं प्रयागहून थेट इथं येणं,आल्या-आल्या वादविवाद, लगोलग परकाया प्रवेश, तिथून आल्या-आल्या भारतीदेवींबरोबर वाद आणि आता लगोलग गुरुजींना दीक्षा देऊन सोबत घेऊन जाणं! थोडा उशीर झाला, तर हातून काहीतरी निसटून जाईल, अशा भावनेनं यती वावरत होते, अशी माझी भावना झाली.

आता या माहिष्मतीमध्ये या घरात आपल्याला काहीही काम राहिलेलं नव्हतं, असं मला वाटू लागलं. मथुरेहून मला निघून दोन महिनं होऊन गेले, तरी जयसिंह आले नव्हते. का आले नसतील, याचा अंदाज करणंही कठीण वाटत होतं. बोललेला शब्द पाळण्यात आणि ठरवलेलं काम पूर्ण करण्यात कुठल्याही प्रकारची हयगय करायची त्यांची पद्धत नव्हती. त्यांच्या पत्नीच्या प्रकृतीचंच काहीतरी कारण असलं पाहिजे, या विचारात दोन दिवस गेले.

दुसरे दिवशी सकाळीच द्वारपालानं येऊन सांगितलं, ''मथुरेहून कुणी राजपुरुष आले आहेत – रथातून. सोबत दोन घोडेस्वारही आहेत.''

भारतीदेवी म्हणाल्या, ''त्यांचीच तू वाट पाहात होतास ना? जा – स्वागत करून त्यांना आत घेऊन ये.'' मी दाराकडे धावलो.

जयसिंहांचा चेहरा उतरला होता. केवळ प्रवासाच्या आयासामुळे नव्हे, हे लक्षात येत होतं. रथातून उतरल्यावर त्यांनी सांगितलं, ''माझ्या बायकोला बरं वाटलंच नाही. महिनाभर कमी-जास्त होत होतं, अखेर तिला घेऊनच गेला तो आजार! उत्तरक्रिया होईपर्यंत गाव सोडणं शक्य नव्हतं.''

मलाही वाईट वाटलं. नेहमी पतीला पाठिंबा देणारा हसतमुख चेहरा डोळ्यांसमोर तरळून गेला.

आत येताच भारतीदेवींना पाहून नमस्कार करत ते म्हणाले, ''आपण भारतीदेवी!''

त्यांनी दर्शवलेल्या पाटावर बसल्यानंतर ते म्हणाले, ''काल सायंकाळी येऊन पोहोचलो. शिवालयाजवळ तळ टाकला आहे.''

“सरळ इथंच का आला नाही? नागभट्ट आमचा भाचा आहे.”

“म्हणूनच आम्ही त्यांना पुढं पाठवलं होतं. पत्नीचं आजारपण आणि मृत्यूमुळे आम्हाला यायला उशीर झाला. आज सकाळी महापंडित संन्यासी होऊन निघून गेल्याचं समजलं. भरतखंडाच्या दृष्टीनं हे काही शुभ चिन्ह नाही.”

“एवढं मोठं विधान कसं काय करता तुम्ही?”

“बाकी परिस्थितीविषयी नागभट्टांकडून आम्ही सांगून पाठवलं होतं. त्यांनी सांगितलं असेल.”

“सांगितलं त्यानं!”

“संपूर्ण वैदिक समाज, वैदिक राजे आणि क्षत्रिय यांमध्ये यज्ञाविषयी श्रद्धा निर्माण करण्याची शक्ती फक्त दोघांमध्ये होती. आपले बंधू कुमारिल भट्टांचं तसं झालं आणि त्यांचे मेहुणे मंडनमिश्रांचं असं झालं. हीही एक प्रकारची आत्महत्याच. निर्वीर्य भरत-खंडाला पुन्हाला वीर्यवान करण्यासाठी आम्ही गुर्जर प्रतिहारांची अश्वमेधाची कल्पना होती. पण आता तर ब्रह्मस्थानी राहून यज्ञ पूर्णत्वाला नेणारंच कुणी राहिलं नाही.”

भारतीदेवी काही बोलल्या नाहीत. त्यांचं बोलणं ऐकण्यासाठी जयसिंह उत्सुक होते. त्या म्हणाल्या, “या गावाच्या मंडळींनी सगळा वादविवाद ऐकला. आता त्यातलेच काही जण नित्य अग्निकर्म का करायचं, ध्यान-योगच उत्तम नाही काय, म्हणू लागले आहेत. ज्यांना संसाराची जबाबदारी अंगावर घ्यायची नाही, ते कामचुकार लोक नदीकाठच्या शिवालयाच्या ओसरीवर बसून निरर्थक गप्पांमध्ये गुंतले आहेत.”

“ते शंकर-यती बौद्ध आहेत काय?”

“नाही. वेद-पंडित आहेत ते.”

“आमच्या लक्षात आलं नाही.” जयसिंह म्हणाले. त्यांचं बोलणं ऐकताना मलाही नालंदेत कानावर पडणारी ‘अद्वय’ ही कल्पना आठवली. या ‘अद्वय’ची शंकर-यती मांडत असलेल्या ‘अद्वैता’शी मनात तुलना सुरू झाली. शंकर-यतींचं अद्वैत उपनिषदांतून जन्मलं होतं, तसंच बौद्धांचं अद्वयही उपनिषदांतूनच साकार झालं असावं.

भेट म्हणून आणलेले तांदूळ, गूळ, फळं आणि चांदीची ताटभर नाणी घोडेस्वारांनी आत आणून ठेवलं. त्यांचा स्वीकार करावा, म्हणून जयसिंहांनी भारतीदेवींना प्रार्थना केली. नंतर तो म्हणाला, “आम्हाला अनुमती द्या. उद्या सकाळी आम्ही प्रस्थान ठेवू.” नंतर ते मला म्हणालो, “कृष्णानंद, तुम्हीही आमच्याच रथातून चला.”

त्यांच्या अखेरच्या वाक्यामुळे मलाही दिशा सापडली. नाहीतर मी काय करणार होतो? कुठं जाणार होतो? कुणी ‘ये’ म्हणणारं नव्हतं आणि काही कामही करायला

नव्हतं. काम असो वा नसो, जयसिंह बोलावत होते. मी लगेच म्हटलं, "अवश्य!"

भारतीदेवींनी सांगितलं, "आज दुपारचं आपलं भोजन इथंच होऊ द्या."

"तळावर मी तसं सांगितलं नाही. वाट पाहत असतील. कृष्णानंद आज संध्याकाळपर्यंत तिथं आले, तरी चालेल." पुन्हा नमस्कार करून त्यांनी भारतीदेवींचा निरोप घेतला.

पत्नीच्या मृत्यूमुळे जयसिंहांच्या मनात निवृत्तीचे भाव निर्माण झाले होते. पन्नाशीच्या जवळपासचं वय – आरोग्यपूर्ण देह – राज्यकारभारातून सवड मिळाली, तर क्वचित रसिकता वर येई, तेवढंच. उगाच अनेक विवाह करत सुटले नव्हते ते. पत्नीवर प्रेमही होतं त्यांचं. त्यांच्या तीन मुली आणि दोन मुलांच्या कुटुंबाची काळजी दास-दासींच्या साहाय्यानं त्यांच्या मातोश्री पाहत होत्या. त्या जयसिंहांना आणखी एक लग्न करायचा आग्रहही करत होत्या. एका रथातून प्रवास करताना हे सारं जयसिंह मला संस्कृतमधून सांगत होते – रथचालकाला समजू नये म्हणून. त्यांची आणखी एक लग्न करण्याची अजिबात इच्छा नव्हती. मुलांची जबाबदारी नसती, तर संन्याशी होऊन कुठंतरी निघून गेलो असतो, अशीही भावना ते व्यक्त करत होते. कर्तव्यच्युत होता कामा नये, म्हणून ते माहिष्मतीला आले होते.

पत्नी-वियोगाविषयी समजल्यावर भिक्खू वज्रपाद अनेकदा जयसिंहांना भेटायला आले होते म्हणे. मृत्यूच्या सान्निध्यात जीवनाची नश्वरता जेवढ्या थेटपणे जाणवते, तेवढी इतर कधीच जाणवत नाही. बुद्धभगवानांनी हेच मूळ सत्य शोधून काढलं. त्यांच्या धर्माला शरण येणं हाच एकमेव दुःखनिवारणाचा मार्ग आहे, तुम्ही भिक्खू व्हायची गरज नाही, अंतरंग बौद्ध धर्माला अर्पण करा, असं त्यांनी पदोपदी सांगितलं म्हणे. मूल मरण पावलेल्या स्त्रीला मृत्यू न झालेल्या घरातून मोहरी आणायला सांगितली होती. अनेकदा ऐकलेली ही कथा अशा परिस्थितीत ऐकताना समाधान मिळाल्याचं जयसिंह सांगत होते. "संन्यासाचं परमत्व प्रतिपादन करणाऱ्या जीव-ब्रह्मैक्य वादाविषयी नीट समजावून सांगाल काय?" त्यांनी मलाही विचारलं.

आठ दिवसांचा मार्ग असल्यामुळे वेळ घालवण्यासाठी आम्हालाही काही ना काही विषय हवेच होते. मला जेवढं समजलं होतं, ते मी सांगू लागलो. अविद्या आणि माया ही दोन मुखं, सगुण ब्रह्म, निर्गुण ब्रह्म, प्रातिभासिक-व्यावहारिक-पारमार्थिक सत्यं, जीव-साक्षी आणि ईश्वर-साक्षी आणि मिथ्याचे स्वर यांविषयी सांगता-सांगता मलाही आठवू लागलं.

"तो यती अत्यंत बुद्धिवान असला पाहिजे." जयसिंह म्हणाले.

"त्यात संशय नाही." मीही पुष्टी जोडली.

"म्हणजे संन्यास हाच परम-आश्रम, हे मान्य करायला पाहिजे."

“त्याचा तर्क मान्य केला तर!”

“मान्य करावा, एवढ्या कौशल्यानं त्यानं मांडला आहे ना!”

“जे परम-आदर्श आहे, ते सगळ्यांना लागू पडायला पाहिजे. सगळे संन्याशी झाले, तर जगाचं काय? हा प्रश्न भारतीदेवींनी केला, तेव्हा त्यांनी सांगितलं. त्याविषयी कुणी काळजी करायचं कारण नाही. भगवतइच्छेनुसार जगाचं रथचक्र चालूच राहील.”

रथ हेलकावत चालला होता. जयसिंह विचार करत बसून राहिले. नंतर गप्पा परकाया-प्रवेश, योग आणि तंत्रविद्या यांकडे वळल्या. अमरूक राजाच्या शरीरातल्या शंकर-यतींच्या प्रवेशाविषयी ऐकून ते म्हणाले, “असल्या शक्ती नसतील, तर युद्धं आणि राज्यं जिंकता येतील नाही का!”

अकरा

आम्ही मथुरेला पोहोचलो, तेव्हा जयसिंहांसाठी एक मोठी समस्या वाट पाहात होती. पाच मोठ्या सार्थांनी मथुरेत मुक्काम टाकला होता. अधिकाऱ्यांनी सार्थांकडून कर मागितला होता, पण सार्थांचं निवेदन वेगळंच होतं. मथुरेमध्ये कर देऊनच हे सगळे सार्थ वायव्येकडे गेले होते. गेली काही वर्षं इथले सार्थ गांधार, रोमक, पारसिक यांसारख्या दूर देशांना जाण्यासाठी अरब परवानगी देत नव्हते. तुमचं सगळं सामान आम्हाला विका, पुढचा व्यापार आम्ही करू, असं त्यांचं म्हणणं. सरहद्दीवरील सगळे प्रांत त्यांनी एकेक करून आपल्या ताब्यात घेतले होते. तिथल्या सगळ्या लोकांवर तलवारीचं भय बसवून आपल्या धर्माचा स्वीकार करणं भाग पाडलं होतं. त्यामुळे त्या लोकांच्या निष्ठाही त्यांच्या बाजूला वळल्या होत्या. वायव्येकडील अत्यंत महत्त्वाचं असं मूलस्थान आता अरब म्लेंच्छांच्या ताब्यात गेलं होतं. आतापर्यंत तिथला प्रमुख व्यापार स्थानिक वैदिक आणि बौद्ध व्यापाऱ्यांच्या हातात होता. आता म्लेंच्छ त्यांनाही आपल्या धर्मात परिवर्तित करून घेत होते. त्यांनी धर्मांतर केलं नाही, तर त्यांना तिथं व्यापार करण्याची परवानगीही नाकारली जाई. शिवाय आता तिथं अरब व्यापाऱ्यांचे तांडेही तळ ठोकून राहिले होते. ते सांगतील तोच दर ठरवला जाई. सामान इथपर्यंत आणताना येणाऱ्या खर्चाविषयी कितीही सांगितलं, तरी ते ऐकत नव्हते.

त्यामुळे हे पाचही सार्थ परस्परांशी चर्चा करून माल न विकता माघारी परतले होते. फार मोठं नुकसान सोसून माघारी आलेल्या या सार्थांकडे मथुरेचे अधिकारी पुन्हा कर मागत होते. सारा माल यमुनेत ओतून निघून जावं, एवढे ते व्यापारी वैतागलेले होते. अखेर एखाद्या वरच्या अधिकाऱ्याला भेटून सारी परिस्थिती सांगायची, म्हणून ते थांबले होते. प्रत्येक सार्थाचा सार्थवाह आणि सार्थ नियामक, असे एकूण दहा जण जयसिंहांची भेट घेण्यासाठी वाट पाहत होते.

माहिष्मतीचा कष्टकर प्रवास संपवून आल्या आल्या जयसिंहांनी त्यांना निरोप

पाठवून बोलावून घेतलं. जयसिंहांच्या प्रासादाबाहेरच्या प्रांगणापलीकडच्या ओसरीतल्या त्या दहा जणांवरून मी नजर फिरवली. त्यातल्या दोघांना त्या आधी कुठंतरी भेटल्याचं आठवलं. मेंदूला ताण दिल्यावर आठवलं, मला तारावतीहून घेऊन आलेल्या सार्थाचे सार्थवाह बुधश्रेष्ठी आणि निर्यामक आदित्यगुप्त! त्यांनाही माझी नावानिशी ओळख पटली.

बुधश्रेष्ठींनी विचारलं, ‘‘पंडित नागभट्ट! किती वर्षं काशीत राहिला? कुठल्या वेदान्ताचा अधिक अभ्यास केलात?’’

‘‘सहा वर्षं. नव्यानं आलेल्या जीव-ब्रह्मैक्यवादाचा अभ्यास केला!’’ मीही उत्तर दिलं. मीही त्यांची चौकशी केली. व्यापार सोडून देणंच शहाणपणाचं होतं, या चालीवर ते बोलू लागले. आता तेही वयस्कर वाटत होतं. ‘‘हा शेवटचा प्रवास. यानंतर सार्थ निघणार नाही. केवळ भरत-खंडामध्ये फिरणाऱ्या सार्थाला लाभ होत नाही. खंडोत्तर व्यापाराला म्लेंच्छांनी अडथळा आणला आहे.’’ ते सांगत होते.

जयसिंहांनी त्या सगळ्यांना आत बोलावून घेतलं. मी तिथं असल्याचं समजताच त्यांनी मलाही आत यायला सांगितलं.

माझ्याशी जे बोलणं झालं होतं, तेच त्यांनी तिथं सविस्तरपणे सांगितलं. ‘‘राष्ट्रकुटांनाही भरतखंडाच्या हितापेक्षा स्वत:ची समृद्धी महत्त्वाची झाली आहे. पश्चिम किनाऱ्यावरील महत्त्वाच्या स्थानी अरबांना बंदरं बांधण्याची परवानगी दिली आहे. आपल्या जहाजांच्या रक्षणासाठी अरबांनी आपलं प्रशिक्षित सैन्य तिथं आणून ठेवलं आहे. त्यांच्या प्रार्थनेसाठी म्हणून मोठमोठी प्रार्थना-स्थळं उभारण्यात येत आहे. त्यासाठी राष्ट्रकूटही धनसाहाय्य देताहेत.पलीकडे सिंहल देशांमध्येही अरब तळ ठोकताहेत. आता तर वायव्य दिशेचा एकेक प्रदेश पादाक्रांत करून तिथल्या जनतेला आपल्या धर्मात ओढून घेताहेत. पश्चिमेकडील देशांबरोबर जो व्यापार चालायचा, तो तर संपूर्णपणे त्यांच्या हातात सापडला आहे. आता आमची संपत्ती कशी वाढायची? गुर्जर प्रतिहारांनीच आम्हाला मदत केली पाहिजे.’’

इतर सार्थांनीही याच मुद्यावर आपली मतं मांडली. वत्स देशाहून आलेले सार्थप्रमुख म्हणाले, ‘‘आता आम्ही माघारी आणलेलं सामान स्वदेशी नेण्यासाठी बराच खर्च येईल. शिवाय तिथं किंमतही अगदी पाडून मिळेल. त्यामुळे सगळं सामान आम्ही तुम्हालाच देऊन जात आहोत. तुम्ही त्याची प्रतिहार राज्यात विक्री करा आणि तोच पैसा सैन्यासाठी खर्च करा. अरबांची दोन-चार ठाणी जिंकून घेतली, तरच आम्ही न्यायाच्या पद्धतीनं व्यापार करू शकू. तुम्हालाही कर मिळू शकेल.’’

इतरांनीही त्यातच आपला आवाज मिसळला.

‘‘या साऱ्या कन्याकुब्जमध्ये चक्रवर्तींनी निर्णय घेण्याच्या गोष्टी आहेत. तुमचे कष्ट आम्ही राजांपुढे मांडू. आता तुमच्याकडून दुसऱ्यांदा कर घेऊ नका, अशी

आमच्या अधिकाऱ्यांना सूचना देऊ. दोन महिन्यांपूर्वी तुम्ही मूलस्थानाला जाताना जे कर दिलेत, ते परत करणं मात्र शक्य नाही. कारण ते सारं धन राजधानीला पाठवून देण्यात आलं आहे.'' जयसिंहांनी समजावलं.

श्रेष्ठींचं संपूर्ण समाधान झालं नसलं, तरी जयसिंहही यापेक्षा जास्त काही करू शकणार नव्हते, हेही त्यांना समजत होतं.

जयसिंह राजधानी कन्याकुब्जला निघाले. शिवाय त्यांची इतरही काही कामं खोळंबली होती. त्यांनी मलाही सोबत बोलावलं. मलाही काही काम नव्हतं. मथुरेतही त्यांच्या प्रासादातच मी उतरल्यामळे रात्री अनेकदा त्यांच्याबरोबर मनमोकळ्या गप्पा होत. आपल्या रसिक जीवनातल्या अनुभवांची देवाण-घेवाण करण्याइतकी आम्हा दोघांमधली मैत्री वाढली होती. चंद्रिकेबरोबरचे भावसंबंध आणि तिच्या वागण्यातील कडकपणा यांविषयीही मी त्यांना सांगितलं होतं. तारावतीच्या महाराणी तेजेश्वरीच्या वागण्याविषयीही सांगितलं होतं. जयसिंह रसिक असले, तरी अमरूकासारखे लंपट नव्हते. त्यांची रसिकता नीतिनियमानं बद्ध होती. बायको जिवंत असेपर्यंत त्यांची रसिकता बाहेरही डोकावत होती, पण तिच्या मृत्यूनंतर त्यांचं मन विरागी होऊन गेलं होतं. म्हणाले, ''आता ते सारं पाप आहे, असं वाटतं.'' एकट्यानं प्रवास करायचा कंटाळा आल्यामुळे त्यांनी मला सोबत बोलावलं होतं. वेद, काव्य अशा विषयांशी त्यांचा परिचय असल्यामुळे ते माझं बोलणं लक्ष देऊन ऐकत होते. जे सांगायचं, ते मुद्देसूद आणि आकर्षक शैलीत सांगण्याची त्यांची पद्धत होती. बऱ्याच काळाचा परिचय असल्यामुळे मी त्यांच्या कुटुंबापैकी एक झालो होतो.

कन्याकुब्जमध्ये त्यांच्या ओळखीचे आणि नात्यातले बरेच लोक होते. चक्रवर्तींशीही त्यांचं नातं होतं. त्यामुळे त्यांचं फिरणं आणि माणसांना भेटणं फार मोठ्या प्रमाणात चाले. मलाही ओळखणारी तिथं खूप माणसं होती. कृष्णचरित्रावर आधारित नाटकामधील माझी कृष्णाची भूमिका अजूनही इथल्या रसिकांच्या मनात ठसलेली होती. महाअमात्य अश्विनीकुमारांनीही मला बोलावून घेतलं, माझ्याशी गप्पा मारल्या आणि धोतरजोडी आणि सोन्याचा हार मला भेट म्हणून दिला. मी आणि जयसिंह राजाच्या अतिथिगृहातच उतरलो असलो, तरी परस्परांशी भेट होणं कठीण व्हावं, इतके जयसिंह कामात गढून गेले होते.

तिथं गेल्यानंतर सहाव्या रात्री ते अतिथिगृहात भोजनासाठी आले. जेवणानंतर ते माझ्या खोलीत आले. खोलीचा दरवाजा बंद करून ते म्हणाले, ''एक मोठं काम केलं पाहिजे तुम्ही! हे केवळ तुम्हालाच शक्य आहे. मित्र आहात, त्यामुळे मोकळ्या मनानं बोलतो. कुणापुढेही बोलणार नाही, म्हणून वचन दिलं पाहिजे.''

''नि:संशय राहा तुम्ही!'' मी त्यांचा हात हातात घेऊन वचन दिलं. ''मंडनमिश्रा

हातून निसटल्यामुळे अश्वमेधाचा विचार आम्ही सोडून दिला आहे. वायव्येकडील मूलस्थानावर आपलं वर्चस्व राहिलं, तर चंद्रभागा नदी ओलांडणं सोपं जाईल. तिथं आपली स्थिती बळकट करून सिंधू नदीही ओलांडता येईल. मथुरेत त्या दिवशी सार्थ-प्रमुख सांगत होते, तेव्हा तुम्हीही होताच ना! मूलस्थानात अजूनही वैदिक प्रजेची संख्या जास्त आहे. ती माणसं आपल्या आचार-विचारांचं पालन करताहेत. पण राज्यकारभार म्लेंच्छांच्या हाती आहे. हळूहळू आपल्या माणसांना आपल्या धर्मात घेण्याची त्यांची योजना आहे. तिथं असलेल्या प्रसिद्ध सूर्य देवालयाविषयी तुम्हीही ऐकलं असेल. अजूनही तिथं देवात पूजा-अर्चा होत असते. पण प्रजा मात्र निस्तेज झाली आहे. बायका तर घाबरून घराबाहेरही येत नाहीत. आपल्या नाटक-मंडळीनं तिथं जाऊन कृष्ण-चरित्राचे खेळ केले पाहिजेत. त्यामुळे तिथल्या समाजातील क्लैब्य दूर होऊन समाज धैर्यशाली बनेल. स्त्री-पुरुष असा भेद न करता त्या सगळ्यांना कृष्ण-प्रेमामुळे एकत्र आणलं पाहिजे. तिथली सर्वसामान्य माणसं पैशाची भाषा बोलतात. पण संस्कृत भाषाही ते समजू शकतात. त्यामुळे नाटक समजण्यात काही अडचण येणार नाही. म्लेंच्छांना मात्र संस्कृत कळत नाही, त्याचाही फायदा करून घेता येईल. प्रेक्षकांमध्ये स्फूर्ती निर्माण होईल, अशा प्रकारे कृष्णाचं पात्र फक्त तुम्हीच साकार करू शकता. म्हणून तुम्हाला म्हटलं, तुम्ही हे काम केलं पाहिजे.''

तेच पुढं म्हणाले, ''चंद्रिका आई-वडिलांना भेटायला ब्रह्मपूरला गेली आहे. दूतांना पाठवून तिला बोलावून घेऊ. तुम्हा दोघांची जोडी असेल, तर लोक नाटकाला अलोट गर्दी करतील, याविषयी मला खात्री आहे.''

मी काहीच न बोलल्यामुळे जयसिंह थांबले. माझ्या चेहऱ्याकडे बघून ते पुढं म्हणाले, ''का? पटत नाही? ही महाअमात्यांचीच योजना आहे. स्वतः चक्रवर्तीही तुम्हाला बोलावून घेऊन नाटकाविषयी सूचना देण्याच्या विचारात आहेत.''

मी खरं तेच सांगितलं, ''पुन्हा चंद्रिकेबरोबर काम करायचं, पुन्हा तिच्याशी प्रेमाचे आणि प्रणयाचे संवाद बोलायचे, यामुळे माझी मनःशांती नष्ट होऊन जाईल. तुम्ही कृष्णाच्या भूमिकेसाठी आणखी कुणाला तरी शोधा किंवा तिच्याऐवजी आणखी कुणालातरी निवडा.''

ते गंभीरपणे विचार करू लागले. थोड्या वेळानं म्हणाले, ''तुमच्या मनातलं तुमुल आम्ही समजू शकतो. तिच्याऐवजी आणखी कुणाला घेतलं, तर त्या भूमिकांमध्ये रंगत येत नाही. वैयक्तिक तुमुल बाजूला सारून मोठ्या कामात गुंतून जाणं म्हणजेच अध्यात्म नाही का? विचार करा. आणखी एक गोष्ट आधीच सांगतो. हळूहळू म्लेंच्छ अधिकाऱ्यांना आपल्या नाटकाच्या हेतूविषयी लक्षात येईल. सगळ्या कलाकारांना कैदेत टाकलं जाईल. आपल्यासारख्या त्यांच्या पद्धती नाहीत. आपल्याकडील

बौद्ध, जैन, वैदिक धर्मांमध्ये जे अहिंसा तत्त्व आहे; ते त्यांच्याकडे नाही. सारं काही तलवारीच्या धारेवरच अवलंबून असतं. संशय आला, तर सर्वप्रथम कृष्णाची भूमिका करणारे तुम्हीच बळी ठराल. स्त्रियांमध्ये धैर्य निर्माण करणारी भूमिका करणारी चंद्रिका दुसरा बळी ठरेल. हे लक्षात ठेवूनच तुम्ही तुमची भूमिका केली पाहिजे.''

मी विचार करू लागलो. जयसिंहाचा शब्द लगोलग नाकारणं शक्य झालं नाही. संध्याकाळपर्यंत विचार स्थिर झाले. धोका असल्यामुळे आकर्षण वाटलं. आतापर्यंत कुठलंही ध्येय न ठेवता मी जगत आलो होतो. अमरूकानं सार्थाची माहिती मिळवण्याचं काम सोपवलं होतं, नाटकात भूमिका करण्याची सूचना इतरांनी दिली होती. मनाला समाधान पाहिजे, म्हणून ध्यानमार्गाकडे वळलो होतो. क्षुब्धता शांत करण्यासाठी तंत्रविद्येला शरण गेलो. चंद्रिकेच्या नाकारण्यामुळे निर्माण झालेल्या शून्यभावावर परिहार म्हणून नालंदेला गेलो होतो. आता माझ्या वैयक्तिक कारणासाठी नव्हे, समग्र भरतखंडासाठी मला माझी भूमिका करायची आहे! या विचारानं मन उन्नत होऊन गेलं.

''न सांगता सवरता पाटलीपुत्रातून का निघून गेलास?'' मला मथुरेत पाहताच चंद्रिकेनं विचारलं.

''मी नाही पळालो, तूच पळवून लावलंस!''

''आता का आलास?''

''तुला भेटायला आलो नाही, हे नक्की!''

''माझा चेहरा बघायचा नसेल, तर तसं सांगून निघून जायला तू स्वतंत्र आहेस.''

तिनं माझ्याकडे रोखून पाहिलं. तिच्या डोळ्यांत एखादा पाण्याचा थेंब होता काय, हे मी पाहिलं. पण तिथं स्पष्टपणे दिसत होतं. 'मोठ्या उद्देशानं माझं पात्र रंगवायला मी आले आहे. टोचून बोललास, तरी मी तिकडे लक्ष देऊन आलेली संधी गमावणार नाही.'

पूर्वी कितीतरी वेळा केलेलं नाटक. वासुदेव शर्मांनी जुन्याच नाटकातल्या नव्या संवादांना नवी चमक दिली होती. कंसाची आज्ञा डांगोरा पिटून सांगताना प्रेक्षकांना क्षोभ वाटून प्रतिकार करण्याची इच्छा व्हावी, असं स्वरूप ठेवलं होतं. कृष्णाच्या बोलण्यातही ''केवळ माझ्या आई-वडिलांनाच नव्हे, तुम्हा सगळ्यांनाच कारावास भोगावा लागत नाही काय?'' यांसारखे संवाद आवर्जून घातले होते. अशा प्रकारे संपूर्ण नाटकच स्वातंत्र्याचं महत्त्व दर्शवणाऱ्या नाटकात परावर्तित केलं होतं.

मलाच आश्चर्य वाटलं-म्हणजे या नाटकाला अंत:सत्त्व होतं काय? मी मोठ्या श्रद्धेनं त्याचा अभ्यास करू लागलो.

पण चंद्रिकेबरोबर असलेल्या प्रसंगांमध्ये माझ्या अभिनयावर काळी छाया झाकत होती. त्या विशिष्ट संदर्भामध्ये आवश्यक असलेलं लालित्य, मार्दवता, प्रेम-प्रणय या भावना योग्य प्रकारे व्यक्त होत नव्हत्या. ती कसा अभिनय करत होती, याकडेही मी दुर्लक्ष करत होतो. सूत्रधार आनंद दत्त मला पुन्हा पुन्हा सांगून कंटाळून गेले. आश्चर्य म्हणजे चंद्रिकाही याच अडचणींमधून जात होती. एरवी तिची दृष्टी, चेहरा आणि हालचाली यांतून जो भाव-प्रकाश सहज व्यक्त व्हायचा; तो आता मंद झाला होता. तिच्या गाण्यांमध्येही हृदयाला स्पर्श करण्याची ताकद दिसत नव्हती. चार वर्षांपासून मी अभिनयापासून दूर होतो, ही सबब तरी मला होती. ती मात्र फक्त गेले चारच महिने रंगभूमीपासून दूर होती. उदयसिंह कृष्ण असतानाही भावपूर्ण अभिनय आणि गायन करणाऱ्या चंद्रिकेला आता काय होत होतं, हे न उमजून आनंद दत्त निराश होत होते. हे नाटक मूलस्थानाला नेण्याचा विचारच सोडून द्यावा, असं वाटण्याएवढी आनंद दत्तांची निराशा वाढली होती.

समस्या जयसिंहांपर्यंत गेली. अलीकडे ते आम्हाला न उमजणाऱ्या अगम्य कामामध्ये सतत गुंतलेले असत. मी त्यांच्या प्रासादात राहात असूनही ते केव्हा येत आणि केव्हा जात, हे मला समजत नव्हतं. कुणाशीही बोलायचं असलं, तरी दरवाजा बंद असे. कृष्ण मंदिराच्या पुजाऱ्यांकडून मला समजलं, खेड्या-पाड्यांमधून सैनिकांना जमवण्याचे आदेश गेले होते. एवढ्या कामाच्या घाईतून वेळ काढून एकदा जयसिंह आमच्या नाटकाची तालीम बघायला आले होते. दुसरे दिवशी मला ते म्हणाले, "कृष्णानंद, हे पाहा! वैयक्तिक भाव-भावनांमध्ये न सापडता मोठ्या उद्देशासाठी स्वत:ला गुंतवणं म्हणजेच अध्यात्म, असं आम्ही कन्याकुब्जातच तुम्हाला सांगितलं होतं. आठवलं?"

ते काय म्हणत होते, ते लक्षात आलं, तरी मी त्यांच्याकडे पाहत राहिलो. ते पुढं म्हणाले, "सेना-प्रमुखांच्या परस्परांशी असलेल्या हेव्या-दाव्यामुळे युद्धात हार झाल्याची किती उदाहरणं तुम्हाला सांगू?"

मला शरमल्यासारखं झालं. पण तरीही माझ्या असाहाय्य स्थितीविषयी मी त्यांना सांगितलं, आणि विचारलं, "एखाद्यावर जबरदस्तीनं प्रेम करणं शक्य आहे काय?"

"प्रेम करणं हे तुमचं तिथं कामच नाही. प्रेमाचा अभिनय करणं तिथं अपेक्षित आहे. कुणाच्या दडपणाखाली नव्हे-पण उद्देश स्पष्ट असेल, तर सहोद्योग्याविषयीचा द्वेष निपटून काढणं मुळीच कठीण नाही. आम्ही चंद्रिकेशीही या विषयावर बोलू. हे नाटक मूलस्थानी गेलंच पाहिजे!"

रात्री जेवतानाही मी त्यांच्याकडे पाहू शकलो नाही. अशक्यप्राय असलेली गोष्ट करायची त्यांनी मला आज्ञा दिली होती. एकीकडे एवढा अपमान वाटत होता की, वाटलं, यांच्या घरचं अन्न खाणंच नको. सकाळी उठून कुठंतरी निघून जावं, हे उत्तम! कुणाच्याही उपकाराच्या ओझ्याखाली राहू नये हेच खरं!

पण सकाळी जाग आली, तेव्हा मन थोडं शांत झालं होतं. वाटलं, जयसिंहांनी सांगितलं, तेच खरं आहे. मी एक नट आहे म्हटल्यावर मनातला राग-लोभ जाणीवपूर्वक पायदळी तुडवून अभिनय केला पाहिजे. त्या दुपारी मी त्याच पद्धतीनं अभिनय करायचा प्रयत्न केला. फारसा जमला नाही, तरी चार-सहा दिवसांत सहज अभिनय जमेलसं वाटलं. जयसिंहही पुन्हा माझ्याशी या विषयावर बोलले नाहीत.

तिसरे दिवशी दुपारी तालीम झाल्यावर चंद्रिका माझ्यापाशी आपण होऊन येऊन म्हणाली, ''जयसिंह गेले दोन दिवस परगावी गेले आहेत. त्यांची अनुमती मिळवण्याची वाट पाहत होते. पण आज सकाळपासून वाटतंय, याची गरज नाही. तुझं गाणं घोटून घेणं आवश्यक आहे आणि त्यासाठी तुला माझ्यापाशी राहिलं पाहिजे. आताच्या आता तुझे कपडेलत्ते घेऊन माझ्या घरी चल.''

ती माझ्याशी एकवचनात बोलत होती. त्या आधीही अभ्यासरंगाच्या बाहेरच्या आवरणात असताना ती एकवचनात बोलत होती. पण माझं मनच एवढ्या निकटतेसाठी तयार नव्हतं. मी म्हटलं, ''जयसिंहांना न विचारता त्यांचं घर सोडून येणं योग्य नव्हे.''

''समजलं, तर त्यांनाही आनंदच होईल. मला ठाऊक आहे, त्यांना काय वाटतं ते! चल-''

मी तिच्याकडे पाहिलं. तिच्या नजरेत आज्ञा होती.

''कपडेसुद्धा हवे तर घेऊन ये. नाहीतर मी तुला नवे कपडे घेऊन देईन. पण जयसिंहाच्या मातोश्रींना सांगून ये-तू माझ्या घरी आहेस म्हणून! नाहीतर त्या उगाच काळजी करत बसतील.''

अजूनही तिच्या दृष्टीत माझा संताप थंड करण्याची शक्ती होती, याची मला कल्पना नव्हती. मी येईन, याविषयी तिला खात्री होती, हे मला नंतर समजलं. कारण आम्ही तिच्या घरी पोहोचलो, तेव्हा चारुमतीनं माझाही स्वयंपाक केला होता. कांडलेल्या गव्हाची माझी आवडती खीर!

जेवणानंतर ती मला माडीवरच्या यमुनेकडे दार असलेल्या खोलीत घेऊन गेली. मोठ्या पलंगावर माझं अंथरूण तयार होतं. मी त्यावर बसलो. आश्चर्य म्हणजे दार बंद करून तीही शेजारी बसली. मी गोंधळलो. 'हिनं ध्यान-साधना सोडली की

काय? इंद्रिय-सुखाचा निषेध करणाऱ्या व्रताची समाप्ती केली आहे काय?'

मी तिच्याकडे निरखून पाहिलं. तिच्या डोळ्यांमध्ये कुठलेही स्पष्ट भाव नव्हते. ती उत्तम नटी असली, तरी इथं ती अभिनय करत नव्हती, हे मला समजत होतं. तिच्या नजरेत शृंगार-रसाचा मागमूस नव्हता. सारं तुझंच आहे, अशा प्रकारचा समर्पणाचा भाव तिथं होता. तिनं माझा हात हातात घेतला. मी तसाच बसून होतो. ती म्हणाली, "चल झोपू या. झोपूनच बोलू या."

तीही शेजारी झोपताच आनंद झाला, पण तो क्षणभरच टिकला. 'आपली भावना पायदळी तुडवून ही केवळ माझ्या आनंदासाठी जवळ आली आहे.'

"चंद्रा, जयसिंहांच्या सांगण्यावरून आणि नाटकाच्या उद्देशामुळे तू व्रताचा भंग करत इथं झोपली आहेस ना?"

"नाही. त्या व्रतात काही अर्थ नाही, हे आता मला उमजलंय."

"खरं सांग!"

होकार दर्शवत ती माझ्याकडे पाहू लागली.

"हे बघ, तुझ्याकडे अद्‌भुत अभिनय-शक्ती आहे. पण माझ्यापुढे अभिनय करायची शक्ती नाही."

क्षणार्धात तिच्या डोळ्यांत आसवं भरली. ती म्हणाली, "जिथं प्रेम आहे, तिथं अभिनय अशक्य असतो, हे तुला ठाऊक आहे ना?"

मीही विचारलं, "प्रेम असेल, तिथं कोपही असतो – ठाऊक आहे ना?" तिनं भर घातली, "आणि मन दुखावणंही!"

दोघंही मनसोक्त हसलो. नंतर ती म्हणाली, "कृष्णा, मलाही माझं व्रत मोडावं, असं वाटतंय. तूच मला वश करून घे."

क्षणभर विचार केला, व्रत मोडणं काही क्षणाचं काम आहे. पण त्यामुळे तिच्यावर अत्याचार केल्यासारखं होईल. म्हटलं, "नको! आपण सुख-दुःखाच्या गप्पा मारू." आणि पाटलीपुत्राहून निघाल्यापासून जे घडलं, ते सगळं तिला सांगू लागलो. कुमारिल भट्टांचं आत्मदहन, मंडनमिश्रांची हार, शंकर-यतींचा परकाया-प्रवेश सारं सांगताना महाराणी तेजेश्वरी देवीवर मन गेलं होतं, पण संयम पाळल्याचंही सांगितलं. हे ऐकताना तिच्या डोळ्यांमध्ये पाणी भरलं.

दुसरे दिवशी रात्रीही ती माझ्यापाशी झोपायला आली, तेव्हा मी म्हटलं, "नको! शरीर एखाद्या क्षणी तोल गमावू शकतं. त्या क्षणी तू संमती दिलीस, तरी तो अत्याचार घडेल."

सकाळी तिच्या माहेरचा विषय निघाला होता. आई-वडिलांना भेटण्यासाठी म्हणूनच ती ब्रह्मपुरीला गेली होती. वडील मरण पावले होते. आई आणि भावंडं यांना ती मथुरेकडे मोठी नटी झाल्याचं ठाऊक होतं. पण ती कशी वागेल, याचा

अंदाज नसल्यामुळे ते तिला भेटायला आले नव्हते. तिच्या अंध गुरूबरोबर पळून जाण्यामुळे ते दुखावले गेले होते. आईला मात्र तिच्या मन:स्थितीची कल्पना आली होती. त्याचबरोबर किती दिवस हा संसार सुखानं चालेल, याविषयी शंकाही होती. चंद्रिकेनंही स्वत:ला झालेल्या कैदेच्या शिक्षेविषयी त्यांना कळवलं नव्हतं. आता समजल्यावर आईचा जीव कळवळला. आईनं समजावलं, झालं ते होऊन गेलं. निदान आता तरी लग्न कर. इंद्रिय निग्रह, संन्यास वगैरे गोष्टी स्त्रियांसाठी नाहीत, हे सांगताना चंद्रिकेला हसू आलं.

''एक जण लग्नासाठी छळत असतो, म्हणून सांगितलं नाहीस तू?'' मी विचारलं.

''सांगितलं असतं, तर माझ्याबरोबरच धावत आली असती अक्षता टाकायला.'' तिला पुन्हा अनिवार हसू आलं.

आमचं नाटक मूलस्थानामध्ये विलक्षण यशस्वी झालं. सुरुवातीला संस्कृत भाषेची सवय होईपर्यंत रसिकांनी अपेक्षेइतका उत्साह दाखवला नाही. स्थानिक लोकांची मदत घेऊन मी त्यातले काही संवाद पैशाची भाषेत बोलू लागलो. चंद्रिका मूळची ब्रह्मपुरीचीच असल्यामुळे तिला ती भाषा समजत होती. ती आणखी लालित्यपूर्ण पद्धतीनं ती भाषा वापरू लागली. रसिकांना चटक लागल्यावर आम्ही पुन्हा शुद्ध संस्कृतमध्ये नाटक करू लागलो. म्लेंच्छ धर्मामध्ये नाटकाला स्थानच नाही, त्यातही स्त्रिया रंगमंचावर येऊन गातात-अभिनय करतात, हे तर त्यांना कल्पनातीत वाटत होतं.

इथं कृष्णाची कथा, राधा-रुक्मिणी-सत्यभामा-द्रौपदी यांसारखी स्त्री-पात्रं आणि ढीगभर गाणी आणि नाच होते. म्लेंच्छ अधिकारी वेश बदलून आमचं नाटक बघायला येऊ लागले. नाटकातली रंजकता त्यांना मादक वाटत होती. पैशाची भाषेतल्या संवादामुळे त्यांना अर्थ समजेल, म्हणून आम्ही शुद्ध संस्कृत भाषा वापरू लागलो. नाटकाच्या उद्देशाशी मी इतका एकरूप झालो होतो की, आशयात भर घालणारी कितीतरी वाक्यं मी तिथल्यातिथं घालत होतो. चंद्रिकाही त्याला योग्य आणि चपखल उत्तरं देत होती. अशा वेळी इतर नट-नटी मात्र चकित होऊन जात. चंद्रिका आपल्या संवादांमधून स्त्रियांच्या मनातलं क्लैब्य झटकायचा प्रयत्न करत होती.

कृष्ण चरित्रावरचं नाटक करत असताना माझं मन कृष्णाच्या चरित्राची बुद्ध चरित्राशी तुलना करू लागलं. वीर, शूर, त्याग, योग, भोग, शृंगार, लौकिक, पारलौकिक, प्रवृत्ती, निवृत्ती, वैरागी, कर्म, निष्काम कर्म-किती धारांपासून बनलेला प्रवाह तो! बुद्धाचा मात्र वैराग्य हा एकच स्थायी रस. एक दिवस तू मरणार आहेस, त्यामुळे तू आजच विरागी हो, हेच त्यातून व्यक्त होतं. महायान आणि बौद्ध पुराणांनी

इतर रसांचा स्वीकार करून रचना केल्या असल्या, तरी त्यातल्या साऱ्या भावना वैराग्याला पोषक होऊनच आल्या पाहिजेत. त्यांचा धर्मच संन्यास. तो संन्यास धर्मालाच परम महत्त्व देतो.

हे सारं चंद्रिकेला सांगितलं, तेव्हा ती म्हणाली, ''कृष्णा, मी तुला केवळ याच नावानं हाक मारू शकते. कारण मी खरोखरच कृष्णाच्या प्रेमात पडले आहे. शृंगारभावनेतही मला त्याचीच अपेक्षा आहे. नैतिकतेची ज्वाळा असलेल्या बुद्धाच्या ठायी असं शक्य आहे काय? मी केवळ संन्यासिनी होऊन राहायला तयार नाही.''

''याचा अर्थ काय? मी नाही समजलो.''

''कृष्णही योगी आहे, संन्यासी नाही.''

''मला नाही हा फरक कळत!''

''कळेल हळूहळू!''

'तुला युद्ध केलं पाहिजे. ते तुझं कर्तव्य आहे', हे वाक्य बुद्धाच्या तोंडून येणं शक्य आहे काय? माझं मन याच विचारात गढून गेलं होतं.

बारा

आमचं नाटक दोनेक महिने चालल्यानंतर गुर्जर प्रतिहारांचं सैन्य मूलस्थानाकडे चाल करून येत असल्याची बातमी आली. सैन्यानं शतद्रू नदी ओलांडल्यावर अरब हेरांनी ही बातमी आणली होती. पूर्व भागाची भूमी यांना न आवडल्यामुळे सैन्यानं वेगानं वाटचाल केली आणि मूलस्थानाहून कोसभर अंतरावर तळ टाकला. त्यांना बाहेरून हल्ला करून दे, आपण आत आपलं काम करत राहू, या विचारानं आम्हीही सजग झालो. आतल्या संख्येनं विपुल असलेल्या प्रजेनं उठाव केला आणि सीमेपलीकडून त्यांना पाठिंबा मिळाला, तर कुणीही राज्यकर्ते यशस्वी होणं शक्य नव्हतं.

आता मूलस्थानातली सगळी माणसं परस्परांना 'जय जय कृष्ण मुरारे' म्हणून अभिवादन करू लागली होती. अनेक बातम्या येत होत्या. इथल्या राज्यकारभाऱ्यांचे प्रतिनिधी तटबंदीपलीकडे जाऊन चाल करून येणाऱ्या सेनाधिकाऱ्यांशी संधान बांधत होते, अशाही बातम्या होत्या. युद्ध न होण्याची शक्यता असल्याचंही लोक बोलत होते. सिंधू प्रांताकडून सैन्य येऊन पोहोचेपर्यंत युद्ध टाळण्याचं हे म्लेंच्छांचं तंत्र होतं, अशीही वदंता उठली होती. असेच दोन दिवस गेले.

तिसऱ्या दिवशी सकाळी मात्र जे घडलं, ते धक्कादायक होतं. मूलस्थानातलं सूर्यमंदिर संपूर्ण भरतखंडात सुप्रसिद्ध होतं. या गावी पाऊल ठेवलेल्या दिवशीच मी आणि चंद्रिका ते पाहून आलो होतो. सात घोड्यांच्या रथावर स्वार असलेला सूर्यदेव पाहताना मला तर गीतोपदेश देणाऱ्या कृष्णाची तीव्र आठवण झाली. पहाटेची पहिली सूर्यकिरणं गर्भगृहात प्रवेश करून मूर्तीवर पडली की, असं वाटायचं, आतला सूर्यदेव बाहेर धाव येऊन साऱ्या वातावरणात उन्हाच्या रूपानं व्यापून राहत आहे. हे दृश्य इतकं प्रभावी असे की, आकाशातला खरा सूर्यच या सूर्यमूर्तीचं प्रतिबिंब भासत असे. हे दृश्य पाहताना आम्ही दोघंही अवाक होऊन उभे राहिलो हातो. दररोज सूर्योदयाच्या वेळी साऱ्या गावातले भक्त हे दृश्य पाहायला येऊन हजर होत. त्यानंतर होणारी सूर्यदेवाची आरती. मी आणि चंद्रिकेनं दररोज या दृश्याचा

आनंद घेतला होता.

त्या दिवशीही आम्ही नेहमीप्रमाणे सूर्योदयाच्या वेळी सूर्यमंदिरापाशी गेलो; तेव्हा आमच्यावर, आमच्यासारख्या सकाळी जमणाऱ्या अनेक भक्तांवर आणि पूजेच्या साहित्यासह देवळाच्या दाराशी पोहोचलेल्या पुजाऱ्यावर वीजच कोसळली. शेकडो दाढीवाल्या अरब सैनिकांनी देवालय घेरून टाकलं होतं. उघड्या तलवारी हातात घेतलेले घोडेस्वारही वावरत होते. देवळात कुणालाही प्रवेश दिला जात नव्हता. पुजारी विनवत होते, ‘‘एक दिवसही पूजेची वेळ टळली, तर सूर्यदेव जगाला जाळून टाकेल. आम्हाला आत जाऊन पूजा करू द्या.’’ इतर भक्त भयभीत होऊन सारं दृश्य पाहत होते.

एका घोडेस्वारानं काही पावलं पुढं येऊन आपल्या विशिष्ट उच्चाराच्या पैशाची भाषेत सांगितलं, ‘‘तुमच्या धर्माच्या लोकांनी तलवारी, धनुष्य-बाण, भाले आणि इतर हत्यारं घरात लपवून ठेवली आहेत. ती लगेच आणून द्या. आमच्या मुलतान नगरीवर हल्ला करणाऱ्या काफिरांविरुद्ध आमच्या बाजूनं उभे राहा, नाहीतर हे देवालय ठेचून-ठेचून फोडून काढण्यात येईल. त्यातही आधी ती आतली दगडी बाहुली फोडून काढण्यात येईल. मग ते पाप तुमच्यावरच राहील! हुशार!’’ त्या अखेरच्या शब्दापाठोपाठ सैनिकांनी देवळाच्या ओसरीवर दणादण घाव घातले. दगडांचे कपचे उडाले.

पुजारी ‘शांतं पापं’ म्हणू लागले. भक्त मंडळीही हात जोडून एकमेकांचे चेहरे पाहू लागली. घोडेस्वारानं पुन्हा ओरडून सांगितलं, ‘‘सगळे आपापल्या घरी जा. आपापल्या वस्तीवरच्या माणसांना हेच नीट पटवून द्या. काफिरांचं सैन्य शतद्रू नदी ओलांडून माघारी जाईपर्यंत तुमच्या दगडी बाहुलीची पूजा होऊ देणार नाही. आम्ही या आधीच ही बाहुली आणि देऊळ फोडायला पाहिजे होतं. तुमच्यापैकी काही माणसं पाठवून तटबंदीबाहेरच्या काफीर सैन्यालाही समज द्या. आता कुणीही इथं थांबायचं नाही, चला!’’ तलवार घेतलेले घोडेस्वार भक्तांवर चाल करून येताच भक्त घाबरले आणि काही क्षणांतच विखुरले गेले.

दुपारपर्यंत संपूर्ण नगरातलं वातावरण बदलून गेलं होतं. आपल्या गावचं सैन्य चढाई करेल, मग आपणही संधी पाहून लपवून ठेवलेल्या हत्यारांच्या साहाय्यानं म्लेंच्छ सैनिकांवर हल्ला करायचा, आवश्यकतेनुसार घरातली अवजारंही वापरायची, तटबंदीचे एक-दोन दरवाजे उघडून आपल्या सैनिकांना आत घ्यायचं – हा सारा उत्साह बघता-बघता ओसरून गेला. सगळ्यांच्या चेहऱ्यावर सुतकाची छाया पसरली.

संध्याकाळी आम्ही काही मोजक्या लोकांची गुप्त सभा भरली. त्यात समाजातील मुख्य माणसं होती, प्रत्येक जातीचे प्रमुख होते, सूर्यमंदिराचे पुजारीही होते. मलाही बोलावलं होतं. सगळे जण बोलले. प्रत्येकानं ओढवलेल्या धर्मसंकटाचा तपशील

सांगितला, पण कुणीही त्यावरील उपाय सांगितला नाही. सभेतले वयस्कर गृहस्थ म्हणाले, "कृष्णानंद काय म्हणताहेत?"

सगळ्यांचं माझ्याकडे लक्ष गेलं. मीही सकाळपासून जे घडत होतं, त्याविषयी सांगितलं. म्हटलं, "परिस्थितीमध्ये काहीही बदल झालेला नाही. आपल्याला म्लेंच्छ अधिकाऱ्यांनी, आपण त्यांच्या बाजूनं उभे राहिलो नाही, तर देवालय फोडू, असं धमकावलं आहे. फोडू द्या फोडायचं तर! आपलं सैन्य एकदा आत शिरलं आणि राज्य हिसकावून घेतलं, तर याहीपेक्षा मोठं देवालय याच जागी उभारता येईल. संपूर्ण भरतखंडात निष्णात असलेल्या स्थपतींना बोलावून घेऊ या. हे सूर्यमंदिर आहे ना? आपण पुढं विजय-सूर्यमंदिर उभारू या! मूर्ती म्हणजे मन ध्यानात गुंतण्यासाठी म्हणून निर्माण केलेलं एक साधन आहे, हे लक्षात घ्या."

सगळे चकित झाले. मुख्य पुजारी लगेच गरजले, "किती केलं, तरी नट तो नटच! शास्त्रार्थ समजावून घेतल्याशिवाय बोलू नका. देवाच्या मूर्तीच्या करंगळीला जरी किंचित इजा झाली, तरी समाजात हलकल्लोळ माजतो. ते पाप सगळ्यांनाच भोवतंय."

"अहो, एक मूर्ती फोडली, तर तिच्यापेक्षा सुंदर मूर्ती खोदून तिची प्राणप्रतिष्ठा करता येते. आपल्या मनातल्या भावानुसार त्यात पावित्र्यही येतं. मूर्ती नसतानाही देवाची प्रार्थना करता येते. लक्षात घ्या, मूळच्या वैदिक पद्धतीमध्ये देऊळही नाही आणि मूर्तीही नाही. केवळ होम-हवन-यज्ञ आहेत. मी मंत्रांसहित याचं विवरण करू शकेन. पण आता अशा प्रकारच्या वादविवादाला वेळ नाही."

केवळ दोन तरुणांनी माझ्या बोलण्याला पाठिंबा दिला. इतर सगळे मात्र म्हणत राहिले, "म्लेंच्छांनी देवालयाचा विध्वंस केला, तर त्याचं पाप आपल्या सगळ्यांना लागेल. आता इथला राज्यकारभार म्लेंच्छांच्या हातात असला, तरी आपल्याला कसला त्रास आहे? आपण सगळे जण आपापली कामं करत सुखानं राहतोय ना? आपणच गुर्जर प्रतिहारांना माघारी जा, म्हणून सांगितलं, तर काय बिघडलं?"

सभा कुठल्याही निर्णयापर्यंत येऊ शकली नाही. दोन्ही तरुण आणि सभेतले काही प्रौढ परस्परांशी बोलू लागले. शब्दांनी शब्द वाढला. तरुणांनी 'वय झालं की उत्साहही थकतो.' असं म्हटल्याचं निमित्त होऊन सभेतले सगळेच प्रौढ बिथरले. मुख्य शत्रू बाजूलाच राहिला. या तरुणांनाच धर्मनाशक म्हणून मारायला निघाले. माझीही अवहेलना 'नाटकवाला' म्हणून करू लागले.

ते दोघंही मला म्हणाले, "शत्रू आपला हेतू साधण्यासाठी वेगवेगळे डाव खेळतोय. त्यांनी धमकी दिल्यावर आमचे भित्रे मित्र गर्भगळित झाले आहेत. तुम्ही आमचं ऐका. इथून बाहेर पडू या. काय करता येईल, ते आम्ही सांगतो तुम्हाला!"

बाहेर आल्यानंतर त्यांनी सारं समजावून सांगितलं, तेव्हा मीही एवढंच करू

शकेन, हे मला पटलं. मी नाटकगृहात जाऊन संपूर्ण वेष बदलला. सर्वांगाला कृष्णाचा निळा मेघश्याम वर्ण लावला. मस्तकावर मोरपिसांचं किरीट चढवलं, पितांबर नेसलो, गळ्यात-हातात-दंडात सारे दाग-दागिने घातले. कमरेला बासरी आणि हातात शंख घेतला. सोबत ते दोन्ही तरुण आले. आम्ही प्रत्येक गल्ली-बोळात शिरलो. प्रत्येक ठिकाणी मी सांगत राहिलो, "देवाच्या मूर्ती फोडल्या, म्हणजे देवाला फोडलं असं होत नाही. हे देवालय फोडलं, तरी यापेक्षाही उत्तम देवालय उभारता येईल. या देवानं आपल्याला ही अखेरची संधी मिळवून दिली आहे. सगळे मिळून उठाव करा. आपल्या सैन्याला आत यायला मदत करा. हेच भगवंताचं सांगणं आहे. कृष्ण परमात्म्याचं सांगणं आहे! हीच भगवद्गीता." दोन्ही तरुण हातात पलिते घेऊन माझ्याबरोबर फिरत राहिले.

याचा परिणामही दिसू लागला. काही जण घोषणा देऊ लागले, "देवस्थानासाठी आम्ही आमचं रक्त सांडू!"

मी सांगितलं, "स्वातंत्र्यासाठी लढा द्या. देऊळ गेलं, तरी पुन्हा उभारता येईल."

मध्यरात्रीपर्यंत मी लहान-मोठ्या रस्त्यावरून कृष्ण-वाणी सांगत कृष्णवेशात फिरत राहिलो. नंतर घरी आलो, तेव्हा चंद्रिकाही उद्विग्न झाली होती. जेवता-जेवता मी तिला जे घडलं, ते सगळं सांगितलं. रस्त्या-बोळांमधून कृष्णवेषात संदेश दिल्याचंही सांगितलं. दोघांनाही झोप आली नाही. आमच्या लोकांना घेरलेल्या अज्ञानाविषयी आम्ही चिंताक्रांत झालो होतो.

पहाटे-पहाटे डोळा लागत असतानाच आमच्या घराजवळ घोड्यांच्या टापांचा आवाज ऐकू आला. मला आतून जाणवलं – म्लेंच्छ सैनिक आले! त्यांनी दारावर थाप मारली नाही – पहारीनं दरवाजा उखडून काढला. हातात पलिता घेऊन एक जण आत घुसला. पाठोपाठ पाच जण उघड्या तलवारी घेऊन आत शिरले. एक शब्दही बोल न देता त्यांच्यापैकी एकानं माझी गचांडी धरली. आणखी दोघांनी चारुमतीला पकडलं. आम्ही तिघांनाही अटक केल्याचं लक्षात येण्याआधीच तिघांच्या मुसक्या बांधून घोड्यावर लादून घेऊन निघाले. आम्ही ओरडू नये, म्हणून मानेला तलवारीचं उघडं पातं लावून ठेवण्यात आलं होतं. डोळ्यांवर फडकं बांधल्यामुळे ते कुठं घेऊन जात होते, ते समजत नव्हतं.

मला खरं तर त्या गावातल्या सगळ्या रस्त्यांची माहिती होती. डोळे बांधले असले, तरी मी वळल्याच्या खुणा लक्षात ठेवून कुठं नेलं होतं, ते लक्षात ठेवू शकलो असतो. पण मन तेवढं स्थिर नव्हतं. भोवताली गुर्जर प्रतिहारांचा वेढा

असल्यामुळे कुठंतरी किल्ल्यातच ठेवतील, हेही लक्षात येण्याइतकं मला भान नव्हतं. आता माझं मरण जवळ आलं होतं, फक्त काही अवधीचा प्रश्न होता, अशा प्रकारची मन:स्थिती झाली होती. इथून घेऊन जातील, पलित्याच्या उजेडात चौकशी केल्याचं शास्त्र उरकतील आणि तिथल्या तिथं धारदार तलवारीनं शिरच्छेद करतील, याची मनाला खात्री झाली. त्यामुळे मनोमन मी कोसळून गेलो. लहानपणी नदीत बुडताना मृत्यूचं सान्निध्य अनुभवलं होतं, त्याची तीव्रपणे आठवण झाली. नाक-कान-तोंड-डोळे सगळीकडे पाणी भरून माझा श्वासोच्छवास कोंडला गेला होता – किंचाळणंही अशक्य व्हावं, अशा प्रकारे जीव गुदमरला होता. जगातली सारी दृश्यं आणि आवाज नष्ट होऊन भोवतालची नि:शब्दता आणि सर्व दिशांनी चाल करून येणारा मृत्यू एवढंच सत्य राहिलं होतं. 'मी मरतोय' ही जाणीवही नष्ट करून टाकणारं मृत्यूचं सान्निध्य अनुभवलं होतं. तेवढ्यात एका उत्तम पोहणाऱ्यानं मला काठावर ओढून आणून पोटातलं पाणी काढून टाकलं आणि माझा जीव वाचवला होता. आताही मी मृत्यूच्या सान्निध्याचाच अनुभव घेत होतो. यानंतर मी जगणं शक्यच नाही. तीच नि:शब्दता – कुठंही घोड्यांच्या टापांचा आवाज नाही – सैनिकांच्या हालचालींचा आवाज नाही.

थोड्याच वेळात घोडा उभा राहिला. माझं मुटकुळं घोड्यावरून खाली उतरवण्यात आलं. खाली पडल्यामुळे माझ्या हाता-पायांची ढोपरं दुखावली. उठून उभं राहता आलं नाही. लाथा-बुक्क्या हाणत आणि शिव्या हासडत मला आत नेण्यात आलं, डोळ्यांवरची पट्टी अजूनही तशीच होती. ओढून नेताना पायांना उंबरा लागला. हाता-पायांना लोखंडी बेड्या ठोकल्यानंतर माझ्या डोळ्यांवरची पट्टी काढण्यात आली. कोठडीबाहेर पलिता जळत होता. आत मंद उजेड होता. दोघंही सैनिक परस्परांशी अरबी भाषेत बोलत असल्यामुळे मला यातलं काहीही समजत नव्हतं. मला आत डांबून ते बाहेरून कोयंडा अडकवून निघून गेले.

आत अंधार पसरला होता. तुटून पडणारे डास! मला तर वाटलं, कैद्यांना छळण्यासाठी म्हणून तीव्रपणे चावणारे डास मुद्दामच पाळले असावेत. त्यात हात बांधलेले असल्यामुळे चावणाऱ्या डासांना उडवूनही लावता येत नव्हतं. राजा आणि राज्यकारभार यांच्याशी सतत संबंध आला असला, तरी कारागृहाशी कधीच संबंध आला नव्हता. सर्वांगाची आग होत असताना, पुढं काय घडेल, मन याचा विचार करण्यात गढून गेलं. हे फक्त मला मारून स्वस्थ राहणार नाहीत. माझा नाना प्रकारे छळ करून माझ्या तोंडून हवी ती माहिती वदवून घेतल्याशिवाय राहणार नाहीत. वेताचा मार, सुयांनी मर्मस्थानी टोचणं, तापलेल्या कांबीनं डाग देणं, धुरी देणं –

माझं सर्वांग केवळ कल्पनेनंच घामेजून गेलं. छळवाद सहन न होऊन मी-मी म्हणणारी माणसं पोपटासारखी बोलायला लागतात, हे मलाही ठाऊक होतं. माझी ती शक्ती केवढी असेल? तंत्र-साधनेच्या वेळी थोडीफार शक्ती मी कमावली होती. काही साधक लोखंडी काट्यांच्या शय्येवर झोपतात, निखाऱ्यातून चालतात. पण मी त्या पातळीपर्यंत पोहोचू शकलो नव्हतो.

मी या मूलस्थानाला का आलो? कुठल्या आशेपोटी? धर्माच्या लोभापायी? भरतखंडातील व्यापार वाचवण्यासाठी? देशलोभासाठी? माझं चुकलंच. कुठलाही लोभ वाईटच. साऱ्याचा त्याग करून संन्यास घेतला असता, तर असली दुःखकारक परिस्थिती सामोरी आली नसती. माझ्या डोळ्यांतून आपोआप पाणी वाहू लागलं.

डासांच्या त्रासातही एक डुलकी लागली. हा गावात गल्ली-बोळांत फिरून घोषणा दिल्यामुळे झालेल्या दमणुकीचा परिणाम असल्याचं लक्षात आलं. जाग आल्यावर जाणवलं, बौद्ध भिक्खूंनाही आपल्या विहाराचा, धर्माचा भरपूर अभिमान असतो. धर्मप्रचाराच्या मोहापायी तेही बऱ्याच अडचणींना सामोरे जात असतात. कंसानं वसुदेवाला आणि देवकीला कारागृहात टाकलं, तेव्हा स्वत: कृष्णच त्यांच्या सुटकेसाठी अवतरला. हे खरं असलं, तरी त्यात काही फारसा अर्थ नाही, हेही समजत होतं. लोकांमध्ये जागृती होणंच अधिक महत्त्वाचं आहे.

कृष्णाच्या आठवणीसरशी चंद्रिका आणि पाठोपाठ चारुमतीची आठवण झाली. या आधीच ती का झाली नाही, असं वाटून लाजही वाटली. किती स्वत:चाच विचार करत राहिलो मी! माझ्याप्रमाणेच त्यांच्याही मुसक्या बांधून त्यांना नेण्यात आलं. त्यांनाही याच कारागृहात ठेवलं असेल की आणखी कुठं नेलं असेल? त्यांचा विचार मनात येताच आता भोगाव्या लागणाऱ्या यातना गौण वाटू लागल्या. ती अशा प्रकारच्या यातना सहन करू शकेल काय? न राहवून मी किंचाळलो.

माझा आवाज ऐकून दोघं आत आले. पैशाची भाषेत त्यांनी विचारलं, "भुंकायला काय झालं कुत्र्या?"

"चंद्रिकेला कुठं ठेवलंय तुम्ही?"

"हे विचारण्याचा तुला अधिकार नाही –"

"ती माझी सखी – सहनटी. माझ्याबरोबर ती आली आहे. माझ्यासोबत राहते ती."

"म्हणजे? याचा अर्थ काय? ती तुझी बायको आहे?" त्यांच्यापैकी एकानं विचारलं.

"नाही. सखी!"

ते दोघंही परस्परांशी अरबी भाषेत बोलले आणि मग पुन्हा त्यातला एक पैशाची भाषेत मला म्हणाला, "तसं असेल, तर मात्र तुम्हा दोघांनाही मृत्युदंड

मिळणार. तिला दगडांनी ठेचून मारण्यात येईल, तुला काठ्या आणि चाबकांनी मरेपर्यंत मारण्यात येईल. व्यभिचारासाठी हीच शिक्षा आहे!''

''पण आमच्यात शारीरिक संबंध नाहीत. तसेच एकत्र राहतो आम्ही.''

''या सबबी इथं चालणार नाहीत. एक स्त्री आणि एक पुरुष नवरा-बायको नसताना एकान्तात सापडले की, त्यांनी व्यभिचार केला, असा निर्णय होतो. आता तुम्हीच स्वत:ला अडचणीत आणलंत.'' म्हणत त्यांच्यापैकी एक जण दार बंद करून तिथून निघून गेला.

माझ्या मनातली भीती आणखी वाढली. सुरुवातीला वाटलेल्या आरोपाचं काहीच वाटेना. आम्ही दोघंही नट-नटी असल्यामुळे सर्वसामान्य माणसांना लागू पडणारे नीतिमत्तेचे नियम आम्हाला लागू पडणार नाहीत, असा वाद घालता येईल. आम्ही नट-नटी नसतो, तरीही आमच्या एकत्र राहण्यावर बंधन आणण्याचा अधिकार कुठल्याही धर्माला नाही, असं ठणकावून सांगावंसं वाटलं. आम्ही लग्न करू किंवा करणार नाही, हे विचारणारे तुम्ही कोण? तुमच्या नीतीच्या कल्पना वेगळ्या असतीलही, पण तुम्ही त्या आमच्यावर का लादता?

पाठोपाठ आणखीही एका गोष्टीची भीती वाटली. स्त्री हातात सापडली की, ही माणसं तिला नेऊन तिच्यावर अत्याचार करतात, असं ऐकलं होतं. इथं एकटी-दुकटी स्त्री फिरू शकत नाही. वेगळ्या स्त्रीचा चेहरा दिसणं त्यांना अप्रूप वाटतं. स्त्रीनं परक्याच्या समोर येताना सर्वांग झाकून घेतलं पाहिजे. अशा वातावरणात चंद्रिकेसारख्या नटीला त्यांनी उचलून नेलं होतं! एवढ्या अवधीत –

केवळ विचारानं माझ्या छातीचे ठोके जलद झाले. तिचं शरीर माझं आहे, या भावनेमुळे नव्हे, शरीराशिवायही आम्ही दोघं परस्परांचे आहोत, अशी भावना मनात प्रबल होती. मला हे बऱ्यापैकी साधलं होतं. तिची तर माझ्या देहावर खाऊ-पिऊ घालून सुदृढ ठेवण्याइतकी ममता होती. निष्ठेनं ब्रह्मचर्याचं पालन करणाऱ्या चंद्रिकेवर अशा प्रकारच्या अत्याचाराची केवळ कल्पना करतानाही मला दु:ख अनावर झालं. एखाद्या सुशील स्त्रीला अशा अत्याचारांना बळी पडताना भोगावं लागतं, ते दु:ख! मी तिच्या व्रताचा सांभाळ करू शकेन काय? माझं मन कळवळून गेलं. आतून हुंदके उचंबळून येऊ लागले.

दरवाजा उघडला. दोन शिपाई आत आले, ''काय झालं? कुत्र्यासारखा गळा काढायला काय झालं?''

मी मुद्दामच म्हटलं, ''हात-पाय-दंड-मांड्या दुखताहेत. साऱ्या अंगाची डासांमुळे आग होतेय.''

ते तिरस्कारानं म्हणाले, ''रडतोस काय? पुरुष आहेस ना?''

''वेदनेला स्त्री आणि पुरुष हा भेद नसतो. मी काही तुमच्यासारखा योद्धा नाही,

नट आहे.'' मी म्हटलं. ते मुकाट्यानं निघून गेले.

आता मला चारुमतीचीही काळजी वाटू लागली. पन्नाशी ओलांडलेली असली, तरी बांधेसूद आकृती, करडे केस, देखणा चेहरा. तिला कुठं नेलं असेल आणि काय केलं असेल तिचं? तिच्यावरही अत्याचार होणार नाहीत, याची काय खात्री? कितीतरी दिवस मी तिच्या हातचं अन्न जेवलो होतो. आईप्रमाणे तिनं मला पाटलीपुत्रात असताना न्हाऊही घातलं होतं. पुन्हा डोळे ओले झाले.

दुपारी एका मातीच्या भांड्यात भात आणून दिला. साधा भात वरण-दही असा नव्हे – भाजी आणि डाळीसकट शिजवलेला भात असावा, असं वाटलं. दार ओढून घेऊन ते निघून गेल्यावर मी निरखून पाहिलं. बेड्यांसह हात भाताजवळ नेऊन भात चिवडून पाहिला. मांसाच्या तुकड्यांबरोबर तो शिजवलेला भात होता. भुकेनं पोटात आग उसळली होती. ती आग शांतवण्यासाठी तो भात खाणं आवश्यक होतं. खाणार नाही म्हटलं, तर उपाशीच मरून जावं लागेल, हे स्पष्ट दिसत होतं.

त्यापूर्वी मी मांसाहार केलाच नव्हता, असंही नव्हतं. तंत्रदीक्षा घेण्याआधी तर मी माझीच विष्ठाही खाल्ली होती आणि त्याद्वारे मी गुरूला खाण्यातला भेदाभेद मानण्याचं सोडल्याचंही आश्वासन दिलं होतं. त्यानंतरही अरण्यात राहताना शिकार करून मांस खात होतो. जेव्हा तंत्रमार्गाचा मी त्याग केला, तेव्हाच मांसाहारही सोडून दिला. सगळे बौद्धही शकाहारी नसतात, पण मी मात्र नालंदेतही पूर्णपणे शाकाहारी राहिलो होतो. जैन धर्मानं मांसाहाराचा पूर्णपणे निषेध केला. वैदिक धर्मानं खूप पूर्वीच हा प्रभाव त्यांच्याकडून घेतला, असं मंडनमिश्र सांगत असल्याचंही आठवलं. आपत्धर्म म्हणून हा सामिष आहार खाल्ला, तर काय होईल? विश्वामित्रा-सारख्यांनीही आपत्धर्म म्हणून कुत्र्याचं मांस खाल्ल्याचं पुराणं सांगतात.

मी हात पुढं करून भाताचं भांडं जवळ ओढलं. पण माझ्या मनात एक निष्ठा निर्माण होऊ लागली. आपत्धर्म नावाचा प्रकारच असता कामा नये. हे एक व्रत आहे, ते कुठल्याही परिस्थितीमध्ये मोडता कामा नये, असा मनानं निग्रह केला. भांडं दूर लोटून मी भिंतीपाशी सिद्धासनात बसलो. थोड्याच वेळात पोटातली आग कमी झाली.

मन थोडं हलकं झालं होतं. मी केवळ माझाच विचार करत होतो, हा एक प्रकारचा स्वार्थच. बाह्यजगात काय घडत होतं, याचा विचार करू लागलो. काहीही ऐकू येत नव्हतं. हे कारागृह मूलस्थान नगरातच होतं, हे एव्हाना माझ्या लक्षात आलं होतं, पण नेमकं कुठं होतं, हे मात्र लक्षात येत नव्हतं. बाहेर कुठंही सैनिकांचा गोंधळ ऐकू येत नव्हता. लोकांचाही आरडा-ओरडा ऐकू येत नव्हता. 'घोड्यांच्या टापांचा आवाजही नाही. आमच्या सैनिकांनी वेढा घातलाय की नाही? की अजूनही योग्य संधीची वाट पाहताहेत? गावातली माणसं देवालय फोडलं जाण्याच्या

धमकीला बळी पडल्याचं त्यांनाही समजलं असेल काय? पुढं काय घडेल?'

आपण पकडले जाऊ, हे लक्षात न घेता वेडेपणा केला. त्याऐवजी काल रात्री पळून जाऊन आपल्या सैन्याला मिळालो असतो तर? पण तेही तितकंसं सोपं नव्हतंच. नाटक-मंडळीतली इतर माणसं कुठं असतील?

असा किती वेळ गेला कोण जाणे. भात विटायला सुरुवात झाली होती. कोठडीतल्या सगळ्या माशा त्याभोवती घोंघावत होत्या. संध्याकाळच्या वेळी दरवाजा उघडला गेला. दोघं आत शिरले.

"चल!"

मला उठून उभं राहणं शक्य नव्हतं. हाता-पायांत बेड्या आणि पोटात अन्नाचा कण नव्हता. एकानं मला काखेत हात घालून उठवताना विचारलं, "जेवला का नाहीस?"

"मी मांसाहार करत नाही." मी सांगितलं.

त्याच वाड्याच्या एका खोलीत हाता-पायांतल्या बेड्या ओढत मी जाऊन पोहोचलो. खोलीत भिंतीपाशी असलेल्या गालिचावर लोडाला टेकून दोघं बसले होते. मिशीविरहित दाढी, डोक्याला पांढरं वस्त्र, समोर चाबूक, चार दाभणं, एक लोखंडी सळई होती. कोपऱ्यात एक रसरसत्या निखाऱ्याची शेगडीही ठेवली होती. मला शिक्षा करण्याची ती तयारी असल्याचं माझ्या लक्षात आलं. सर्वांग घामेजलं. हाता-पायांना कंप सुटला. माझी दृष्टी त्या निखाऱ्यांवर खिळली. माझी बोटं खुपसतील की लोखंडी कांब त्यात तापवून मर्मस्थानी डाग देतील? कुमारिल भट्टांची आठवण झाली. किती कठोर मरणाला त्यांनी आलिंगन दिलं होतं! अगदी शेवटच्या क्षणी चेहरा वेदनेनं पिळवटून गेला होता, पण तरी ते बाहेर आले नव्हते. ते असते, तर शंकर-यती त्यांना वादविवादात हरवू शकले असते काय? बौद्धांशी वादविवाद करण्याची हातोटी साधलेल्या कुमारिल भट्टांना हरवणं शंकर-यतींना सोपं गेलं नसतंच. कदाचित उलटंही घडलं असतं. ब्रह्माच्या दृष्टीनं पाहिलं, तर हे जग कदाचित मिथ्या असेलही, पण जगाच्या दृष्टीनं संन्यासही पलायनच आहे. या विचारांत गुंतल्यामुळे निखाऱ्यांची दाहकता कमी झाल्यासारखी जाणवली.

तक्क्याला टेकून बसलेल्यांपैकी एका अरबानं मोडक्या-तोडक्या पैशाचीत विचारलं, "नाटक-मंडळीला कुणी पाठवलं?"

"मला बोलायची शक्ती नाही. मला आहारच दिलेला नाही." मी म्हटलं.

"दिलेलं अन्न खायला तुला कसली धाड भरलीय?"

"मांसभक्षण पाप आहे, प्राण्याची हिंसा करणं हे पाप आहे."

"आम्ही सगळे पापी आहोत म्हणतोस तू? तुमचीही बहुतेक माणसं मांस खात नाहीत काय?"

"माझा विश्वास तसा आहे. मला तसा आहार देणं तुमचं कर्तव्य आहे."

"नीट उत्तर दे, म्हणजे जेवणही मिळेल आणि शिक्षाही होणार नाही. सांग, कुणी पाठवलं तुम्हाला?"

"कुणीही नाही. गावोगावी फिरून देवाचा महिमा सांगणारी नाटकं करणं आणि पोट भरणं हाच आमचा उद्देश! इथं येण्याआधी अहिच्छत्र, कोसांबी, पाटलीपुत्र, कन्याकुब्ज – सगळीकडे नाटकं करतच आलोय."

"तू नाटकातला नट आहेस ना?"

"होय!"

"हे नाटक नाही ना? खरं बोलं, नाहीतर –"

"हिंसेला घाबरून कितीतरी जण खोट्यालाच सत्य म्हणू लागतात. तुम्हालाही ठाऊक आहे हे!"

माझं उत्तर त्यांना आवडलं नाही. मला बोलतं करण्यासाठी त्यांनी आधी काठीचा वापर केला. काठीच्या मारासरशी पाठीवर वळ उठले. वेदना मस्तकात गेली. आणखी दोन रट्टे बसले. गरगरल्यासारखं होऊन मी जमिनीवर कोसळलो. पाण्यात बुडत असल्याची भावना – मृत्यूची आठवण.

पाणी शिंपडून मला शुद्धीवर आणण्यात आलं. ते पुन्हा "बोल!" म्हणू लागले. म्हटलं, "रिकाम्या पोटी मारल्यावर शुद्ध हरपणं साहजिकच आहे."

"खरं सांगितलं, तर साधा भात देऊ. तुमचे पुजारी खातात तसला भात."

"अन्नाची आशा दाखवून खोटं बोलायला लावता?"

आता काठीची जागा दाभणांनी घेतली. वेदना म्हणजे दु:ख – अंहं – वेदनेपेक्षा दु:ख अधिक खोल असतं. बुद्धानं वेदनेविषयी नव्हे, दु:खाविषयी सांगितलंय. कुमारिल भट्टांनी प्रायश्चित्तासाठी केवळ वेदनांचा वापर केला. कारण दु:ख त्या वेदनेपलीकडचं होतं. विचारांत मन गढल्यामुळे दाभणांनी टोचलेल्या वेदना जाणवल्या नाहीत. माझ्या हाताला वेदना होत होत्या – मला नव्हे! हातामध्ये टोचलेलं दाभण तो हळूहळू हलवून वेदना वाढवायचा प्रयत्न करत होता. मी तिकडे त्रयस्थपणे पाहत राहिलो. वेदना सहन करण्यासाठी हिरड्या आवळल्या जात होत्या. तरीही मी त्या वेदनांपेक्षा वेगळा होतो, ही भावना मनात जागृत होती. माझ्या सहनशक्तीचं माझं मलाच आश्चर्य वाटत होतं.

"काय? आता तरी खरं आठवतंय की नाही?"

"वेदनेमुळे खोट्याचं खरं करणं शक्य नाही." मी शांतपणे उत्तर दिलं. आवाजातला शांतपणा मलाच चकित करून गेला.

"ऐकत नाही? लंगोट खेच त्याचा!"

आता हे शरीराच्या नाजूक स्थळाला इजा करतील, हे लक्षात आलं, तरी

मनाची दृढता ढळली नाही.

"उघडा उभा आहेस. लाज वाटत नाही?"

"मी आपण होऊन झालो नाही. तुम्ही केलंत. तेही जबरदस्तीनं. लाज वाटलीच, तर ती तुम्हाला वाटली पाहिजे."

शिपाई लोखंडी सळई घेऊन शेगडीकडे गेला आणि त्यानं ती निखाऱ्यात तापवण्यासाठी ठेवली. तापलेली सळई हातांनी पकडायला लावतील की आणखी काही छळायचा वेगळा प्रकार आहे? खरं तर एवढ्या अवधीत त्यांनी माझा शिरच्छेद करून टाकायला हवा होता. त्याऐवजी हे माझा छळ करून अधिकाधिक वेदना देत आहेत. माझ्याकडून रहस्य काढून घेण्याचा यांचा हेतू दिसतो. त्यांना काहीही करू दे – मी कशाला तिकडे लक्ष देऊ? कुमारिल भट्ट खरे वैदिक म्हणायचे! मनोमन मी त्यांचा स्वीकार करतो. क्षात्रशक्ती नसलेल्यानं अध्यात्माच्या गोष्टी करणं म्हणजे.

सळई तापून रसरशीत झाली होती. पुन्हा शिपायांनी विचारलं, "पाहिलंस ना? कबूल करतोस की नाही?"

"अग्नीही खोट्याची निर्मिती करू शकत नाही."

तापलेल्या लोखंडी सळईचं टोक डाव्या तळहातावर दाबताच चर्रऽर्रऽऽ आवाज होऊन प्रचंड वेदनेसह तळहातावर रसरसून फोड आला. रोगराईपेक्षाही अधिक वेदना देण्याची शक्ती माणसात असते. बुद्ध म्हणतो, त्याप्रमाणे त्या शक्तीचा नाश केवळ मैत्रीच करू शकते, ह्या विचारात असतानाच शुद्ध हरपली.

या खेपेला शुद्धीवर यायला वेळ लागला. पायांमधली शक्ती नष्ट झाल्याचा अनुभव आला होता. हातावरच्या फोडाची प्रचंड आग होत होती. शुद्धीवर येता-येता मन वेगळ्याच जिज्ञासेत बुडालं, वेदना अनावर झाल्या तर शुद्ध का हरपावी?

त्यांची चौकशी सुरूच होती. अखेर ते परस्परांशी शुद्ध अरबी भाषेत बोलले. नंतर पैशाची भाषेत मला म्हणाले, "उद्या आणखी चौकशी केली जाईल. माणसाला बोलतं करायचे आणखीही हुकमी प्रकार आमच्याकडे आहेत. नीट विचार कर."

मला दोन्ही खाकांमध्ये हात घालून आधार देत माझ्या कोठडीपर्यंत नेण्यात आलं. वाट पाहत असलेले डास पुन्हा माझ्यावर तुटून पडले. माराचे वळ, टोचल्यामुळे रक्ताळलेल्या जागा, रसरसलेला तळहातावरचा फोड – सर्वत्र डासांनी त्वेषानं हल्ला केला.

रात्री वरण-भाताचं जेवण आलं. खायला सोईचं व्हावं म्हणून हाताचे साखळदंडही काढण्यात आले. डासांना हुसकून लावण्यासाठी खोलीत कडुलिंबाचा पाला जाळण्यात आला. पाठीवर आणि कमरेखाली चाबकाचे फटके बसल्यामुळे उताणं झोपणं शक्य

नव्हतं. भाजलेल्या तळहाताला कशाचाही स्पर्श होऊ न देता सावधपणेच झोपलो. सकाळी बहिर्दशेला नेतानाही पायातल्या बेड्या काढल्या होत्या. अंघोळीसाठी पाणी देण्यात आलं. चौथ्या प्रहरी वरण-भाताचं जेवण आलं. पाणी प्यायल्यानंतर दोघं जण मला पुन्हा त्याच खोलीत चौकशीसाठी म्हणून घेऊन गेले.

आज छळाचे आणखी कुठले प्रकार वापरतील, याचा विचार करतच आत पाऊल टाकलं. रात्री पोटात अन्न गेलं होतं. सकाळी अंघोळ आणि जेवण झालं होतं. रात्री थोडीफार झोपही झाली होती. आज शुद्ध हरपण्याची वेळ येणार नाही, याविषयी विश्वास वाटत होता.

खोलीत एकच चौकशी करणारा अधिकारी होता. त्याच्यासमोर दाभण, काठी, चाबूक असले; तरी भिंतीपाशी असलेल्या शेगडीपाशी निखारे नव्हते. त्याच्या चेहऱ्यावरही कालचं क्रौर्य दिसत नव्हतं. चेहऱ्यावर दया आणि अनुग्रह – भावाचं मिश्रण होतं. एका शिपायाला सांगून त्यानं माझ्या हाता-पायाच्या बेड्या काढायला लावल्या. नंतर त्यानं दोन्ही शिपायांना दार बंद करून दाराबाहेर उभं राहायला सांगितलं. जाड दरवाजा बंद केल्याचा आवाजही ऐकू आला.

“बैस! बसून बोल –” त्यानं मला सांगितलं. आवाजात दया होती. कमरेखाली मार बसल्यामुळे मी पायांवरच भार टाकून बसलो. तो लोड-तक्क्यांना टेकून गादीवर बसला होता. गोरा, स्थूल अंगलट, मिशाविरहित लांबट चेहरा. डोक्याला पांढरा फेटा गुंडाळला होता. तू बोलावून घेतलं आहेस, तूच बोलणं सुरू कर, अशा पद्धतीनं मी त्याच्यापुढे बसलो होतो. तो समोर असला, तरी माझी दृष्टी त्याला पाहत नव्हती. समोरच्या छळ करण्यासाठी वापरल्या जाणाऱ्या उपकरणांवरही माझं लक्ष नव्हतं. एकंदरच चेहऱ्यावर उपेक्षा आणून मी बसलो होतो.

थोडं खाकरून त्यानं विचारलं, “काही सांगायचं आहे?”

“खोटं बोलणार नाही, म्हणून कालच सांगितलंय मी!”

“मीच सांगतो. मला तुझ्याविषयी करुणा वाटते आहे. बंदिवानांचा छळ करून बोलतं करणं, आमच्या दृष्टीनं नेहमीचंच आहे. काल तुला जी शिक्षा दिली, ती अगदीच किरकोळ होती. तरीही नंतर वाटलं, तुझा छळ करायला नको होता. त्यासाठी तू योग्य नव्हेस, असं रात्रभर वाटत राहिलं. तुझ्याशी एक स्नेही म्हणून मनमोकळ्या गप्पा मारायला बोलावून घेतलं आहे. कदाचित तू खरं तेच सांगत असशील. इतर कुठलाही उद्देश नसताना केवळ नाटक करण्याच्या हेतूनंच तुम्ही आला असाल. पण तरीही तू लोकांना देऊळ फोडलं तर फोडू दे, दुसरं बांधता येईल तुम्ही उठाव करा, म्हणून सांगत फिरलास हे तर खरं आहे. तरीही तुझा जीव वाचवावा, असं मला वाटत आहे. तुला एक उपाय सांगतो. ऐकलंस, तर वरच्या अधिकाऱ्यांना सांगून तुझा जीव वाचवणं शक्य आहे.”

असा कोणता उपाय असेल? तटबंदीबाहेरच्या आमच्या सैनिकांशी प्रतारणा करणं? की आणखी काही?

"कोणता उपाय?" मी विचारलं.

"क्षमेची याचना करायची. पश्चात्ताप झाल्याची खूण म्हणून आमच्या धर्मात प्रवेश करायचा. संपूर्ण क्षमा कदाचित त्यानंतरही मिळणार नाही, पण मृत्युदंड खचित चुकेल. चार-दोन वर्षं कारागृहात काढायची. त्यानंतर तुझी वागणूक बघून उरलेली शिक्षाही रद्द होईल. बऱ्यापैकी जगण्यासाठी एखादं कामही मिळेल. तू आमचाच होऊन जाशील ना!" त्याच्या चेहऱ्यावर मंद हास्य होतं.

"धर्म बदलायचा? एवढ्या क्षुल्लक कारणासाठी?"

"जीव वाचतोय, ही क्षुल्लक गोष्ट आहे?"

"जीव जातो की राहतो, हा मोठ्या चर्चेचा विषय आहे. आमच्याकडेही धर्मपरिवर्तन होत असतं. दोन जिज्ञासू विद्वान शेकडो विद्वानांसमोर एकमेकांसमोर बसून तात्त्विक वादविवाद करतात. जो हरेल, त्यानं जिंकलेल्याचा धर्म स्वीकारणं बंधनकारक असतं. तुमच्यापैकी एखाद्या जिज्ञासू विद्वानाला सर्वांसमोर माझ्याशी वादविवाद घालण्यासाठी बसवा, दोघंही तर्कशुद्ध पद्धतीनं वाद घालू. मी हरलो, तर तुमच्या धर्मात येईल आणि जिंकलो, तर त्यानं माझ्या धर्मात यावं."

"धर्मालाच पणाला लावून चर्चा करायची?" त्यानं भुवया उंचावल्या.

"आमच्याकडे सगळे असंच करतात. केवळ यासाठी विद्वान मंडळी गावोगाव फिरत असतात. एखाद्याची वाद-भिक्षा नाकारणं अत्यंत अपमानास्पद मानलं जातं."

"आम्ही धर्माला वादामध्ये ओढत नाही."

"पण तुम्ही धर्माला तलवारीच्या पात्यावर पेलता. खरंय हे?"

"निःसंशय! ते जाऊ दे. तुमच्यामध्ये किती जाती-पंथ आहेत?"

"ते कसं सांगता येईल? एकेका धर्म-पंथाच्या अनेक शाखा-उपशाखा आहेत. मुख्य वैदिक धर्मच घ्या. त्यात पूर्व मीमांसक, उत्तर मीमांसक, नैयायिक, वैशेषिक, सांख्य, योगी! बौद्धांमध्ये हीनयान, महायान, हीनयानामध्ये वैभाषिक, सौतांत्रिक; महायानींमध्ये योगाचार्य, माध्यमिक; जैनांमध्ये दिगंबर-श्वेतांबर, यांशिवाय प्रत्येक जातींमध्ये तांत्रिक, पाशुपत्य –"

त्याच्या चेहऱ्यावर गोंधळ उमटला.

"असं असेल, तर तुमचा एक देश नाहीच."

"का?"

"एवढे मत-धर्म आहेत म्हणतोस, कुठला राजा स्वतःच्या धर्मापेक्षा इतर धर्माला वाव देईल?"

"आमच्याकडे सगळे राजे सगळ्या मत-पंथांना वाव देतात. प्रत्येकाच्या

वैयक्तिक मताचा तो प्रश्न आहे. मी म्हणजे बुद्धी. बुद्धीचं गृहीत म्हणजे मत. जगात जितकी माणसं आहेत, तितकी गृहीतं आहेत. तेवढी मतं असतात.''

''शुद्ध अव्यवस्था ही!'' तो गोंधळून म्हणाला.

''अंहं – तीच व्यवस्था आहे! पाहिजे, तर याविषयी मी वाद घालू शकेन.''

''मला वाटतं, तू तुझ्या देशातल्या सगळ्या धर्म-पंथांचा अर्क प्यायलेला विद्वान आहेस. बरं, ते जाऊ दे. तुमच्या सगळ्या धर्म-पंथातला समान अंश कोणता?''

''धर्म!''

''धर्म म्हणजे काय? देव ना?''

''देवाला धर्माची गरज नाही. देव ही माणसाची गरज आहे. शिवाय आमच्याकडचे सगळे पंथ देवाला मानत नाहीत. जैन, बौद्ध आणि सांख्य हे तर देवाचा तिरस्कार करतात. पूर्व-मीमांसक देवाचा पुरस्कार करत असले, तरी त्यांनी देवाला मर्यादित अधिकार दिले आहेत. माणसाच्या धर्माचरणासाठी देवाची गरजही नाही, त्याच्यावर विश्वास ठेवायचीही गरज नाही, असं बरेच धर्म-पंथ सांगतात.''

''देवाला नाकारणारे धर्म-पंथ? देव नाही, असा वाद घालू शकशील तू?''

''हो!''

''तर मग तू सैतान असला पाहिजेस.''

''सैतान म्हणजे काय?''

''सैतानाचं नाव ऐकलं नाहीस? सैतान नसेल, तर धर्म-पंथ असतील काय? आपल्याला देवापासून विमुख करणारी मायावी दुष्ट शक्ती ती.''

''धर्म-विमुख करणाऱ्या प्रवृत्तींना मार, माया या नावांनी काही धर्म, पंथ ओळखतात. पण ते देव-विरोधी होता कामा नये. देवालाच मानलं नाही, तर देव-विरोधी शक्तींना तरी काय अर्थ आहे?''

''तुमचे धर्म-विचार क्लिष्ट आहेत. खूपच गोंधळ आहे तिथं. ते जाऊ दे. तू देवावर विश्वास ठेवतोस?''

''संपूर्णपणे विश्वास नाही – ठामपणे नाहीही म्हणता येत नाही.''

''म्हणजे? देव नसला, तरी जगता येईल, असं तुला वाटतं?''

''कितीतरी जण जगतात. मीही जगतोय.''

''जगतोस?'' त्याचा राग अनावर झाला, ''तू देव मानत नाहीस, एवढं एकच कारण तुझा शिरच्छेद करायला पुरेसं आहे. ही शिक्षा काढून टाकण्याचा अधिकार या जगात कुणालाही नाही.''

''देवालाही नाही?''

''देवही ही शिक्षा रद्द करणार नाही. आपलं अस्तित्वच नाकारणाऱ्या सैतानाला

आश्रय देणाऱ्याला शिक्षा केल्याशिवाय तो राहणार नाही.''

या विषयावर याच्याशी वाद घालण्यात अर्थ नाही, हे माझ्या लक्षात आलं. तोही थोडा वेळ शांत बसला. त्याच्या नाकाचा शेंडा आणि चेहऱ्याचा रंग हळूहळू पूर्ववत झाला. तो म्हणाला, ''मला शेवटचं सांग, माझ्या धर्मात येशील काय?''

''नाही! देवावर विश्वास ठेवण्याचं किंवा नाकारण्याचं स्वातंत्र्य मला पाहिजे.''

''शिरच्छेद होताना ते स्वातंत्र्य घेऊन काय करशील?''

''देवापेक्षा स्वातंत्र्य मोठं आहे.''

''देव नसताना स्वतंत्र व्हायचंय तुला? तू खरोखरच सैतान आहेस!''

''नाही. मी स्वत:च देव आहे! मीच परात्पर वस्तू आहे, असं मानणारं तत्त्वही आमच्याकडे आहे.''

''तूच देव? धर्मावहेलना! तुझ्या प्रत्येक वाक्यासाठी तुझा एकेकदा शिरच्छेद केला पाहिजे. तू पुन्हा विचार कर!'' असं बजावून त्यानं मला पुन्हा माझ्या खोलीत पाठवून दिलं, पण कुठल्याही प्रकारचा छळ मात्र केला नाही. लोकांना चिथावणी दिल्याच्या आरोपावरून मृत्युदंड निश्चित असताना, इतर चौकशी करून काय करायचंय, या विचारानं तो गप्प राहिला असावा, असं वाटलं. तरीही अगदी शेवटी यानं विचार करायला का सांगितलं असेल, याचा मात्र उलगडा होत नव्हता.

माझ्याच नकळत माझ्यामध्ये झालेला बदल लक्षात येऊन मला आश्चर्य वाटलं. आध्यात्मिक मुद्यांच्या संदर्भात मला कुठल्याही मुद्यावर 'हेच शाश्वत सत्य' असं कधीच वाटलं नाही. सर्वच धर्म-पंथांचा स्थूलपणे अभ्यास करून परस्परविरोधी मतंही ऐकलेली असल्यामुळे कशावरही परमसत्य म्हणून विश्वास ठेवला नव्हता. धर्मांतराची मला कधीच धास्ती वाटली नव्हती. तरीही केवळ जीव वाचवण्यासाठी स्वत:च्या बुद्धिभावाशी प्रतारणा करून एखाद्या धर्माचा स्वीकार करणं, मला अशक्य आहे. आता तोंडदेखलं 'हो' म्हणून त्यानंतर योग्य संधी साधून जीव वाचवून, पळून जाऊन आपल्याला हवं तसं राहणं यामुळे शक्य असलं, तरी ते मान्य न करता माझं स्वातंत्र्य मी अबाधित राखत आहे! म्हणजे हे स्वातंत्र्य देहापेक्षाही मोठं आहे, जिवापेक्षाही मोठं आहे!

माझ्यामध्ये असलेल्या एवढ्या मोठ्या अस्तित्वाची मला इतक्या वर्षांत कधीतरी जाणीव झाली होती काय? माझं मन आश्चर्यात बुडून गेलं होतं. शिरच्छेद हा काही असहनीय वेदनेचा प्रकार नाही. एक क्षण किंवा निमिष. काल छळ करताना दाभणांनी टोचलं, लोखंडी सळई तापवून डागलं किंवा चाबकाचे फटके मारले, त्या वेळी ज्या वेदना झाल्या, त्यापेक्षाही कमी वेदना देणारा शिक्षाप्रकार. जीव जाण्याच्या भीतीवर मात केली, तर क्षणार्धात संपून जाणारी वेदना!

माझ्या मनातली समस्या संपली तरी चंद्रिका कुठं आहे, कशा स्थितीत आहे

हा प्रश्न माझ्यासमोर होताच. तिचा जीव गेला, तर जाऊ दे, हा विचार तितक्याशा सरळपणे पचनी पडायला तयार नव्हता. तिला ध्यानमार्गांची आवड आहे – पण ती जिवाचा त्याग करायला तयार असेल काय? तिनं इंद्रिय-सुखाचा त्याग केला आहे – पण देहाचं विसर्जन करायला तयार असेल काय? या आधी हे जाणून घेण्याचा प्रश्नच आला नव्हता. देवा, तिला कुठल्याही प्रकारची हिंसा व्हायला नको. तिला कुठल्याही अत्याचारांना सामोरं जावं लागू नये.

हेही एक आश्चर्यच घडत होतं. आजवर मी कधीही देवाची अशी एखादी मागणी करत प्रार्थना केली नव्हती. याचाच अर्थ, माझं मन अशा प्रकारच्या आळवणीला प्रतिसाद देणाऱ्या एखाद्या शक्तीचं अस्तित्व मानत होतं काय? इथं तर्क-वितर्क आणि वादविवादाचा प्रश्न नव्हता. माझ्या चंद्रिकेच्या अस्तित्वाचा प्रश्न होता. त्यामुळे देवावर, त्याच्या अस्तित्वावर श्रद्धा न ठेवता आणखी काय करणार?

नाटक-मंडळीतल्या इतरांचीही काळजी वाटू लागली. परिस्थितीचा धोका लक्षात घेऊन जयसिंहांनी वृद्ध वासुदेव शर्मा आणि आनंद दत्तांना आमच्याबरोबर पाठवलं नव्हतं. केवळ नाटकासाठी अत्यावश्यक असलेल्या वीस जणांना पाठवलं होतं. निर्वाहक चंद्रसेन खरोखरच हुशार माणूस! बाकी सगळे जण एका ठिकाणी उतरले होते. धोका लक्षात येताच त्यानं सावधगिरीनं त्यांची वेगळी काही व्यवस्था केली असेल काय? की केवळ आम्हा तिघांवरच हल्ला झाला?

रात्री पुन्हा वरण-भाताचं जेवण देण्यात आलं. प्यायला पाणी आणि डासांसाठी कडुनिंबाचा धूर. हाता-पायांमध्ये बेड्या असल्या, तरी माराचे वळ आणि भाजल्याच्या जखमा सुकत चालल्यामुळे झोपणंही बऱ्यापैकी जमत होतं. लगेच झोपही लागली. मध्यरात्री जागही आली तेव्हा वाटलं, केवळ माझा प्रश्न असता, तर धर्मपरिवर्तनाऐवजी जीव देणं सोपं जाईल. चंद्रिकेचा जीव वाचवण्यासाठी माझा जीव वाचवून राहणं माझं कर्तव्य आहे. माझा शिरच्छेद झाल्याचं समजलं, तर तिच्यावर काय परिणाम होईल? तिच्यासाठी मला जगलं पाहिजे. हा विचार काही क्षणांतच दृढ झाला. पहाटे केव्हातरी पुन्हा डोळा लागला. थोड्याच वेळात कुठंतरी कोंबडा आरवला आणि जाग आली. मन वेदनेनं भरलं होतं. चंद्रिकेचा जीव वाचवण्याची चिंता एकीकडे, धर्मांतराचं दुःख आणि शरम दुसरीकडे! स्त्री-पुरुषांमधलं प्रेम ही निसर्गातली माया ना? कुठली चंद्रिका आणि कोण नागभट्ट!

सकाळी मी आणखी गोंधळात पडलो. त्या डासांनी भरलेल्या गलिच्छ अंधाऱ्या कोठडीतून मला दुसऱ्या मोठ्या खोलीत नेण्यात आलं. अंघोळ झाल्यावर नेसायला सुंदर धोतर आणि उत्तरीय दिलं. हवा आणि उजेड यांसाठी खिडक्या असलेली, स्वच्छ जमीन आणि भिंती असलेली मोठी खोली होती ती. मध्ये एक खाटही होती. माझ्या शरीरावरील जखमांवर डास बसू नयेत, म्हणून कडुलिंबाचं तेल लावण्यात

आलं. डाव्या पायात एकच बेडी होती. पण खोलीभर फिरता येण्याइतकी ती लांब होती. उजवा पाय आणि दोन्ही हात मोकळे होते. सकाळी भांडंभर पेजही देण्यात आली.

या साऱ्याचा अर्थ मला समजला नाही. शिपायांना विचारलं, तर उत्तर मिळत नाही, असा अनुभव होताच. आताही 'वरून आज्ञा आहे', एवढंच त्यांनी सांगितलं. मी उत्तरं दिली, तेव्हा तर तो बराच अस्वस्थ झाला होता. भडकलाही होता. काल त्याच्या प्रश्नांना मी केवळ उत्तरं देत होतो. 'आज सावकाश संभाषणाची दिशा बदलायला पाहिजे आणि त्याला बोलतं करून माहिती मिळवायला पाहिजे.'

पण त्यानंतर त्यानं मला बोलावून घेतलंच नाही. मला ज्या खोलीत ठेवलं होतं, तिथंही तो आला नाही. माझी त्याच्याशी भेटच झाली नाही. तीन दिवस गेले, सहा दिवस, नऊ दिवस गेले. त्याचा आवाज कानांवर येईल, म्हणून मी लक्ष ठेवून होतो. मला 'जीव देईन, पण धर्म-स्वातंत्र्य गमावणार नाही', या विचारांपर्यंत आणणाऱ्याच्या आवाजाचा कसा विसर पडेल? पण तो आवाजही माझ्या कानांवर आला नाही. सकाळची पेज, दुपारचं आणि रात्रीचं शाकाहारी भोजन मात्र नियमितपणे मिळत होतं. अंघोळ, स्वच्छ कपडे, जखमांना औषध – सारं नीट चाललं होतं. खोलीची स्वच्छताही राखली जात होती. मात्र कुणीही अवाक्षर बोलत नव्हतं.

एकदा जेवण आणून देणाऱ्याला विचारलं, "माझी चौकशी करणारे ते कुठं गेले? दिसत नाहीत ते."

"अजून तुझी चौकशी करायची काय?" त्यानं तुच्छतेनं विचारलं.

"तसं नाही. उगाच विचारलं."

"तोंड मिटून राहा! त्यातच तुझं भलं आहे –" म्हणत त्यानं अन्नाचं भांडं ठेवून दार ओढून घेतलं आणि बाहेर उभा राहिला.

म्हणजे माझं दैव चांगलं आहे? माझा शिरच्छेद करणार नाहीत काय? या मोठ्या हवेशीर खोलीत आणलं, तेव्हाच शिरच्छेद टळला, असं मलाही वाटलं होतं. दिवसेंदिवस तो विचार दृढ होत चालला होता. आता चंद्रिकेची काळजीच मनाला व्यापून राहिली होती. त्याचबरोबर आमच्या सैनिकांनी काय केलं, हेही समजत नसल्यामुळे मन अस्वस्थ होतं. त्यांनी या नगरावर चढाई केली नाही, हे नक्की. नाहीतर रस्त्यावर युद्धं चालल्याचे आवाज ऐकू आले असते. मलाही त्यांनी अशा प्रशांत कारागृहात बंदिवान ठेवलं नसतं. मला सोडून दिलं असतं किंवा हरायची वेळ आली असती, तर माझा शिरच्छेद करून निघून गेले असते. ह्यांनीच पुढं होऊन आमच्या सैन्यावर चढाई करून त्यांना पळवून लावलं असेल काय? मन खिन्न झालं. मला काय घडलं, ते सांगणारं कुणीही नव्हतं.

एकदा जेवण आणणाऱ्याला तोच प्रश्न विचारला, "शत्रूचं सैन्य आलं होतं

ना? पळून गेलं काय? युद्ध झालं की नाही?''

त्यानं माझ्याकडे डोळे वटारून पाहिलं, ''तोंड मिटून राहा, म्हणून तुला त्या दिवशी सांगितलं, ते तुझ्याच हितासाठी. आणखी कुणाला हेच विचारशील, तर अडचणीत येशील.'' आणि तो निघून गेला.

हाही माझ्याविषयी सहानुभूती बाळगणारा होता, हे माझ्या लक्षात आलं. तरीही इतके दिवस मला कुठलीही चौकशी न करता बंदिवासात का ठेवलं असेल, याचा खुलासा मात्र होत नव्हता.

त्या दिवशी सकाळी मी अंघोळ उरकून पेज पिऊन बसलो असता दोन सैनिक आत आले. त्यांपैकी एक जण म्हणाला, ''आमचं ऐक. तुझ्यावरील एकही आरोप शाबित न झाल्यामुळे तुला सोडून द्यावं, असा हुकूम आला आहे. नवाब दयाळू आहेत. तुला मूलस्थानातल्या देवळापाशी सोडतो. तिथून पुढं तुझ्या देशाला निघून जा.''

मला अविश्वास वाटला. त्यांनी लगोलग माझ्या डाव्या पायातली बेडी काढली. घोड्यावर बसायला सोईची सलवार, वर कंचुक आणि शिरस्त्राण चढवलं. माझी सुटका झाली, पण चंद्रिकेचं काय? विचारावंसं वाटलं – पण हे केवळ शिपाई यांना ठाऊक नसेल. ठाऊक असलं, तरी ते बोलणार नाहीत.

मी मुकाट्यानं बाहेर आलो. तिथल्या एका घोड्यावर मला बसवण्यात आलं. ते दोघंही एकेका घोड्यावर स्वार झाले. दोघांच्या मधून माझा घोडा निघाला. जखमांवर नवं कातडं आल्यामुळे बसायच्या जागी आग होत नव्हती. थोडंफार दुखत असलं, तरी स्वतंत्र व्हायच्या उत्साहात तिकडे लक्ष जात नव्हतं.

तटापाशी शिपायांनी द्वारपालाला खुणावल्यामुळे आम्हाला तिथं हटकलं नाही. सतत तीन प्रहर घोड्यावरून गेल्यानंतर मुख्य मार्गाच्या डावीकडे वळलो. झाडा-झुडपांतून काही अंतर गेल्यावर आम्ही एका झोपडीपाशी जाऊन पोहोचलो. आजूबाजूला थोडीही लोकवस्ती नसलेल्या जागी ती झोपडी होती. झोपडीच्या बंद दरवाज्याबाहेर दोन घोडे घेऊन दोन शिपाई उभे होते. तिथं जाताच मला घोड्यावरून खाली उतरवण्यात आलं. एका घोड्याला बांधलेल्या पिशवीतून एक धोतर, कंचुक आणि डोक्याला बांधायचा पांढरा रुमाल दिला. माझ्या अंगावरचे कपडे काढून घेऊन त्यांनी मला ते कपडे बदलायला लावले. ते कपडे पिशवीत भरून त्यांनी बजावलं, ''आम्ही इथून निघून गेल्यावर झोपडीचा दरवाजा उघड. त्या आधी उघडायचा नाही.'' आणि ते घोड्यावर स्वार झाले. काही क्षणांतच ते चौघंही मला आणलं होतं, तोही घोडा पिटाळत तिथून धावत दिसेनासे झाले. टापांचा आवाजही ऐकू येईनासा झाला.

झोपडीत चंद्रिका होती, असं माझ्या मनाला तीव्रपणे वाटलं. दरवाजा उघडला.

तीच का? नखशिखान्त वस्त्रात लपेटून एक स्त्री उभी होती. पावलंही बांधली होती. तरीही ही चंद्रिकाच असल्याची माझ्या मनानं ग्वाही दिली. तिच्यापाशी नि:संशय मनानं जाऊन दंडावर हात ठेवला. तोंडून शब्द बाहेर पडला, "कोण?"

माझा आवाज ऐकताच तिनं वस्त्र बाजूला सारलं. तिच्या अंगावर एक मळकट पातळ होतं. बाह्या झाकणारं पोलकं होतं. अंगावर एकही दागिना नव्हता. हातात एक कपड्यांचं गाठोडं होतं. चेहरा काळवंडला होता. मी तिला मिठीत घेताच ती हुंदके देऊन रडू लागली.

"तुला इथं केव्हा आणलं?"

"एक प्रहर झाला. आपण इथं राहता कामा नये. लगोलग पूर्व दिशेनं चालू लागलं पाहिजे. सगळा विचार करून ठेवलाय मी. आपण दोघंही गाणी म्हणत भिक्षा मागत मथुरेला जाऊ या. चेहऱ्याला हलकेच काजळी लावलीय मी. तूही क्षौर न झाल्यामुळे निम्मा-शिम्मा संन्यासी दिसतोस. चल, संध्याकाळपर्यंत आपण एखाद्या गावी जाऊन पोहोचलं पाहिजे. वाटेत आपल्याला बोलता येईल."

दहा-बारा पावलं चालून गेलो. तिचं लक्ष माझ्या डाव्या तळहाताकडे गेलं. तिने विचारलं, "कसली जखम ही?"

"काही नाही – एक फोड आला होता. चिघळून असं झालंय. आता बरी झालीय जखम. चल!"

"थांब बघू दे –" म्हणत तिनं नीट पाहिलं, "डागलेलं दिसतंय! कधी डागलं?"

"पकडून नेल्याच्या दुसरे दिवशी."

तिनं जखमेवरून हलकेच बोट फिरवलं. तिच्या डोळ्यांमध्ये पाणी भरलं होतं. तिनं पुढं विचारलं, "आणखी काय-काय केलं?"

"चंद्रा, तूही काही कमी छळ अनुभवलेला नाहीस. त्यापुढे माझा छळ काहीच नाही. तू सांग काय झालं ते. चारुमतीची काय बातमी?"

"ती मरण पावली म्हणून सांगितलं त्यांनी! सैनिकांनी अत्याचार करून तिला मारली असणार, असा माझा अंदाज आहे. हे समजलं, तेव्हा माझ्या आईवर अत्याचार झाल्यासारखं वाटलं. त्या दु:खातून बाहेर यायला फारच त्रास झाला."

"तुला कसं समजलं?"

"कृष्णा, सारा तपशील तुकड्या-तुकड्यांनी सांगितला, तर तुला समजणार नाही. तुला कधी काय झालं, ते आधी सांग."

एव्हाना आम्ही मुख्य मार्गावर आलो होतो. पूर्वाभिमुख होऊन आम्ही चालायला सुरुवात केली. चंद्रभागा आणि शतद्रू नद्यांमधला सुपीक प्रदेश गव्हाच्या सोनेरी पिकानं चमकत होता. इतर कडुलिंब, आंबे आणि सागाची झाडंही होती. मी माझी

हकिकत सांगितली, "फक्त दुसऱ्या दिवशी छळ केला. त्यानंतर मोठ्या हवेशीर खोलीत ठेवलं. एकाच पायात बेडी होती."

तिनं पुन्हा एकेक विचारून खात्री करून घेतली. "एवढा छळ केला ना? कृष्णा, सांगायला लाज वाटते – पण मी तरी तुला नाहीतर आणखी कुणाला सांगणार? तुला आधी मुसक्या बांधून घेऊन गेले. त्यानंतर मला आणि चारुमतीलाही तशाच मुसक्या बांधून घेऊन गेले. मलाही आधी तुझ्यासारखंच डासांच्या कोठडीत डांबून ठेवलं होतं. दुसरे दिवशी त्यांनी मलाही बरेच प्रश्न विचारले. चाबूक, शेगडी, काठ्या, सळ्या समोर होत्या, पण त्यांचा वापर केला नाही. मीही तुझ्यासारखंच, आम्ही शुद्ध नाटकातली माणसं आहोत, इतर राजकारणाशी काही संबंध नाही, म्हणूनच सांगितलं."

"दुसरे दिवशी मला एका वस्त्रात पूर्णपणे लपेटून एका गाडीतून नेण्यात आलं. कुठं ठाऊक आहे? मूलस्थानाच्या नबाबाच्या विशेष निवासस्थानी! तो तिथूनच राज्यकारभार पाहतो. बऱ्याच रात्री तो तिथंच राहतो. पुढं." बोलणं थांबवून ती खालच्या मानेनं चालू लागली.

मी तिच्याकडे वळून पाहिलं. शरम आणि दु:ख यांनी तिचा चेहरा पिळवटून गेला होता. सारा उलगडा झाला होता. तिच्याजवळ जाऊन तिचा हात हातात घेत म्हटलं, "चंद्रा, तुझी ब्रह्मचर्याशी निष्ठा इतकी आहे की, मी संतापलो, हताश झालो, तरी तू त्यापासून ढळली नव्हतीस. आता मला वाचवण्यासाठी तू त्याचा बळी दिलास ना?"

तिनं माझ्याकडे पाहिलं. क्षणभर तिचे डोळे भाव-प्रकाशानं झळाळून उठले. त्याच क्षणी तिनं न उच्चारलेले शब्द माझ्या हृदयात उमटले, "तुझ्यापुढे कुठलीही निष्ठा मोठी नाही."

ती म्हणाली, "उशीर झाला असता, तर तुझा शिरच्छेद केला असता त्यांनी!" बोलता-बोलता तिच्या डोळ्यांमधलं पाणी ओघळलं. मला घट्ट मिठी मारून तिनं हुंदके दिले. माझे डोळेही भरले. त्यातलं पाणी तिच्या डोक्यावर पडलं.

पुन्हा चालताना तीच सांगत होती, "त्या लोकांना नृत्य, नाटक, संगीत काहीच ठाऊक नाही. स्त्रीनं रंगमंचावर काम करणं, तर त्यांनी कधी पाहिलंही नव्हतं. रसिक अरब अधिकारी, सेनाधिकारी वेष बदलून आपली नाटकं बघायला यायचे म्हणजे. हा नबाबही पाहायला आला होता. अगदी वेडा झाला होता म्हणे. स्त्रीनं गाण्यासह नृत्य करणं, त्याच्या दृष्टीनं कल्पनातीत होतं. आपल्या अधिकारात मला पळवून न्यायचाही त्यानं विचार केला होता. पण प्रजेचा क्षोभ होईल, म्हणून त्यानं स्वत:ला आवरलं होतं. मी सलगीनं वागू लागले, तेव्हा त्यानं स्वत:च हे सांगितलं. नाटक

संस्कृतमध्ये असल्यामुळे त्यांना संवाद समजत नव्हते. केवळ मला बघायला तो पाच दिवस नाटक बघायला आला होता. आपल्याला पकडल्याचं समजताच त्यानं ह्या संधीचा लाभ घ्यायचा निश्चय केला. तटबंदीबाहेर शत्रूचं सैन्य, युद्ध झालं, तर कदाचित आपला जीवही वाचणार नाही, अशी परिस्थिती असतानाही हे आपल्याला सुचल्याचं दारूच्या धुंदीत माझ्यावरचं प्रेम व्यक्त करायच्या भरात त्यानं सांगितलं.''

मी मध्येच विचारलं, ''चंद्रा, त्यानंतर आपल्या सैन्यानं काय केलं? कारागृहात असताना मी लक्ष देऊन होतो, पण कुठंही युद्धाची चाहूल लागली नाही.''

''सूर्यमंदिर फोडण्याच्या धमकीचा त्यांना फायदा झाला. आपल्या सैनिकांमध्येही सूर्यमंदिराच्या नाशाला आपण कारणीभूत होऊ नये, अशी भावना निर्माण झाली. एक नगर आपल्याला मिळालं नाही, तरी हरकत नाही, पण समस्त जगताला प्रकाश देणाऱ्या सूर्यदेवतेच्या देवळाच्या नाशाला आपण कारण होऊ नये, अशी भावना! एकदा हे कळल्यावर तर यांनी त्यांना कळवलंच, उद्या संध्याकाळपर्यंत तुम्ही माघारी फिरला नाहीतर आम्ही देऊळ पाडायला सुरुवात करू. तिकडं काय झालं – प्रतिहारांचं मुख्य सैन्य इकडं वायव्येकडे आल्याचं समजताच राष्ट्रकुटांनी प्रतिहाराच्या दक्षिणेकडच्या भू-प्रदेशावर आक्रमण करायची तयारी सुरू केली. ही बातमी येताच आपलं सैन्य माघारी वळलं. आतापर्यंत ते गावी पोहोचलेही असतील.''

हे ऐकताच माझ्या मनात तिरस्कार उमटला. मूलस्थान नगरातील नागरिक भक्तांविषयी – आपल्या सैनिकांविषयी – राष्ट्रकुटांविषयी! ''सेनेबरोबर जयसिंह आले नव्हते काय? अशा प्रकारची खच्चीकरण करणारी बातमी त्यांनी सैन्यात कशी पसरू दिली? की त्यामुळे असं घडू शकेल, हे त्यांच्या लक्षातच आलं नसेल? ही शत्रूची फक्त धमकी आहे – त्याआधीच आपण चढाई करू या. अगदी देऊळ फोडलंच, तर नवं बांधता येईल – असं कुणी त्यांना समजावून सांगितलं नाही काय? या अनपेक्षित प्रसंगी जयसिंहांची बुद्धीही बधिर झाली काय?''

तिला हे प्रश्न विचारले, पण तिलाही तपशील ठाऊक नव्हता. नबाब दारूच्या धुंदीत जेवढं बडबडला, त्यावरून जेवढं समजलं, तेवढं तिनं सांगितलं होतंच. एकदा नबाबानं तिलाच विचारलं होतं, ''तुमच्या नाटक मंडळीतल्या इतरांना कुठं लपवलंय तुम्ही?'' त्यावरून एका गोष्टीविषयी आम्हा दोघांचंही मन निश्चिंत झालं. चंद्रसेनानं त्यांना हुशारीनं तिथून हलवलं, एवढं निश्चित! तिथल्या स्थायिक घरांमध्ये प्रत्येकाला विखरून पाठवलं असेल, असं आम्हा दोघांनाही वाटलं. त्यानं आम्हा दोघांनाही का सावध केलं नाही? गडबडीत त्याला ते जमलं नसेल काय? की आम्ही सावध असू, याविषयी त्याला खात्री वाटली? संध्याकाळ होत आल्यामुळे आम्ही चालण्याचा वेग वाढवला. असेच चालत राहिलो, तर सूर्यास्तापर्यंत 'भद्र' नावाच्या गावी जाऊन पोहोचू, असं एका शेतकऱ्यानं सांगितलं होतं.

सूर्यदेवाच्या दर्शनासाठी जाऊन आलो, असं सांगून आम्ही त्या गावात मुक्काम केला. गावकऱ्यांनी विचारलं, "देऊळ अजून आहे? फोडलं नाही?"

"आहे!" मी सांगितलं. सत्य ठाऊक नसलं, तरी दुसरा उपाय नव्हता. गावकऱ्यांनीही सांगितलं, "त्या गावावर हल्ला करायला प्रतिहारांचं सैन्य गेलं होतं. देऊळ फोडू म्हणून धमकावल्यामुळे सैन्य बिचारं याच रस्त्यानं माघारी परतलं. पुढं काय झालं ते समजलं नव्हतं, म्हणून विचारलं."

गावकऱ्यांनी जेवण दिलं. ग्रामरक्षकाच्या सांगण्यानुसार चावडीच्या ओसरीवर झोपून पहाटे पुढचा प्रवास सुरू झाला.

दोन प्रहर चालल्यानंतर एका झाडाखाली बसून विश्रांती घेत असताना चंद्रिकेनं विचारलं, "डाग दिला, दाभणानं टोचलं, तेव्हा वेदना कशी सहन केलीस?"

"काहीकाळ ध्यान केलंय ना! त्यामुळे स्वत:ला शरीरापासून वेगळं करायचा प्रयत्न केला. तो भाव मनात भरल्यामुळे हार मानायची नाही, असं धैर्य मनात निर्माण झालं."

तिनं माझ्या तळहातावरच्या खपलीवरून हलकेच हात फिरवला. तिच्या डोळ्यांमध्ये पाणी साचलं होतं. ती म्हणाली, "कृष्णा, तू भोगलंस, त्यापेक्षा मी हजारपट वेदना भोगली. मी स्वत:ला शरीरापासून कितीही वेगळं करायचा प्रयत्न केला, तरी जमत नव्हतं, कृष्णा! अधाशी, क्रूर लांडग्याप्रमाणे पुन्हा-पुन्हा तो लचके तोडायचा, तेव्हा किती आघात व्हायचा म्हणून सांगू? मग मी स्वत:लाच बजावायची, अजूनही मी आणि इंद्रियं यांमध्ये संबंध आहे. तो काढून टाकला पाहिजे ध्यान करून संपूर्णपणे आत्ममग्न व्हायची सवय होती ना? त्याच सवयीचा उपयोग करून घेऊ लागले. तरीही तिरस्कार, वेदना आणि अपमानाची भावना यांतून अलिप्त राहता आलं नाही. अजूनही त्याची आठवण झाली तर तेच दु:ख, तीच आत्मनिर्भर्त्सनेची भावना, अपमान मनाला व्यापून राहतात."

माझ्या तोंडून शब्द फुटेना.

"तुला मरणं सहज शक्य होतं. पण माझ्यासाठी तू हे सारं सहन केलंस! हे दु:ख माझ्या मनात कायम राहील." मी तिला छातीशी घट्ट धरत केसांवरून हात फिरवत म्हटलं.

थोड्या वेळानं ती म्हणाली, "मी कायमची तिथंच राहावी, अशी त्याची इच्छा होती. तू इथं राहा – आपण त्याला पाठवून देऊ, असं तो मला वरचेवर सांगत होता. मी त्याला म्हटलं – मी नाटकात काम करणारी असल्यामुळे नगरातला प्रत्येक माणूस मला ओळखतो. तू मला ठेवून घेतल्याचं समजलं, तर तुझीच माणसं वर कळवतील. मी शत्रूपक्षाची हेर किंवा प्रचारक असल्याचं सांगून तुझीच माणसं तुझ्याविरुद्ध तक्रार करतील. तुझ्या हिताच्या दृष्टीनं सांगतेय, मला माझ्या

नवऱ्याबरोबर सोडून दे. चार-पाच दिवसांनंतर त्यालाही हे पटू लागलं. त्यानं तसं पक्कं ठरवलं. तरीही आज-उद्या म्हणत तो एकेक दिवस पुढं ढकलत होता. नाहीतरी शत्रूचं सैन्य निघून गेल्यामुळे मोकळेपणाही होता. मला मोकळं करण्याआधी जेवढं म्हणून रक्त-मांस खायला मिळेल, तेवढं खाण्यासाठी तो हपापला होता – रानटी कुत्र्यासारखा.'' ती हुंदके देऊन रडू लागली.

मीही तिच्या केसांवरून हात फिरवत सुन्न होऊन बसून राहिलो. थोड्या वेळानंतर तिचं रडू थांबलं. स्वतःला आवरत ती म्हणाली, ''त्यानं एका मोठ्या गाठोड्यात दाग-दागिने आणि भारी वस्त्रं दिली. तो मला वेश्या समजत होता. मनातला तिरस्कार त्याला न दाखवता मी म्हटलं – दिवस चांगले नाहीत. चोरा-चिलटांचं भय आहे. याच्यापायी जीव जायचा. नको. त्याला हे पटलं.''

आम्ही पुन्हा चालू लागलो. तिच्यामध्ये आता आधीचा उत्साह नव्हता. बोलण्यात आत्मविश्वास नव्हता. डोळ्यांमधला भावप्रकाश झाकोळला होता. दृष्टी जमिनीवर खिळली होती. माझ्याकडे बघतानाही मोठ्या कष्टानं दृष्टी वर उचलत होती.

दोन दिवसांत आणखीही एक गोष्ट माझ्या लक्षात आली. पहिल्या दिवशी तिनं चेहऱ्याला मुद्दाम काजळी माखली होती. आता तिच्या संपूर्ण देहाची कांती झाकोळून गेली होती. दिवसेंदिवस ती अधिक काळवंडत होती. मी तिला खुलवायचा नाना प्रकारे प्रयत्न करत होतो. तिनं जे केलं, ते स्वतःचा जीव वाचवण्यासाठी केलं नाही – माझ्यासाठी केलं, हे पुन्हा-पुन्हा सांगत राहिलो. हे ऐकत असताना, तिच्या पाठीवरून हात फिरवताना, तिचं मस्तक कुरवाळताना तिच्या चेहऱ्यावर थोडं चैतन्य दिसत होतं. पण लगेच ते ओसरत होतं. पुन्हा तोच चैतन्यरहित चेहरा, जमिनीत रुतलेली दृष्टी –

तिसऱ्या दिवशी विचारलं, ''तुझ्या मनाला ग्रासून टाकलेल्या या भावनेतून बाहेर पडायचा एक मार्ग आहे. तू ध्यानात रमत होतीस ना?''

''इंद्रिय-शुद्धी नसलेल्याला ध्यान कसं साधेल?''

''ध्यानधारणा करून पाहिल्याशिवाय इंद्रियं मलिन आहेत की नाहीत, हे कसं कळणार? प्रयत्न तर करून पाहा. एवढ्या दिवसांचा गोंधळ आणि मनःस्तापामुळे सुरुवातीला कदाचित सहजपणे जमणार नाही. पण हट्टानं प्रयत्न केलास, तर निश्चित जमेल.''

तिनं यावर फारसा उत्साह दाखवला नाही. मी आणखी आग्रह केला, रागावलो. त्या रात्री आम्ही एका गावाच्या देवळाच्या ओसरीवर राहिलो होतो. आणखी कुणी तिथं नव्हतं. मी तिला पुन्हा म्हटलं, ''ही जागा अगदी योग्य आहे. आज रात्रभर

ध्यानमग्न होऊन बैस!'' माझं ऐकायचं, म्हणून ती बसली. चांदणं असल्यामुळे मला तिच्याही हालचाली दिसत होत्या. पद्मासनात बसणंच अडचणीचं गेलं. पण लवकरच जमलं. मन एकाग्र होत नसल्यामुळे ती अस्वस्थ असल्याचं जाणवत होतं. ती पुन्हा-पुन्हा प्रयत्न करत होती. शेवटी प्राणायाम जमलं. मी थोड्या अंतरावरून एका खांबाला टेकून तिचे प्रयत्न पाहत होतो. ती ध्यानमग्न झाली. मध्यरात्रीपर्यंत मी जागा होतो. त्यानंतर तिथंच जमिनीवर आडवा झालो.

सकाळी जाग आली, तेव्हा ती गाढ झोपेत होती. चेहऱ्यावर शांत भाव होते. पापण्या झाकलेल्या असल्या, तरी डोळ्यांमध्ये एक प्रकारचा विश्वास असेल, याची मला खात्री वाटली. सूर्योदयानंतर तिला जाग आली.

समोरच्या तळ्यात मुखमार्जन आटोपून निघताना ती म्हणाली, ''तुझं खरं आहे. मनातला क्षोभ शांत झाला आहे. इंद्रिय-शुद्धता नसती, तर ध्यानधारणा होऊ शकली नसती.''

थोड्या वेळानं ती म्हणाली, ''आपण वाटेत भेटेल त्या गावात भिक्षा मागून चारुमतीचं श्राद्ध करू या. ते माझं कर्तव्य आहे.'' माझा श्राद्धावर विश्वास नव्हता. आईला पिंडदान न करता गयेहून निघून आल्यानंतरच्या मन:स्थितीची आठवण झाली. पण आता माझ्या श्रद्धेचा प्रश्न नव्हता. चंद्रिकेच्या मनाचं समाधान महत्त्वाचं होतं. तीच पुढं म्हणाली, ''पुढचं गाव तरी का म्हणायचं? याच गावी श्राद्ध करून पुढं जाऊ या. पण आपल्याला प्रिय असलेल्यांचं श्राद्ध करण्यासाठी भिक्षा मागायची?''

''तू त्याचा विचार करू नकोस. मी मागेन!'' तिला तिथंच तळ्याकाठी बसवून मी गावात शिरलो. भिक्षेत मिळालेले तांदूळ, तीळ, तूप, गूळ घेऊन गावकऱ्यांनी सांगितलेल्या दर्भ असलेल्या ओढ्यापाशी चंद्रिकेला घेऊन गेलो. तिनं विचारलं, ''मी श्राद्ध करू शकते?''

''हो!''

''पण मी स्त्री –''

''मी मंत्र सांगतो.''

''का ठाऊक आहे? तिनं मला तुझ्यापेक्षाही कितीतरी जास्त दिवस सांभाळलं होतं.''

दुपारपर्यंत वाट पाहून पिंड बनवून श्राद्धाचे मंत्र म्हणताना माझ्या मनात गयेमध्ये मनाला जी अस्वस्थता होती, तिचा स्पर्शही नव्हता. भावना प्रबल झाल्या होत्या आणि तत्त्व-विचार मागं सरले होते. मंत्र सांगून चंद्रिकेच्या हातून चारुमतीला पिंडदान दिलं, त्यानंतर मी स्वत:च मंत्र म्हणून माझ्या आई-वडिलांनाही तर्पण दिलं, चारुमतीलाही दिलं.

त्यानंतर चालायला सुरुवात केली. रात्री वाटेत लागलेल्या गावात जेवलो.

त्यानंतर ती पुन्हा ध्यानासाठी बसली. आदल्या दिवशीपेक्षा सहजपणे ती ध्यानमग्न झाली. मी झोपलो. सकाळी जाग आली, तेव्हा ती झोपेत होती. चेहऱ्यावरची कांती पूर्ववत होऊ लागली होती. ती पुन्हा पहिली चंद्रिका होऊ पाहत होती, असा मला विश्वास वाटू लागला.

पंधरा दिवसांच्या वाटेवर मथुरा आली, तेव्हा मनात वेगळे विचार येऊ लागले. मथुरेला पोहोचल्यावर काय करायचं? आपल्या नाटक मंडळींमधले इतर सगळे येऊन पोहोचले असतील काय? आधी मथुरेला जाऊन पोहोचणं एवढंच आमचं ध्येय होतं.

चौथ्या रात्री एका सद्‌गृहस्थांच्या घराच्या ओसरीवर मी झोपलो होतो. ती भिंतीला टेकून ध्यान करत होती. माझ्या दंडाला धरून हलवत तिनं मला जागं केलं. तिनं सांगितलं, ''ध्यानात असताना गुरुजींकडून प्रेरणा आली. त्यांचाच स्पष्ट आवाज होता. ते येत्या पौर्णिमेच्या दिवशी देहत्याग करणार आहेत. तेवढ्यात त्यांनी गुहामंडपापाशी यायला सांगितलं आहे. म्हणजे परस्परांचं सशरीर दर्शन होईल, असं त्यांनी सांगितलं आहे.''

''कोण गुरू?'' मी झोपेतच विचारलं.

''विसरलास? तुझ्यामध्ये पहिल्यांदा योगाविषयी त्यांनीच आसक्ती निर्माण केली होती.''

आठवलं. यमुनेच्या काठी त्यांनी सांगितलं होतं. ''सहस्रारव यापेक्षा अलौकिक प्रकाशमान असतं. शिवाय आपण हवा तेव्हा त्याचा साक्षात्कार अनुभवू शकतो.'' त्यानंतर मी त्यांचा शोध घेत वेड्यासारखा भटकलो होतो. पण ते भेटले नव्हते.

तीच पुढं म्हणाली, ''योगसाधनेत कुठलीही अडचण आली, तरी ध्यानावस्थेत त्यांचं मार्गदर्शन मला मिळत होतं. सरळ प्रगती होत असताना मी त्यांचं स्मरण करत नव्हते. असे गुरुजी देहत्याग करताहेत –'' तिच्या चेहऱ्यावर दुःख पसरलं होतं, ''पण त्याआधी मला भेटण्यासाठी त्यांनी संदेश पाठवला ना? मला धन्यता वाटते. आता आपण थेट तिथंच गेलं पाहिजे.''

''कुठं आहे त्यांचा गुहामंडप?''

''मथुरेच्या पश्चिमेकडे एक दिवसाची वाट आहे. चंद्रपूर गावाच्या दक्षिणेकडे एका ओढ्याकाठी. मी पाहिलाय तो. नीट चौकशी करून चाललो, तर मथुरेला न जाता तिथंच जाता येईल.''

''जाऊ या!''

''आता लगेच निघावंसं वाटतंय.''

''रात्रीची वेळ आहे. एकदा रस्ता चुकला की, पुन्हा मिळणं कठीण आहे. केवळ चोरा-चिलटांचंच नव्हे, रानटी प्राण्यांचंही भय आहे. पहाटे लवकर उठून

चालायला सुरुवात करू या.''

"तू झोप. मी आणखी थोडा वेळ ध्यानात राहीन.''

पण मनात भावनांचा कल्लोळ उडाल्यामुळे तिला पुन्हा ध्यानात मग्न होता आलं नाही. मलाही झोप लागली नाही.

संपूर्ण दिवसभर चालत राहिलो. रस्ताभर ती त्या गुरूविषयीच बोलत होती. ती केवळ दोनदा त्यांच्या गुहेत गेली होती म्हणे. ध्यानाचा अभ्यास चालला होता तेव्हा. त्यानंतर आंतरबोधनानं ते तिला संदेश द्यायचे. हे केवळ ध्यानाच्याच बाबतीत. लौकिक समस्यांविषयी तिनं त्यांना कधीच विचारलं नव्हतं. त्यांनीही कधी सूचना दिली नव्हती. पारमार्थिक दृष्टी स्पष्ट असेल, तर लौकिक समस्यांमधून आपोआप मार्ग निघतो, असं त्यांनी एकदा आंतर-बोधन करताना सांगितलं होतं म्हणे. त्यांनी देहत्याग केल्यावर आपल्याला अडचणीच्या वेळी कोण मार्ग दाखवेल, याची तिला काळजी वाटत होती.

संध्याकाळी एका खेड्यात जाऊन पोहोचलो, तेव्हा ती थकून गेली होती. सतत चालणं चाललं होतं. मूलस्थानामध्ये झालेला अत्याचार शरीराला सहन झाला नव्हता, त्याचाही परिणाम असावा. मी सांगितलं – एक संपूर्ण दिवसभर विश्रांती घेऊन त्यानंतर पुढचा प्रवास करणं चांगलं. मीही थकलो होतो.

त्या रात्री तिला गाढ झोप आली नाही. पोटात ढवळत असल्याची तिची तक्रार चालली होती. ध्यान करायचा प्रयत्नही तितकाचा यशस्वी झाला नाही. केव्हातरी मध्यरात्रीनंतर तिला थोडी झोप लागली. पण पहाटे माझ्याआधी तिला जाग आली. ताडकन उठून बसली. घाईनं रस्त्याकडेला गेली. भडभडून उलटी झाली. रात्रीच्या आहाराचा परिणाम – मी मनात म्हटलं. आठवून पाहिलं, आम्ही राहिलो होतो, त्या घरच्यांनी रात्री वाढलेलं जेवण गरम आणि ताजं होतं. मला काही त्रास झाला नाही. तिला का त्रास व्हावा? तिच्या पाठीवरून हात फिरवून तिला शांत केलं. पुन्हा ओसरीवर येऊन बसलो.

थोड्या वेळानं घराचा दरवाजा उघडला. घराची मध्यम वयाची मालकीण बाहेर आली. तिनं चंद्रिकेला विचारलं, "उलटी झाली?''

"होय!'' मी म्हटलं.

चंद्रिका उठून बसली. मालकिणीनं तिची नाडी पाहिली. नंतर म्हणाली, "सूर्यदेवाचा प्रसाद लागू पडलाय. मुलगा झाला तर भास्कर आणि मुलगी झाली तर छाया नाव ठेवा. आज इथंच विश्रांती घेऊन उद्या जरा बरं वाटल्यावर पुढं चला. आणखी थोडा वेळा झोपा. लगेच चालू नका!'' एवढं सांगून ती आत निघून गेली.

अजून कोंबडा आरवला नव्हता. मालकिणीनं दरवाजा लावून घेताच सगळीकडे नि:शब्दता पसरली. माझ्या मनात अनामिक गोंधळ उठला होता. थोड्याच वेळात चंद्रिका आतून येणारं रडू दडपण्यासाठी धडपडत असल्याचं लक्षात आलं. तिच्याजवळ सरकून मी तिचा हात हातात घेतला. तिच्या अंतर्मनाची तगमग तिच्या श्वासावरून कळत होती.

उजाडल्यावर मालकिणीनं दरवाजा उघडून चंद्रिकेला आत बोलावलं आणि अंगणात झोपायला सांगितलं. प्यायला ताक आणि पेज दिली. पंधरा-वीस लवंग देऊन सांगितलं, "खूप मळमळायला लागलं, तर दाढेखाली ठेवून दे. पहिली खेप वाटतं म्हणून घाबरलीस. एवढ्या उशिरा का होईना, देवानं कृपा केली ना! सगळं नीट होईल. काही काळजी करू नकोस. पाणी तापवून देते – अंघोळ करून घे."

दिवसभर चंद्रिका काहीही बोलत नव्हती. मी काही बोलायचं म्हटलं, तर एकान्त मिळाला नाही. घरमालकीण जवळपास वावरत होती. आपलीच मुलगी पहिल्यांदा गर्भार राहिल्यासारखी ती उत्साहात होती. घराचे मालक आणि त्यांची वयात आलेली मुलंही तिथंच फिरत होती.

दुसरे दिवशी सकाळी उठून चालू लागलो. गावाबाहेर एकान्त मिळाल्यावर चंद्रिका म्हणाली, "ध्यानामुळे अशुद्धतेतून दूर झाल्यासारखं वाटलं होतं, आता आयुष्यभर छळायचं रूप घेऊन साकार होतंय ते! यातून फक्त मृत्यूच सुटका करू शकेल!"

मी तिचा हात घट्ट धरला. दोघंही काही वेळ चालत राहिलो. ती एकाएकी माझा हात सोडून वेगानं चालू लागली. मला मागं टाकून ती चालत राहिली. मध्ये दोन वेळा पुन्हा उलटी झाली. आता थांबू या, एखाद्या गावात विश्रांती घेऊ या, म्हणून कितीही सांगितलं, तरी ती ऐकत नव्हती. दोन दिवस असंच चालल्यावर मी विचारलं, "का अशी वेड्यासारखी धावत सुटलीस?"

"असं खूप चालणं चांगलंच. उष्णता होऊन गर्भस्राव होतो म्हणे! नाहीतर मथुरेत एक वैद्यबाई आहे. तिच्याकडून औषध घेऊनही हे पाडता येईल. काही वेळा अती रक्तस्राव होऊन जिवाला धोका असतो, पण तरीही चालेल. मी हे ठेवून घेणार नाही."

तिची वेदना मला समजत होती. पुरुषाच्या अत्याचाराचा भार स्त्रीला सहन करावा लागत असल्याचं पाहून मन विव्हल झालं होतं. तिथं मूलस्थानामध्ये त्याच्यावर सूड उगवणारं कुणीही नव्हतं. चंद्रिकेवरचा अन्याय दूर करायचा मार्गही कळत नव्हता. तरीही म्हटलं, "अशा परिस्थितीत तुझ्या गुरूंनाच मार्ग विचारू या."

"अशा लौकिक समस्येवर त्यांना परिहार विचारणार नाही. त्यात आता ते

देहत्याग करत असताना तर मुळीच नाही.''

मलाही ते पटलं. पुन्हा तिचा चेहरा काळवंडून गेला. ध्यान सुरू केल्यानंतर ज्या सुधारणा दिसत होत्या, त्या गेल्या. तिची दृष्टी पुन्हा जमिनीवर राहू लागली. आतलं दुःख चेहऱ्यावर उमटत होतं. बोलण्यातही आसक्ती राहिली नव्हती.

आणखी एक दिवस उलटल्यावर मी म्हटलं, ''हे समजल्यावर तू ध्यानच केलं नाहीस.''

''शरीर एवढं कलुषित झाल्यावर ध्यान कसं साधेल?''

''मन शुद्ध असल्याचं तेव्हाच समजलं होतं ना? शरीराचं मालिन्य तुझ्या चुकीमुळे आलेलं नाही. प्रयत्न तर करून बघ!''

''माझी प्रयत्न करायची इच्छा नाही. उगाच दडपण आणायचा प्रयत्न करू नकोस.'' ती किंचाळलीच. मी गप्प राहिलो.

ती वेगानं चालली होती. तिच्या पाठोपाठ धावताना माझ्या मनात एक नवा विचार आला. बघता-बघता तो विचार पक्काही झाला.

''जरा सावकाश चाल. चालता-चालता बोलणं कठीण होतंय.''

''बोलण्यासारखं आहे तरी काय?''

''हे बघ, जिवाची भीती असताना ते औषध घ्यायला नको. मला जगवण्यासाठी तू त्या त्यागाला तयार झाली होतीस. त्यामुळे तुझ्या गर्भातला जीव माझ्यामुळे आहे, असं तू समज. मीही तसंच मानेन.''

ती थांबली, तिनं माझा चेहरा पाहिला. तिच्या डोळ्यांत आग धगधगत होती. ती तीव्रपणे म्हणाली, ''केवळ मानण्यामुळे तो तुझा होत नाही. तू आणि मी मानण्यानं त्या वेळी मी जे भोगलं, ते खोटं ठरत नाही. असल्या औदार्याची बडबड करण्याआधी तू जे बोलतोयंस, त्याचा तू अर्थ जाणून घे. पुन्हा याविषयी बोलू नकोस.'' एवढं बजावून हिरड्या आवळत ती चालू लागली. संताप आणि तिरस्कार यांनी तिचा चेहरा फुलला होता. या आधी कधीही तिचा असा चेहरा मी पाहिला नव्हता.

रात्र संपेपर्यंत संताप आणि तिरस्कार उतरून तिचा चेहरा सुजल्यासारखा झाला होता. डोळ्यांमधलं पाणी वाहून न गेल्यामुळे गाल-नाकाचा शेंडा-हनुवटी-कपाळ ओलसर वाटत होते. हातात हात घेऊन सांत्वन करावं म्हटलं, तर ती हात हातातून ओढून घेत होती आणि झपाझप पावलं टाकत होती.

दुपारी ऊन वाढलं, तेव्हा मात्र ती जबरदस्तीनं तिचा हात धरून तिला थांबवलं. एका झाडाच्या सावलीत तिला ओढून म्हटलं, ''तुझ्या मनात काय चाललंय, ते निदान सांग तरी मला!''

मग मात्र ती मुक्तपणे रडू लागली. थोडा वेळ रडल्यावर ती म्हणाली, ''काही केलं तरी नटी वेश्याच! स्वतःचं स्वत्व राखून जगायचं स्वातंत्र्य तिला नाहीच.

कुठल्या जन्मीचं पाप म्हणून हा जीव माझ्या पोटात रुजलाय कोण जाणे! करुणा वाटते त्याची. पण तो ठेवणंही असह्य वाटतंय.''

''असह्य का म्हणतेस? तो जीव माझा आहे, म्हणून सांगतोय ना मी?'' संधी सापडताच मी तिची समजूत काढायचा प्रयत्न केला. आणखी काय सांगावं, ते मला सुचलं नाही.

ती काही बोलली नाही. एकदा माझ्याकडे वळून पाहिलं आणि पुन्हा झरझर चालू लागली. संध्याकाळपर्यंत चालत राहिलो. बरीच दमणूक झाली होती. तिला पावलं टाकणंही कठीण होत होतं. मी आधार देऊ लागलो. स्वत:शीच, पण मलाही ऐकू येईल, अशा आवाजात ती म्हणाली, ''माझा निश्चय झालाय. हे उपटून फेकून टाकेन. त्यानंतर संन्याशिनी होईन. संन्यास दिला नाही, तर भिक्खूनी होईन.''

तिची नजर रस्त्यावर असली, तरी दृष्टी शून्यात होती. आता काही बोललं तरी ती आणखी भडकेल, हे लक्षात येऊन मी काही बोललो नाही.

तेरा

वाटेत दोनदा रस्ता चुकलो. तिला ताप आल्यामुळे एक दिवस झोपून राहावं लागलं. त्यामुळे पौर्णिमेचा दिवस उजाडला, तरी आम्ही गुहामंडपापर्यंत पोहोचलो नव्हतो. "गुरूचं सशरीर दर्शन होऊ शकलं नाही. पापिणीला अगदी योग्य शिक्षा झाली." म्हणत ती रडू लागली.

"रात्रीही चांदण्याचा उजेड असतो. चंद्रपूरपर्यंतच्या रस्त्याची मी नीट चौकशी करून घेईन. पुढचा रस्ता तू दाखव. आपण रस्ता चुकणार नाही. चल –"

तिला पुन्हा उत्साह वाटू लागला. सतत चालल्यामुळे दोन्ही मांड्या घासून गाठी आल्या होत्या. रात्रभर चालण्यासाठी आवश्यक असलेल्या शक्तीपैकी एक दशांशही अंगात नव्हती. ती तर माझ्यापेक्षा कितीतरी थकली होती. पण गुरूचं दर्शन घेण्याची शक्ती तिला पुढं चालवत होती. तिच्या पाठोपाठ जाणं एवढंच माझं काम होतं. आणखीही एक मला आतून जाणवत होतं. चालून-चालून ते पडून गेलं, तर बरं होईल, अशीही तिच्या मनात भावना असावी.

संध्याकाळी वाटेत भेटलेल्या खेड्यामध्ये भिक्षा मागून जेवलो आणि पुन्हा चालू लागलो. चांदण्या रात्री फिरताना सत्य आणि मिथ्य यांमध्ये तरंगणाऱ्या अध्यात्मासारखं वाटत होतं. कुठंतरी दूर कोल्ह्या-कुत्र्यांचे आवाज, कुठूनतरी ऐकू येणारे जनावरांच्या हंबरण्याचे आवाज, मध्यरात्री न समजणाऱ्या दिशेतून येणाऱ्या बासरीच्या हाका यांमुळे आपण परिचित भू-प्रदेशात आल्याची जाणीव होत होती.

चंद्रपूरहून मात्र ती थेट रस्त्यानं इकडं-तिकडं न बघता चालू लागली. पश्चिमेकडे चंद्र लालसर होऊन अस्ताला जाताना दूरवर वडाच्या झाडांची राई दिसली. "तिथंच गुहामंडप आहे", म्हणत तिनं त्या दिशेला पावलं वळवली. चालण्याचा वेग आणखी वाढवला. जवळ गेलो. तिथं कसलाही आवाज नव्हता. "देहत्याग होऊन गेला आहे, दर्शन झालं नाही", म्हणून ती रडू लागली. पावलांचा वेग मंदावला. पुढं जाण्यात अर्थ नाही, असं वाटून ती जागीच थांबली.

मलाही तीच शक्यता वाटली. पण निदान देहाचं तरी दर्शन होईल, असा विचार करून मी म्हटलं, "आपणच निर्णय घेऊन इथंच थांबायला नको. इथपर्यंत आलोय ना? तिथं जाऊन पाहू या तर!" मी बळेच तिला घेऊन पुढे झालो.

मोठ्या वडाच्या झाडाखाली कोरीव काम नसलेल्या चार खांबावर पेललेला मंडप होता. शेजारीच एक अरुंद तोंड असलेली गुहा होती. मंडपात एक व्यक्ती पूर्वेकडे तोंड करून पद्मासनात ध्यान करत होती. महिनाभरात क्षौर न केल्यामुळे वाढलेली दाढी-मिशी. डोक्यावरचे विरळ केस. पूर्वेकडे किंचित फटफटत असल्यामुळे अंधूक उजेडात त्यांचा चेहरा दिसला. पटकन ओळख पटली. मथुरेत मला ज्यांनी ध्यान शिकवलं होतं, ते गुरू! मी नाव विचारलं नव्हतं, त्यांनीही सांगितलं नव्हतं. साठीचं वय. त्यांनी ध्यानधारणेतही मला अंतरबोधनानं मार्गदर्शन केलं होतं. मी शालिनीच्या मनाचा शोध घेण्याच्या फंदात पडलो नव्हतो, त्या वेळेपर्यंत!

चंद्रिका जवळ जाऊन उभी राहिली. मी तिच्याकडे पाहिलं. तिची त्यांच्याशी ओळख नसावी, असं तिच्या चेहऱ्यावरून मला वाटलं. आवाज होऊ न देता आम्ही दोघंही तिथल्या फरशीवर बसलो. परस्परांशी अवाक्षर न बोलता आम्ही बसून राहिलो.

अरुणोदय झाल्यानंतर ते ध्यानातून बाहेर आले. त्यांची दृष्टी आमच्याकडे गेली. पोटऱ्यांवर दाब देऊन त्यांनी रक्तप्रवाह नीट होईल, असं केलं आणि उठून आमच्याकडे आले. चंद्रिकेकडे ओळख असल्यासारखा दृष्टिक्षेप टाकून त्यांनी सांगितलं, "तू आली नाहीस, म्हणून गुरूंनी देहत्याग पुढं टाकला आहे. म्हणाले – एवढ्या लांबून चालत येतेय. आधीच गेलो, तर स्वत:चं समाधान करण्याइतकीही तिच्यापाशी शक्ती नाही. तू रात्रभर चालून दमली असशील, म्हणून त्यांनी स्वत: तुझ्यासाठी डाळ-तांदुळाची हुग्गी शिजवून ठेवली आहे. नंतर झोपायला गेले."

"तुम्ही त्यांचे शिष्य? प्रत्यक्ष भेटीचा कधी प्रसंग आला नाही." म्हणत चंद्रिकेनं त्यांना वाकून नमस्कार केला. मीही उठून नमस्कार करू लागलो, तेव्हा ते म्हणाले, "मी सावध केलं, तरी सिद्धीचा चुकीचा वापर करायला निघालास तू तेव्हा! ध्यानशक्तीच गमावलीस. नंतर पुन्हा प्रयत्न केलास काय? आता तर सगळंच सोडून दिल्यासारखं दिसतंय."

"होय! तुम्हाला शिष्य म्हणून अयोग्य ठरलो –" म्हणत मी त्यांना नमस्कार केला. त्यांनी सांगितलं, "सोबत कुणीतरी असेल, हे गुरुजींना ठाऊक होतं. त्यामुळे गाडगंभर हुग्गी करून ठेवलीय. आधी नदीवर अंघोळ करून या आणि खाऊन घ्या. ते उठण्याआधी तुम्ही खाऊन घेतलंत, तर त्यांना आनंद होईल."

नदीचं पाणी स्वच्छ होतं. फार खोलही नव्हतं. गळाभर पाण्यात बसून राहिलो तर मांड्या,पोटऱ्या आणि पावलं यांचं दुखणं निघून जाईल, असं वाटलं. पण तेवढा वेळ नव्हता. घाईनं अंघोळ संपवली. तिनंही अंघोळ केली. दोन मातीची

तसराळी आणि हुग्गीचं गाडगं समोर ठेवून शिष्य साधूही अंघोळीला गेले. भूक तर लागली होतीच, त्याहीपेक्षा हुग्गी रुचकर होती. खाणं झाल्यावर चंद्रिकेनं भांडी विसळून पालथी घातली. अंघोळ करून आलेले साधू गुहेत गेले. दोन निमिषांत बाहेर येऊन म्हणाले, "गुरुजी उठून बसले आहेत. तुम्ही दोघंही आत जाऊन त्यांना भेटा."

मी चंद्रिकेच्या पाठोपाठ गुहेत शिरलो. आता एक पणती जळत होती. कपड्याचा एक तुकडा कमरेला गुंडाळलेले गुरू सिद्धासनात बसले होते. तिथं असलेल्या प्रकाशापेक्षा त्यांचा चेहरा उजळला होता. त्यांना पाहताच मला यमुनेकाठची भेट आठवली.

"त्या वेळी तुम्ही सांगितलं, पण आकलन झालं नाही. तुमची शक्ती जाणवल्यावर तुम्हाला खूप शोधलं, पण भेट झाली नाही. योगमार्गाची ओळख करून दिली, ते तुमचेच शिष्य, हेही उशिरा समजलं. त्यांच्याकरवी तुम्हीच प्रयत्न केले, पण पुढं जायची शक्ती कमी पडल्यामुळे मी जिथं राहायचा, तिथंच राहिलो."

ते मंद हसले. त्यात कनवाळूपणा होता, अनुग्रह होता की माझी दुर्बलता जाणवलेला खोडकरपणा, हे न समजून मी गोंधळून गेलो. नंतर त्यांनी चंद्रिकेकडे पाहिलं. त्यांची दृष्टी तिच्या डोळ्यांमध्ये रोवली गेली. तिचं उघडं तोंड तसंच राहिलं. त्यांनी तिला खुणेनंच सांगितलं, "बोलणं नको – ध्यान कर!"

तिनं पद्मासनात बसून डोळे मिटले. दोन क्षणांमध्ये तिची दृष्टी भ्रूकुटींमध्ये खिळल्याचं लक्षात आलं. श्वासोच्छवास आणि हृदयाचे ठोके अगदी सावकाश झाले. त्यांनी माझ्याकडे वळून पाहिले. माझ्या मनात त्या क्षणी प्रश्न उमटला, चंद्रोदयाच्या वेळी देहत्याग करायचं ठरवलं होतं. तो मुहूर्त टळून गेला – पण मी त्याचा उच्चार केला नाही.

त्यांची दृष्टी माझ्या दृष्टीला खिळली आणि ते माझ्याशी अव्यक्तपणे संभाषण करू लागले.

"म्हणून काय झालं?"

"जन्माची वेळ जशी ठरलेली असते, तशी मृत्यूची ठरलेली नसते काय?"

"मृत्यूलाही असते. मृत्यू असला, तर देहत्याग करता येत नाही."

मी पुन्हा त्यांच्याकडे पाहिलं. तसंच मंद हास्य त्यांच्या चेहऱ्यावर होतं. त्यांच्या डोळ्यांमध्ये एकसारखं बघण्याइतकी शक्ती माझ्याकडे नव्हती. मी तिथून दृष्टी बाजूला केली. एवढ्या अवधीत माझे डोळे आतल्या अपुऱ्या उजेडाला सरावले होते. शिवाय बाहेर सूर्योदय झालेला असल्यामुळे काही परावर्तित किरणंही गुहेत शिरली होती. खडक फुटून नैसर्गिकरीत्या तयार झालेली ती गुहा होती. जमीनही सपाट नव्हती. साधारण दहा माणसं बसू शकतील, एवढी ती गुहा होती. एका कोपऱ्यात

लक्ष जाताच माझ्या छातीचा ठोका चुकला. दोन नाग! उठून बाहेर पळायची जबर इच्छा झाली. 'पण हे इथंच राहताहेत. चंद्रिकाही डोळे मिटून भान-रहित अवस्थेत बसली आहे. ह्यांनी नाग पाळले तर नसतील?' माझ्या छातीची धडधड मलाच ऐकू येत होती.

आतून आवाज आला – त्यांचाच आवाज! "इथं राहायचा अधिकार माझ्यापेक्षा त्यांना जास्त आहे. इथं मी आक्रमणकारी आहे. हे उगाच चावणार नाहीत."

माझा जिवात जीव आला. शांत चित्तानं मी तिकडं पाहू लागलो. त्यांचं इतर कुठं लक्ष नव्हतं. परस्परांच्या सहवासात ते जगाचं भान विसरले होते.

थोड्या वेळानंतर गुरुजी उठून बाहेर आले. मी त्यांच्यापाठोपाठ यावं, अशी मलाही प्रेरणा झाली. बाहेर शिष्य साधू मौनपणे बसून होते. थोरले गुरुजी नदीकडे गेले. मी मंडपाच्या एका कोपऱ्यात मुकाट्यानं बसून राहिलो. आतल्या बाजूला बसलेल्या चंद्रिकेला जाग येऊ नये, म्हणून मी शिष्य साधूंच्या कानात हलकेच विचारलं, "ते अजिबात बोलत नाहीत काय?"

"तू मनातल्या मनात विचारलेल्या प्रश्नांचंही त्यांनी तुला उत्तर दिलं नाही?" तेही कुजबुजत उत्तरले.

पुढं काय विचारावं, मला सुचलं नाही. काय करावं तेही सुचेना. नुसता बसून राहिलो.

सूर्य बराच चढला. त्याची किरणं झाडांच्या फांद्यापासून जमिनीवर पडू लागली. एक प्रहर गेला असेल. चंद्रिका गुहेबाहेर आली. तिच्या चेहऱ्यावर क्षोभ नव्हता. कोपऱ्यात एक झाडणी होती. ती घेऊन तिनं मंडप स्वच्छ झाडला. गाडग्यातून पाणी आणून तिनं जमीन स्वच्छ धुतली. शिष्य साधूंनी मला सांगितलं, "अंघोळ करून आल्यावर ते देहत्याग करणार आहेत. त्यासाठी ही जागा शुद्ध करते आहे."

त्यांनी हिला आपला निश्चय कळवलेला दिसतो, हे माझ्या लक्षात आलं. देहत्याग म्हणजे काय? तो कसा करतात? माझ्या मनात उत्सुकता दाटली होती. कुमारिल भट्टांची आठवण झाली. आग? पाणी? दोरखंड? शरीरातला प्राण बाहेर काढायची आणखी कोणती उपकरणं आहेत? योग्यांना कशाचीही आवश्यकता नसते, असं मीही ऐकलं असलं, तरी ते पटत नव्हतं.

मी विचारलं, "तुम्ही आणि चंद्रिका दोघंच त्यांचे शिष्य आहात?"

"आणखीही अनेक शिष्य आहेत. मला ठाऊक आहेत ते. पण प्रवास करणं शक्य असलेल्या आम्हा दोघांनाच त्यांनी संदेश पाठवला."

लवकरच गुरुजी अंघोळ करून आले. कमरेला भगव्या वस्त्राचा एक तुकडा

होता – आणखी काहीही नाही. चेहऱ्यावरचं मंद हास्य मात्र तसंच होतं. निश्चित सांगणं कठीण असलं, तरी नव्वदी ओलांडलेला देह उत्तम आरोग्य असूनही वयामुळे जीर्ण झाला होता. मंडपात येऊन त्यांनी एकदा शिष्याच्या चेहऱ्याकडे पाहिलं. संमती मागितल्यासारखी ती दृष्टी होती. नंतर त्याच दृष्टीनं त्यांनी चंद्रिकेकडे पाहिलं. त्यानंतर माझ्याकडेही मंद हास्याचा प्रसाद उधळत ते पद्मासन घालून पूर्वाभिमुख होऊन बसले. वडाच्या फांद्यांमधून झिरपलेली सूर्याची किरणं त्यांच्या शरीरावर पडली. त्यांची सुरकुतलेली अंगकांती सोन्यासारखी तळपत होती. देहावर कुठंही काळे तीळ किंवा गाठी नव्हत्या. पाठ ताठ ठेवून त्यांनी डोळे मिटले. दोन निमिषांत ते ध्यानमग्न झाले. तेवढं मलाही समजलं. त्यांच्या चेहऱ्यावर काय बदल होतो, हे पाहण्यासाठी मी टक लावून त्यांच्याकडे पाहत होतो. प्राणायाम करताना इतरांना छातीचे चढ-उतार दिसत नाहीत, हे मी ऐकलं होतं. बघता-बघता ते त्या स्थितीला पोहोचले. आणखी थोड्यात वेळात ते समाधी अवस्थेला पोहोचतील, याची मला कल्पना आली. त्यांच्या चेहऱ्यावर काहीही बदल दिसला नाही. हवं तेव्हा संप्रज्ञात – त्यानंतर असंप्रज्ञात समाधीपर्यंत पोहोचून माघारी येण्याची शक्ती असलेले हे सिद्ध पुरुष होते, याविषयी माझी खात्री पटली होती.

थोडा वेळ गेला. आणखी थोडा वेळ त्यांचा देह त्याच स्थितीत होता. शिष्यांनी चंद्रिकेकडे पाहून खूण केली. तिच्या चेहऱ्यावर दिङ्मूढता होती. तेच पुढं झाले. गुरूच्या कपाळावर हात ठेवून म्हणाले, "कितीतरी वेळ होऊन गेलाय. आता पुढचं काम केलं पाहिजे."

गुरुजींच्या चेहऱ्यावरचं मंद हास्य कणभरही कमी न होता उन्हात चमकत होतं. चंद्रिका आतून दाटून येणारं रडू आवरण्यासाठी तडफडत होती. तरीही तिचा चेहरा मांसाच्या गोळ्यासारखा निर्भाव दिसत होता.

माझं मन गूढ भावात बुडून गेलं होतं. मृत्यू हा दुःखाचा लेप नसलेला आनंदानुभव आहे काय? ज्याची आपल्या इच्छेप्रमाणे देहत्याग करण्याची शक्ती आहे, त्याच्या दृष्टीनं हा प्रसंग दुःखद असणार नाही. असं असेल, तर हीच खरी मुक्ती!

शिष्य माझ्याजवळ येऊन म्हणाले, "प्रेत चितेवर ठेवायला पाहिजे. चल, तूही मदत कर."

"पण आधी चिता रचायला पाहिजे ना!" मी म्हटलं.

"परवाच गुरुजींनी माझ्या मदतीनं ती तयारी करून ठेवली आहे. राईच्या मागच्या बाजूला मोकळी जागा आहे, तिथं! तू पाहिलं नाहीस, बघून ये."

मी त्यांनी दाखवलेल्या दिशेला जाऊन पाहिलं. झाडांपासून दूर थोड्या अंतरावर वाळलेली लाकडं रचून ठेवली होती. झाडांना चितेची झळ लागून ती सुकू नयेत, म्हणून एवढ्या लांब चिता रचल्याचं लक्षात आलं. माघारी आलो. शिष्यांनी आणि

मी दोन्ही हातांनी गुरूंच्या मांडीखाली पाटासारखा आधार दिला. 'ओम' म्हणत दोघांनी एकाच वेळी मृतदेह उचलला. मृतदेह म्हटल्यावर वजन होतंच. मला चांगलीच धाप लागली होती. शिष्यांचा श्वास मात्र नियंत्रणाखाली होता. देह पद्मासनात चितेवर बसवून इतर लाकडांनी देह झाकून टाकला. शिष्यांनी गुहेतून एक चूड पेटवून आणली आणि चितेच्या तळाशी असलेल्या गोवरींच्या खाली ठेवली. मंत्र-तंत्र नाही, श्राद्धादि कर्मांचा लेप नाही. लाकडाच्या ढलप्याप्रमाणे बसलेला देह जळू लागला. चितेजवळच्या लोकांच्या डोळ्यांत अश्रू नव्हते. चंद्रिका भावना आवरत होती. पण शिष्य मात्र दुःखाचा स्पर्शही न झाल्याप्रमाणे लाकडं रचत होते.

शरीर भस्मसात होऊन आकारहीन झाल्यावर शिष्य माझ्याकडे आणि चंद्रिकेकडे वळून म्हणाले, "आता काहीही काम राहिलेलं नाही. तिघांनी अंघोळ केली की संपलं."

मलाही अंघोळ आवश्यक वाटली. नदीकडे गेलो. चंद्रिका कुणीकडे गेली तिकडे माझं लक्ष नव्हतं. पाण्यावर हालचाल न करता काही वेळ निवांतपणे उताणा पडून राहिलो. शरीराची दमणूक कमी झाल्यासारखं वाटू लागलं. डुलकीही लागली.

जाग येताच परिस्थितीचं भान आलं. इथं आल्यापासून बोलणं झालंच नव्हतं. शिष्यांशी जे झालं, तेवढंच बोलणं. त्या कुणालाही व्यक्त संभाषणाची गरजच नाही. चंद्रिकाही तशी. तिच्या मनाचा क्षोभ ओसरला आहे. आता आपलं जीवन जगायला पाहिजे. ती नसेल, तरी एकटं राहायला मी तयार असलं पाहिजे. इथं आल्यापासून ती माझ्यापासून दुरावली आहे, अशी भावना मनात निर्माण झाली होती. मन खिन्न झालं, पण दुःख ओसंडून आलं नाही. 'हेच जीवन! तिनं समाधानानं राहणं महत्त्वाचं आहे. मी स्वतःला समजवायचा प्रयत्न केला.

असाच कितीतरी वेळ गेला. जाड झाडा-झुडपांच्या फांद्यामधून सूर्य पश्चिमेला कलल्याचं दिसत होतं. हा खरोखरच अध्यात्मानं भरलेला संबंध होता, असं जाणवलं. गुरूंना नावही नाही. शिष्य साधूंनाही नाही. पाण्यावर झोपलो असता शरीराची मलिनता निघून गेली, असं वाटलं.

एवढ्याच शिष्य साधू तिथं आले, "तू इथं आहेस तर. तुलाच शोधत होतो."

"चंद्रिका कुठं आहे?"

"ध्यान लावून बसली आहे?"

"आता तिला कोण मार्ग दाखवेल?"

"आता तीही मला हाच प्रश्न विचारत होती. लौकिक जंजाळाविषयी. गुरू असताना त्या जाणवल्या नाहीत. ध्यानामध्ये वरच्या पातळीवर कसं पोहोचायचं, हा प्रश्न आहेच. आता ते निघून गेल्यावर कुणाला मार्ग विचारू? हा तिचा प्रश्न होता. मी सांगितलं – गुरूंनी केवळ देहत्याग केला आहे. त्यानंतरही ध्यानमग्न अवस्थेत

असताना ते आंतर-बोधनानं मार्गदर्शन करतील. आता ध्यानमग्न होऊन त्यांना तुझी समस्या सांग, असं तिला सांगून आलोय, म्हणून ध्यान करतेय ती.''

मी पाण्याबाहेर आलो. जवळच्या एका दगडावर बसलो. तेही बसले. मी विचारलं, ''अन्य – मन:प्रवेशाची माझी कामना सोडून देणं मला शक्यच नाही, असं दिसतं. त्यामुळेच माझी ध्यानधारणेत प्रगती होऊ शकली नाही. पुन्हा मी तो प्रयत्नही करणार नाही. माझा तो मार्ग नाही, एवढं मला नक्की समजलं आहे.''

''काळजी करू नकोस.''

''आताही तुम्ही तुमच्या विशेष सिद्धीचा माझ्यावर अनुग्रह केलात, तर दूरवरची एक घटना जाणून घ्यायची इच्छा आहे.''

''राजस-तामस उद्देश त्यामागे नाही ना?''

''नाही!''

''जो तुझा मार्गच नाही, त्यातली सिद्धी मी तुला तात्कालिक तरी का देऊ? ती तांत्रिक पद्धत आहे. प्रश्न विचार. योग्य असेल, तर मी स्वत:च जाणून घेऊन तुला उत्तर देईन. अशा प्रकारे सिद्धींचा वापर करणं निषिद्ध असलं, तरी तुझ्यासाठी एकदा ही चूक मी करेन.''

''मूलस्थानाचं सूर्यमंदिर राहिलं आहे काय?''

ते डोळे मिटून ध्यानस्थ झाले. मी त्यांच्या चेहऱ्याकडे पाहत होतो. ते लवकर परत येतील, असं मला वाटलं होतं, पण ते कितीतरी वेळ ध्यानमग्न अवस्थेत बसून होते. माझ्या अंगावरचं पाणीच नव्हे, वस्त्रही सुकून गेलं. त्यानंतर त्यांनी डोळे उघडले.

''भरतखंडामध्ये सगळे देवालयं बांधतील. वैदिक-बौद्ध-जैन सगळ्या जाती-उपजातीतले लोक देवळं बांधत राहतील. पण तिकडून येणारे एक-एक करून त्या देवळांचा नाश करत राहतील. तू पाहिलेलं कुठलंही देवालय राहणार नाही. मंदिरं-चैत्य-स्तूप काहीही राहणार नाही. पण बांधायची प्रवृत्ती नाश पावणार नाही.''

माझं सर्वांग घामेजलं. हे भविष्यातही संचार करून, पाहून परत आले आहेत! तपशील विचारला, तर त्यांना पुन्हा भविष्यात जाऊन यावं लागेल.' ते एकदा सिद्धीचा वापर करायला तयार झाले होते. त्यांना पुन्हा त्रास देऊ नये, असं वाटलं.

उठून मंडपापाशी गेलो. चंद्रिका अजूनही ध्यानमग्न होती. इथं आल्यापासून ती माझ्याशी अक्षरही बोलली नव्हती. शिष्य साधू वगळता कुणीच कुणाशी बोललं नव्हतं. मला आणखी काहीही काम नव्हतं. तिला करायला ध्यान तरी होतं. मला काहीच करायचं नव्हतं. ''कधी निघायचं?'' असं तिला विचारणं, म्हणजे माझ्याबरोबर चल' म्हणून तिच्यावर दडपण आणल्यासारखं होईल, असं वाटत होतं. यानंतर हिच्याबरोबर राहणार नाही, असं माझं मन सांगत होतं. ती कदाचित येणार नाही –

मला पाहताच ती पद्मासनाऐवजी सिद्धासनात बसली. मी काहीतरी बोलेन, या

अपेक्षेनं तिनं माझ्याकडे पाहिलं.

"गुरुजींनी काय सांगितलं?" मी विचारलं.

तिनं उत्तर दिलं नाही. खाली मान घालून बसून राहिली. संकोच आणि गोंधळ तिच्या चेहऱ्यावर दिसत होता. मी पुन्हा म्हटलं, "सांग!"

खालच्या मानेनं जमिनीवर दृष्टी खिळवून ती म्हणाली, "मला काहीही समजत नाही. हे माझं मत नाही. तू गुरुजींनी काय सांगितलं म्हणून विचारलंस. त्यांच्या आदेश सांगतेय. त्यांनी सांगितलं. तुझा सखा कृष्णाशी विवाहबद्ध होऊन गृहस्थाश्रमाचा स्वीकार कर. पोटातल्या जिवावर सगळे संस्कार करा. तो त्याला आपलं मानू दे. तुम्ही दोघं मिळून आणखी चार सुदृढ वीर्यवान मुलांना जन्म देऊन वाढवा. ध्यान मात्र सोडू नकोस. ध्यानामध्ये तू बोलावशील, तेव्हा मी येईन. त्यांनी सांगितलं, तेच सांगितलं मी!"

काही क्षण माझं मन स्तब्ध झालं. हळूहळू आपल्या इच्छेनुसार देहत्याग करायची शक्ती असलेल्या त्या गुरूचं रूप मनात भरून राहिलं. चंद्रिकाही त्या पातळीपर्यंत जाऊ शकेल काय? माझ्या मनात निश्चय उमटला, तिच्या ध्यानामध्ये कणभरही अडथळा येणार नाही, अशा प्रकारे दाम्पत्य-जीवन जगलं पाहिजे. भारती देवींनी सांगितलं होतं – वैवाहिक जीवनही एक व्रत आहे! या वाक्याचा अर्थही हळूहळू स्पष्ट होऊ लागला.

◆